ಜೋಗಿ

ಹೆಸರು: ಗಿರೀಶ್‌ರಾವ್ ಹತ್ವಾರ್, ಊರು: ಸುರತ್ಕಲ್ ಬಳಿಯ ಹೊಸಬೆಟ್ಟು, ಹುಟ್ಟಿದ್ದು: ಮೈಸೂರು, ಬೆಳೆದದ್ದು: ದಕ್ಷಿಣ ಕನ್ನಡ ಜಿಲ್ಲೆಯ ಗುರುವಾಯನಕೆರೆ, ಓದಿದ್ದು: ಉಪ್ಪಿನಂಗಡಿ, ಸದ್ಯದ ವಾಸ್ತವ್ಯ: ಬೆಂಗಳೂರು.

ಓದುಗನಾಗಲು ಹೊರಟವನು ಕತೆ ಬರೆದೆ, ಮೆಚ್ಚಿಕೊಂಡರು. ಮದುವೆಯಾಯಿತು, ಕತೆಯೊಂದು ಸಿನಿಮಾ ಆಯ್ತು. ರಾಜ್ಯ ಪ್ರಶಸ್ತಿಯೂ ಬಂತು. ಅಂಕಣ ಬರೆಯಲು ಆರಂಭಿಸಿದೆ. ಈಗಲೂ ಮುಂದುವರಿದಿದೆ. ಕತೆ ಕಾದಂಬರಿಯ ನಡುವೆ ಸೀರಿಯಲ್ಲು, ಸಿನಿಮಾಗಳಿಗೆ ಚಿತ್ರಕತೆ ಸಂಭಾಷಣೆ, ಒಂದಷ್ಟು ಓದು, ಒಂಚೂರು ನಿದ್ದೆ, ಸಮಯ ಸಿಕ್ಕಾಗೆಲ್ಲ ಊರು ಸುತ್ತುವ ಖುಷಿ. ಬರೆಯುವುದಕ್ಕಿಂತ ಓದುವುದೇ ಇಷ್ಟ. ಇನ್ನು ಬರೆಯುವುದಿಲ್ಲ ಎಂದು ಕುಳಿತಾಗಲೆಲ್ಲ ಕತೆಗಳು ಬಾಗಿಲು ಬಡಿದಿವೆ.

ಬೆಂಗಳೂರಲ್ಲಿದ್ದರೂ ಮಲೆನಾಡಿಗೆ ಮನಸ್ಸು ಹಾಯುತ್ತದೆ. ಇಲ್ಲಿನ ಧರೆಗಿಂತ ಅಲ್ಲಿಯ ಸೆಕೆಯೇ ಸುಖ. ನಲವತ್ತೈದರ ಹೊಸ್ತಿಲಲ್ಲಿ ಕನ್ನಡಕ ಬಂತು. ಬರಿಗಣ್ಣಿನಿಂದ ನೋಡಿದರೆ ಭೂಮಿಯೂ ಆಕಾಶ.

ಬಾಳಸಂಗಾತಿ ಜ್ಯೋತಿ, ತುಂಬ ಮಾತಾಡುವ, ಜಗ್ಗಿ ಕರೆದೊಯ್ಯುವ ಮಗಳು ಖುಷಿ, ಗೆಳೆಯರ ಬಳಗ ದೊಡ್ಡದಾಗಿದೆ. ಹಳೆಯ ಗೆಳೆಯರು ಧ್ರುವತಾರೆ. ಹೊಸಬರಿಗೆ ತೆರೆದಷ್ಟೇ ಬಾಗಿಲು.

ಇವರು ಅವರು ದೇವರು
ಬದುಕಲು ಕಲಿಸಿದವರು

ಜೋಗಿ

ವೀರಲೋಕ ಬುಕ್ಸ್ ಪ್ರೈ.ಲಿ.
207, 2ನೇ ಮಹಡಿ, 3ನೇ ಮೇನ್, ಚಾಮರಾಜಪೇಟೆ
ಬೆಂಗಳೂರು–560018. ಮೊಬೈಲ್: 70221 22121
ಇಮೇಲ್: veeralokabooks@gmail.com
ವೆಬ್‌ಸೈಟ್: www.veeralokabooks.com

IVARU AVARU DEVARU
A book by **Jogi**

Published by:
VEERALOKA BOOKS PVT. LTD.
207, 2nd Floor, 3rd Main
Chamarajpet, Bengaluru - 560018

Mobile : 70221 22121
E-mail : veeralokabooks@gmail.com
Website: www.veeralokabooks.com

ISBN : 978-93-94942-15-8

Price : Rs. 200/-
Pages : 176
First Impression : 2022

Paper used : 80 GSM NS Maplitho
Book size : 1/8th Demy

Cover page illustration by : Prashanth Vitla
Inner pages illustration by : Vijaya Vikram

Printer :

ಅರ್ಪಣೆ

ಬದುಕಿನ ರುಚಿ
ಹೆಚ್ಚಿಸಿದ
ಈ ಪುಸ್ತಕದೊಳಗೆ
ಮತ್ತು ಹೊರಗಿರುವ
ಒಳ್ಳೇ ಮಂದಿಗೆ

ನೆನಪಿನ ಚಿತ್ರಗಳು

ಹಲವು ಕಾಲದ ಗೆಳೆಯರಾದ ವೀರಕಪುತ್ರ ಶ್ರೀನಿವಾಸ್ ಪುಸ್ತಕ ಪ್ರಕಾಶನ ಆರಂಭಿಸುತ್ತೇನೆಂದೂ ಅದಕ್ಕಾಗಿ ಒಂದು ಪುಸ್ತಕ ಕೊಡಬೇಕೆಂದೂ ಹೇಳಿದಾಗ ನಾನು ಸಂತೋಷದಿಂದಲೇ ಒಪ್ಪಿಕೊಂಡೆ. ಮೊದಲಿನಿಂದಲೂ ಶ್ರೀನಿವಾಸ್ ಇಂಥ ನಿಸ್ವಾರ್ಥ ಕೆಲಸಗಳನ್ನು ಮಾಡಿಕೊಂಡು ಬಂದವರು. ಅನೇಕ ಕಾರ್ಯಗಳು ಅವರ ಕೈ ಸುಟ್ಟರೂ ಕಂಗೆಡದೇ ಇದ್ದವರು. ಈ ಹಿಂದೆ ಅವರ ಒತ್ತಾಯದಿಂದ ಹಿರಿಯ ಕಲಾವಿದ ವಿಷ್ಣುವರ್ಧನ್ ಜತೆಗಿನ ಒಡನಾಟದ ಕತೆಯನ್ನು ಬರೆದುಕೊಟ್ಟಿದ್ದೆ. ಈಗ ಈ ಪುಸ್ತಕ.

ವೀರಲೋಕ ಎಂಬ ಅರಳೀಮರದ ಅಡಿಯಲ್ಲಿ ಒಂದು ಮಹಾಸಾಧನೆಯನ್ನು ಮಾಡುತ್ತೇನೆಂದು ಶ್ರೀನಿವಾಸ್ ಮುಂದಾಗಿದ್ದಾರೆ. ಇದು ಅವರ ಬಹುಕಾಲದ ಕನಸು. ಕನ್ನಡ, ಕನ್ನಡಿಗ ಮತ್ತು ಕರ್ನಾಟಕದ ಮೇಲೆ ತುಂಬು ಭರವಸೆ ಇಟ್ಟಿರುವ ಶ್ರೀನಿವಾಸ್, ಈ ಸಲ ಕನ್ನಡಿಗರನ್ನು ನಂಬಿ ಹೊರಟಿದ್ದಾರೆ. ಏಳು ಕೋಟಿ ಕನ್ನಡಿಗರು ಇರುವ ನಾಡಿನಲ್ಲಿ ಒಂದು ಪುಸ್ತಕದ ಒಂದು ಲಕ್ಷ ಪ್ರತಿಗಳು ಖರ್ಚಾಗುವುದಿಲ್ಲವೇ ಎಂದು ಅವರು ಕೇಳಿದಾಗ ನನ್ನಲ್ಲಿ ಉತ್ತರ ಇರಲಿಲ್ಲ. ಕನ್ನಡದಲ್ಲಿ ಪ್ರಕಟವಾಗುವ ಎಲ್ಲಾ ಪುಸ್ತಕಗಳೂ ಸೇರಿ ವರುಷಕ್ಕೆ ಒಂದು ಲಕ್ಷ ಪುಸ್ತಕ ಮಾರಾಟ ಆಗುವುದೂ ನನಗೆ ಖಾತ್ರಿಯಿಲ್ಲ ಎಂದು ಹೇಳಬೇಕೆಂದಿದ್ದೆ, ಹೇಳಿರಲಿಲ್ಲ.

ಅವರ ಭರವಸೆ ಮತ್ತು ಆಶಾವಾದಕ್ಕೆ ಜಯವಾಗಲಿ ಎಂದು ಆಶಿಸುತ್ತಾ ಈ ಪುಸ್ತಕವನ್ನು ವೀರಲೋಕದ ಪ್ರಕಟಣೆಗೆ ನೀಡುತ್ತಿದ್ದೇನೆ. ಇದು ನನ್ನ ಇತರ ಕೃತಿಗಳಿಗಿಂತ ಕೊಂಚ ಭಿನ್ನವಾದ ಪುಸ್ತಕ. ನನ್ನ ಐವತ್ತೂಚಿಲ್ಲರೆ ವರುಷಗಳಲ್ಲಿ

ನಾನು ಕಂಡ ಮೆಚ್ಚಿದ ಕಲಿತ ಬೇರೆಗಾದ ವ್ಯಕ್ತಿಗಳ ಚಿತ್ರಣ ಇದರಲ್ಲಿದೆ. ಅಂಥ ವ್ಯಕ್ತಿಗಳಲ್ಲಿ ಪುರಾಣಗಳಿಂದ ಎದ್ದು ಬಂದವರೂ, ಕೃತಿಗಳಿಂದ ಹೊರಹೊಮ್ಮಿದವರೂ, ನಾನು ಕಂಡವರೂ, ಒಡನಾಡಿದವರೂ ಇದ್ದಾರೆ. ಅವರ ಒಂದು ವಿಶಿಷ್ಟ ಗುಣ, ನಡೆ ಅಥವಾ ವ್ಯಕ್ತಿತ್ವದ ಒಂದು ಭಾಗ ನನ್ನನ್ನು ಹಿಡಿದಿಟ್ಟ ಕಾರಣಕ್ಕೆ ನಾನು ಅವರ ಕುರಿತು ಇಲ್ಲಿ ಬರೆದಿದ್ದೇನೆ. ಇದು ನನ್ನನ್ನು ಬೆರಗಾಗಿಸಿದ ಪಾತ್ರಗಳಿಗೆ ನಾನು ಸಲ್ಲಿಸುವ ಗೌರವವೂ ಹೌದು.

ಈ ಓದು, ನೀವು ಒಡನಾಡಿದ ವ್ಯಕ್ತಿಗಳನ್ನೋ ಮೆಚ್ಚಿದ ಪಾತ್ರಗಳನ್ನೋ ನೆನಪಿಸಿದರೆ ಈ ನನ್ನ ಪ್ರಯತ್ನ ಸಾರ್ಥಕ.

ನನ್ನ ದುರ್ಭರ ಗಳಿಗೆಗಳನ್ನು ಶ್ರೀಮಂತಗೊಳಿಸಿದವರ ಪಟ್ಟಿ ಇನ್ನೂ ದೀರ್ಘವಿದೆ. ಇದು ಮೊದಲ ಭಾಗ ಮಾತ್ರ. ಇನ್ನಷ್ಟು ಮಹನೀಯರ ಕುರಿತು ಮುಂದಿನ ಭಾಗದಲ್ಲಿ ಬರೆಯುತ್ತೇನೆ.

–ಜೋಗಿ

20 ಏಪ್ರಿಲ್ 2022

ಪ್ರಕಾಶಕರ ಮಾತು

ಪ್ರಿಯ ಓದುಗ ದೊರೆಗಳೆ, ಅತ್ಯಂತ ಪ್ರಾಚೀನ ಭಾಷೆಗಳಲ್ಲಿ ಒಂದಾದ ಕನ್ನಡಕ್ಕೆ ಭಾರತೀಯ ಭಾಷೆಗಳಲ್ಲೇ ವಿಶೇಷ ಸ್ಥಾನವಿದೆ. ಈ ನೆಲದ ಮಣ್ಣಿನ ಕಣಕಣದಲ್ಲೂ ಸಾಹಿತ್ಯದ ಘಮಲಿದೆ. ಸಾಂಸ್ಕೃತಿಕ ಹುಡಿಯಿದೆ. ಎಂಟೆಂಟು ಜ್ಞಾನಪೀಠ ಪ್ರಶಸ್ತಿಗಳನ್ನು ಪಡೆದ ಹೆಮ್ಮೆಯೂ ಜತೆಗಿದೆ. ಆದರೆ, ಸಾಹಿತ್ಯವನ್ನು ದಾಟಿಸುವ ವಿಷಯದಲ್ಲಿ ನಾವು ಹಿಂದೆ ಇದ್ದೇವೆ. ಸಂಕಟ ಪಡುವಷ್ಟು ಓದುಗರ ಸಂಖ್ಯೆಯನ್ನು ಹೊಂದಿದ್ದೇವೆ. ಕನ್ನಡದಲ್ಲಿ ವರ್ಷಕ್ಕೆ ಸಾವಿರಾರು ಶೀರ್ಷಿಕೆಯ ಪುಸ್ತಕಗಳು ಮುದ್ರಣವಾದರೂ ಕೆಲವೇ ಕೆಲವು ಸಾಹಿತಿಗಳನ್ನು ಹೊರತುಪಡಿಸಿ, ಹೆಸರಾಂತ ಸಾಹಿತಿಗಳ ಪುಸ್ತಕಗಳ ಪ್ರತಿಗಳು ಖರ್ಚಾಗುವುದು ಕೇವಲ ಐನೂರು, ಸಾವಿರ ಮಾತ್ರ. ಹೊಸಬರದ್ದು ಇನ್ನೂ ಘೋರ. ಕರ್ನಾಟಕದ ಏಳೂವರೆ ಕೋಟಿ ಜನಸಂಖ್ಯೆಯಲ್ಲಿ, ಒಬ್ಬ ಲೇಖಕನ ಪುಸ್ತಕವು ಸಾವಿರ ಜನರಿಗೂ ತಲುಪುತ್ತಿಲ್ಲ ಎನ್ನುವುದು ಖೇದಕರ. ಆದರೆ, ಇದನ್ನು ನಂಬಲು ಸಾಧ್ಯವಾ?

ನಿಜವಾಗಿಯೂ ಓದುಗರು ಇಲ್ಲವಾ? ಅಥವಾ ಓದುಗರಿದ್ದರೂ ಅವರಿಗೆ ಕೃತಿಗಳನ್ನು ತಲುಪಿಸುವಲ್ಲಿ ಸೋಲುತ್ತಿದ್ದೇವಾ? ಎನ್ನುವ ಪ್ರಶ್ನೆಯೊಂದಿಗೆ ನಾನು ನಿಮ್ಮಂಥ ಓದುಗರ ಬೆನ್ನುಹತ್ತಿದೆ. ಲಕ್ಷಾಂತರ ಓದುಗರಿದ್ದಾರೆ. ಆದರೆ ಅವರನ್ನು ತಲುಪುವಲ್ಲಿ ನಾವು ಸೋಲುತ್ತಿದ್ದೇವೆ ಎಂಬುದು ನನಗೆ ಮೇಲ್ನೋಟಕ್ಕೆ ಹೊಳೆದ ಸತ್ಯ. ಆ ಕಾರಣದಿಂದಲೇ ನಾನೀಗ ಓದುಗ ಮತ್ತು ಲೇಖಕರ ನಡುವಿನ ಸೇತುವೆಯೊಂದರ ನಿರ್ಮಾಣಕ್ಕೆ ಮುಂದಾಗಿದ್ದೇನೆ. ಆ ಸೇತುವೆಯ ಹೆಸರು 'ವೀರಲೋಕ ಬುಕ್ಸ್.'

ಕುಗ್ರಾಮವೊಂದರಲ್ಲಿ ತಯಾರಾದ ಮಡಿಕೆಯೊಂದು ಇವತ್ತು ಕಾರ್ಪೋರೇಟ್ ಅಂಗಳದಲ್ಲಿ ಮಾರಾಟಕ್ಕಿದೆ. ಪದವಿ, ಪುರಸ್ಕಾರಗಳನ್ನು ಪಡೆದುಕೊಂಡ ಬರಹಗಾರನೊಬ್ಬನ ಕೃತಿಯು ಸುಸಜ್ಜಿತ ಪುಸ್ತಕ ಮಳಿಗೆಯನ್ನೂ ತಲುಪುವಲ್ಲಿ ಸೋತಿದೆ. ಹಾಗಾಗಿ 'ವೀರಲೋಕ ಬುಕ್ಸ್' ಕನ್ನಡ ಪುಸ್ತಕ ಲೋಕಕ್ಕೆ ಕಾರ್ಪೋರೇಟ್ ಟಚ್ ನೀಡುವ ಉದ್ದೇಶ ಹೊಂದಿದೆ. ಕೇವಲ ಪಟ್ಟಣದಲ್ಲಿ ಮಾತ್ರವಲ್ಲ, ಹಳ್ಳಿಗಾಡಿನ ಕಟ್ಟಕಡೆಯ ಓದುಗನಿಗೂ ಕನ್ನಡ ಪುಸ್ತಕವನ್ನು ತಲುಪಿಸುವ ದೃಢ ಸಂಕಲ್ಪ ನಮ್ಮದಾಗಿದೆ. ಒಬ್ಬ ಓದುಗ ತಾನು ಇಷ್ಟಪಡುವ ಪುಸ್ತಕ ಕೊಳ್ಳಬೇಕಾದರೆ ನಿಗದಿತ ಪುಸ್ತಕ ಅಂಗಡಿಗೆ ಬಂದರೆ ಮಾತ್ರ ಸಿಗುತ್ತದೆ ಎಂಬುದು ನಿಜಕ್ಕೂ ಓದುಗನಿಗೆ ಮಾಡುತ್ತಿರುವ ಮೋಸ. ಆದ್ದರಿಂದ ಅವನಿರುವ ಕಡೆಯೇ ಪುಸ್ತಕ ಸಿಗುವಂತೆ ಮಾಡುವ ಉದ್ದೇಶ ನಮ್ಮ ಪ್ರಕಾಶನದ್ದು. ಅದಕ್ಕಾಗಿ ಒಂದು ದೊಡ್ಡ ನೆಟ್‌ವರ್ಕ್ ಸಿದ್ಧ ಮಾಡಿದ್ದೇವೆ. ಊರೂರಲ್ಲಿ ಪುಸ್ತಕ ಸಿಗುವಂತೆ ಮಾಡುತ್ತಿದ್ದೇವೆ. ಇನ್ನೂ ಏನೇನೋ ಯೋಜನೆಗಳಿವೆ...

ಈ ಹೊಸ ರೀತಿಯ ಕಾರ್ಯಶೈಲಿಯ ಮೂಲಕ ನಾವು ನಮ್ಮ ವೀರಲೋಕ ಪ್ರಕಾಶನವನ್ನು ಆರಂಭಿಸಿದ್ದೇವೆ. ಇದಕ್ಕೆ ನಾಡಿನ ಖ್ಯಾತ ಸಾಹಿತಿಗಳಾದ ಶ್ರೀ ಜೋಗಿ, ಶ್ರೀ ವಿಶ್ವೇಶ್ವರ ಭಟ್, ಶ್ರೀ ಕುಂ. ವೀರಭದ್ರಪ್ಪ, ಶ್ರೀ ಗಣೇಶ್ ಕಾಸರಗೋಡು, ಶ್ರೀ ರೋಹಿತ್ ಚಕ್ರತೀರ್ಥ, ಶ್ರೀ ರಂಗಸ್ವಾಮಿ ಮೂಕನಹಳ್ಳಿ, ಶ್ರೀ ಕೆ.ಎಲ್. ಕೃಷ್ಣಮೂರ್ತಿ, ಡಾ. ಶರಣು ಹುಲ್ಲೂರು, ಶ್ರೀಮತಿ ದೀಪಾ ಹಿರೇಗುತ್ತಿ, ಶ್ರೀ ರವಿ ಕೃಷ್ಣಾರೆಡ್ಡಿ ಮತ್ತು ಖ್ಯಾತ ಕಲಾವಿದರಾದ ಶ್ರೀ ರಮೇಶ್ ಅರವಿಂದ್ ಅವರು ವೀರಲೋಕಕ್ಕೆ ತಮ್ಮ ಕೃತಿಗಳನ್ನು ಕೊಟ್ಟು ಪ್ರೋತ್ಸಾಹಿಸುತ್ತಿದ್ದಾರೆ. ಓದುಗನಿರುವ ಕಡೆಯೇ ಪುಸ್ತಕಗಳನ್ನು ಒದಗಿಸುವ ಈ ಮಹತ್ಕಾರ್ಯಕ್ಕೆ ನಿಮ್ಮ ಬೆಂಬಲವೂ ಇರಲೆಂದು ಪ್ರಾರ್ಥಿಸುವೆ.

'ಇವರು ಅವರು ದೇವರು' ಕೃತಿ ಓದುವ ಸುಖ ನಿಮ್ಮದಾಗಲಿ.

ನಿಮ್ಮ,

–ವೀರಕಪುತ್ರ ಶ್ರೀನಿವಾಸ

ವೀರಲೋಕ ಬುಕ್ಸ್

ಪರಿವಿಡಿ

• ಇವರು

• ಅವರು

• **ದೇವರು**

ಇವರು

*

ಎನಿತು ಜನ್ಮದಲಿ, ಎನಿತು ಜೀವರಿಗೆ
ಎನಿತು ನಾವು ಋಣಿಯೋ?
ತಿಳಿದು ನೋಡಿದರೆ ಬಾಳು ಎಂಬುದಿದು
ಋಣದ ರತ್ನದ ಗಣಿಯೋ!

–ಜಿ.ಎಸ್. ಶಿವರುದ್ರಪ್ಪ

ಬಹುವಚನದ ಟಿ.ಎನ್. ಸೀತಾರಾಮ್

ಇವರು ನನ್ನನ್ನು ಬೆರಗಾಗಿಸುತ್ತಾರೆ. ಇವರ ವೈವಿಧ್ಯ ಬೆಚ್ಚಿಬೀಳಿಸುತ್ತದೆ. ಇವತ್ತಿಗೆ ಕೂಡ ಅವರು ನನ್ನಂಥ ಅಪರವಯಸ್ಕರ ಜತೆ, ನನಗಿಂತ ಚಿಕ್ಕವರಾದ ತರುಣ ಲೇಖಕರ ಜತೆ ಓಡಾಡುತ್ತಾ ಅವರಿಗೆ ಪ್ರೇರಣೆಯಾಗುವುದು, ಹೊಸ ಹುಡುಗರು ಸಿನಿಮಾ ಮಾಡಿದರೆ ನೋಡಿ ಬೆನ್ತಟ್ಟುವುದು, ಸೀರಿಯಲ್ ಮಾಡುತ್ತೇನೆ ಅಂತ ಹೊರಡುವುದು, ಮಾಡುವುದಿಲ್ಲ ಅಂತ ಸುಮ್ಮನಿರುವುದು, ನೂರಾರು ಮೈಲಿ ಪ್ರವಾಸ ಹೋಗಿ ಬರೋಣ ಅಂದರೆ ನಡೀರಿ ಹೋಗೋಣ ಅಂತ ಹೊರಟು ನಿಲ್ಲುವುದು–ಇವೆಲ್ಲ ಇವರ ವೈವಿಧ್ಯಮಯ ವ್ಯಕ್ತಿತ್ವದ ಕೆಲವು ಅಂಶಗಳು ಮಾತ್ರ. ಪುಟ್ಟಣ್ಣ ಕಣಗಾಲರಿಗೆ ಸಂಭಾಷಣೆ ಬರೆದವರು, ಲಂಕೇಶರ ಸಿನಿಮಾಗಳಲ್ಲಿ ನಟಿಸಿದವರು, ಲಂಕೇಶ್ ಪತ್ರಿಕೆಗಿಂತಲೂ ಮೊದಲು ಮುಕ್ತ ಎಂಬ ಪತ್ರಿಕೆ ಆರಂಭಿಸಿದವರು, ಚಳವಳಿ, ಹೋರಾಟ, ರೈತಸಂಘ, ರಂಗಭೂಮಿ, ಸಂಗೀತ, ಸಿನಿಮಾ ನಿರ್ದೇಶನ, ಕಿರುತೆರೆ, ರಾಜಕಾರಣ, ಸಾಹಿತ್ಯ ಮತ್ತು ಅಭಿನಯ–ಈ ಎಲ್ಲಾ ಕ್ಷೇತ್ರಗಳಲ್ಲೂ ಸಕ್ರಿಯವಾಗಿದ್ದವರು.

ಇವತ್ತಿಗೂ ನಾನು ಏನಾದರೂ ಅನುಮಾನ ಬಂದರೆ ಅವರಿಗೊಂದು ಫೋನ್ ಮಾಡುತ್ತೇನೆ. ಅವರು ಅದಕ್ಕೆ ಥಟ್ಟನೆ ಪರಿಹಾರ ಸೂಚಿಸುತ್ತಾರೆ. ನನ್ನ ಎಷ್ಟೋ ಅಭಿಪ್ರಾಯಗಳನ್ನು ಅವರು ತಿದ್ದಿದ್ದಾರೆ. ಎಷ್ಟೋ ಪುಸ್ತಕಗಳನ್ನು ಓದಿಸಿದ್ದಾರೆ. ಅದೆಷ್ಟೋ ಪ್ರಸಂಗಗಳ ಮೂಲಕ ನನ್ನನ್ನು ವಿನೀತನನ್ನಾಗಿ ಮಾಡಿದ್ದಾರೆ. ನನ್ನ ಅನೇಕ ಪುಸ್ತಕಗಳನ್ನು ಬಿಡುಗಡೆ ಮಾಡಿದ್ದಾರೆ. ಅವುಗಳ ಕುರಿತು ಹುಮ್ಮಸ್ಸು ತುಂಬುವಂತೆ ಮಾತಾಡಿದ್ದಾರೆ.

ಅವರು ಟೀಯೆನ್ನೆಸ್. ಟಿ.ಎನ್. ಸೀತಾರಾಮ್.

ವೈಯನ್ಕೆ ಹೇಳುತ್ತಿದ್ದರು; ಮೂರಕ್ಷರದಿಂದ ಜನಪ್ರಿಯರಾದವರು ಪ್ರಖರ ಬುದ್ಧಿವಂತರು. ಉದಾಹರಣೆಗೆ ಚರ್ಚಿಲ್, ಚಾಪ್ಲಿನ್, ಕುವೆಂಪು,

ಲಂಕೇಶ್, ಕಾರ್ನಾಡ್, ವೈಯನ್ಕೆ ಎಂದು ತಮ್ಮ ಹೆಸರನ್ನೂ ತುಂಟತನದಿಂದ ಸೇರಿಸಿಕೊಳ್ಳುತ್ತಿದ್ದರು. ಈ ಪಟ್ಟಿಗೆ ಟೀಯೆನ್ನೆಸ್ ಕೂಡ ಸೇರುತ್ತಾರೆ.

ವಿಕಾಸವಾದದ ಪ್ರಕಾರ ಕೆಲವು ಪ್ರಾಣಿಗಳು ಕಾಲಕ್ರಮೇಣ ವಿಕಾಸ ಹೊಂದದೆ ಹಾಗೇ ಉಳಿದುಬಿಡುತ್ತವೆ. ಮತ್ತೆ ಕೆಲವು ಪರಿಸರಗಳಿಗೆ ಹೊಂದಿಕೊಳ್ಳಲಾರದೆ ನಶಿಸಿ ಹೋಗುತ್ತವೆ. ಹೀಗೆ ವಿಕಾಸ ಹೊಂದದೆ, ಅವನತಿಯ ಅಂಚಿನಲ್ಲಿರುವ 'ಜೀವಿ'ಗಳ ಪಟ್ಟಿಯಲ್ಲಿ ಸಾಹಿತಿಯೂ ಇದ್ದಾನೆ. ಆತನ ಅಸಹಾಯಕತೆಯೋ, ಅಸಮರ್ಥತೆಯೋ, ಅಹಂಕಾರವೋ, ಅವಿವೇಕವೋ ಅವನನ್ನು ತಾನಿರುವ ದಡದಿಂದ ಮತ್ತೊಂದು ದಡಕ್ಕೆ ದಾಟಿಕೊಳ್ಳದಂತೆ ಮಾಡುತ್ತದೆ. ಹಾಗೆ ದಾಟಿಕೊಳ್ಳಲಾಗಲಿಲ್ಲ ಎಂಬ ಕಾರಣಕ್ಕೆ ಆತ ತಾನು ನಿಂತ ದಡವನ್ನು ಶಪಿಸುತ್ತಾ, ನಡುವೆ ಹರಿಯುತ್ತಿರುವ ಕಾಲದ ನದಿಯನ್ನು ಹೀಗಳೆಯುತ್ತಾ ಉಳಿದುಬಿಡುತ್ತಾನೆ.

ಹಾಗೆ ದಾಟಿಕೊಳ್ಳದೆ, ತಾನಿರುವ ಪರಿಸರಕ್ಕೆ ಹೊಂದಿಕೊಳ್ಳದೆ ಹೋದವರ ದೊಡ್ಡ ಪಟ್ಟಿಯನ್ನೇ ಕೊಡಬಹುದು. ಅಂಥವರ ಹೆಸರು ಹೇಳಿ ಅವರ ಮನಸ್ಸು ನೋಯಿಸುವುದು ಅನಗತ್ಯ. ಆದರೆ ಕಾಲಕ್ಕೆ ತಕ್ಕಂತೆ ತಮ್ಮ ಅಭಿವ್ಯಕ್ತಿ ವಿಧಾನವನ್ನೂ, ತಲುಪುವ ಶೈಲಿಯನ್ನೂ, ತಲುಪಿಸುವ ವೈಖರಿಯನ್ನೂ, ಹೇಳಬೇಕಾದ ಸಂಗತಿಗಳನ್ನೂ ಒಪ್ಪ ಮಾಡಿಕೊಂಡವರ ಅಪರೂಪದವರ ಪಟ್ಟಿಯಲ್ಲಿ ಕಾಣುವ ಮೊದಲ ಹೆಸರು ಟಿ.ಎನ್. ಸೀತಾರಾಮ್.

ಸೀತಾರಾಮ್ ಹಾಗೂ ನಾಟಕದ ನಂಟು ಹಳೆಯದು. ಅವರು ನಟರಾಗಿ ಮೊದಲು ರಂಗಕ್ಕೆ ಕಾಲಿಟ್ಟವರು. ನಂತರ ನಾಟಕಕಾರರಾದರು. ಅವರು ರಂಗಭೂಮಿಗೆ ಕಾಲಿಡುವ ಹೊತ್ತಿಗೆ ಹವ್ಯಾಸಿ ರಂಗಭೂಮಿ ಬಸವಳಿದ ರಂಗಕಲಾವಿದನಂತಿತ್ತು. ಚಾರಿತ್ರಿಕ ಮತ್ತು ಪೌರಾಣಿಕ ವಸ್ತುಗಳಲ್ಲೇ ಸಮಕಾಲೀನತೆಯನ್ನು ಹುಡುಕುವ, ಸಿಗದೇ ಇದ್ದಾಗ ಅವುಗಳಿಗೇ ಸಮಕಾಲೀನತೆಯನ್ನು ಆರೋಪಿಸುವ ಕಾರ್ನಾಡರ ಶೈಲಿಯನ್ನು ಅನೇಕರು ತೆಳುವಾಗಿಸಿ ಅಳವಡಿಸಿಕೊಳ್ಳುತ್ತಿದ್ದರು. ಇದು ಸಾಲದೆಂಬಂತೆ ಜನಪದದ ಸರಳ ಮಾರ್ಗದಲ್ಲಿ ನಡೆದು ನಾಟಕೀಯತೆಗಿಂತ ಹೆಚ್ಚಾಗಿ ಹಾಡು, ಕುಣಿತಗಳನ್ನು ಬಳಸಿಕೊಂಡು ರಂಜಿಸುವ ಪ್ರವೃತ್ತಿ ಅತಿರೇಕಕ್ಕೆ ಹೋಗಿತ್ತು. ಇವೆಲ್ಲದರಿಂದ ಮುಕ್ತವಾಗುವುದಕ್ಕೊ ಎಂಬಂತೆ ಸೀತಾರಾಮ್ ಮತ್ತು ಗೆಳೆಯರು 'ಮುಕ್ತ' ವೇದಿಕೆ ಆರಂಭಿಸಿದರು. ಅದರ ಮುಂಚೂಣಿಯಲ್ಲಿದ್ದವರು ಸೀತಾರಾಮ್; ಕಿರುನಗೆಯ ಭರವಸೆಯ ಹಟಮಾರಿ ಹುಡುಗ. ಆರ್.ಜಿ. ಹಳ್ಳಿ ನಾಗರಾಜ್ ಥರ ಕಾಣಿಸುತ್ತಿದ್ದ ಸೀತಾರಾಮ್ 'ಮುಕ್ತ'ದಿಂದಲೇ ಅನೇಕರ ದ್ವೇಷ ಕಟ್ಟಿಕೊಂಡಿದ್ದರು ಕೂಡ.

ಆದರೆ ಸೀತಾರಾಮ್ ಹಟ ಕೇವಲ ಬೌದ್ಧಿಕ ಅಹಂಕಾರ ಮಾತ್ರ ಆಗಿರಲಿಲ್ಲ. ಅವರೊಳಗೆ ಪ್ರತಿಭೆಯಿತ್ತು. ಎಂಬತ್ತರ ದಶಕದ ಜನಜೀವನವನ್ನು ತಲ್ಲಣಗೊಳಿಸುವ ಸಂಗತಿ ರಾಜಕಾರಣ ಅನ್ನುವುದು ಅವರಿಗೆ ಆಗಲೇ ಹೊಳೆದಿತ್ತು. ಸಾಮಾಜಿಕ ಸ್ಥಿತ್ಯಂತರಗಳನ್ನು ಸ್ಪಷ್ಟವಾಗಿ ಗುರುತಿಸಬೇಕಿದ್ದರೆ, ಅದಕ್ಕೊಂದು ಟಿಪ್ಪಣಿ ನೀಡಬೇಕಿದ್ದರೆ ರಾಜಕಾರಣದ ಅಂಚನ್ನು ಸ್ಪರ್ಶಿಸದ ಹೊರತು ಸಾಧ್ಯವಿಲ್ಲ ಎನ್ನುವುದು ಅರ್ಥವಾದವರಂತೆ ಸೀತಾರಾಮ್ ಬರೆಯತೊಡಗಿದರು. ಅವರಿಗೆ ಇತಿಹಾಸದ ಗೆರೆಗಳನ್ನೂ ಪುರಾಣದ ತೆರೆಗಳನ್ನೂ ದಾಟುವುದು ಸಾಧ್ಯವಾದದ್ದು ಈ ಹೊಸ ದಿಕ್ಕಿನಲ್ಲಿ ಚಿಂತಿಸಿದ್ದರಿಂದಲೇ ಇರಬೇಕು. ಅವರು ಬರೆದ ಏಕಾಂಕ 'ಬದುಕ ಮನ್ನಿಸು ಪ್ರಭುವೆ' ಓದುತ್ತಿದ್ದರೆ ಅವರ ಹೊಳಹುಗಳ ಸುಳಿವು ಸಿಕ್ಕಿಬಿಡುತ್ತದೆ. ಏನನ್ನೂ ಹೇಳದೆಯೇ ಆ ನಾಟಕ ಎಲ್ಲವನ್ನೂ ಹೇಳುತ್ತಿರುವಂತೆ ನಟಿಸುತ್ತದೆ. ಮೌನವಾಗಿದ್ದೇ ವಾಚಾಳಿಯಾಗುತ್ತದೆ. ವಾಚಾಳಿಯಾದಲ್ಲೆಲ್ಲ ಮೌನದ ಮೊರೆ ಹೋಗುತ್ತದೆ. 'ಬದುಕ ಮನ್ನಿಸು ಪ್ರಭುವೆ' ನಾಟಕದ ರಾಮಸ್ವಾಮಿ ಹೇಳುತ್ತಾನೆ: 'ಒಬ್ಬರ ಬದುಕೇ ಇನ್ನೊಬ್ಬರ ಸಾವು ಅಂತ ಗೊತ್ತಾಗೋಯ್ತು.' ಅದು ಇವತ್ತಿನ ಪರಿಸ್ಥಿತಿಗೆ ಬರೆದ ಕಿರುಟಿಪ್ಪಣಿ.

ಕಾರ್ನಾಡರ ಚರಿತ್ರೆಯ ಪುರಾಣದ ನೆರಳು ಬಿದ್ದ ರಂಗನಾಟಕಗಳು, ಕಂಬಾರರ ಜನಪದದ ಪ್ರತಿಪದದಂತಿದ್ದ ರಂಗಕೃತಿಗಳು, ಲಂಕೇಶರ ವ್ಯಂಗ್ಯ ಮಿಶ್ರಿತ ವ್ಯಾಖ್ಯಾನಗಳ ಸ್ವರೂಪದ ಮಾತುಕತೆಗಳು, ಚಂದ್ರಶೇಖರ ಪಾಟೀಲರ ಹುಸಿನಗೆ ತರಿಸುತ್ತಿದ್ದ ಅಸಂಗತ ಶೈಲಿಯ ಡ್ರಾಮಾಗಳು, ಬಿ.ವಿ. ಕಾರಂತರ ಕೈ ಚಳಕದಿಂದಲೇ ಮರುಹುಟ್ಟು ಪಡೆಯುತ್ತಿದ್ದ ಅನೇಕ ಪ್ರಸಂಗಗಳ ನಡುವೆ ಸೀತಾರಾಮ್ ನಾಟಕಗಳು ಭಿನ್ನವಾಗಿ ನಿಲ್ಲುವುದಕ್ಕೆ ಅವುಗಳ ಹೊಟ್ಟೆಯಲ್ಲಿರುವ ಕಾವು ಮತ್ತು ಮೈಯಲ್ಲಿರುವ ಕಸುವು ಕಾರಣ. ಮಾವಿನ ಮರದ ನೆರಳಲ್ಲಿರುವ, ತಣ್ಣಗೆ ನಿಂತಲ್ಲೇ ನಿಂತಂತೆ ಕಾಣುವ ನದಿಯ ಸುಳಿಯಂತೆ ಸೀತಾರಾಮ್ ನಾಟಕಗಳೂ ತಮಗರಿವಾಗದಂತೆ ಪ್ರೇಕ್ಷಕರನ್ನು ಸೆಳೆದುಕೊಂಡವು. ರಂಗಭೂಮಿಯ ಎಲ್ಲ ಸಾಧ್ಯತೆಗಳನ್ನೂ ಮಾತುಗಳಲ್ಲೇ ಒಳಗೊಳ್ಳುವುದಕ್ಕೆ ಸಾಧ್ಯವೆಂದೂ, ಎಲ್ಲ ಅಗತ್ಯಗಳನ್ನೂ ಸಂಭಾಷಣೆಯ ಮೂಲಕವೇ ಪೂರೈಸುವುದಕ್ಕೆ ಶಕ್ಯ ಎಂದೂ ಸೀತಾರಾಮ್ ಭಾವಿಸಿದ್ದರು. ಇವತ್ತಿನ ಟೀವಿ ಸೀರಿಯಲ್ಲು ವೀಕ್ಷಕರನ್ನು ಬಹುಶಃ ಅವರು ಅವತ್ತೇ ಮನಸ್ಸಿನ ಮುಂದೆ ತಂದುಕೊಂಡಿರಬೇಕು. ಕಾರ್ನಾಡ ಮತ್ತು ಕಂಬಾರರ ನಾಟಕಗಳಲ್ಲಿ ರಂಗದ ಮೇಲಿನ ಕ್ರಿಯೆ ಮತ್ತು ರಂಗದ ಸ್ವರೂಪ ಮುಖ್ಯವೆನಿಸಿದರೆ ಸೀತಾರಾಮ್ ನಾಟಕಗಳಲ್ಲಿ ಪ್ರೇಕ್ಷಕರ ಪ್ರತಿಕ್ರಿಯೆಯೇ ಬಂಡವಾಳವಾಯಿತು. ಆ ಮಟ್ಟಿಗೆ ಅವರು

ರಂಗಭೂಮಿಯನ್ನು ಸರಳೀಕರಿಸಿದರು. ಕಾರಂತರ ಸಂಗೀತ ಲೋಕದಿಂದ ಆಚೆಗೆ ತಂದರು.

ಚುರುಕಿನ ಸಂಭಾಷಣೆ, ಅಷ್ಟೇ ಚುರುಕಾದ ಸನ್ನಿವೇಶ ಸೃಷ್ಟಿ ಮತ್ತು ಆಚರಣೆಗೂ ಸಿದ್ಧಾಂತಕ್ಕೂ ಇರುವ ವ್ಯತ್ಯಾಸವನ್ನು ಹಿಡಿಯುವುದು ಸೀತಾರಾಮ್‌ಗೆ ಚೆನ್ನಾಗಿ ಗೊತ್ತು. ಅವರು ಕನ್ನಡದ ಮೊದಲ 'ಪೊಲಿಟಿಕಲ್' ನಾಟಕಕಾರ ಎಂದರೆ ಬೇಂದ್ರೆಯವರ ಉತ್ತರಾಧಿಕಾರಿಗಳಿಗೆ ಬೇಸರವಾಗಲಿಕ್ಕಿಲ್ಲ. 'ತುಘಲಕ್' ನಾಟಕದ ಪೊಲಿಟಿಕಲ್ ಆಸ್ಪಿರೇಷನ್ನಿಗಿಂತ 'ನಮ್ಮೊಳಗೊಬ್ಬ ನಾಜೂಕಯ್ಯ'ನ ರಾಜಕೀಯ ನಮಗೆ ಹೆಚ್ಚು ಹತ್ತಿರವಾದದ್ದು. 'ತುಘಲಕ್'ನದ್ದು ಮನುಷ್ಯ ಮನಸ್ಸಿನ ವಿಕಾರಗಳಿಗೆ ಸಂಬಂಧಿಸಿದ ಸಂಗತಿಯಾದರೆ ನಾಜೂಕಯ್ಯನದು ವ್ಯಕ್ತಿಯ ಸಾಮಾಜಿಕ ವಿಕಾರಗಳಿಗೆ ಸಂಬಂಧಿಸಿದ ವಿಚಾರ:

ಮಹದೇವ: ನಿಮ್ಮ ಸ್ಕೂಲು ಪ್ರೆಸಿಡೆಂಟರು ಸತ್ತದ್ದು? ಫಂಕ್ಷನ್ ಫೋಟೋ ತೆಗೆಯೋಕೆ ನನ್ನೇ ಕರೆದಿದ್ದಾರೆ. ನಿನ್ನೆ ಅವರು ಸತ್ತಾಗಲೇ ಕರೆದಿದ್ರು... ಬದುಕಿರೋ ಥರಾನೇ ಫೋಟೋ ತೆಗೆಯೋಕೆ ಆಗುತ್ತಾ ಹೆಣದ್ದು ಅಂದರು.

ಮಾಲತಿ: ಅವರು ಬದುಕಿದ್ದಾಗ ತೆಗೆದ ಫೋಟೋ ಹೆಣದ ಥರ ಇದೆ.

ಮಹದೇವ: ನಾನೇ ತೆಗೆದಿದ್ದು. ಹ...ಹ... ನಾನು ತೆಗೆಯೋ ಫೋಟೋ ಹಾಗೇ. ಈಕ್ವಲ್ ಅಂಡ್ ಆಪೋಸಿಟ್.

ನಾರಾಯಣಸ್ವಾಮಿ: ಹೌದು... ನಾನೂ ನೋಡಿದ್ದೀನಿ. ಪ್ರತಿ ಭಾನುವಾರ ಬರ್ತಿತ್ತು, ಮಧ್ಯದ ಪೇಜಲ್ಲಿ. ನೀವು ಕೆಳಗಡೆ ಗಾಂಧೀಜಿ ಬಗ್ಗೆ ಬರೀತಿದ್ರಿ. ಮೇಲ್ಗಡೆ ಯಾರೋ ಕ್ಯಾಬರೆ ಬಗ್ಗೆ ಆರ್ಟಿಕಲ್ ಬರೆದು ಕ್ಯಾಬರೆ ಫೋಟೋ ಹಾಕ್ತಿದ್ರು.

ಪ್ರಸಾದ್: ಇಬ್ಬರ ಡ್ರೆಸ್ಸೂ ಒಂದೇ ಥರ ಇರುತ್ತಲ್ಲ. ಅದಕ್ಕೇ ಒಂದೇ ಪೇಜಲ್ಲಿ ಬರ್ತಿತ್ತು ಅನ್ಸುತ್ತೆ.

ನಾರಾಯಣಸ್ವಾಮಿ: ಕರೆಕ್ಟಾಗಿ ಹೇಳಿದ್ರಿ... (ಖುಷಿ).

ಪ್ರಸಾದ್: ಕ್ಯಾಬರೆ ಬಗ್ಗೆ ಬರೆದೋನಿಗೆ ಇನ್ನೂರು ರೂಪಾಯಿ ಕೊಡ್ತಿದ್ದರು. ಗಾಂಧೀಜಿ ಲೇಖನ ಬರೆಯೋದಕ್ಕೆ ನಂಗೆ ನೂರು ರೂಪಾಯಿ...

ಮಹದೇವ: ಹ...ಹ... ಸಿನಿಮಾ ಫೀಲ್ಡಲ್ಲೂ ಅಷ್ಟೇ, ಕ್ಯಾಬರೆ ಮಾಡೋರಿಗೆ ಜಾಸ್ತಿ. ಮುದುಕರ ಪಾರ್ಟು ಮಾಡೋರಿಗೆ ಕಮ್ಮಿ.

ಕಾರ್ಯದರ್ಶಿ: ಗೊತ್ತಾಗಿಲ್ವಾ? ರಾಜಾ ಸೇಟ್ ಅಂತ. ಬಹಳ ಪವರ್ಫುಲ್ ಮನುಷ್ಯ. ಅವರ ಮಾತಿಗೆ ತುಂಬ ತೂಕ ಇದೆ ಈ ಊರಲ್ಲಿ.

ಡ್ರೈವರ್: ಅವರೂ ಅಷ್ಟೆ. 100 ಕೇಜಿಗೆ ಕಮ್ಮಿ ಇಲ್ಲ, ತೂಕದಲ್ಲಿ.

–ಇದು ಸೀತಾರಾಮ್ ಶೈಲಿ. 'ನಮ್ಮೊಳಗೊಬ್ಬ ನಾಜೂಕಯ್ಯ' ನಾಟಕದ ವ್ಯಂಗ್ಯ. 'ಆಸ್ಫೋಟ'ದ ಸಿಟ್ಟು ಎರಡೂ ಅವರದೇ. ಒಂದು ರೀತಿಯಲ್ಲಿ ಅವರದು ಯುರೋಪಿಯನ್ ಶೈಲಿ. ಆ ಶೈಲಿ ಅನುಕರಣೆಯಿಂದ ಬಂದಿದ್ದಲ್ಲ, ಆನುಷಂಗಿಕವಾಗಿ ಬಂದದ್ದು.

ಸೀತಾರಾಮ್ ಮೌನಕ್ಕಿಂತ ಮಾತನ್ನೇ ಹೆಚ್ಚು ನೆಚ್ಚಿಕೊಂಡವರು. ಬಹುಶಃ ಅದೇ ಅವರ ಟೀವಿ ಸೀರಿಯಲ್ಲುಗಳ ಯಶಸ್ಸಿಗೆ ಕಾರಣ. 'ಮಾಯಾಮೃಗ'ದಿಂದ ಸೀತಾರಾಮ್ ಮನೆಮನೆ ತಲುಪಿದರು. ಅದಕ್ಕೂ ಮುಂಚೆ ಸಾಕಷ್ಟು ಕಿರು ಧಾರಾವಾಹಿಗಳನ್ನು ನಿರ್ಮಿಸಿ, ನಿರ್ದೇಶಿಸಿದರು. ಕಿರುತೆರೆಯ ಭಾಷೆಗೊಂದು ಪರಿಭಾಷೆ ಕೊಟ್ಟರು. ವರ್ತಮಾನದ ತೀರದಿಂದ ಹೆಕ್ಕಿದ್ದನ್ನೇ ಪೋಣಿಸಿ ಅದಕ್ಕೊಂದು ಕಲೆಯ ಕಾಲಾತೀತ ಗುಣವನ್ನು ಲೇಪಿಸಿದರು.

ಕಿರುತೆರೆಯ ಅನುಭವದಿಂದಲೇ 'ಮತದಾನ'ದಂಥ ಸಿನಿಮಾ ಮಾಡಿದರು. ಅದರೊಳಗೆ ಮತ್ತೆ ರಾಜಕಾರಣವನ್ನು ಎಳೆತಂದರು. ಆಧುನಿಕ ಸಮಾಜ ಜೀವನದ ನಡೆನಡಾವಳಿಗಳನ್ನು ಮಾತಿನಲ್ಲಿ ಯಾರಿಗೂ ನೋವಾಗದಂತೆ ಬಿಡಿಸಿ ಹೇಳುವ ಕಲೆ ಅದು ಹೇಗೋ ಅವರಿಗೆ ಸಿದ್ಧಿಸಿದೆ. ಅವರು ಭ್ರಷ್ಟರ ಬಗ್ಗೆ ಹೇಳುವುದನ್ನು ಭ್ರಷ್ಟಾತಿಭ್ರಷ್ಟರೂ ಚಪ್ಪರಿಸಿಕೊಂಡು ಕೇಳಿಸಿಕೊಳ್ಳಬಲ್ಲರು. ಚಪ್ಪಾಳೆ ತಟ್ಟಿ ಸುಖಿಸಬಲ್ಲರು.

ಸೀತಾರಾಮ್ ಮತ್ತಷ್ಟು ನಾಟಕಗಳನ್ನು ಬರೆಯಲಿ ಅಂತ ಆಶಿಸುವುದು ಅಕಾಲಿಕ ಆಶಯ. ಅವರು ಹೇಳಬೇಕಾದುದೆಲ್ಲವನ್ನೂ ತಮ್ಮ ಸೀರಿಯಲ್ಲುಗಳ ಮೂಲಕ ಹೇಳುತ್ತಿದ್ದಾರೆ. ಕನ್ನಡದ ಬಹುತೇಕ ಲೇಖಕರು ಇನ್ನೂ 'ಪ್ರಿಂಟ್ ಮೀಡಿಯಮ್ಮಿ'ನ ಗಡಿಗಳನ್ನು ದಾಟಿಲ್ಲ. ಬರೆಯುವುದು ಯಾರಿಗೆ ತಲುಪುತ್ತದೆ ಅನ್ನುವುದೂ ಅನೇಕರಿಗೆ ಗೊತ್ತಿಲ್ಲ. ಧಾರಾವಾಹಿಗಳನ್ನು ಓದುವವರ ಸಂಖ್ಯೆ ಕಡಿಮೆಯಾಗುತ್ತಿದೆ, ನೋಡುವವರ ಸಂಖ್ಯೆ ಏರುತ್ತಿದೆ. ಇದರಿಂದಾಗಿ ಕ್ರಮೇಣ ಅನಕ್ಷರಸ್ಥರ ಸಂಖ್ಯೆಯೂ ಹೆಚ್ಚಬಹುದು. ಕನ್ನಡ ಅಕ್ಷರಗಳು ಕಣ್ಣಿಗೆ ಬೀಳುವುದು ಮತ್ತಷ್ಟು ಕಡಿಮೆ ಆಗಬಹುದು. ಈ ಎಲ್ಲ ಅಪಾಯಗಳನ್ನೂ ಲೇಖಕ ಗ್ರಹಿಸಬೇಕು. ಅದರಿಂದ ಪಾರಾಗುವ, ಅವನ್ನೆಲ್ಲ ಮೀರಿಯೂ ತಲುಪ ಬೇಕಾದವರನ್ನು ತಲುಪುವ ದಾರಿಗಳನ್ನು ಹುಡುಕಿಕೊಳ್ಳಬೇಕು. ಸೀತಾರಾಮ್ ಅಂಥದ್ದೊಂದು ದಾರಿ ಹುಡುಕಿಕೊಂಡಿದ್ದಾರೆ; ಎಲ್ಲರಿಗಿಂತ ಮೊದಲು.

'ಸೀತಾರಾಮ್ ನಾಟಕಗಳ ಒಳತೋಟಿ ಮತ್ತು ಕಳಕಳಿ ಅವರು ಶ್ರೇಷ್ಠ ನಾಟಕ ಬರೆಯುವ ಭರವಸೆ ನೀಡುತ್ತದೆ' ಎಂದು ಲಂಕೇಶ್ ಬರೆದಿದ್ದರು. ಅದಾದ ನಂತರ ಸೀತಾರಾಮ್ ಬರೆದ ನಾಟಕಗಳೆಲ್ಲವೂ ಲಂಕೇಶರು ನುಡಿದ ಭವಿಷ್ಯವನ್ನು ನಿಜ ಮಾಡಿದ್ದವು.

ಈಗ ಬದುಕಿನ ಅನುಭವದ ಪುಟಗಳನ್ನು ಟಿಯೆನ್ನೆಸ್ ಬರೆಯುತ್ತಿದ್ದಾರೆ. ಅವುಗಳಲ್ಲಿ ಮೂರು ತಲೆಮಾರುಗಳ ಬದುಕಿನ ಚಿತ್ರಗಳಿವೆ. ಬಡತನದ ಬಾಲ್ಯ, ಆಕ್ರೋಶದ ಯೌವನ, ಮಾಗಿದ ನಡುವಯಸ್ಸು ಮತ್ತು ಸಲಹುವ ಹಿರಿತನ–ಈ ನಾಲ್ಕು ಅವಸ್ಥೆಗಳನ್ನೂ ಅದರ ಎಲ್ಲಾ ತೀವ್ರತೆಗಳೊಂದಿಗೆ ದಾಟಿರುವ, ದಾಟುತ್ತಿರುವ ಟೀಯೆನ್ನೆಸ್ ನನ್ನ ಪಾಲಿಗೆ ವೈಯನ್ಕೆಯ ಥರ, ಗುರು, ಆಪ್ತ, ಮಾರ್ಗದರ್ಶಿ ಮತ್ತು ಕಂಪೆನಿ.

ಮೀಡಿಯಾ ಮಾಸ್ಟರ್ ರವಿ ಹೆಗಡೆ

ನನಗೆ ಮೂಲತಃ ಸ್ಟೇಟಸ್‌ಕೋ ಅಂದರೆ ಇಷ್ಟ. ಬಹುದೊಡ್ಡ ಬದಲಾವಣೆಗಳನ್ನು ನಾನು ಮೈಮೇಲೆ ಎಳೆದುಕೊಳ್ಳುವುದಿಲ್ಲ. ಯಾರಾದರೂ ಬಂದು ಹೆಚ್ಚು ಸಂಬಳ ಕೊಡುತ್ತೇನೆ ಬನ್ನಿ ಅಂತ ಕರೆದರೆ ಹೋಗುವುದಿಲ್ಲ. ಅತ್ಯುತ್ಸಾಹದಿಂದ ಬನ್ನಿ, ಸಿನಿಮಾ ನಿರ್ದೇಶನ ಮಾಡಿ ಅಂದರೆ ಅವರ ಫೋನ್ ನಂಬರ್ ಬ್ಲಾಕ್ ಮಾಡಿ ತಲೆತಪ್ಪಿಸಿಕೊಳ್ಳುತ್ತೇನೆ. ಸುಮ್ಮನೆ ಮಾತಾಡುವುದು, ಕತೆ ಕೇಳುವುದು, ಹೇಳುವುದು, ಸುತ್ತಾಡುವುದು ನನಗೆ ಹೆಚ್ಚು ಇಷ್ಟ.

ನನ್ನಂಥ ಸ್ಥಾವರರೂಪಿಯನ್ನು ಪತ್ರಿಕೆಯಿಂದ ಪತ್ರಿಕೆಗೆ ದಾಟುವಂತೆ ಮಾಡಿದವರು ರವಿ ಹೆಗಡೆ. ಅವರ ಸಾಂಗತ್ಯ ಇಲ್ಲದೇ ಹೋಗಿದ್ದರೆ ನಾನೀಗ ಎಲ್ಲಿರುತ್ತಿದ್ದೆನೋ ಗೊತ್ತಿಲ್ಲ, ಎಲ್ಲಿದ್ದೆನೋ ಅಲ್ಲೇ ಇರುತ್ತಿದ್ದೆ ಅನ್ನುವುದರಲ್ಲಿ ಅನುಮಾನವಿಲ್ಲ.

ಪತ್ರಿಕೋದ್ಯಮದ ಮಾತು ಬಂದಾಗ ನಾವೆಲ್ಲ ನೆನಪಿಸಿಕೊಳ್ಳುವುದು ಪತ್ರಿಕೋದ್ಯಮದ ಹಿರಿಯರನ್ನು ಮಾತ್ರ. ಖಾದ್ರಿ ಶಾಮಣ್ಣ, ಟಿಯೆಸ್ಸಾರ್, ಬಿವಿ ವೈಕುಂಠರಾಜು, ಶಾಮರಾವ್, ಸುಬ್ಬರಾವ್ ಅಂತ ಒಂದು ಕಾಲದಲ್ಲಿ ಸಂಪಾದಕರಾಗಿ ಮೆರೆದವರ ಹೆಸರನ್ನು ಮತ್ತೆ ಮತ್ತೆ ಹೇಳುತ್ತಿರುತ್ತೇವೆ. ಕಳೆದ ಮೂವತ್ತು ವರುಷಗಳಲ್ಲಿ ಪತ್ರಿಕೋದ್ಯಮಕ್ಕೆ ಬಂದು ಅದನ್ನು ಬದಲಾಯಿಸಿದವರು ನಮಗೆ ಥಟ್ಟನೆ ನೆನಪಿಗೆ ಬರುವುದಿಲ್ಲ. ಇದು ಪತ್ರಿಕೋದ್ಯಮ ಒಂದೇ ಅಲ್ಲ, ಬಹುತೇಕ ಎಲ್ಲಾ ಕ್ಷೇತ್ರಗಳ ಗೋಳು. ಸಾಹಿತ್ಯ, ಸಂಗೀತ, ಕಲೆ, ವಿಜ್ಞಾನ, ರಂಗಭೂಮಿ–ಎಲ್ಲದರಲ್ಲೂ ಹಳೆಯ ಮಂದಿಯೇ ಈಗಲೂ ವಿಜೃಂಭಿಸುತ್ತಿರುತ್ತಾರೆ. ಕೈಲಾಸಂ ಬರೆದ ಒಂದೇ ಒಂದು ನಾಟಕ ಓದದವರು ಕೂಡ ಅವರನ್ನು ಪ್ರಹಸನ ಪ್ರಪಿತಾಮಹ ಅಂತಲೇ ಕರೆಯುತ್ತಾರೆ.

ಹಾಗೆ ನೋಡಿದರೆ ಪತ್ರಿಕೋದ್ಯಮ ಕಳೆದ ಹದಿನೈದು ವರ್ಷಗಳಿಂದೀಚೆಗೆ ಮಹತ್ತರ ಬದಲಾವಣೆ ಕಂಡಿದೆ. ನಾನು ಕನ್ನಡಪ್ರಭ ಸೇರಿದಾಗ ಅಲ್ಲಿ ಸಂಪಾದಕರಾಗಿದ್ದವರು ವೈ.ಎನ್. ಕೃಷ್ಣಮೂರ್ತಿ. ಅವರು ಆರೂವರೆಗೆಲ್ಲ ಆಫೀಸು ಬಿಟ್ಟು ಹೊರಡುತ್ತಿದ್ದರು. ಆಗೆಲ್ಲ ಸುದ್ದಿಯ ಸ್ಪರ್ಧೆಯಾಗಲೀ, ಸಂಪಾದಕನಿಗೆ ಸಂಪಾದಕೀಯ ಪುಟಗಳಾಚೆಗೆ ಯಾವ ಜವಾಬ್ದಾರಿಯಾಗಲೀ ಇರಲಿಲ್ಲ. ವೈಯನ್ಕೆಯವರನ್ನು ಆಡಳಿತ ಮಂಡಳಿ ಪ್ರಶ್ನೆ ಕೇಳುತ್ತಿರಲಿಲ್ಲ. ಯಾರೇ ಆಗಲಿ ಸತತವಾಗಿ ಎರಡು ಪ್ರಶ್ನೆ ಕೇಳಿದರೆ ವೈಯನ್ಕೆ ರೇಗಿಬಿಡುತ್ತಿದ್ದರು.

ವೈಯನ್ಕೆ ಇದ್ದಾಗಲೇ ಕನ್ನಡಪ್ರಭ ಕಂಪ್ಯೂಟರ್ ಅಳವಡಿಸಿಕೊಳ್ಳುವ ಪ್ರಕ್ರಿಯೆ ಆರಂಭಿಸಿತು. ಆಗ ಅಲ್ಲಿದ್ದ ಎಲ್ಲರಿಗೂ ಕಂಪ್ಯೂಟರ್ ಎಂದರೆ ಭಯ. ಅದು ಕೆಲಸ ಕಳೆಯುತ್ತದೆ ಎನ್ನುವುದು ಎರಡನೆಯ ಭಯ, ಅದನ್ನು ಕಲಿಯಲಿಕ್ಕಾಗದು ಎನ್ನುವುದು ಮೊದಲ ಆತಂಕ. ಆಗ ಇಡೀ ಸಂಸ್ಥೆಯನ್ನು ಕಂಪ್ಯೂಟರೈಸ್ ಮಾಡುವ ಹೊಣೆಯನ್ನು ವೈಯನ್ಕೆ ಹೊರಿಸಿದ್ದು ತರುಣ ರವಿ ಹೆಗಡೆ ಹೆಗಲಿಗೆ.

ರವಿ ಹೆಗಡೆಗೆ ಆಗ ಕಂಪ್ಯೂಟರ್ ಗೊತ್ತಿತ್ತು. ತಂತ್ರಜ್ಞಾನದ ಜಗತ್ತಿನಲ್ಲಿ ಸದಾ ಒಂದು ಹೆಜ್ಜೆ ಮುಂದೆಯೇ ಇದ್ದ ಅವರು ಅದೇ ಸುಮಾರಿಗೆ ಎಜುಕೇಷನ್‌ಬ್ಯಾಂಗಲೂರ್.ಕಾಮ್ ಎಂಬ ವೆಬ್‌ಸೈಟ್ ಆರಂಭಿಸಿದ್ದರು. ಕನ್ನಡಪ್ರಭ ಬಿಟ್ಟು ಆ ಜಗತ್ತಿಗೇ ಹೊರಟು ಬಿಡಬೇಕು ಅಂತಲೂ ಅಂದುಕೊಂಡಿದ್ದರು. ಆಗ ಅವರನ್ನು ತಡೆದು ನಿಲ್ಲಿಸಿದವರು ವೈಯನ್ಕೆ ಮತ್ತು ಟಿ.ಜೆ.ಎಸ್. ಜಾರ್ಜ್. ಪತ್ರಿಕೋದ್ಯಮಕ್ಕೆ ನಿಮ್ಮ ಅವಶ್ಯಕತೆ ಹೆಚ್ಚಾಗಿ ಇದೆ ಅಂತ ಹೇಳಿದ ಅವರಿಬ್ಬರೂ ರವಿ ಹೆಗಡೆಯನ್ನು ಕನ್ನಡಪ್ರಭ ಬಿಟ್ಟು ಕದಲಲು ಬಿಡಲಿಲ್ಲ. ಕೆಲವೇ ವರ್ಷಗಳಲ್ಲಿ ಕನ್ನಡಪ್ರಭ ಮೊದಲ ಕಂಪ್ಯೂಟರೈಸ್ಡ್ ಪತ್ರಿಕೆ ಎನ್ನಿಸಿಕೊಂಡಿತು. ನಮಗೆಲ್ಲ ಕಂಪ್ಯೂಟರುಗಳು ಬಂದವು. ನಾವು ಇಂಗ್ಲಿಷ್ ಕೀಬೋರ್ಡು ಇಟ್ಟುಕೊಂಡು ಕನ್ನಡವನ್ನು ಟೈಪ್ ಮಾಡುವುದನ್ನು ಕಲಿತೆವು. ಆಗ ನಾವು ಕಲಿತ ಇನ್‌ಸ್ಕ್ರಿಪ್ಟ್ ಕೀಬೋರ್ಡ್ ಈಗಲೂ ನಮಗೆ ಉಪಯೋಗಕ್ಕೆ ಬರುತ್ತಿದೆ. ವಿಂಡೋಸ್ ಡಿಫಾಲ್ಟ್ ಕನ್ನಡ ಟೈಪಿಸಲು ಇರುವ ಏಕೈಕ ಕೀಬೋರ್ಡ್ ಅಂದರೆ ಇನ್‌ಸ್ಕ್ರಿಪ್ಟ್ ಒಂದೇ.

ಆ ಕಾಲಕ್ಕೆ ಕಂಪ್ಯೂಟರ್ ಅಂದರೇನು ಅಂತ ಗೊತ್ತಿಲ್ಲದ ಮಂದಿಗೆ ಕಂಪ್ಯೂಟರ್ ಕಲಿಸಿದ್ದು ಬಹುದೊಡ್ಡ ಸಾಧನೆ. ಅಜ್ಞಾನ ಮತ್ತು ವಿರೋಧ ಎರಡೂ ಇದ್ದಾಗ ಏನನ್ನು ಕಲಿಸುವುದೂ ಕಷ್ಟವೇ. ಮೃದುಮಾತಿನ, ಮುಗುಳುನಗೆಯ ರವಿ ಅದನ್ನು ಎಲ್ಲರಿಗೂ ಸುಲಭವೆನ್ನಿಸುವಂತೆ ಮಾಡಿದ್ದರು.

ಅಲ್ಲಿಂದ ನಾವು ಆಕಸ್ಮಿಕವಾಗಿ ಸುವರ್ಣ ನ್ಯೂಸ್ ಸೇರಿದೆವು. ಅಲ್ಲಿಗೂ ನನ್ನನ್ನು ಕರೆದದ್ದು ರವಿ ಹೆಗಡೆ. ನಮಗೆ ಅದು ಬಹುದೊಡ್ಡ ಆಘಾತ. ಟೀವಿಯನ್ನು ದ್ವೇಷಿಸುತ್ತಿದ್ದ ನಾನು ಮತ್ತು ಉದಯ ಮರಕಿಣಿ, ತೆರೆಯ ಮೇಲೆ ಬರುವ ಯಾವ ಆಸೆಯೂ ಇಲ್ಲದ ರವಿ ಹೆಗಡೆ ಮತ್ತು ಆಗಷ್ಟೇ ಮಾತಾಡಲು ಆರಂಭಿಸಿದ್ದ ಎಚ್.ಆರ್. ರಂಗನಾಥ್–ಸುವರ್ಣ ನ್ಯೂಸಿಗೆ ಬರುವ ಹೊತ್ತಿಗೆ ಅದು ಹೆಚ್ಚೂ ಕಡಿಮೆ ಸುಸ್ತಾಗಿ ಮಲಗಿತ್ತು. ನಾವೆಲ್ಲ ತಿರುವನಂತಪುರಕ್ಕೆ ಅದರ ತಂತ್ರಜ್ಞಾನ ತಿಳಿದುಕೊಂಡು ಬರಲು ಹೋದೆವು. ಅಲ್ಲಿಯ ಪ್ರಯಾಣದಲ್ಲಿ ತಂತ್ರಜ್ಞಾನದ ಕಡೆ ಗಮನ ಕೊಟ್ಟದ್ದು ರವಿ ಒಬ್ಬರೇ. ಅಲ್ಲಿಂದ ಬಂದವರೇ ರವಿ ಸುವರ್ಣ ನ್ಯೂಸ್ ಫೇಸ್–ಲಿಫ್ಟ್ ಶುರು ಹಚ್ಚಿಕೊಂಡರು. ಲುಕ್ ಮತ್ತು ಫೀಲ್ ಬದಲಾಯಿಸಿದರು. ಒಂದು ವರುಷದಲ್ಲೇ ಚಾನಲ್ಲು ಕಳೆಗಟ್ಟಿತು. ಸುವರ್ಣ ನ್ಯೂಸ್ ತನ್ನದೇ ಆದ ಸ್ಥಾನ ಸ್ಥಾಪಿಸಿಕೊಂಡಿತು.

ಸುವರ್ಣ ನ್ಯೂಸ್‌ನಲ್ಲಿದ್ದಾಗ ನಾನು ಕೆಲಸ ಬಿಡಲು ಅನೇಕ ವ್ಯರ್ಥಪ್ರಯತ್ನ ಮಾಡಿದ್ದಿದೆ. ನಾನು ರಾಜೀನಾಮೆ ಬರೆದು ರವಿ ಹೆಗಡೆಗೆ ಕೊಡುವುದು. ಅವರು ಅದನ್ನು ಹರಿದು ಕಸದ ಬುಟ್ಟಿಗೆ ಹಾಕುವುದು. ಮತ್ತೆ ನಾನು ಕೆಲಸಕ್ಕೆ ಸೇರುವುದು–ಈ ಚಕ್ರ ಸಾಕಷ್ಟು ಸುತ್ತಿತು. ಕೊನೆಗೆ ರವಿ ಹೆಗಡೆ ಸುವರ್ಣ ನ್ಯೂಸ್ ಬಿಟ್ಟರು. ನಾನೂ ಅವರ ಜತೆಗೆ ಉದಯವಾಣಿಗೆ ಹೋದೆ.

ನಾನು ರವಿ ಹೆಗಡೆಯಲ್ಲಿ ಕಂಡ ಬಹುಮುಖ್ಯ ಗುಣವೆಂದರೆ ಹುಡುಕಾಟ. ಇಲ್ಲಿಂದಾಚೆಗೆ ಏನಿದೆ ಅನ್ನುವುದು ಅವರನ್ನು ನಿರಂತರ ಕಾಡುವ ಪ್ರಶ್ನೆ. ವಾಟ್ ನೆಕ್ಸ್ಟ್ ಎಂದು ಪ್ರಶ್ನಿಸಿಕೊಳ್ಳುತ್ತಾ ಅದಕ್ಕೆ ಉತ್ತರವನ್ನೂ ಹುಡುಕುವ ರವಿ, ಉದಯವಾಣಿ ಸೇರಿದಾಗ ಅಲ್ಲೊಂದಷ್ಟು ದೊಡ್ಡ ಬದಲಾವಣೆಗಳನ್ನು ತಂದರು. ಪತ್ರಿಕೆಯನ್ನು ಡಿಜಿಟಲ್ ಮಾಡಿದರು. ಪತ್ರಿಕೆಯ ಆ್ಯಪ್ ಬಂತು. ಎಲ್ಲಕ್ಕಿಂತ ದೊಡ್ಡ ಅಚ್ಚರಿಯೆಂದರೆ ರೂಪತಾರಾ ಸಿನಿಮಾ ಪತ್ರಿಕೆಯ ಥ್ರೀಡಿ ವರ್ಷನ್ ಹೊರತಂದದ್ದು. ಅದು ಸಾಧ್ಯವೇ ಇಲ್ಲ ಅಂತ ನಾವೆಲ್ಲ ಹೇಳುತ್ತಿರುವಾಗಲೇ ಅವರು ಅದಕ್ಕೆ ಬೇಕಾದ ತಂತ್ರಜ್ಞಾನವನ್ನು ಹುಡುಕಿ, ತಾವೇ ಫೋಟೋ ಶೂಟ್‌ನಿಂದ ಹಿಡಿದು ಪ್ರಿಂಟಿಂಗಿನ ತನಕ ಹಾಜರಿದ್ದು, ಥ್ರೀಡಿ ಸಂಚಿಕೆ ತಂದರು. ಪತ್ರಿಕೆಯ ಜತೆಗೆ ಓದುಗರಿಗೆ ಕನ್ನಡಕವನ್ನೂ ಕೊಡಲಾಯಿತು. ಅದು ಕನ್ನಡದ ಮೊದಲ ಮತ್ತು ಕೊನೆಯ ಥ್ರೀಡಿ ಸಂಚಿಕೆ.

ಮತ್ತೆ ಹುಡುಕಾಟ. ಮತ್ತೆ ಕನ್ನಡಪ್ರಭ ಮತ್ತು ಸುವರ್ಣನ್ಯೂಸ್. ಮತ್ತೆ ಸವಾಲುಗಳು. ಕನ್ನಡಪ್ರಭದಿಂದ ಹೊರಟು ಕನ್ನಡಪ್ರಭಕ್ಕೆ ಬರುವ ಹೊತ್ತಿಗೆ ಸಾಕಷ್ಟು ಬದಲಾವಣೆಗಳಾಗಿದ್ದವು. ಮಾಲೀಕತ್ವ ಕೂಡ ಬದಲಾಗಿತ್ತು. ಪತ್ರಿಕೆಯನ್ನು ಒಮ್ಮೆ ಎಡಕ್ಕೆ ಮತ್ತೊಮ್ಮೆ ಬಲಕ್ಕೆ ವಾಲಿಸಿ ದಿಕ್ಕೆಟ್ಟಂತೆ ಕಾಣುತ್ತಿತ್ತು.

ರವಿ ಹೆಗಡೆ ಅದರ ಹೊಣೆ ಹೊತ್ತರು. ಮತ್ತೆ ಹೊಸ ಹುಡುಕಾಟ ಶುರುವಾಯಿತು. ಜತೆಗೇ ಸುವರ್ಣ ವಾಹಿನಿಯ ಹೊಣೆಯೂ ಇತ್ತು. ಈ ಮಧ್ಯೆ ಕೋವಿಡ್ ಕೂಡ ಬಂತು. ಈ ಸವಾಲುಗಳನ್ನು ರವಿ ಹೆಗಡೆ ಸಮರ್ಥವಾಗಿ ಎದುರಿಸಿದರು. ಕೋವಿಡ್ ಸನ್ನಿವೇಶದಲ್ಲೂ ಯಾರೂ ಕೆಲಸ ಕಳೆದುಕೊಳ್ಳದಂತೆ ಪತ್ರಿಕೆಯನ್ನು ನಿಭಾಯಿಸಿದರು. ಹೊಸ ಮಾರ್ಗಗಳನ್ನು ಹುಡುಕಿದರು. ಪತ್ರಿಕೆ ಸ್ವಾವಲಂಬಿಯಾಗುವಂತೆ ನೋಡಿಕೊಂಡರು.

ಅನಾದಿಕಾಲದ ಪತ್ರಿಕೋದ್ಯಮಕ್ಕೂ ಇವತ್ತಿನ ಪತ್ರಿಕೋದ್ಯಮಕ್ಕೂ ಇರುವ ಬಹುದೊಡ್ಡ ವ್ಯತ್ಯಾಸ ಇದು. ಹಿಂದೆಲ್ಲ ಸಂಪಾದಕರು ಅತ್ಯುತ್ತಮ ಅಂಕಣಕಾರ ಆಗಿದ್ದರೆ ಸಾಕಿತ್ತು. ಒಂದಷ್ಟು ಅಂಕಣಕಾರರನ್ನು ಹುಡುಕಿ ಬರೆಸಿದರೆ ಪತ್ರಿಕೋದ್ಯಮದ ಜವಾಬ್ದಾರಿ ಮುಗಿಯುತ್ತಿತ್ತು. ಇವತ್ತು ಸಂಪಾದಕ ತಾನು ಒಂದು ಪತ್ರಿಕೆಯ ಚೀಫ್ ಎಕ್ಸಿಕ್ಯೂಟಿವ್ ಆಫೀಸರ್ ಕೂಡ ಎಂಬಂತೆ ಕೆಲಸ ಮಾಡಬೇಕಾಗುತ್ತದೆ. ಆಧುನಿಕ ಮಾಧ್ಯಮಗಳಾದ ಮನರಂಜನಾ ಮಾಧ್ಯಮಗಳಲ್ಲಿ ಇವತ್ತು ಸಂಪಾದಕ ಎಂದರೆ ಕಂಟೆಂಟ್ ಹೆಡ್ ಅಲ್ಲ, ಬಿಸಿನೆಸ್ ಹೆಡ್. ದುಡಿದು ತಿನ್ನು ಎನ್ನುವುದು ಇವತ್ತು ಎಲ್ಲ ಸಂಸ್ಥೆಗಳ ಮೂಲ ಸೂತ್ರ.

ಸುಮಾರು ಇಪ್ಪತ್ತೈದು ವರುಷಗಳ ಹಿಂದೆ ವೀರೇಶ್‌ಗೋಸ್ಕರ ಚಿತ್ರಲೋಕ ಡಾಟ್ ಕಾಮ್ ವೆಬ್‌ಸೈಟನ್ನು ರೂಪಿಸಿದ್ದು. ಅದರ ಆದಾಯದ ಮೂಲಗಳನ್ನು ತೋರಿಸಿಕೊಟ್ಟದ್ದರಿಂದ ಹಿಡಿದು, ಈಗಿನ ಆಧುನಿಕ ಜಗತ್ತಿನ ಡಿಜಿಟಲ್ ಪತ್ರಿಕೋದ್ಯಮದ ಒಳಹೊರಗುಗಳನ್ನು ರವಿ ಹೆಗಡೆ ಕರಗತ ಮಾಡಿಕೊಂಡಿದ್ದಾರೆ. ಇವತ್ತು ಪತ್ರಿಕೋದ್ಯಮದಲ್ಲಿ ಪ್ರಿಂಟ್, ಟೆಲಿವಿಷನ್, ಡಿಜಿಟಲ್ ಮತ್ತು ವೆಬ್ ಪತ್ರಿಕೋದ್ಯಮದ ಸರ್ವಸ್ವವನ್ನೂ ತಿಳಿದುಕೊಂಡಿರುವ ಬೆರಳೆಣಿಕೆಯ ಪತ್ರಕರ್ತರಲ್ಲಿ ರವಿ ಮುಂಚೂಣಿಯಲ್ಲಿದ್ದಾರೆ.

ಶಿರಸಿಯೆಂಬ ಪುಟ್ಟ ಊರಿನಿಂದ ಬೆಂಗಳೂರಿಗೆ ಬಂದು ಪತ್ರಿಕೋದ್ಯಮದ ಒಂದೊಂದೇ ಮೆಟ್ಟಿಲನ್ನು ಏರುತ್ತಾ, ಇವತ್ತು ಸಮೂಹ ಸಂಪಾದಕರಾಗಿರುವ ರವಿ ಹೆಗಡೆ ಬದುಕಿನ ಹಲವು ಘಟ್ಟಗಳನ್ನು ನಾನು ನೋಡಿದ್ದೇನೆ. ಅವರ ಮೌನ ಮತ್ತು ಧ್ಯಾನ ಅವರ ಹುಡುಕಾಟವನ್ನು ಹೇಳುತ್ತದೆ.

ನಾವೆಲ್ಲ ಚಿಕ್ಕವರಿದ್ದಾಗ ರೇಲು ಹಳಿಗೆ ಕಿವಿಯಿಟ್ಟು, ದೂರದಲ್ಲಿ ರೇಲು ಬರುತ್ತಿರುವುದನ್ನು ಕೇಳಿಸಿಕೊಳ್ಳುತ್ತಿದ್ದೆವು. ಹಾಗೆಯೇ ಕಾಲದ ಹಳಿಗೆ ಕಿವಿಗೊಟ್ಟು ನಾಳೆಯ ಬದಲಾವಣೆಯನ್ನು ಮೊದಲೇ ತಿಳಿದುಕೊಂಡವನು ಮಾತ್ರ ಇವತ್ತು ನಿರಂತರ ಬದಲಾಗುತ್ತಿರುವ ಪತ್ರಿಕೋದ್ಯಮದಂಥ ಕ್ಷೇತ್ರದಲ್ಲಿ ನಿಲ್ಲಲು ಸಾಧ್ಯ. ರವಿಗೆ ನಾಳೆಯದನ್ನು ಇಂದೇ ಮುಂಗಾಣುವ ಶಕ್ತಿಯಿದೆ ಎಂದು ನನಗೆ ಎಷ್ಟೋ ಸಲ ಅನ್ನಿಸಿದೆ.

ಎಷ್ಟೋ ಸಲ ಗೋಡೆ ಕುಸಿಯುವುದಕ್ಕೆ ಒಂದು ಸೆಕೆಂಡು ಮುಂಚೆ ಅವರು ನಮ್ಮನ್ನೂ ಕರೆದುಕೊಂಡು ಹೊರಗೆ ನಡೆದಿದ್ದಾರೆ. ಅದು ನಾಯಕತ್ವದ ಲಕ್ಷಣ ಎಂದು ನಾನು ಭಾವಿಸಿದ್ದೇನೆ.

ನಾನು, ರವಿ ಹೆಗಡೆ ಇಬ್ಬರೂ ವೈಯನ್ಕೆ ಶಿಷ್ಯರು. ಈಗಲೂ ಪರವೂರಿಗೆ ಪ್ರಯಾಣ ಹೊರಟಾಗ, ಮಾತುಕತೆಯಲ್ಲಿ ವೈಯನ್ಕೆ ಬಂದು ಹೋಗುತ್ತಾರೆ. ನಮ್ಮಿಬ್ಬರಿಗೂ ವೈಯನ್ಕೆ ಕಲಿಸಿದ ಒಂದೇ ಒಂದು ಪಾಠವೆಂದರೆ ನೀನು ಈ ಜಗತ್ತಿಗೆ ಅನಿವಾರ್ಯ ಎಂದು ಯಾವತ್ತೂ ಅಂದುಕೊಳ್ಳಬೇಡ. The Graveyards Are Full of Indispensable Men ಅನ್ನುವ ಮಾತನ್ನು ನಾವು ಆಗಾಗ ನೆನಪು ಮಾಡಿಕೊಳ್ಳುತ್ತಾ ಇರುತ್ತೇವೆ.

ಸಜ್ಜನ, ಸಹೃದಯಿ ಉದಯ ಮರಕಿಣಿ

ಸುಮ್ಮನೆ ನೋಡಿದರೆ ಅಪ್ಪಟ ಕಮ್ಯುನಿಸ್ಟ್ ಕಾರ್ಯಕರ್ತನಂತೆ ಕಾಣಿಸುವ ಈ ಗೆಳೆಯ ಪರಮ ಮೌನಿ. ಜಗದ ಗೊಂದಲ ಬೇಡ ಎಂಬಂತೆ ಇರಬಲ್ಲ. ತುಂಬ ತಕರಾರು ಮಾಡಿದರೆ ಎದ್ದು ಹೋಗಿ ಪ್ರತಿಭಟಿಸಬಲ್ಲ. ಅವಡುಗಚ್ಚಿ ಬರೆಯುವುದಕ್ಕೆ ಕೂತರೆ ತಾನು ಕಂಡ ವ್ಯಕ್ತಿಗಳ ಬಗ್ಗೆ, ಸಂಗತಿಗಳ ಬಗ್ಗೆ ಕರಾರುವಾಕ್ಕು ಮತ್ತು ಒಳನೋಟ ಇಟ್ಟುಕೊಂಡು ಬರೆಯಬಲ್ಲ. ಖಾಸಗಿ ದರ್ಬಾರಿನಲ್ಲಿ ಮಾತು ಶುರು ಮಾಡಿದರೆ ಒಂದೊಂದು ಮಾತೂ ಈಟಿ. ಅಗಾಧ ನೆನಪಿನ ಶಕ್ತಿ. ಕವಿಗಳ ಬಗ್ಗೆ ಕಡುಕೋಪ, ಸಂಗೀತದ ಬಗ್ಗೆ ಮಡುಗಟ್ಟಿದ ಪ್ರೀತಿ. ಬದುಕೇ ಇಷ್ಟು ಅನ್ನುವ ನಿರ್ಭಾವುಕತೆ. ಇನ್ನಷ್ಟು ತೀವ್ರವಾಗಿ ಬದುಕುವ ಹುಮ್ಮಸ್ಸು. ದೂರದಿಂದ ನೋಡಿದವರು ಈತ ಕಟ್ಟುನಿಟ್ಟು ಮತ್ತು ಶಿಸ್ತಿನ ಅಪಾಯಕಾರಿ ಎಂದು ಭಾವಿಸುವುದುಂಟು. ಆ ಭಾವನೆಯನ್ನು ಹೋಗಲಾಡಿಸುವುದಕ್ಕೆ ಇದುವರೆಗೂ ಯಾವ ಪ್ರಯತ್ನವನ್ನೂ ಮಾಡಿದ್ದನ್ನು ನಾನಂತೂ ನೋಡಿಲ್ಲ. ಗೊತ್ತಿಲ್ಲದ ಫೋನ್ ನಂಬರನ್ನು ಯಾವತ್ತೂ ಎತ್ತದ, ಅಹಂಕಾರಿಗಳನ್ನು, ಕವಿಗಳನ್ನು, ಕುಹಕಿಗಳನ್ನು ಸದಾ ದೂರ ಇಡುವ, ತುಂಬ ಆಪ್ತರನ್ನೂ ಒಳಕೋಣೆಗೆ ಬಿಟ್ಟುಕೊಳ್ಳದ ಈ ಗೆಳೆಯನ ಹೆಸರು ಉದಯ ಮರಕಿಣಿ.

ನೀವು ಕನ್ನಡಪ್ರಭದ ಓದುಗರಾಗಿದ್ದರೆ ಉದಯ ಮರಕಿಣಿಯ ಹಾಸ್ಯದ ಪಟ್ಟಿಗೆ ಖಂಡಿತ ಸಿಲುಕಿರುತ್ತೀರಿ. ಏಕತಾನತೆ, ಅವವೇ ಮಾತುಗಳ ಚರ್ವಿತ ಚರ್ವಣ, ಓಬೀರಾಯನ ಕಾಲದ ಶೈಲಿಯಿಂದ ಸಿನಿಮಾ ವಿಮರ್ಶೆಯನ್ನು ಆಚೆಗೆಳೆದು ತಂದವರು ಉದಯ್. ಹಾಗೆ ನೋಡಿದರೆ ಸಿನಿಮಾ ಪತ್ರಿಕೋದ್ಯಮದಲ್ಲಿ ಮತ್ತೊಂದು ಅಧ್ಯಾಯವನ್ನು ಆರಂಭಿಸಿದವರು ಅವರೇ. ಅಲ್ಲಿಯ ತನಕ ಕೇವಲ ವರದಿಗಾರಿಕೆ ಮಾತ್ರ ಆಗಿದ್ದ, ಸಿನಿಮಾ

ರಿಪೋರ್ಟಿಂಗ್ ಉದಯ್ ಬರಹಗಳಿಂದ ಹೊಸ ಹುಮ್ಮಸ್ಸು ಪಡಕೊಂಡಿತು. ಅನೇಕ ಕಲಾವಿದರು, ನಿರ್ದೇಶಕರು ಮರಕಿಣಿ ತಮ್ಮ ಬಗ್ಗೆ ಬರೆಯಬೇಕು ಎಂದು ಹಂಬಲಿಸುತ್ತಿದ್ದರು. ಉದಯ್ ಅವರನ್ನೆಲ್ಲ ಹೊಗಳಿ ಬರೆಯುತ್ತಿರಲಿಲ್ಲ, ಅವರನ್ನು ಮೆಚ್ಚಿಸಲೂ ಯತ್ನಿಸುತ್ತಿರಲಿಲ್ಲ. ಅವರ ಶಕ್ತಿ ಮತ್ತು ಮಿತಿಗಳನ್ನು ಆಪ್ತ ಗೆಳೆಯನ ಹಾಗೆ ವಿವರಿಸಬಲ್ಲವರಾಗಿದ್ದರು. ಉಪೇಂದ್ರ ನಟಿಸಿದ 'ಎ' ಬಿಡುಗಡೆಯಾದ ದಿನ. ಎಲ್ಲರೂ ಅದೊಂದು ಕೆಟ್ಟ ಚಿತ್ರ ಎಂದು ಪರಿಗಣಿಸಿ ಅದರ ಕುರಿತು ಮಾತಾಡುವುದೂ ತಪ್ಪು ಎಂಬಂತೆ ಕೂತಿದ್ದರು. ಉದಯ್ ಆ ಸಿನಿಮಾದ ಶಕ್ತಿಯನ್ನು ಗುರುತಿಸಿದ್ದರು. ಮುಂದಿನ ವಾರದ ಚಿತ್ರಪ್ರಭ ಪುರವಣಿಯಲ್ಲಿ ಉಪೇಂದ್ರ ಕುರಿತ ಲೇಖನ ಇತ್ತು. ಅದಕ್ಕೆ ಉದಯ್ ಕೊಟ್ಟ ಟೈಟಲ್ಲು–ಎ ಸ್ಟಾರ್ ಈಸ್ ಬಾರ್ನ್. ಅದು ಸುಳ್ಳಾಗಲಿಲ್ಲ.

ರಮೇಶ್ ಅರವಿಂದ್ ಆಗೆಲ್ಲ ಮಧ್ಯಮ ವರ್ಗದ ಪ್ರೇಮಿಯ ಪಾತ್ರದಲ್ಲಿ ಕಾಣಿಸಿಕೊಳ್ಳುತ್ತಿದ್ದರು. ಚಿತ್ರದ ಕೊನೆಯಲ್ಲಿ ಪ್ರೀತಿಸಿದವಳನ್ನು ಬೇರೆಯವರಿಗೆ ಬಿಟ್ಟುಕೊಡುವ ಪಾತ್ರವೇ ಅವರಿಗೆ ಸಿಗುತ್ತಿತ್ತು. ಅಂಥ ಒಂದು ಸಂದರ್ಭದಲ್ಲಿ ಉದಯ್ ರಮೇಶ್ ಅರವಿಂದ್‌ಗೆ ಕೊಟ್ಟ ಬಿರುದು–ತ್ಯಾಗರಾಜ. ಅದನ್ನು ರಮೇಶ್ ಎಷ್ಟು ಇಷ್ಟಪಟ್ಟಿದ್ದರೆಂದರೆ ಸಂದರ್ಶನಗಳಲ್ಲಿ ನಾಲ್ಕಾರು ಸಲವಾದರೂ ಅದನ್ನವರು ಹೇಳಿರಬೇಕು. ಉದಯ್ ಸಂದರ್ಶನವೊಂದನ್ನು ಮೆಚ್ಚಿದ ರಮೇಶ್ ಅವರಿಗೊಂದು ಪುಸ್ತಕವನ್ನು ಉಡುಗೊರೆಯಾಗಿ ಕೊಟ್ಟಿದ್ದರು. ಜಗತ್ತಿನ ಅತ್ಯುತ್ತಮ ಸಂದರ್ಶನಗಳಿದ್ದ ಪುಸ್ತಕ ಅದು. ಅದರ ಒಳಪುಟದಲ್ಲಿ ರಮೇಶ್ ಒಂದು ಸಾಲು ಬರೆದಿದ್ದರು–ನಾನು ಕಂಡ ಅತ್ಯುತ್ತಮ ಸಂದರ್ಶಕನಿಗೆ, ಪ್ರೀತಿಯಿಂದ.

ಕನ್ನಡಪ್ರಭದಲ್ಲೊಂದು ರಗಳೆಯಿತ್ತು. ಅದು ಜಾಹೀರಾತುಗಳನ್ನು ನಂಬಿಕೊಂಡ ಪತ್ರಿಕೆ. ಯಾವ ಸಿನಿಮಾವನ್ನೂ ತೆಗಳಬಾರದು ಎಂಬ ಅಲಿಖಿತ ನಿಯಮವಿತ್ತು. ಅಂಥ ಸಂದಿಗ್ಧದಲ್ಲೂ ಸಿನಿಮಾದ ಕುರಿತು ಓದುಗರಿಗೆ ಸ್ಪಷ್ಟ ಚಿತ್ರಣ ಸಿಗುವಂತೆ ಬರೆಯುತ್ತಿದ್ದವರು ಉದಯ್. ಅವರಿಗೆ ವ್ಯಂಗ್ಯ ಸಿದ್ಧಿಸಿತ್ತು. ಸಂಬಂಧಪಟ್ಟವರು ಸಂತೋಷಪಡುವಂತೆ, ಹೊರಗಿನವರು ಅದರ ಒಳಾರ್ಥವನ್ನು ತಿಳಿಯಬಲ್ಲಂತೆ ಉದಯ್ ಬರೆಯುತ್ತಿದ್ದರು. ಅವರು ಸಿನಿಮಾ ನೋಡಿದರು ಎಂದರೆ ನಿರ್ಮಾಪಕ, ನಿರ್ದೇಶಕರಿಗೆ ಖುಷಿ. ಅವರು ಹೊರಾಂಗಣ ಚಿತ್ರೀಕರಣ ವೀಕ್ಷಿಸಲು ಬರುತ್ತಾರೆ ಎಂದರೆ ಸಹಕಲಾವಿದರಿಗೆ ಸಂತೋಷ. ಒಂದು ಸಣ್ಣ ಪಾತ್ರದಲ್ಲಿ ನಟಿಸುವ ಸಹಕಲಾವಿದನನ್ನೂ ಮಾತಾಡಿಸಿ, ಅವನ ಮನಸ್ಸಿನಲ್ಲಿದ್ದುದನ್ನೂ ಉದಯ್ ಬರೆಯುತ್ತಿದ್ದರು. ಅವರು ಬರೆದ ಒಂದು ವರದಿ ಓದಿದರೆ ಸಾಕು, ಇಡೀ ಸನ್ನಿವೇಶವೇ ಕಣ್ಮುಂದೆ ಸುಳಿಯುತ್ತಿತ್ತು.

–2–

ದಕ್ಷಿಣ ಕನ್ನಡದ ಅಂಚಲ್ಲಿರುವ ಅಡ್ಯನಡ್ಕ ಎಂಬ ಪುಟ್ಟ ಊರಿನ ಮರಕಿಣಿ ಎಂಬಲ್ಲಿಂದ ಬಂದವರು ಉದಯ್. ಓದಿದ್ದು ಬಿಬಿಎಂ. ಪುತ್ತೂರು ವಿವೇಕಾನಂದ ಕಾಲೇಜಿಗೆ ಹೋಗುತ್ತಿದ್ದ ದಿನಗಳಲ್ಲಿ ಸಜ್ಜನ ಹುಡುಗ. ಬೆಂಗಳೂರಿಗೆ ಬಂದು ಸಣ್ಣಪುಟ್ಟ ಕೆಲಸಗಳಲ್ಲಿ ತೊಡಗಿಕೊಂಡು ಪತ್ರಿಕೋದ್ಯಮಕ್ಕೆ ಕಾಲಿಡುತ್ತಿದ್ದಂತೆ ಎದುರಾದವರು ರವಿ ಬೆಳಗೆರೆ. ಸಂಯುಕ್ತ ಕರ್ನಾಟಕದ ದಿನಗಳಲ್ಲಿ ಹುಬ್ಬಳ್ಳಿಯಲ್ಲಿ ಉದಯ್ ಮತ್ತು ರವಿ ಜನಪ್ರಿಯ ಜೋಡಿ. ರವಿ ಮನೆಯಲ್ಲೇ ಉದಯ್ ವಾಸ್ತವ್ಯ. ಅಲ್ಲಿಂದ ನಂತರ ಸಿಕ್ಕವರು ವೈಯನ್ಕೆ. ಅಷ್ಟು ಹೊತ್ತಿಗಾಗಲೇ ಕನ್ನಡಪ್ರಭದಲ್ಲಿದ್ದ ಹಿರಿಯ ಪತ್ರಕರ್ತರೊಬ್ಬರು ರಾಜ್ ವಿರುದ್ಧ ಅದೇನನ್ನೋ ಬರೆದು ಪತ್ರಿಕೆಯನ್ನೇ ಕಷ್ಟಕ್ಕೆ ದೂಡಿದ್ದರು. ಆ ಅನಾಹುತವನ್ನು ರಿಪೇರಿ ಮಾಡುವುದಕ್ಕೆ ಬಂದವರು ಉದಯ್. ಒಂದೇ ವರುಷದಲ್ಲಿ ಮತ್ತೆ ಕನ್ನಡಪ್ರಭ ಚಿತ್ರರಂಗದ ಅಚ್ಚುಮೆಚ್ಚಿನ ಪತ್ರಿಕೆಯಾಯಿತು.

ನಾನು ಉದಯ್ ಭೇಟಿಯಾದದ್ದು ವೈಯನ್ಕೆ ಕೃಪೆಯಿಂದಾಗಿ. ಕನ್ನಡಪ್ರಭಕ್ಕೆ ಕನ್ನಡ ಚಿತ್ರರಂಗ ಬೆಂಬಲ ಹಿಂದೆಗೆದುಕೊಳ್ಳಲು ನಿರ್ಧರಿಸಿದ ದಿನಗಳಲ್ಲಿ ವೈಯೆನ್ಕೆ ಸಿಟ್ಟಾಗಿದ್ದರು. ನನಗೆ ಓದುಗರು ಮುಖ್ಯ. ಅವರಿಗೆ ಆಸಕ್ತಿ ಹುಟ್ಟಿಸುವಂಥದ್ದು ಬರೀರಿ. ಹಿಂದಿ ಚಿತ್ರರಂಗದ ಬಗ್ಗೆ ಬರೀರಿ ಅಂದರು. ನಾನು ಬಾಲಿವುಡ್ ಘಾಸಿಪ್ ಎಂಬ ಅಂಕಣ ಬರೆಯಲು ಆರಂಭಿಸಿದೆ. ಅದಾಗಿ ಎರಡೋ ಮೂರೋ ವರ್ಷದ ನಂತರ ಮತ್ತೊಬ್ಬ ಗೆಳೆಯ ಶ್ಯಾಮ್ ಪ್ರೆಸ್ ಕ್ಲಬ್ಬಿನಲ್ಲಿ ನಮ್ಮನ್ನೆಲ್ಲ ಒಂದಾಗಿಸಿದರು.

ಅದಾದ ನಂತರ ನಮ್ಮಿಬ್ಬರ ಲಿವಿಂಗ್ ಟುಗೆದರ್ ಶುರುವಾಯಿತು. ಲಿಂಗದೇವರು ನಿರ್ದೇಶಿಸಿದ ಶಿಕಾರಿ ಸೀರಿಯಲ್ಲಿಗೆ ಜೊತೆಯಲ್ಲಿ ಸಂಭಾಷಣೆ ಬರೆದವು. ಚಿತ್ರಕತೆ ರಚಿಸಿದೆವು. ರವಿಕಿರಣ್ ಶಕ್ತಿ ಎಂಬ ಮೆಗಾಸೀರಿಯಲ್ಲಿನ ಕೆಲಸ ಕೊಟ್ಟರು. ಅಲ್ಲಿಂದೀಚೆಗೆ ನಾವು ಏನಿಲ್ಲವೆಂದರೂ ಮೂವತ್ತೋ ನಲವತ್ತೋ ಸೀರಿಯಲ್ಲುಗಳಿಗೆ ಸಂಭಾಷಣೆ ಬರೆದಿರಬಹುದು. ಮೌನಿ, ಕಾಡಬೆಳದಿಂಗಳು ಮುಂತಾದ ಸಿನಿಮಾಗಳನ್ನೂ ನಾವು ಜೊತೆಯಾಗಿಯೇ ಬರೆದದ್ದು. ಉದಯ್ ಪರಮ ಸೋಮಾರಿ ಅಂದುಕೊಂಡಿದ್ದ ನಾನು ಗಾಬರಿಬೀಳುವಂತೆ ಕೆಲಸ ಮಾಡುವುದನ್ನು ಇದೇ ಅವಧಿಯಲ್ಲಿ ನಾನು ನೋಡಿದ್ದು. ಸಂತೆಯಲ್ಲಿ ಕೂತುಕೊಂಡೂ ಬರೆಯಬಲ್ಲವರು ಅವರು. ದಿನಕ್ಕೆ ಏನಿಲ್ಲವೆಂದರೂ ನಲವತ್ತು ಪುಟ ಸಲೀಸಾಗಿ ಬರೆಯಬಲ್ಲರು. ನಾನು ಡೆಡ್‌ಲೈನಿಗೆ ಕಾಯುವ ಆಸಾಮಿ. ಅವರು ಮೊದಲು ಕೆಲಸ ಮುಗಿಸಬೇಕು ಅನ್ನುವವರು.

ಉದಯ್ ಮತ್ತು ವೈಯನ್ಕೆ ಇಬ್ಬರಿಗೂ ಒಂದಷ್ಟು ಸಾಮ್ಯಗಳಿವೆ. ಒಬ್ಬ ವ್ಯಕ್ತಿಯನ್ನು ನೋಡಿದ ತಕ್ಷಣ ಇವನು ಇಂಥವನೇ ಎಂದು ತೀರ್ಮಾನ ಮಾಡಬಲ್ಲ ಶಕ್ತಿ ವೈಯನ್ಕೆಗಿತ್ತು, ಉದಯ್‌ಗೂ ಇದೆ. ಇಬ್ಬರಿಗೂ ಅಸಾಧ್ಯವಾದ ಪನ್ ಪಾಂಡಿತ್ಯ. ಆಕರ್ಷಕ ಶೀರ್ಷಿಕೆಗಳನ್ನು ಕೊಡುವಲ್ಲಿ ಉದಯ್ ಸಿದ್ಧಹಸ್ತರು. ವೈಯನ್ಕೆಯ ಹಾಗೇ ಉದಯ್ ಕೂಡ ಜನವಿರೋಧಿ ಆಂದೋಲನದ ನೇತಾರ. ಮಾತಿನ ಶತ್ರು. ವೇದಿಕೆಯ ವಿರೋಧಿ. ಅವರನ್ನೊಮ್ಮೆ ಮೂಡಬಿದರೆಗೆ ಕರೆದೊಯ್ದು ವೇದಿಕೆ ಹತ್ತಿಸಬೇಕಿದ್ದರೆ ಗೆಳೆಯರಿಗೆ ಸಾಕುಬೇಕಾಗಿ ಹೋಗಿತ್ತು.

ಮಿತವಾದ ಮಿತ್ರರು. ಸದ್ಯಕ್ಕಂತೂ ವೀರೇಶ್, ಲಿಂಗದೇವರು, ಹೆಚ್.ಎಂ. ರಾಮಚಂದ್ರ, ನಾನು ಹೀಗೆ ನಾಲ್ಕೈದು ಮಂದಿ ಇದ್ದರೆ ಹೆಚ್ಚು. ಮಿತವಾದ ಮಾತು. ಹೆಣ್ಮಕ್ಕಳೆಂದರೆ ಭಯ, ಭಕ್ತಿ ಮತ್ತು ಅಲರ್ಜಿ. ಮದುವೆಯೇ ಆಗೋಲ್ಲ ಅನ್ನುತ್ತಿದ್ದ ಉದಯ್ ಪ್ರೇಮದಲ್ಲಿ ಬಿದ್ದು ಮದುವೆಯಾದರು. ಮಕ್ಕಳು ಬೇಡ ಅನ್ನುತ್ತಿರುವಾಗಲೇ ಅವಳಿ ಮಕ್ಕಳ ತಂದೆಯಾದರು. ನಿಮ್ಮ ಬರಹಗಳ ಒಂದು ಪುಸ್ತಕ ತರೋಣ ಅಂತ ಗೆಳೆಯರು ಒತ್ತಾಯ ಮಾಡುತ್ತಿದ್ದರೆ ನೋಡೋಣ ಅಂತ ಗಡ್ಡ ಸವರಿಕೊಂಡು ಮಾತು ಬದಲಾಯಿಸಿದವರು.

ಉದಯ್ ಕುರಿತು ಚಿತ್ರರಂಗ ಅಪ್ಪಟ ಪ್ರೀತಿ ಮತ್ತು ಅಕ್ಕರೆ ಉಳಿಸಿಕೊಂಡಿತ್ತು. ಒಂದು ಕಾಲದಲ್ಲಿ ಎಲ್ಲ ನಟರೂ ಅವರ ಬರಹಕ್ಕಾಗಿ ಕಾಯುತ್ತಿದ್ದರು. ಕ್ರಮೇಣ ಚಿತ್ರರಂಗಕ್ಕೆ ಹೊಸ ನೀರು ಬಂತು. ಹೊಸ ಮಾಧ್ಯಮಗಳು ಬಂದವು. ನನ್ನನ್ನು ಟೀಕಿಸಬಾರದು ಅಂತ ಸೂಪರ್‌ಸ್ಟಾರುಗಳು ಬಯಸಿದರು. ಅವರ ಹೊಗಳುಭಟರ ಪಡೆ ಸುತ್ತುವರಿಯಿತು. ಸಿನಿಮಾದ ಕತೆಗಿಂತ ಕಲೆಕ್ಷನ್ ರಿಪೋರ್ಟುಗಳು ಮುಖ್ಯವಾದವು.

ಆ ನಂತರ ಬಂದ ತಲೆಮಾರಿನ ಮಂದಿ ಪತ್ರಿಕೆ ಓದುವುದನ್ನೇ ಬಿಟ್ಟು ಬಿಟ್ಟರು. ಈಗಿನ ತಾರೆಯರು ಯಾರೂ ಪೇಪರ್ ಓದುವುದಿಲ್ಲ. ಹಾಗಂತ ನಾಚಿಕೆಬಿಟ್ಟು ಹೇಳಿಕೊಳ್ಳುತ್ತಾರೆ ಕೂಡ. ನಾನು ಭೇಟಿಯಾದ ಒಂದಿಬ್ಬರು ನಟರು ನಾನು ಪೇಪರ್ ಓದೋದಿಲ್ಲಾರೀ, ಯಾರಾದರೂ ನನ್ನ ಬಗ್ಗೆ ಲೇಖನ ಬಂದಿದ್ರೆ ಹೇಳ್ತಾರೆ. ನನಗೆ ತೋರಿಸಬೇಡಿ ಅಂತ ನಾನು ಹೇಳ್ತೀನಿ ಎಂದು ಬಹಳ ಹೆಮ್ಮೆಯಿಂದ ಹೇಳಿಕೊಂಡಿದ್ದರು.

ಈಗ ಉದಯಮರಕಿಣಿ ಪತ್ರಿಕೋದ್ಯಮದಲ್ಲಿ ಇಲ್ಲ. ಅದು ಒಳ್ಳೆಯದೇ ಆಯಿತೆಂದು ಹೇಳಬೇಕು. ಅವರು ಚಿತ್ರೋದ್ಯಮದ ಉತ್ತುಂಗವನ್ನು ನೋಡಿದವರು. ನಟರು ಬುದ್ಧಿವಂತರೂ ಭಾವುಕರೂ ಸ್ನೇಹಜೀವಿಗಳೂ ಕಡಿಮೆ ಅಹಂಕಾರಿಗಳೂ ಆಗಿದ್ದನ್ನು ಕಂಡವರು. ಈ ಜಗತ್ತನ್ನು ಪ್ರವೇಶಿಸದೇ ಅವರು ಒಳ್ಳೆಯದನ್ನೇ ಮಾಡಿದರು.

ಇತ್ತೀಚೆಗೆ ನಾನು ಭೇಟಿಯಾದ ಮನರಂಜನಾ ವಾಹಿನಿಯ ಮುಖ್ಯಸ್ಥರೊಬ್ಬರು ಹೇಳಿದರು; ನನ್ನ ಹತ್ತಿರ ಎಲ್ಲ ಸೂಪರ್‌ಸ್ಟಾರುಗಳ ನಂಬರ್ ಇದೆ. ನಾನು ಒಂದು ಸಲ ಕರೆ ಮಾಡಿದರೆ ಅವರು ಫೋನ್ ರಿಸೀವ್ ಮಾಡುತ್ತಾರೆ. ನಿಮ್ಮ ಬಳಿ ಯಾರ ನಂಬರ್ ಇದೆ, ಯಾರು ನಿಮ್ಮ ಫೋನ್ ರಿಸೀವ್ ಮಾಡುತ್ತಾರೆ? ಇದರರ್ಥ ನೀವು ನನಗಿಂತ ಕೆಳಗಿದ್ದೀರಿ ಅಂತಲ್ಲ. ಸ್ಟಾರುಗಳು ಎಲ್ಲಿ ದುಡ್ಡು ಸಿಗುತ್ತದೋ ಅಲ್ಲಿಗೆ ಹೋಗುತ್ತಾರೆ. ಅವರಿಗೆ ಅಭಿಪ್ರಾಯ, ವಿಮರ್ಶೆ, ತಿದ್ದುಪಡಿ ಬೇಕಾಗಿಲ್ಲ ಅಂತ ಅರ್ಥ.

ಈ ಬದಲಾವಣೆಯ ನಡುವೆಯೇ ಸಜ್ಜನ ಮತ್ತು ಸಹೃದಯಿ ಮಿತ್ರ ಉದಯ ಮರಕಿಣಿಯನ್ನು ನಾನು ನೆನೆಯಲು ಇಷ್ಟಪಡುತ್ತೇನೆ.

ಲಲಿತಕವಿ ಲಕ್ಷ್ಮಣರಾವ್

ಅತ್ಯುತ್ತಮವಾದ ಮದ್ಯ ಕೈವಶವಾದರೆ ಅದನ್ನು ಸತ್ಪಾತ್ರರ ಜೊತೆಗೇ ಸವಿಯಬೇಕು ಎಂದು ನಂಬಿರುವ ಬಿ.ಆರ್. ಲಕ್ಷ್ಮಣರಾವ್, ಅದೇ ಸೂತ್ರವನ್ನು ಕಾವ್ಯದ ವಿಚಾರದಲ್ಲೂ ಅನುಸರಿಸುತ್ತಾ ಬಂದವರು. ತಾವು ಬರೆದ ಪದ್ಯಗಳನ್ನು, ಅನುವಾದಗಳನ್ನು, ನಾಲ್ಕಾರು ಸಾಲು ಟಿಪ್ಪಣಿಗಳನ್ನು ಕೂಡ ಅವರು ಮಿತ್ರರಿಗೆಲ್ಲ ಕಳಿಸುತ್ತಿರುತ್ತಾರೆ. ನಿಮ್ಮ ಓದು ಮತ್ತು ಸ್ಪಂದನೆಗಾಗಿ ಎಂಬ ಸಾಲೂ ಅದರ ಜೊತೆಗಿರುತ್ತದೆ. ಅದಕ್ಕೆ ಯಾರಾದರೂ ಸ್ಪಂದಿಸದೇ ಹೋದರೂ ಅವರು ಚಿಂತೆ ಮಾಡುವುದಿಲ್ಲ. ಕಳಿಸುವುದು ನನ್ನ ಧರ್ಮ ಎಂದು ನಂಬಿರುವ ಬಿಆರೆಲ್ ಕಳೆದ ಐವತ್ತು ವರುಷಗಳಿಂದ ನಿರಂತರವಾಗಿ ಬರೆಯುತ್ತಲೇ ಬಂದಿದ್ದಾರೆ. ಅಷ್ಟೇ ತೀವ್ರವಾಗಿ ಬದುಕುವುದನ್ನು ಕೂಡ ಕಲಿಸುತ್ತಾರೆ.

ನಾವಿಬ್ಬರೂ ಸಾಕಷ್ಟು ಒಡನಾಡಿದ್ದೇವೆ. ದೇಶ-ವಿದೇಶಗಳನ್ನು ಜತೆಯಾಗಿ ಸುತ್ತಿದ್ದೇವೆ. ಬಾನಯಾನ ಮಾಡಿದ್ದೇವೆ. ತಮಾಷೆ ಮಾಡುತ್ತಾ, ಪರನಿಂದೆಗಳಲ್ಲಿ ತೊಡಗಿಕೊಂಡು, ಕಾವ್ಯವನ್ನು ಮೆಚ್ಚುತ್ತಾ ಕಾಲೆಳೆಯುತ್ತಾ ಹಲವಾರು ರಾತ್ರಿ-ಹಗಲುಗಳನ್ನು ಕಳೆದಿದ್ದೇವೆ. ಅವರು ಕೂಡ ನನ್ನ ಸಿಟ್ಟು, ತಮಾಷೆ, ನಿದ್ದೆಗೆಟ್ಟು ಕೆಲಸ ಮಾಡುವುದು, ಹೇಳಿದ ಸಮಯಕ್ಕೆ ಹೋಗದೇ ಕೈಕೊಡುವುದು, ತಲೆತಪ್ಪಿಸಿಕೊಂಡು ಓಡಾಡುವುದು ಮುಂತಾದ ಸದ್ಗುಣಗಳನ್ನು ಅನುಭವಿಸಿದ್ದಾರೆ. ಅವರ ಎಷ್ಟೋ ಕವಿತೆಗಳನ್ನು ನಾನು ಚೆನ್ನಾಗಿಲ್ಲ ಅಂದಿದ್ದೇನೆ. ನನ್ನ ನಿಲುವು ಮತ್ತು ಅವರ ಅಭಿಪ್ರಾಯ ಅನೇಕ ವಿಚಾರದಲ್ಲಿ ಬೇರೆ ಬೇರೆ ಆಗಿರುವುದೂ ಉಂಟು. ಆದರೆ ಇದ್ಯಾವುದೂ ನನಗೆ ಅವರ ಮೇಲಿರುವ ಗೌರವ, ಅವರಿಗೆ ನನ್ನ ಮೇಲಿರುವ ಪ್ರೀತಿಯನ್ನು ಕಡಿಮೆ ಮಾಡಿಲ್ಲ.

ನಾನು ಲಕ್ಷ್ಮಣರಾವ್ ಅವರನ್ನು ನೋಡಿದ್ದು 1992 ರಲ್ಲಿ. ಬೆಂಗಳೂರಿನ ಸಜ್ಜನರಾವ್ ಸರ್ಕಲ್ಲಿನಲ್ಲಿ ಕಾಳಿಂಗರಾವ್ ಕುರಿತ ಕಾರ್ಯಕ್ರಮವೊಂದು ಏರ್ಪಾಡಾಗಿತ್ತು. ಸೆಪ್ಟೆಂಬರ್ ತಿಂಗಳು ಎಂದು ನೆನಪು. ಅಲ್ಲಿಗೆ ಬಂದಿದ್ದ ಲಕ್ಷ್ಮಣರಾವ್ ಅವರನ್ನು ಜ್ಯೋತಿ ಮಾತಾಡಿಸಿದ್ದಳು. ಅರೆಗತ್ತಲಿನ ಉದ್ಯಾನದಲ್ಲಿ ಕೊಂಚ ತಲೆತಗ್ಗಿಸಿಕೊಂಡು, ದಪ್ಪ ಕನ್ನಡಕ ಹಾಕಿಕೊಂಡು, ಭುಜ ಒಂಚೂರು ಮೇಲೆತ್ತಿಕೊಂಡು ನಡೆದುಕೊಂಡು ಬಂದು ನನ್ನ ಬಳಿಯೂ ಎರಡು ಮಾತಾಡಿದ್ದರು. ಆಗಷ್ಟೇ ನನ್ನ ಮದುವೆಯಾಗಿತ್ತು. ಮದುವೆಯ ಕುರಿತು ಅವರೊಂದೆರಡು ಸಾಲಿನ ಪದ್ಯ ಕೂಡ ಹೇಳಿ ನಗಿಸಿದ್ದರು.

ಅಲ್ಲಿಂದಾಚೆ ಅವರ ಒಡನಾಟ ಹೆಚ್ಚಾಯಿತು. ನಾವು ಸಾಹಿತ್ಯ ಕಾರ್ಯಕ್ರಮಗಳಲ್ಲಿ ಸಿಗತೊಡಗಿದೆವು. ಸಿ. ಅಶ್ವತ್ಥರ ಮನೆಯಲ್ಲಿ, ತೋಟದಲ್ಲಿ ಭೇಟಿಯಾದೆವು. ಟಿ.ಎನ್. ಸೀತಾರಾಮ್, ಎಚ್.ಎಸ್. ವೆಂಕಟೇಶಮೂರ್ತಿ, ಕನ್ನಡವೇ ಸತ್ಯ ರಂಗಣ್ಣ, ಪ್ರಭಾಕರ್, ಅವರ ತಮ್ಮ ಶಂಕರ್–ಹೀಗೆ ದೊಡ್ಡದೊಂದು ಬಳಗವೇ ಅವರ ಸುತ್ತಲೂ ಇತ್ತು. ನಾನು ಯಾರನ್ನು ಭೇಟಿಯಾಗಲು ಹೋದರೂ ಅಲ್ಲಿ ಲಕ್ಷ್ಮಣರಾವ್ ಇರುತ್ತಿದ್ದರು. ಕ್ರಮೇಣ ನಾವಿಬ್ಬರೂ ವಿಸ್ಕಿ–ಸೋಡಾದಂತೆ ಬೆರೆತೆವು. ನಮ್ಮಿಬ್ಬರ ಸಂಜೆಯ ಹವ್ಯಾಸಗಳೂ ವೈಯನ್ಕೆಯವರಿಂದ ಬಂದಿದ್ದಾಗಿತ್ತು. ಹೀಗಾಗಿ ಗುರುಸ್ಮರಣೆಯ ಕಾರ್ಯಕ್ರಮವೂ ಅಲ್ಲಿ ನಡೆಯುತ್ತಿತ್ತು.

ಲಕ್ಷ್ಮಣರಾವ್ ಅತ್ಯಂತ ದೊಡ್ಡ ಸ್ನೇಹಬಳಗವನ್ನು ಹೊಂದಿದ ಕವಿ ಎಂಬುದರಲ್ಲಿ ಅನುಮಾನವೇ ಇಲ್ಲ. ಅವರಿಗೆ ದೇಶಾದ್ಯಂತ ಓದುಗರು, ಕೇಳುಗರು, ರಸಿಕಮಿತ್ರರು ಇದ್ದಾರೆ. ಅವರನ್ನು ದ್ವೇಷಿಸುವ ಒಬ್ಬರೇ ಒಬ್ಬರನ್ನೂ ನಾನಂತೂ ಕಂಡಿಲ್ಲ. ಬಳ್ಳಾರಿಯ ಮೂಲೆಯಲ್ಲಿ, ಧಾರವಾಡದ ಆಸುಪಾಸಿನಲ್ಲಿ, ಉಡುಪಿಯ ರಥಬೀದಿಯಲ್ಲಿ, ತೀರ್ಥಹಳ್ಳಿಯ ಬೀದಿಗಳಲ್ಲಿ, ಚಿಂತಾಮಣಿಯಿಂದ ಹಿಡಿದು ಚಿಕಾಗೋ ತನಕ ಅವರ ಕಾರುಬಾರು ಅವ್ಯಾಹತ.

ಲಕ್ಷ್ಮಣರಾವ್ ಹಾಡುವ ಕವಿ. ಅವರಿಗೆ ರಂಜನೆ ಪ್ರಧಾನ. ಒಣ ವೇದಾಂತ, ಜಡ ವಿಮರ್ಶೆ, ಹುಸಿ ತತ್ವಜ್ಞಾನ, ನಿರರ್ಥಕ ಪಂಥಭ್ರಮೆ, ಸ್ವಾನುಕಂಪ, ಕೀಳರಿಮೆಯಂಥ ಯಾವ ಗುಣವೂ ಅವರಲ್ಲಿಲ್ಲ. ಅವರಿಗೆ ಅದು ಇಷ್ಟವಾಗುವುದೂ ಇಲ್ಲ. ಹೀಗಾಗಿ ಅವರ ಜೊತೆಗಿನ ಮಾತುಕತೆ ಸದಾ ಮುಕ್ತವಾಗಿಯೇ ಇರುತ್ತದೆ. ಅವರ ಕವಿತೆಗಳ ಹಾಗೆ ಅವರೂ ಕಾಟ ಕೊಡುವುದಿಲ್ಲ, ಕಷ್ಟಸಹಿಷ್ಣುವಾಗು ಎನ್ನುವುದಿಲ್ಲ. ನಿರರ್ಥಕ ಅನ್ನಿಸುವುದಿಲ್ಲ.

ನಾವೆಲ್ಲ ಕೊರೋನಾ ಅಂತ ಅಂಜುತ್ತಿದ್ದಾಗ, ಅದೆಲ್ಲಿದೆ ತೋರಿಸಿ ಅಂತ ಮಾಸ್ಕು ಕೂಡ ಹಾಕದೇ ಓಡಾಡುತ್ತಿದ್ದವರು ಅವರು. ಅವರ ಸಂಜೆಯ ವಾಕಿಂಗ್, ಮಧ್ಯಾಹ್ನದ ನಿದ್ದೆ, ರಾತ್ರಿಯ ಸುದ್ದಿ, ಮುಂಜಾನೆಯ ಕಾಫಿ,

ಸುಬ್ಬಾಭಟ್ಟರ ಮಗಳ ಜತೆಗಿನ ಹರಟೆ–ಎಲ್ಲವೂ ಎಲ್ಲ ಗೆಳೆಯರಿಗೂ ಗೊತ್ತು. ಅವರು ತಮ್ಮ ಪತ್ನಿಯಿಂದ ಏನನ್ನೂ ಮುಚ್ಚಿಡದ ರಹಸ್ಯಾತೀತ ದಿಗಂಬರ. ಗೆಳೆಯರಿಂದಲೂ ಅವರು ಏನನ್ನೂ ಬಚ್ಚಿಟ್ಟಿಲ್ಲ ಎಂದೂ ನಾನು ಹೇಳಬಲ್ಲೆ.

ಕಾವ್ಯರಚನೆ, ಓದು, ಸಿನಿಮಾ, ಸಂಗೀತ, ಸರಸ ಸಲ್ಲಾಪ, ತೀರ್ಥಯಾತ್ರೆ, ಪ್ರಯಾಣ, ಕಾರಣ–ಅಕಾರಣ ಪ್ರೇಮೋಲ್ಲಾಸಗಳ ಚಕ್ರದಲ್ಲಿ ನಿರಂತರ ಸುತ್ತುತ್ತಿರುವ ಬಿಆರೆಲ್ ನನ್ನ ಪಾಲಿಗೆ ಅಚ್ಚರಿ. ಅವರ ಕವಿತೆಯ ನಾಯಕರಂತೆ, ಭಾವದಂತೆ, ಆಶಯದ ಹಾಗೆ ಅವರು ಕೂಡ ನಮ್ಮೊಳಗೆ ನೆಲೆಸಿರುವ ಕವಿ.

* * *

ಬಿ.ಆರ್. ಲಕ್ಷ್ಮಣರಾವ್ ಅವರ 'ನವೋನ್ಮೇಷ' ಪುಸ್ತಕ ಬಿಡುಗಡೆ ಸಂದರ್ಭದಲ್ಲಿ, ಅವರ ನಿಡುಗಾಲದ ಮಿತ್ರರೂ ಆಗಿರುವ ಹಿರಿಯ ಕವಿ ಎಚ್.ಎಸ್. ವೆಂಕಟೇಶಮೂರ್ತಿ ಹೇಳಿದ ಒಂದು ಮಾತು ನನ್ನನ್ನು ಇವತ್ತಿಗೂ ಕಾಡುತ್ತಲೇ ಇದೆ. 'ಲಕ್ಷ್ಮಣಾ, ನೀನು ಇನ್ನೂ ಮಹತ್ವಾಕಾಂಕ್ಷೆಯ ಕವಿತೆಗಳನ್ನು ಬರೆಯಬೇಕು. ಇಷ್ಟರಲ್ಲೇ ತೃಪ್ತನಾಗಬಾರದು' ಎಂಬ ಆ ಮಾತು ಲಕ್ಷ್ಮಣರಾವ್ ಬಗ್ಗೆ ಮತ್ತೆ ಮತ್ತೆ ಯೋಚಿಸುವಂತೆ ಮಾಡಿತು.

ಮತ್ತಷ್ಟು ಮಹತ್ವಾಕಾಂಕ್ಷೆಯಿಂದ ಬರೆಯುವುದು ಎಂದರೇನು ಎಂಬ ಪ್ರಶ್ನೆಗೆ ನನಗೆ ಕೊನೆಗೂ ಉತ್ತರ ಸಿಗಲಿಲ್ಲ. ಮಹಾಕಾವ್ಯ ಅಂದರೆ ಮಹಾವ್ಯಕ್ತಿಗಳ ಬಗ್ಗೆ ಬರೆಯುವುದೇ, ಸಾವಿರಾರು ಪುಟಗಳ ಕಾವ್ಯ ಬರೆಯುವುದೇ, ಪುರಾಣದ, ಇತಿಹಾಸದ ವ್ಯಕ್ತಿಯನ್ನೋ ವಸ್ತುವನ್ನೋ ಇಟ್ಟುಕೊಂಡು ಬರೆಯುವುದೇ? ಗಾತ್ರದಿಂದಲೋ ಪಾತ್ರದಿಂದಲೋ ಕವಿತೆ ಮಹತ್ವಾಕಾಂಕ್ಷಿ ಆಗುತ್ತದೆಯೇ? ಅಷ್ಟಕ್ಕೂ ಮಹತ್ವಾಕಾಂಕ್ಷೆ ಇರಬೇಕಾದದ್ದು ಕವಿಗೋ, ಕವಿತೆಗೋ ಓದುಗನಿಗೋ? ಒಂದು ನಾಲ್ಕು ಸಾಲಿನ ಕವಿತೆ ಮಹತ್ವಾಕಾಂಕ್ಷೆಯ ಕವಿತೆ ಅನ್ನಿಸಿಕೊಳ್ಳಲಾರದೇ? ಹಾಗಿದ್ದರೆ ನಾವೇಕೆ ಎಜ್ರಾ ಪೌಂಡ್ ಬರೆದ 'ಇನ್ ಎ ಸ್ಟೇಷನ್ ಆಫ್ ದಿ ಮೆಟ್ರೋ' ಎಂಬ ಎರಡೇ ಸಾಲಿನ ಪದ್ಯವನ್ನು ಮತ್ತೆ ಮತ್ತೆ ಓದುತ್ತೇವೆ. ಯಾವ ಮಹಾಕಾವ್ಯವನ್ನೂ ಬರೆಯದ ಗಂಗಾಧರ ಚಿತ್ತಾಲ, ಪಾಬ್ಲೋ ನೆರುಡಾ, ಬರ್ಟೋಲ್ಟ್ ಬ್ರೆಕ್ಟ್–ಮುಂತಾದವರ ಬಗ್ಗೆ ಯಾಕೆ ಇಂಥ ಪ್ರಶ್ನೆ ಕೇಳಿಕೊಳ್ಳುವುದಿಲ್ಲ?

ಯಾರೊಬ್ಬರ ಕವಿತೆಗಳಲ್ಲೂ ಮಹತ್ವಾಕಾಂಕ್ಷೆಯನ್ನು ಹುಡುಕುವ ಪ್ರಯತ್ನವನ್ನು ನಾನಂತೂ ಮಾಡಿಲ್ಲ. ಕವಿತೆ ಹುಟ್ಟಿ, ಜೀವಿಸಿ, ನೆಲೆಸುವ ಪರಿಯಿಂದ ನಾನು ಬೆರಗಾಗಿದ್ದೇನೆ. ಮಹತ್ವಾಕಾಂಕ್ಷೆ ಎಂಬುದು ಕವಿತೆಯ ಆಯಸ್ಸಿಗೆ ಸಂಬಂಧಪಟ್ಟದ್ದು ಅಂತ ನಾನೆಂದೂ ಭಾವಿಸಿಲ್ಲ. ಹೀಗಾಗಿ ನನ್ನೊಳಗೆ ಎಚ್.ಎಸ್. ವೆಂಕಟೇಶಮೂರ್ತಿಯವರ 'ಬುದ್ಧಚರಣ'ಕ್ಕಿಂತ ಗಾಢವಾಗಿ

ಅವರ ಭಾವಗೀತೆಗಳೇ ನೆಲೆಯಾಗಿವೆ. ಬೇಂದ್ರೆಯವರ ಮಹತ್ವಾಕಾಂಕ್ಷೆಯ ಪದ್ಯಗಳಿಗಿಂತ ಅವರ ಆರಂಭದ ಪ್ರಣಯ, ದಾಂಪತ್ಯ, ಸರಳ ಅಧ್ಯಾತ್ಮದ ಕವಿತೆಗಳನ್ನೇ ನಾನು ಮತ್ತೆ ಮತ್ತೆ ಓದುತ್ತೇನೆ. ಗೋಪಾಲಕೃಷ್ಣ ಅಡಿಗರ ಮಹತ್ವಾಕಾಂಕ್ಷೆಯ ಕವಿತೆ ಯಾವುದು ಎಂಬುದು ನನಗಿನ್ನೂ ಗೊತ್ತಾಗಿಲ್ಲ. ಅವರ ಕವಿತೆಗಳ ಕೆಲವು ಸಾಲುಗಳಷ್ಟೇ ನನಗೆ ದಕ್ಕಿವೆ. ಮಿಕ್ಕ ಸಾಲುಗಳನ್ನು ನನ್ನದಾಗಿಸಿಕೊಳ್ಳಲು ನಾನು ಕಷ್ಟಪಟ್ಟು ಯತ್ನಿಸಲೂ ಇಲ್ಲ. ಅದರಿಂದ ನಾನೇನೋ ಕಳಕೊಂಡೆ ಎಂಬ ಸಂಕಟವೂ ನನಗಿಲ್ಲ.

ವಿಮರ್ಶೆಯ ಉಪಕ್ರಮದಲ್ಲಿರುವ ಒಂದು ಬಗೆಯ ಬೇಟೆಯ ಗುಣವನ್ನು ನಾನಂತೂ ನೋಡುತ್ತಲೇ ಬಂದಿದ್ದೇನೆ. ಕಾವ್ಯವಿಮರ್ಶೆ ಹೆಚ್ಚಿನ ಸಂದರ್ಭದಲ್ಲಿ 'ಆಗಿರುವ' ಕವಿತೆಯ ಕುರಿತು ಮಾತನಾಡದೇ, ಆ ಕವಿತೆ 'ಹೇಗಾಗಬೇಕಿತ್ತು' ಎನ್ನುವುದನ್ನೇ ಚರ್ಚಿಸುತ್ತದೆ. ಅಂಥ ಪ್ರತಿಯೊಂದು ವಿಮರ್ಶಾತ್ಮಕ ಬರಹವೂ ಅಸಫಲ ಕವಿಯೊಬ್ಬನ ಅತೀವ ಆತ್ಮರತಿಯ ಪ್ರದರ್ಶನವೇ ಆಗಿರುತ್ತದೆ. ಅತ್ಯುತ್ತಮ ಕವಿತೆ ಯಾವುದೆಂದು ತಿಳಿಯಲು ತನ್ನ ಬಳಿ ತಾನೇ ಕಂಡುಕೊಂಡಿರುವ ಮಾನದಂಡಗಳಿವೆ ಮತ್ತು ಆ ಮಾನದಂಡಗಳ ಪರೀಕ್ಷೆಯನ್ನು ಯಾವ ಕವಿತೆ ಗೆಲ್ಲುತ್ತದೆಯೋ ಅದೇ ಅತ್ಯುತ್ತಮ ಎಂಬ ತೀರ್ಮಾನಕ್ಕೂ ವಿಮರ್ಶೆ ಬಂದುಬಿಟ್ಟಿರುತ್ತದೆ.

ಇಂಥ ಹೊತ್ತಲ್ಲಿ, ತನಗಿಷ್ಟವಾದದ್ದನ್ನು ತಣ್ಣಗೆ ಬರೆಯುತ್ತಾ ಹೋಗುವ ಬಿ.ಆರ್. ಲಕ್ಷ್ಮಣರಾವ್, ತೋರಿಕೆಯಿಲ್ಲದೇ ಬರೆಯುತ್ತಿರುವವರು. ಯಾರದೋ ಮಾತಿಗೆ, ಯಾವುದೋ ಚಳವಳಿಗೆ ಸಿಕ್ಕು ಅವರು ತಮ್ಮ ಕಾವ್ಯದ ಹಾದಿಯನ್ನು ಬದಲಾಯಿಸಿಕೊಳ್ಳಲು ಹೋಗಲಿಲ್ಲ. ಸಮನ್ವಯ ಕವಿ ಅಂತ ಕರೆಸಿಕೊಳ್ಳುವ ಸಲುವಾಗಿಯೇ ಬೇರೆ ಶೈಲಿಯ ಪದ್ಯಕ್ಕೆ ಹೊರಳಲಿಲ್ಲ. ತನ್ನ ಅನಿಸಿಕೆ ತನ್ನದು ಮತ್ತು ಅದು ತನ್ನದಾಗಿರುವ ಕಾರಣಕ್ಕೇ ಪ್ರಾಮಾಣಿಕವಾದದ್ದು ಎಂದು ನಂಬಿ ಬರೆಯುವ ಲಕ್ಷ್ಮಣರಾಯರ ಕವಿತೆ ಯಾವತ್ತೂ ಓದುಗಮುಖಿ. ಅದು ವಿಮರ್ಶಾಮುಖಿ ಅಲ್ಲವೇ ಅಲ್ಲ.

* * *

ಲಕ್ಷ್ಮಣರಾವ್ ಕಾವ್ಯ ಅವರಂತೆಯೇ ಚಿರಂತನ. ಅವರ ಕಾವ್ಯಕ್ಕೆ ನಮನ, ಅವರ ಕಾಯಕ್ಕೆ ನವೋನ್ಮೇಷ, ಅವರ ಸ್ನೇಹಕ್ಕೆ ಮುಗುಳ್ನಗೆ, ಸಖ್ಯಕ್ಕೆ ಸಂಭ್ರಮ, ಮಾತಿಗೆ ಬೆರಗು, ಇರುವಿಕೆಗೆ ನಿರಂತರತೆಯ ಹಾರೈಕೆ.

ಪರಮಕವಿ ಪ್ರತಿಭಾ ನಂದಕುಮಾರ್

ದಿಟ್ಟ ಅಮ್ಮನಂತೆ, ಕೆಟ್ಟ ಸಿಟ್ಟಿನ ಗೆಳತಿಯಂತೆ, ಯಾವಾಗ ಬೇಕಿದ್ದರೂ ತೊರೆದು ಹೋಗಬಹುದಾದ ಭಾಗೀರಥಿಯಂತೆ, ಮಹಾನ್ ಜಗಳಗಂಟಿಯಂತೆ ಕಾಣಿಸುವ ಪ್ರತಿಭಾ, ಬರೆದ ಅಮ್ಮನವರ ಪದ್ಯಗಳನ್ನು ಓದಿ ಮತ್ತೆ ಬೆಚ್ಚಿಬಿದ್ದಿದ್ದೆ. ಇಹದ ಹೆಣ್ಣಿನ ಖುಷಿ, ಸಂಭ್ರಮ, ಆತಂಕ ಮತ್ತು ತಲ್ಲಣಗಳನ್ನು ಅರ್ಥ ಮಾಡಿಕೊಂಡವರಂತೆ ಬರೆಯುತ್ತಿದ್ದ ಪ್ರತಿಭಾ, ಪರಾಶಕ್ತಿಯ ಸೋಲು, ಸಂಕಟಗಳನ್ನೂ ಗ್ರಹಿಸಿ ಬರೆಯಬಲ್ಲರು ಅನ್ನುವುದು ಗೊತ್ತಿರಲಿಲ್ಲ. ಕೊಂಚ ಅತಿರೇಕಕ್ಕೆ ಹೋಗಿ, ಪ್ರತಿಭಾ ಈ ಕಾಲದ ಏಕೈಕ ಕವಿ ಎಂದೂ, ಕೊಂಚ ತಮಾಷೆಯಾಗಿ ಅವರು ಈ ಶತಮಾನದ ಮಹಾಕವಿ ಎಂದೂ ನಾವೆಲ್ಲ ಹೇಳುವುದಿದೆ. ಈ ಹೇಳಿಕೆಯನ್ನು ಸಮರ್ಥಿಸಿಕೊಳ್ಳಲು ಅವರ ಪದ್ಯಗಳೇ ಸಾಕು. ಪ್ರತಿಭಾ ಕವಿತೆ ಯಾವತ್ತೂ ನಮಗೆ ಮೋಸ ಮಾಡುವುದಿಲ್ಲ. ಕಾವ್ಯವಾಗಿ ಪಡಿಮೂಡುವ ಹೊತ್ತಿಗೆ, ತನ್ನ ಲೌಕಿಕ ಪೂರ್ವಗ್ರಹಗಳನ್ನೆಲ್ಲ ಅವರು ಮೀರಿ ನಿಲ್ಲುತ್ತಾರೆ. ಪ್ರತಿಭಾ ಜೊತೆ ಮಾತಿಗೆ ಕುಳಿತಾಗ, ಅವರ ಮಾತುಗಳನ್ನು ಕೇಳಿದಾಗ ಪ್ರತಿಭಾ ಸ್ತ್ರೀವಾದಿಯಾಗಿ, ಉದಾರವಾದಿಯಾಗಿ, ತುಂಬ ತೆಳುವಾದ ಜೀವನ ದೃಷ್ಟಿ ಉಳ್ಳವರಾಗಿ ಕಾಣಿಸಬಹುದು. ಆದರೆ ಅವರ ಕಾವ್ಯವನ್ನು ಓದಿದವರ ಪಾಲಿಗೆ, ಅವರು ಪ್ರತಿಭಾ ಸಂಪನ್ನ ಕವಿ.

ನಾನು ಬೆಂಗಳೂರಿಗೆ ಬಂದ ಆರಂಭದ ದಿನಗಳಲ್ಲಿ ಪ್ರತಿಭಾ ವೇದಿಕೆಗಳಲ್ಲಿ ಮಿಂಚುತ್ತಿದ್ದರು. ಅನಂತಮೂರ್ತಿ, ಲಂಕೇಶ್, ರಾಮಚಂದ್ರ ಶರ್ಮ, ಎ.ಕೆ. ರಾಮಾನುಜನ್ ಮುಂತಾದವರ ಜೊತೆ ನಿಕಟ ಸಂಪರ್ಕದಲ್ಲಿದ್ದರು. ಅವರನ್ನು ನಾನು ಮೊದಲು ಭೇಟಿಯಾದದ್ದು ಶೂದ್ರ ಶ್ರೀನಿವಾಸ್ ಜೊತೆ. ಹತ್ತಿರದಿಂದ ನೋಡಿದ್ದು ರವಿ ಬೆಳಗೆರೆಯ ಜೊತೆ. ಹೊಸಬರನ್ನು ಕೂಡ ತೀರ

ಆಪ್ತವಾಗಿ ಮಾತಾಡಿಸುತ್ತಾ, ನನ್ನಂಥ ಹಳ್ಳಿ ಹುಡುಗನ ಸಂಕೋಚ ಕಳಚುತ್ತಿದ್ದ ಪ್ರತಿಭಾ, ಎಲ್ಲರನ್ನೂ ಒಂಥರದ ಗುಮಾನಿಯಿಂದಲೇ ನೋಡುತ್ತಿದ್ದರು ಎಂಬುದು ನನ್ನ ಪ್ರಾಥಮಿಕ ಅನಿಸಿಕೆ.

ನಿಂತಲ್ಲಿ ನಿಲ್ಲದ, ದಿನಕ್ಕೊಂದು ಹೊಸ ಯೋಜನೆಯೊಂದಿಗೆ ಹಾಜರಾಗುವ, ಇವತ್ತು ಈ ಪತ್ರಿಕೆ, ನಾಳೆ ಇನ್ನೊಂದೇನೋ ಸಂಸ್ಥೆ, ನಾಡಿದ್ದು ಸಮಾಜಸೇವೆ, ಮತ್ತೊಂದು ದಿನ ಉತ್ಕಟ ವಿರಾಮ, ಮಗದೊಮ್ಮೆ ದಿವ್ಯ ಔದಾಸೀನ್ಯ–ಹೀಗೆ ಹಲವು ರೀತಿಯಲ್ಲಿ ಪ್ರತಿಭಾ ಪ್ರಕಟಗೊಳ್ಳುತ್ತಿದ್ದರು. ಅದ್ಯಾವುದೋ ದೇಶದಲ್ಲಿ ಕವಿತೆ ಓದುತ್ತಾ ಹೊಟ್ಟೆಕಿಚ್ಚಿಗೆ ಕಾರಣವಾಗುತ್ತಿದ್ದರು. ಯಾವುದೋ ದೇಶದ ಕವಿಯೊಬ್ಬಳನ್ನು ಕರೆತಂದು ಅವಳ ಕವಿತೆಗಳನ್ನು ಓದಿಸುತ್ತಿದ್ದರು. ವೇದಿಕೆಯ ಮೇಲೆ ನಿಂತು ಹಲವರ ಸಿಟ್ಟಿಗೆ ನೆಪವಾಗಬಲ್ಲ ಮಾತಾಡಿ, ಅನೇಕರ ದ್ವೇಷ ಕಟ್ಟಿಕೊಂಡು ಓಡಾಡುತ್ತಿದ್ದರು. ಯಾವುದೋ ಸಿನಿಮಾ ಮಾಡುತ್ತೇನೆ ಅಂತಲೋ, ಚಿತ್ರಕತೆ ಬರೆಯುತ್ತಿದ್ದೇನೆ ಅಂತಲೋ, ಕತೆಗಳನ್ನು ಅನುವಾದಿಸುತ್ತಿದ್ದೇನೆ ಎಂದುಕೊಂಡೋ ಬೆಂಗಳೂರೆಂಬ ಬೆಂಗಳೂರಲ್ಲಿ ಎಲ್ಲಿ ನುಗ್ಗಿದರೂ ಅಲ್ಲಿ ಕಾಣಿಸಿಕೊಳ್ಳುತ್ತಿದ್ದರು. ನನ್ನ ಯಾವ ಕವಿತೆಯಲ್ಲಿ ಅನಂತ ಮೂರ್ತಿ ಇದ್ದಾರೆ ಹೇಳು ನೋಡೋಣ ಎಂದು ಸವಾಲು ಹಾಕುತ್ತಿದ್ದರು.

ಕತೆ ಹೇಳುವ ಹುಡುಗ ಸುಮ್ಮನಾದ,
ಸಪ್ತಸಾಗರ, ಕಾರ್ಮುಗಿಲು, ಕಾಳಸರ್ಪ,
ರಾಕ್ಷಸ ಸಾಕಿದ ಗಿಳಿ,
ಹೆಜ್ಜೆ ಹೆಜ್ಜೆಗೆ ತೊಡಕಾಟ
ಅವಿತಿಟ್ಟ ಅಂಜನಕ್ಕೆ ಹುಡುಕಾಟ

ಎಂಬ ಸಾಲಲ್ಲಿ ನಾವು ರಾಮಚಂದ್ರ ಶರ್ಮರನ್ನು ಹುಡುಕುತ್ತಿದ್ದರೆ, ಅದೇ ಕವಿತೆಯ ಆರಂಭದ ಸಾಲುಗಳು:

ನಾಟಕದ ತುಂಬ
ಬರೀ ನಾಟಕ
ಅಂತ ಜಿಗುಪ್ಸೆಯಂತೆ.
ದೇವಾಲಯವೆಲ್ಲ
ಬರೀ ಆಲಯ ಅಂತ ಜಿಗುಪ್ಸೆ
ಪೂಜೆಯ ತನಕ.

ಎಂಬ ಸಾಲುಗಳಲ್ಲಿ ಎ.ಕೆ. ರಾಮಾನುಜನ್ ಕಾಣಿಸುತ್ತಿದ್ದರು.

‘ಇಲ್ಲಿ ಅನುಮಾನವಿಲ್ಲ, ಅನುಮಾನವಿಲ್ಲ,
ಎಲ್ಲವೂ ಸಮ. ಇಲ್ಲಿ ಸರೋಜ ಕಾಡುವುದಿಲ್ಲ.
ಅವ್ವ ಬಿಕ್ಕುವುದಿಲ್ಲ. ಅಕ್ಕಳೂ ಗಲ್ಲಿ ಬಿದ್ದು
ಪೋಲಿ ತಿರುಗುತ್ತ ಅಳಿಸುವುದಿಲ್ಲ.
ಇಲ್ಲಿ ಕಲ್ಲು ಕರಗುವುದಿಲ್ಲ, ಹುಲ್ಲು ಕರೆಯುವುದಿಲ್ಲ’

ಎನ್ನುವಾಗ ಲಂಕೇಶ ಕಣ್ಣೆದುರು ಸುಳಿಯುತ್ತಿದ್ದರು. ಲಂಕೇಶರನ್ನು ಎಷ್ಟು ಮೆಚ್ಚಿಕೊಂಡಿದ್ದಾರೆ ಎನ್ನಿಸುವ ಹೊತ್ತಿಗೆ ಮತ್ತೆರಡು ಸಾಲು ಎದುರಾಗುತ್ತಿತ್ತು:

ಇನ್ನೂ ಚಂಚಲೆಯರ ಬಗ್ಗೆ ಆಸಕ್ತಿ, ಬ್ರಾಂಡೋ ಬಗ್ಗೆ ಕನಿಕರ
ಅಕಸ್ಮಾತ್ತಾಗಿ ಕಂಡುಕೊಂಡ ಆಡೆನ್ ಜೊತೆಗೆ
ಮೂರನೆಯ ನಡುವೆ ಬರಬೇಕಾದ
ಡಾಕ್ಟರು ಬಿಪಿ ಸಕ್ಕರೆ ಆಪರೇಷನ್‌ಗಳ ಮಾತು
ಸುಂದರಿ ಸಿಕ್ಕಾಗ ದೃಷ್ಟಿ ಮಂದವಾದ ಹಲ್ಲು ಕಡಲೆಯ ಕತೆ

ಹೀಗೆಲ್ಲ ಬರೆದರೂ ಅದು ಕಾವ್ಯವಾಗುತ್ತಲ್ಲ ಎಂದು ನಮಗೆ ಸಿಟ್ಟು. ಅದು ಹೇಗೆ ಕೈಗೆ ಸಿಕ್ಕ ಬಂಗಾರವನ್ನು ಬಡಿದು ಇಷ್ಟದೇವತಾ ವಿಗ್ರಹಕ್ಕೆ ಒಗ್ಗಿಸಿಕೊಳ್ಳುತ್ತಾರೆ ಈಕೆ ಎಂದು ಮತ್ಸರ. ಸುಮ್ಮನೆ ಪುಟ ತಿರುವಿದರೆ ಕಣ್ಣು ಕುಕ್ಕುವ, ನಮಗೆಂದೂ ಹೊಳೆಯಲಾರದು ಅನ್ನಿಸುವಂಥ ಸಾಲು:

‘ಬ್ರಾಹ್ಮಣರ ಹುಡುಗಿಗೆ ಭಾರ, ಭಾನುವಾರ.’

ನೃತ್ಯ, ನಾಟಕ, ಕವಿತೆ, ಕತೆ, ಕಾದಂಬರಿ, ತಿರುಗಾಟದ ಜೊತೆಗೇ ಭಾಮಿನಿ ಷಟ್ಪದಿ. ಮಗಳನ್ನು ಓದಿಸಿ, ವಿದೇಶಕ್ಕೆ ಕಳುಹಿಸಿ, ಮನೆ ಕಟ್ಟಿ, ಅದರ ಸಾಲ ತೀರಿಸುತ್ತಾ, ಕೈ ಸುಟ್ಟುಕೊಂಡು ಆಸ್ಪತ್ರೆಯಲ್ಲಿ ಒದ್ದಾಡಿ, ಅವಮಾನಗಳನ್ನು ಅವಡುಗಚ್ಚಿ ಸಹಿಸಿಕೊಂಡು, ಛೇ, ಹೀಗ್ಯಾಕೆ ಮಾಡಬೇಕಿತ್ತು ಅನ್ನಿಸುವ ಹಾಗೆ ಯಾರನ್ನೋ ಬಯಲು ಮಾಡಲು ಹೋಗಿ ಟೀವಿಯಲ್ಲಿ ಕಾಣಿಸಿಕೊಂಡು ವಿನಾಕಾರಣ ಸುದ್ದಿಯಾಗಿ, ಇಂಗ್ಲಿಷ್ ಪತ್ರಿಕೆ ಮಾಡುತ್ತೇನೆ ಎಂದು ಹೊರಟು, ತನ್ನ ಜೊತೆಗಿದ್ದವರ ಜೊತೆಗಿದ್ದಷ್ಟು ಕಾಲ ಹೊಗಳುತ್ತಾ, ತನ್ನ ಮೆಚ್ಚುಗೆ ಸುಳ್ಳು ಎಂದು ತನಗೇ ಅನ್ನಿಸುವಷ್ಟು ಮೆಚ್ಚಿಕೊಂಡಾಡುತ್ತಾ, ತಿಂಗಳಾನುಗಟ್ಟಲೆ ಮನೆಯೊಳಗೆ ಕುಳಿತು, ಫೋನ್ ಸ್ವಿಚಾಫ್ ಮಾಡಿಕೊಂಡು ಮತ್ತೊಂದು ಬೆಳಗ್ಗೆ ಯಾವುದೋ ವೆಬ್ಸೈಟಿನಲ್ಲಿ ಒಳ್ಳೆಯ ಪದ್ಯ ಬರೆದು ಬೆಚ್ಚಿಬೀಳಿಸಿ, ಈಕೆ ನಾಸ್ತಿಕಳೆಂದು ನಾವೆಲ್ಲ ದೇವರಿಗೆ ಕೃತಜ್ಞರಾಗುವ ಹೊತ್ತಿಗೆ, ಅದ್ಯಾವುದೋ ದೇವಿಯನ್ನು ಆವಾಹಿಸಿಕೊಂಡು ಮಂತ್ರಪುಷ್ಪಗಳ ಅರ್ಪಿಸಿ,

ಕಾಫಿಡೇ ಕವಿತೆಗಳ ಬರೆದು ಓದಿ ದೇಶಕಾಲದಲ್ಲೆಲ್ಲ ಮೆರೆಯುವ ಪ್ರತಿಭಾ ಕುರಿತು ಬರೆಯಲು ಕುಳಿತರೆ ಮತ್ತೆ ನೂರೆಂಟು ಪ್ರಶ್ನೆ. ಮೂಲಪ್ರಶ್ನೆ ಒಂದೇ; ಈಕೆಯ ಕಾವ್ಯೋತ್ಸಾಹದ ಮೂಲ ಯಾವುದು?

ಮೂವತ್ತು ವರ್ಷಗಳಿಂದ ಪದ್ಯದ ಜೊತೆ ಬದುಕುತ್ತಿರುವ ಪ್ರತಿಭಾ ಮೊನ್ನೆ ಮೊನ್ನೆ ಯಾವುದೋ ಚಿತ್ರಕತೆ ಬರೆಯಲು ಹೊರಟು, ಯಾರಿಂದಲೋ ಮೋಸ ಹೋಗಿ, ಅವರ ಆಕ್ರೋಶಕ್ಕೆ ತುತ್ತಾಗಿ, ಇವರೂ ಸಿಟ್ಟಾಗಿ ಕೆಲಸ ಬಿಟ್ಟೆ ಎಂದು ಘೋಷಿಸಿ, ಮತ್ತೊಮ್ಮೆ ಮೌನವಾಗಿ, ಈಗೆಲ್ಲಿ ಪ್ರತಿಭಾ ಎಂದು ಕೇಳಿದರೆ ಮತ್ತದೇ ಹಳೆಯ ವಿಳಾಸ. ಹಳೆಯ ಸ್ಕೂಟರು. ಹೊಸ ಕವಿತೆ, ಹೊಸ ಪರಿಭಾಷೆ. ಬದುಕು ಒದ್ದಷ್ಟೂ ಉಕ್ಕುವ ನವನವೋನ್ಮೇಷ. ಈಕೆ ಶಾಲಿನಿ.

ಗದ್ಯಂ ವಧ್ಯಂ, ಪದ್ಯಂ ಹೃದ್ಯಂ. ಪ್ರತಿಭಾ ಮಟ್ಟಿಗಿದು ಸತ್ಯ. ಮೊದಲ ಕವಿತೆ 'ನಾವು ಹುಡುಗಿಯರೇ ಹೀಗೆ'ಯ ಕೊನೆಯ ಸಾಲುಗಳು:

'ನಾಲ್ಕು ವರ್ಷಗಳಲ್ಲಿ ವಿಪರೀತ ದಪ್ಪಗಾಗಿ
ಕೈಗೊಂದು ಕಾಲಿಗೊಂದು ಮಕ್ಕಳಾಗಿ
ಏದುಸಿರು ಬಿಡುತ್ತಾ ತರಕಾರಿ ಕೊಳ್ಳುವಾಗ
'ಅವನು' ಸಿಗುತ್ತಾನೆ.
ನಮ್ಮ ಇಂದಿನ ಅವಸ್ಥೆಗೆ ಅವನೇ ಕಾರಣ
ಎಂದು ರೋಷ ತಾಳುತ್ತೇವೆ.
ಆದರೆ ಮೇಲೆ ನಗುನಗುತ್ತಾ 'ಅವನ'
ಹೆಂಡತಿ ಮಕ್ಕಳ ಯೋಗಕ್ಷೇಮ ವಿಚಾರಿಸುತ್ತೇವೆ.'

ಇಲ್ಲಿಯ ತನಕ ಸರಳವಾಗಿ ಯಾರೂ ಬೇಕಾದರೂ ಬರೆಯಬಹುದಾದ ಪದ್ಯದಂತೆ ಸಾಗುವ ಈ ಕವಿತೆ, ಮುಂದಿನ ಸಾಲಿನಲ್ಲಿ ಝುಗ್ಗನೆ ಬೆಳಗುತ್ತದೆ:

'ಯಾಕೆಂದರೆ ಅವಳದೂ ಅದೇ ಕತೆಯಲ್ಲವೇ?'

* * *

ಪ್ರತಿಭಾ ಕಾಲಕಾಲಕ್ಕೆ ತನ್ನ ಕವಿತೆಯ ಭಾಷೆಯನ್ನು ಸಂವೇದನೆಯನ್ನು ಮತ್ತು ರೂಪಕಗಳನ್ನು ವಿಸ್ತರಿಸಿಕೊಂಡವರು. ಅವರ ಒಂದು ಕವಿತೆಯ ಹೆಸರು: ಈ ಮಾರ್ಗವು ಚಾಲನೆಯಲ್ಲಿಲ್ಲ.

ಆಗ ನಾನು ಹೊಕ್ಕಳ ಕೆಳಗೆ ಸೀರೆ ಉಡುತ್ತಿದ್ದೆ.
ನೀನು ಪಕ್ಕದಲ್ಲಿ ಹಾದುಹೋದರೆ, ದ್ರವಿಸುತ್ತಿದ್ದೆ.

ಆಗ ನೋಟವೆಲ್ಲ ಕತೆ, ಬೆವರಿಗೂ ಮಾದಕತೆ.
ಯಾವಾಗ ಹೇಗಾಯಿತೋ ತಿಳಿಯದು.
ಸದಾ ತೆರವಾಗಿದ್ದ ಮಾರ್ಗದಲ್ಲಿ ಅಡೆತಡೆ.
ಈಗ ಮಾರ್ಗವು ಕಾರ್ಯನಿರತವಾಗಿದೆ.
ದಯವಿಟ್ಟು ಸ್ವಲ್ಪ ಸಮಯದ ನಂತರ ಪ್ರಯತ್ನಿಸಿ.
ಪ್ರಯತ್ನಿಸಿದರೆ, ಮಾರ್ಗವು ಸದ್ಯಕ್ಕೆ ಸೇವೆಯಲ್ಲಿಲ್ಲ.
ಹಾಗೆ ಸದಾ ಸೇವೆಯಲ್ಲಿರುವ ಬಗ್ಗೆ
ನಮ್ಮ ನಡುವೆ ಕರಾರೇನೂ ಆಗಿರಲಿಲ್ಲ.
ಕರೆಯುವುದು ನನ್ನ ಧರ್ಮ
ಓಗೊಡುವುದು ಬಿಡುವುದು ನಿನ್ನ ಮರ್ಮ.

ಹೀಗೆ ಸಾಗುವ ಕವಿತೆ ಮತ್ತೊಂದು ಕಾಲಾಂತರದಲ್ಲಿ ಕೊನೆಯಾಗುತ್ತದೆ. ಅಲ್ಲಿ ಮತ್ತೊಂದು ಚಿತ್ರವಿದೆ.

ಈಗ ನಾನು ಹೊಕ್ಕಳ ಕೆಳಗೆ ಸೀರೆ ಉಡುವುದಿಲ್ಲ
ಬೊಜ್ಜಿನ ಪದರಗಳಲ್ಲಿ ನಿರಿಗೆ ಸಿಕ್ಕಿಸಿಕೊಂಡು
ಬಾತ ಕಾಲುಗಳಲ್ಲಿ ಚಪ್ಪಲಿ ಎಳೆಯುತ್ತಾ ಬರುತ್ತೇನೆ.
ಒಂದು ಕಾಲದಲ್ಲಿ ನಾವು ಮಾತಾಡುತ್ತಿದ್ದೆವು
ಈಗ
ಮಾತು ನಮ್ಮನ್ನು ಆಡುತ್ತಿದೆ.

ಪ್ರತಿಭಾ ಸಮಗ್ರ ಸಂಕಲನಕ್ಕೆ ಹೆಸರು; ಮುನ್ನುಡಿ ಬೆನ್ನುಡಿಗಳ ನಡುವೆ. ಅವರು ಇರುವುದೂ ಹಾಗೆಯೇ. ಎದುರಿಗೊಂದು ಮಾತು, ಹಿಂದೊಂದು ಮಾತು. ಈ ಮಾತುಗಳ ನಡುವೆ ಪ್ರತಿಭಾ ತನ್ನ ಪಾಡಿಗೆ ತಾನು. ಅವರನ್ನು ವೈಯೆನ್ಕೆ 'ಅಗ್ನಿಕನ್ಯೆ' ಎಂದು ಕರೆಯುತ್ತಿದ್ದರು. ತಾನು ಎತ್ತಿಕೊಳ್ಳುವ ವಸ್ತುವನ್ನು 'ಸುಟ್ಟಲ್ಲದೆ ಮುಟ್ಟೆ ಎಂಬ ಉಡಾಫೆ'ಯಲ್ಲಿ ಪ್ರತಿಭಾ ಕವಿತೆ ಬರೆಯುತ್ತಿದ್ದರು ಎಂಬ ಕಾರಣಕ್ಕೆ.

ಪ್ರತಿಭಾ ಇಂಥ ಸಿಟ್ಟು, ಅವಮಾನ ಮತ್ತು ಪ್ರೀತಿಯನ್ನು ಕಾವ್ಯವಾಗಿಸಿದ್ದಾರೆ. ಬದುಕಿನ ಕುರಿತ ಪ್ರೀತಿಯನ್ನು ಮಾತ್ರ ಯಾವತ್ತೂ ಕಳಕೊಂಡಿಲ್ಲ. ಇವತ್ತಿಗೂ ಒಂದು ಪದ್ಯ ಬರೆದಿದ್ದೇನೆ ಎಂದರೆ ಮಧ್ಯರಾತ್ರಿಯಾದರೂ ಪ್ರತಿಭಾ ಎದ್ದು ಕೂರುತ್ತಾರೆ. ದೇವಿಯರ ಸಂಗದಲ್ಲಿದ್ದರೂ ವೈ–ದೇಹಿಯಾಗಿಲ್ಲ. ಅನುದಿನದ ಅಂತರಗಂಗೆ ದಾಟುವುದು ಹೇಗೆ ಎಂಬ ಪ್ರಶ್ನೆಗೆ ಇನ್ನೂ ಉತ್ತರ ಹುಡುಕುತ್ತಿದ್ದಾರೆ.

ಅವರ ಈ ನಾಲ್ಕು ಸಾಲು ನಮ್ಮನ್ನು ನಿಜಕ್ಕೂ ಬೆಚ್ಚಿಬೀಳಿಸುವಂತಿದೆ:

ಅವರು ಹೇಳಿದರು
ನಾನು ಹೆಂಗಸರಿಗೆ ಬೆನ್ನುಡಿ ಬರೆಯುವುದಿಲ್ಲ
ಹೊಕ್ಕುಳೊಳಗಿಂದ ಒದ್ದುಕೊಂಡು ಬಂದ ಕಾತರವನ್ನು
ಮುಷ್ಟಿಯಲ್ಲಿಟ್ಟುಕೊಂಡು ಕೇಳಿದೆ
ಹಾಗಾದರೆ ಮುನ್ನುಡಿ ಬರೆಯುತ್ತೀರಾ?
ಅವರು ನಕ್ಕರು.
ಹೆಣ್ಣಿನ ಪ್ರೀತಿಗೆ ಹೆದರುವಷ್ಟು
ದ್ವೇಷಕ್ಕೆ ಹೆದರುವುದಿಲ್ಲ ಗಂಡು.

ಅಣ್ಣ ಹತ್ವಾರ ನಾರಾಯಣ ರಾವ್

ಅಣ್ಣನಿಗೆ ಕಾರು ಓಡಿಸಲು ಬರುತ್ತಿತ್ತು ಅನ್ನುವುದು ಅಣ್ಣನ ಕುರಿತ ಹಳೆಯ ನೆನಪುಗಳಲ್ಲಿ ಒಂದು. ಅಮ್ಮ ಅದನ್ನು ಆಗಾಗ ಹೇಳುತ್ತಿದ್ದಳು. ಅಮ್ಮನ ಪ್ರಕಾರ ಅಣ್ಣ ನನಗಿಂತ ಬುದ್ಧಿವಂತ. ಆದರೆ ಸರಿದಾರಿಯಲ್ಲಿ ಹೋಗಲಿಲ್ಲ. ನಾನಾದರೂ ಸರಿದಾರಿಯಲ್ಲಿ ಹೋಗಬೇಕು ಅನ್ನುವುದು ಅಮ್ಮನ ಆಸೆಯಾಗಿತ್ತು. ಆದರೆ ಅಮ್ಮ ಬದುಕಿರುವಷ್ಟು ದಿನವೂ ನಾನು ಸರಿಯಾದ ದಾರಿ ಹಿಡಿಯಲಿಲ್ಲ ಅಂತ ಕೊರಗುತ್ತಿದ್ದಳೆಂದು ಈಗ ಅನ್ನಿಸುತ್ತಿರುತ್ತದೆ.

ನನಗೆ ನೆನಪಿರುವಷ್ಟು ಹಿಂದಕ್ಕೆ ಹೋಗಿ ನೋಡಿದರೆ ಅಣ್ಣ ನಮ್ಮ ಮನೆಯಲ್ಲೇ ಇದ್ದ. ನನ್ನ ಜತೆ ಅಷ್ಟೇನೂ ಮಾತಾಡುತ್ತಿರಲಿಲ್ಲ. ಎಷ್ಟೋ ಹೊತ್ತಿಗೆ ಮನೆಯಿಂದ ಹೊರಗೆ ಹೋಗಿ ಎಷ್ಟೋ ಹೊತ್ತಿಗೆ ವಾಪಸ್ಸು ಬರುತ್ತಿದ್ದ. ಅವನಿಗೆ ಮದುವೆ ಮಾಡಲು ಅಮ್ಮ ನಿರ್ಧಾರ ಮಾಡಿದ್ದರು. ಆ ಮದುವೆಗೆ ಹೋದದ್ದು ಮಾತ್ರ ನನಗೆ ನೆನಪಿದೆ. ಮೂಡಿಗೆರೆಯ ರಸ್ತೆಯಲ್ಲಿ ಅಣ್ಣ ಮದುಮಗನಂತೆ ಎತ್ತಿನ ಗಾಡಿಯಲ್ಲಿ ಕೂತಿದ್ದ. ನಾನು ಮಿಕ್ಕ ಮಕ್ಕಳ ಜತೆ ಎತ್ತಿನ ಗಾಡಿಯ ಹಿಂದೆ ಓಡುತ್ತಾ ಹೋಗುತ್ತಿದ್ದೆ. ದಾರಿಯಲ್ಲಿ ನೇರಳೆ ಮರಗಳು ಹಣ್ಣು ಬಿಟ್ಟಿದ್ದವು. ಅದನ್ನು ಹೆಕ್ಕಿ ತಿಂದು ನಾವೆಲ್ಲ ನೇರಳೆ ಬಣ್ಣದ ಮೈಕೈ ಮಾಡಿಕೊಂಡು ಅಂಗಿಯ ಬಣ್ಣವನ್ನೂ ಕೆಡಿಸಿಕೊಂಡು ಮದುವೆ ಮನೆಗೆ ಹೋಗುವ ಹೊತ್ತಿಗೆ ಅಧ್ವಾನವಾಗಿ ಕಾಣುತ್ತಿದ್ದೆವು ಎಂಬುದು ಮತ್ತೊಂದು ನೆನಪು.

ಅಣ್ಣ ಮಹಾನ್ ಸಾಹಸಿ. ಬದುಕನ್ನು ಎಲ್ಲ ಕಡೆಯಿಂದಲೂ ಡಿಕ್ಕಿ ಹೊಡೆಯುತ್ತಿದ್ದ ಅವನ ಉತ್ಸಾಹ ನನಗೆ ಆಗ ಅರ್ಥವಾಗುತ್ತಿರಲಿಲ್ಲ. ಅಪ್ಪ ನಡೆಸುತ್ತಿದ್ದ ಹೋಟೆಲಿನಲ್ಲಿ ಸ್ವಲ್ಪ ದಿನ ಕೆಲಸ ಮಾಡಿದ ನಂತರ ಅಣ್ಣ ಉಜಿರೆಯಲ್ಲಿ ಸ್ವಂತ ಹೊಟೇಲು ಶುರುಮಾಡಿದ್ದು ನನಗೆ ನೆನಪಿದೆ. ನಾನು

ಆಗಾಗ ಆ ಹೊಟೇಲಿಗೆ ಹೋಗುತ್ತಿದ್ದೆ. ವರ್ಷಗಳ ನಂತರ ಆ ಹೋಟೆಲನ್ನು ಮುಚ್ಚಿ ಅಣ್ಣ, ಮೂಡಿಗೆರೆ–ಕೊಟ್ಟಿಗೆಹಾರ ನಡುವೆ ಇದ್ದ ಬಣಕಲ್ ಹತ್ತಿರದ ಕಾಡಿನ ನಡುವೆ ಕಾಫಿ ತೋಟ ಶುರುಮಾಡಿದರು. ಅಣ್ಣನ ಕುಟುಂಬವೇ ಅಲ್ಲಿ ವಾಸ ಮಾಡತೊಡಗಿತು. ಗುರುವಾಯನಕೆರೆಯೆಂಬ ಅರೆಮಲೆನಾಡಿನಲ್ಲಿದ್ದ ನಾನು ದಟ್ಟ ಕಾಡನ್ನು ನೋಡಿದ್ದು ಆಗಲೇ.

ಅದು ಕತ್ಲೆಕಾನ ಎಂದು ಕರೆಸಿಕೊಳ್ಳುತ್ತಿದ್ದ ಭೀಕರ ಕಾಡು. ಅಣ್ಣನ ಮನೆಯಿದ್ದ ಜಾಗದಲ್ಲಿ ಬೆಟ್ಟದ ನಡುವಿನಿಂದ ಸಣ್ಣ ನೀರಿನ ಝರಿಯೊಂದು ಹರಿದು ಬರುತ್ತಿತ್ತು. ಅದೇ ಕುಡಿಯುವ ನೀರಿನ ಸೆಲೆ. ಅದು ಯಾವತ್ತೂ ಬತ್ತುತ್ತಲೇ ಇರಲಿಲ್ಲ. ಆ ನೀರು ಎಷ್ಟು ತಣ್ಣಗಿರುತ್ತಿತ್ತು ಅಂದರೆ ಅದರೊಳಗೆ ಕೈ ಅದ್ದಿದರೆ ಮರಗಟ್ಟಿ ಹೋಗುತ್ತಿತ್ತು. ಬೆರಳುಗಳು ಗಂಟೆಗಟ್ಟಲೆ ಜುಮುಗುಡುತ್ತಿದ್ದವು.

ಅಣ್ಣ ಅಲ್ಲಿ ಕಾಫಿತೋಟ ಮಾಡಲು ಹೊರಟಿದ್ದರು. ಜತೆಗೇ ಬತ್ತ, ತರಕಾರಿ ಕೂಡ ಬೆಳೆಯುತ್ತಿದ್ದರು. ಅದನ್ನು ತಿನ್ನಲು ಹಂದಿಗಳು ಬರುತ್ತಿದ್ದವು. ಅದನ್ನು ರಾತ್ರಿಯಿಡೀ ಕಾಯಬೇಕಿತ್ತು. ಎಷ್ಟೋ ಸಲ ಆನೆಗಳು ಬಂದು ಎಲ್ಲವನ್ನೂ ಧ್ವಂಸ ಮಾಡುತ್ತಿದ್ದವು. ಹೀಗಾಗಿ ಬೆಳೆದ ಬೆಳೆ ಕೈಗೆ ಹತ್ತುತ್ತದೆ ಅನ್ನುವ ಖಾತ್ರಿ ಇರಲಿಲ್ಲ.

ಆ ಅವಧಿಯಲ್ಲಿ ಅಣ್ಣನ ಹತ್ತಿರ ಒಂದು ಸೈಕಲ್ ಇತ್ತು. ಅದರಲ್ಲಿಯೇ ನಾವು ಗುರುವಾಯನಕೆರೆಯಿಂದ ಮೂಡಿಗೆರೆಗೆ ಹೋಗುತ್ತಿದ್ದೆವು. ಚಾರ್ಮಾಡಿ ಘಾಟಿಯಲ್ಲಿ ಮಳೆಗಾಲದಲ್ಲಿ ಸೈಕಲ್ಲಿನಲ್ಲಿ ಡಬಲ್ ರೈಡ್ ಹೋಗುವ ಸಂಭ್ರಮ ಮಾತ್ರ ನನಗೆ ಈಗಲೂ ನೆನಪಿದೆ. ಅಣ್ಣನ ತೋಟ ಇದ್ದಷ್ಟು ಕಾಲವೂ ನಾನೂ ಮತ್ತು ಅಣ್ಣ ಸೈಕಲ್ಲಿನಲ್ಲೇ ಚಾರ್ಮಾಡಿ ಘಾಟಿ ಹತ್ತಿ ಇಳಿದು ಪ್ರಯಾಣ ಮಾಡುತ್ತಿದ್ದೆವು.

ಕಾಫಿ ತೋಟದಲ್ಲಿ ಅಷ್ಟೇನೂ ಯಶಸ್ಸು ಕಾಣದೇ ಅಣ್ಣ ಅದನ್ನು ಮಾರಿ ಬೇರೊಂದು ಕಡೆ ತೋಟ ಮಾಡಿದರು. ಅಲ್ಲಿ ಮನೆ ಕಟ್ಟಿದರು. ಒಂದು ಮಳೆಗಾಲ ಆ ಮನೆಗೆ ಬೆಂಕಿ ಬಿತ್ತು. ಮಳೆಯ ನಡುವೆ ದೂರದೂರದಿಂದ ಮನೆ ಕಟ್ಟುವ ಸಾಮಗ್ರಿಗಳನ್ನು ಹೊತ್ತು ತಂದು ಆ ಮನೆಯನ್ನು ಮತ್ತೆ ಕಟ್ಟಿದ್ದು ನೆನಪಿದೆ. ಆಗ ಬದುಕಿದ್ದ ಅಜ್ಜಿ ಹೇಳಿದ್ದರು; ಮನೆಗೆ ಬೆಂಕಿ ಬಿದ್ದರೆ ಆಮೇಲೆ ಉದ್ಧಾರ ಆಗುತ್ತಾರೆ.

ಅಣ್ಣ ಸಿಕ್ಕಾಪಟ್ಟೆ ಓದುತ್ತಿದ್ದ. ಸಿಕ್ಕಾಪಟ್ಟೆ ಬರೆಯುತ್ತಿದ್ದ. ಆಧುನಿಕ ಕತೆ ಬರೆಯಲಿಕ್ಕೆ ಹೇಳಿದರೆ ಕಂಗಾಲಾಗುತ್ತಿದ್ದ ಅಣ್ಣನಿಗೆ ಭಾಮಿನಿ ಷಟ್ಪದಿ, ವಾರ್ಧಕ, ಕಂದಪದ್ಯ, ವೃತ್ತಗಳೆಲ್ಲ ಅದು ಹೇಗೋ ಸಿದ್ಧಿಸಿದ್ದವು. ಅದರಲ್ಲೇ ಯಕ್ಷಗಾನ ಪ್ರಸಂಗ ಬರೆಯುತ್ತಿದ್ದ ಅಣ್ಣ, ಶೃಂಗಾರಮಯ ಪದ್ಯಗಳನ್ನೂ

ರಚಿಸುತ್ತಿದ್ದ. ಅದು ಅತ್ಯಂತ ಜನಪ್ರಿಯವೂ ಆಗಿತ್ತು. ಹಾಗೆಯೇ ಯಕ್ಷಗಾನ ತಾಳಮದ್ದಲೆಯಲ್ಲಿ ಸೊಗಸಾಗಿ ಅರ್ಥ ಹೇಳುತ್ತಿದ್ದ. ಗೆಳೆಯರೆಲ್ಲ ಸೇರಿ ಕಾಳಿಕಾಂಬ ಯಕ್ಷಗಾನ ಮಂಡಳಿ ಎಂಬ ತಾಳಮದ್ದಲೆ ಕೂಟ ರಚಿಸಿಕೊಂಡು ಹಗಲು ರಾತ್ರಿಯೆನ್ನದೇ ಊರೂರು ಸುತ್ತುತ್ತಿದ್ದರು.

ಮೊನ್ನೆ ಹುಡುಕುತ್ತಿರಬೇಕಾದರೆ ಅಣ್ಣ ಬರೆದ ಅಮರಸೇನಾಧಿಪತ್ಯ ಯಕ್ಷಗಾನ ಪ್ರಸಂಗ ಸಿಕ್ಕಿತು. ಅದರೊಳಗಿದ್ದ ಒಂದು ಶೃಂಗಾರಮಯ ಭಾಮಿನಿ ಷಟ್ಪದಿ ಇದು:

ಚತುರವೈಣಿಕ ವೀಣೆಯನು ಬಲು ।
ಜತನದಲಿ ತಾ ತೊಡೆಯೊಳೇರಿಸಿ ।
ಶ್ರುತಿಗೊಳಿಸಿ ಶೃಂಗಾರ ಕಾವ್ಯವ ನುಡಿಸುವಾ ತೆರದಿ ॥
ಅತಿಶಯದ ಪ್ರೀತಿಯಲಿ ಮುನಿಪನ ।
ಸತಿಯನನುಪಮ ತೊಡೆಯೊಳೇರಿಸಿ ।
ರತಿಕಲಾಶೃಂಗಾರ ಕಾವ್ಯವ ನುಡಿಸೆ ಹುತವಹನ ॥

ಅಣ್ಣ ಯಾವುದನ್ನೂ ಪೂರ್ತಿಯಾಗಿ ಮಾಡಲಿಲ್ಲ ಅಂತ ಈಗನ್ನಿಸುತ್ತದೆ. ಯಾವುದಾದರೂ ಒಂದೇ ಕ್ಷೇತ್ರದಲ್ಲಿ ಮುಂದುವರಿದಿದ್ದರೆ ತುಂಬ ಎತ್ತರಕ್ಕೇರುವಷ್ಟು ಪ್ರತಿಭೆ ಇತ್ತು. ಆರಂಭದ ದಿನಗಳಲ್ಲಿ ಬಡತನ ಅಣ್ಣನಿಗೆ ಅಡ್ಡಿಯಾಗಿರಬೇಕು. ನಂತರದ ದಿನಗಳಲ್ಲಿ ನಿರಾಶಾವಾದ ಮೈಗೂಡಿರಬೇಕು ಅಂತ ಒಮ್ಮೊಮ್ಮೆ ಅನ್ನಿಸುತ್ತದೆ. ಆದರೆ ಅಣ್ಣ ಕಟ್ಟುನಿಟ್ಟಿನ ಶಿಸ್ತುಗಾರ ಆಗಿದ್ದಂತೂ ಸುಳ್ಳಲ್ಲ. ಉಪ್ಪಿನಂಗಡಿಯ ಶಿವಕೀರ್ತಿ ಹೋಟೆಲಿನಲ್ಲಿ ಅಣ್ಣ ಇದ್ದ. ಅವನ ಹತ್ತಿರ ಒಂದು ಸೈಕಲ್ ಇತ್ತು. ಹೋಟೆಲಿನಲ್ಲಿಯೇ ಮಲಗುವ ಅಣ್ಣನಿಗೆ ಸೈಕಲ್ ಬೇಕಿರಲಿಲ್ಲ. ನಾನು ಪುತ್ತೂರಿನಲ್ಲೋ ಬಂಟ್ವಾಳದಲ್ಲೋ ಸಿನಿಮಾ ನೋಡಿ ಬರುವಾಗ ನಡುರಾತ್ರಿ ದಾಟಿರುತ್ತಿತ್ತು. ಅಣ್ಣನ ಹತ್ತಿರ ಸೈಕಲ್ ಕೇಳುತ್ತಿದ್ದೆ. ಅಣ್ಣ ಕೊಡುತ್ತಿರಲಿಲ್ಲ. ಸಿನಿಮಾ ನೋಡಲು ಹೋಗಿದ್ದಾನೆ, ನಡೆದುಕೊಂಡೇ ಮನೆಗೆ ಹೋಗಲಿ ಎಂದೋ ಏನೋ ಅಣ್ಣ ಯಾವತ್ತೂ ತಡವಾದಾಗ ಸೈಕಲ್ ಕೊಡಲೇ ಇಲ್ಲ.

ಅಣ್ಣನಿಂದ ನಾನು ಕಲಿತದ್ದು ಹಲವು. ಕುಮಾರವ್ಯಾಸ, ಪಂಪ, ರನ್ನ, ಲಕ್ಷ್ಮೀಶ, ಕನಕದಾಸರ ರಚನೆಗಳನ್ನೆಲ್ಲ ಅಣ್ಣ ಜೋರಾಗಿ ಓದುತ್ತಿದ್ದ. ನಾನೂ ಅದರಿಂದಾಗಿ ಅವನ್ನೆಲ್ಲ ಓದಲು ಆರಂಭಿಸಿದೆ. ಅಣ್ಣನಿಗೆ ರಾಮಾಯಣ ದರ್ಶನಂ ಅಂದರೆ ಪ್ರಾಣ. ಅದನ್ನು ಕೂಡ ಎಲ್ಲರಿಗೆ ಓದಿ ಹೇಳುತ್ತಿದ್ದ. ಅದೇ ಕಾರಣಕ್ಕೆ ನನಗದು ಅಚ್ಚುಮೆಚ್ಚಾಯಿತು. ಮಲೆಗಳಲ್ಲಿ ಮದುಮಗಳು ಮತ್ತು ಕಾನೂರು ಹೆಗ್ಗಡಿತಿಯನ್ನು ಕೂಡ ಅಣ್ಣನಿಂದಾಗಿಯೇ ಓದಿದ್ದು.

ನಿಗೂಢ ಮನುಷ್ಯರು ಕತೆಯ ಜಗನ್ನಾಥನಂತೆ ಅಣ್ಣ ನನಗೆ ಒಮ್ಮೊಮ್ಮೆ ಕಾಣಿಸುತ್ತಿದ್ದರು.

ನಾನು ಬೆಂಗಳೂರಿಗೆ ಬಂದ ನಂತರ ನಾವಿಬ್ಬರೂ ಭೇಟಿಯಾಗುತ್ತಿದ್ದದ್ದು ತುಂಬಾ ಕಡಿಮೆ. ಊರಿಗೆ ಹೋದಾಗ ಆಗೊಮ್ಮೆ ಈಗೊಮ್ಮೆ ಮನೆಗೆ ಹೋಗುತ್ತಿದ್ದೆ. ಬೆಂಚಿನ ಮೇಲೆ ಯಾವುದಾದರೂ ಪುಸ್ತಕ ಓದುತ್ತಾ ಕೂತಿರುತ್ತಿದ್ದ ಅಣ್ಣನ ಪಕ್ಕದಲ್ಲಿ ಕೂರುತ್ತಿದ್ದೆ. ಅವರು ಕೈಲಿದ್ದ ಬೀಡಿಯ ಕಟ್ಟಿನಿಂದ ಒಂದು ಬೀಡಿ ತೆಗೆದು ನನ್ನತ್ತ ತಳ್ಳುತ್ತಿದ್ದರು. ನಾನು ನನ್ನ ಜೇಬಲ್ಲಿರುತ್ತಿದ್ದ ಸಿಗರೇಟು ಪ್ಯಾಕೆಟ್ಟಿನಿಂದ ಒಂದು ಸಿಗರೇಟು ತೆಗೆದುಕೊಡುತ್ತಿದ್ದೆ.

ಈ ಜಗತ್ತಿನಲ್ಲಿ ನಾವಿಬ್ಬರೇ ಇದ್ದೇವೆ ಎಂಬಂತೆ ಇಬ್ಬರೂ ಗಹನವಾಗಿ ಹೊಗೆ ಬಿಡುತ್ತಾ ತಲ್ಲೀನರಾಗುತ್ತಿದ್ದೆವು.

ಕುಂಟಿನಿಯ ಗೋಪಾಲಕೃಷ್ಣ

ಕುಂಟಿನಿಯ ಗೋಪಾಲಕೃಷ್ಣನೆಂದರೆ ನನಗೆ ಭಯ ಮತ್ತು ಭಕ್ತಿ. ನಾನು ಅವನನ್ನು ನೋಡಿದ್ದು ಉಪ್ಪಿನಂಗಡಿಯ ಪೋಸ್ಟ್ ಆಫೀಸಿನಲ್ಲಿ ಅಂತ ಅವನೇ ಆಗಾಗ ಹೇಳುತ್ತಿರುತ್ತಾನೆ. ಅದು ಹೌದೋ ಅಲ್ಲವೋ ಖಾತ್ರಿಯಿಲ್ಲ. ಆದರೆ ಅವನು ಅದನ್ನು ಹೇಳಿದ ಮೇಲೆ ನಾವು ನಿಜವಾಗಿಯೂ ಭೇಟಿಯಾದದ್ದು ಎಲ್ಲಿ ಎನ್ನುವುದು ನನಗೆ ಮರೆತುಹೋಗಿದೆ.

ಗೋಪಾಲಕೃಷ್ಣನ ವಿಳಾಸ ಅತಿ ಚಿಕ್ಕದು: ಗೋಪಾಲಕೃಷ್ಣ ಕುಂಟಿನಿ, ಚೇತನಾ, ಉಪ್ಪಿನಂಗಡಿ. ನನ್ನ ಮನೆಯ ವಿಳಾಸ ಇದರ ಐದು ಪಟ್ಟು ಉದ್ದ ಇತ್ತು. ನನಗೆ ಈ ಚಿಕ್ಕ ವಿಳಾಸದ ಮೇಲೆ ಕಣ್ಣು. ಹೇಗಾದರೂ ಮಾಡಿ ನನ್ನ ವಿಳಾಸವನ್ನೂ ಚಿಕ್ಕದು ಮಾಡಿಕೊಳ್ಳಬೇಕು ಅಂದುಕೊಂಡು ನಾನೊಮ್ಮೆ ಗಿರೀಶ್ ರಾವ್ ಎಚ್., ಉಪ್ಪಿನಂಗಡಿ ಅಂತಷ್ಟೇ ಅಡ್ರೆಸ್ ಬರೆದ ಕಾರ್ಡೊಂದನ್ನು ನನಗೇ ಪೋಸ್ಟ್ ಮಾಡಿಕೊಂಡಿದ್ದೆ. ಅದು ನನಗೆ ತಲುಪಲೇ ಇಲ್ಲ.

ಒಂದೇ ಶಾಲೆಯಲ್ಲಿ ಓದುತ್ತಿದ್ದರೂ ಕುಂಟಿನಿ ನನಗೆ ಮೊದಮೊದಲು ಅಂತ ಆಪ್ತನೇನೂ ಆಗಿರಲಿಲ್ಲ. ಅವನು ಶ್ರೀಮಂತರ ಮನೆಯ ಹುಡುಗನಾಗಿದ್ದರಿಂದ ಅವನ ಜತೆ ಸ್ನೇಹ ಬೆಳೆಸಿಕೊಳ್ಳಲು ನನ್ನ ಮನಸ್ಸು ಒಪ್ಪಿರಲಿಲ್ಲ. ನನ್ನಷ್ಟೇ ಬಡವರಾದ ಗೆಳೆಯರ ನಡುವೆ ನಾನು ಸುಳಿದಾಡಿಕೊಂಡಿದ್ದೆ. ಮೂರು ವರುಷದ ಹೈಸ್ಕೂಲು ದಿನಗಳಲ್ಲಿ ನಮ್ಮ ನಡುವೆ ಅಂಥ ಸ್ನೇಹವೇನೂ ಕೂಡಿ ಬರಲಿಲ್ಲ. ಮುಗುಳುನಗು, ಎದುರಿಗೆ ಸಿಕ್ಕಾಗ ನಾಲ್ಕು ಮಾತುಗಳಲ್ಲಿ ಅದು ಮುಗಿದುಹೋಗುತ್ತಿತ್ತು. ಅಲ್ಲದೇ, ಅವನು ನನ್ನ ಸೆಕ್ಷನ್ನಿನಲ್ಲಿ ಇರಲಿಲ್ಲ.

ಹೈಸ್ಕೂಲು ದಿನಗಳು ನಮ್ಮ ಪಾಲಿಗೆ ಅತ್ಯಂತ ಸಂತೋಷ ಕೊಟ್ಟ ದಿನಗಳು. ಆಗ ಕೈಯಲ್ಲಿ ದುಡ್ಡಿರುತ್ತಿರಲಿಲ್ಲ ಅನ್ನುವುದನ್ನು ಬಿಟ್ಟರೆ, ಅಗಾಧವಾದ ಸ್ವಾತಂತ್ರ್ಯ ಇತ್ತು. ನಮ್ಮ ಶಾಲೆಯ ದೊಡ್ಡ ಫೀಲ್ಡಿನಲ್ಲಿ ಕ್ರಿಕೆಟ್ ಆಡುವುದು,

ಸೈಕಲ್ ಓಡಿಸುವುದು, ಪಕ್ಕದ ನೇತ್ರಾವತಿ ನದಿಯಲ್ಲಿ ಈಜುವುದೆಲ್ಲ ನಮ್ಮ ಆ ಹೊತ್ತಿನ ಥ್ರಿಲ್ಲುಗಳು. ಅದರಲ್ಲೆಲ್ಲ ಗೋಪಾಲಕೃಷ್ಣ ಭಾಗಿಯಾಗುತ್ತಿರಲಿಲ್ಲ. ಅವನು ಸ್ಕೂಲು ಬಿಡುತ್ತಿದ್ದಂತೆ ಮನೆಗೆ ಹೊರಟುಬಿಡುತ್ತಿದ್ದ.

ಪಿಯುಸಿಗೆ ಬಂದ ನಂತರ ನಾವು ಹತ್ತಿರಾದೆವು. ಆಗಲೇ ನಮಗೆ ಪರಸ್ಪರರು ಕತೆಗಾರರೆಂದು ಗೊತ್ತಾದದ್ದು. ಪಿಯೂಸಿಯಲ್ಲಿ ನಮಗೆ ಮ್ಯಾಥ್ಯೂ ಎಂಬ ಇಂಗ್ಲಿಷ್ ಮೇಷ್ಟರಿದ್ದರು. ಅವರು ಮಲಯಾಳಂ ಉಚ್ಚಾರಣೆಯಲ್ಲಿ ಇಂಗ್ಲಿಷ್ ಪಾಠ ಮಾಡುತ್ತಿದ್ದರು. ಕುಂಟಿನಿ ಅವರನ್ನು ಸೊಗಸಾಗಿ ಮಿಮಿಕ್ರಿ ಮಾಡುತ್ತಿದ್ದ. ಹಾಗೆಯೇ ಬೇರೆ ಮೇಷ್ಟ್ರುಗಳನ್ನು ಅಣಕ ಮಾಡುತ್ತಿದ್ದ. ಅದನ್ನು ಮೇಷ್ಟ್ರುಗಳು ಕೂಡ ತಮಾಷೆಯಾಗಿ ತೆಗೆದುಕೊಳ್ಳುತ್ತಿದ್ದರು.

ನಾವಿಬ್ಬರೂ ಉಪ್ಪಿನಂಗಡಿಯ ಸಾರ್ವಜನಿಕ ಗ್ರಂಥಾಲಯಕ್ಕೆ ಹೋಗುತ್ತಿದ್ದೆವು. ಮಳೆಗಾಲದಲ್ಲಿ ಅಲ್ಲಿಯೇ ಗಂಟೆಗಟ್ಟಲೆ ಕುಳಿತು ಓದುತ್ತಿದ್ದೆವು. ಸೊಳ್ಳೆಗಳ ಆಗರವಾಗಿದ್ದ ಆ ಲೈಬ್ರರಿಯಲ್ಲಿ ನಾವು ಹೇಗೆ ಕೂರುತ್ತಿದ್ದೆವು ಅನ್ನುವುದು ಈಗ ನೆನಪಿಸಿಕೊಂಡರೆ ಆಶ್ಚರ್ಯಕರವಾಗಿ ಕಾಣುತ್ತದೆ. ಇತ್ತೀಚೆಗೆ ಅಲ್ಲಿಗೆ ಹೋದಾಗ ಎರಡು ನಿಮಿಷವೂ ನಿಲ್ಲಲಿಕ್ಕಾಗದಷ್ಟು ಸೊಳ್ಳೆಗಳು ಕಚ್ಚಿದ್ದವು. ಆಗೆಲ್ಲ ನಾವು ಓದುತ್ತಿದ್ದದ್ದು ಪತ್ತೇದಾರಿ ಕಾದಂಬರಿಗಳನ್ನು. ಯಂಡಮೂರಿ ವೀರೇಂದ್ರನಾಥ್ ಆಗಿನ್ನೂ ಪುಸ್ತಕ ರೂಪದಲ್ಲಿ ಬಂದಿರಲಿಲ್ಲ. ಟಿಕೆ ರಾಮರಾವ್ ನನಗೆ ಮೆಚ್ಚಿನ ಲೇಖಕರಾಗಿದ್ದರು.

ಅದೇ ವರ್ಷ ನಮ್ಮ ಕಾಲೇಜಿಗೆ ಕೆ. ಕೇಶವಶರ್ಮ ಕನ್ನಡ ಮೇಷ್ಟರಾಗಿ ಬಂದರು. ನಾವು ಓದುತ್ತಿದ್ದ ಪುಸ್ತಕಗಳನ್ನು ನೋಡಿ ಅವರಿಗೆ ಸಿಟ್ಟು ಬಂತು. ಮಾರನೇ ದಿನ ಬರುವಾಗ ಯಶವಂತ ಚಿತ್ತಾಲರ ಶಿಕಾರಿ ಕಾದಂಬರಿಯನ್ನು ತಂದುಕೊಟ್ಟು, ನೀವೆಲ್ಲ ಇದನ್ನು ಓದಬೇಕು ಎಂದು ಬೈದರು. ನಮ್ಮ ಓದು ಬದಲಾಗಿದ್ದು ಆವತ್ತಿನಿಂದ. ಬಹುಶಃ ಅದೇ ಆಸುಪಾಸಿಗೆ ನಮ್ಮ ಬರಹದ ಶೈಲಿಯೂ ಬದಲಾಯಿತೆಂದು ನೆನಪು.

ನಾವಿಬ್ಬರೂ ಆಗ ಸಿಗುತ್ತಿದ್ದ ಲೇಖಕ್ ನೋಟ್ ಬುಕ್ಕಿನಲ್ಲಿ ವಾರಕ್ಕೆ ಒಂದೋ ಎರಡೋ ಕತೆ ಬರೆಯುತ್ತಿದ್ದೆವು. ನನ್ನ ಕತೆಗಳನ್ನು ಅವನು ಅವನ ಕತೆಗಳನ್ನು ನಾನು ಹೊಟ್ಟೆಕಿಚ್ಚಿನಿಂದಲೂ ಮೆಚ್ಚುಗೆಯಿಂದಲೂ ಓದುತ್ತಿದ್ದೆವು. ನಮ್ಮೂರಿನಲ್ಲಿ ಒಬ್ಬ ಬಹುದೊಡ್ಡ ಕತೆಗಾರ ಇದ್ದಾನೆ ಎಂಬ ಭಾವನೆ ಆಗ ನಮ್ಮಿಬ್ಬರಲ್ಲೂ ಇತ್ತು. ಅದೇ ಸಮಯಕ್ಕೆ ನಾವಿಬ್ಬರೂ ಪತ್ರಿಕೆಗಳಿಗೆ ಬರೆಯಲಿಕ್ಕೂ ಆರಂಭಿಸಿದೆವು. ನಮ್ಮ ಪತ್ರಗಳು, ಅಭಿಪ್ರಾಯಗಳು ಆಗೀಗ ಪ್ರಕಟವಾಗುತ್ತಿದ್ದವು. ಅದರಿಂದ ನಮಗೆ ಉಪ್ಪಿನಂಗಡಿಯಲ್ಲಿ ವಿಶೇಷ ಗೌರವ ಪ್ರಾಪ್ತವಾಗಿದೆ ಎಂದು ನಾವು ನಂಬಿಕೊಂಡಿದ್ದೆವು. ವಾಸ್ತವದಲ್ಲಿ ಅಂಥದ್ದೇನೂ ಆಗಿರಲಿಲ್ಲ.

ಆ ಕಾಲಕ್ಕೆ ನಮ್ಮ ಕಾಲೇಜು ಹೊಡೆದಾಟಕ್ಕೆ ಹೆಸರಾಗಿತ್ತು. ಎರಡು ತಂಡಗಳು ಕತ್ತಿ ಕೊಡಲಿ ಮಚ್ಚು ಹಿಡಿದುಕೊಂಡು ಜಗಳ ಆಡುವುದು ಸಾಮಾನ್ಯ ದೃಶ್ಯವಾಗಿತ್ತು. ನಾವು ಯಾವುದಾದರೊಂದು ಬಣದಲ್ಲಿ ಇರದೇ ಹೋದರೆ ನಮಗೆ ಉಳಿಗಾಲವಿಲ್ಲ ಎಂಬ ಸ್ಥಿತಿಯೂ ನಿರ್ಮಾಣ ಆಗಿತ್ತು. ಆದರೆ ಅವರ ರಗಳೆಯಲ್ಲಿ ಮುಳುಗಲು ನಮಗೆ ಇಷ್ಟವಿರಲಿಲ್ಲ. ಹೀಗಾಗಿ ಬಲಿಷ್ಠವಾದ ತಂಡದ ಜತೆ ನಾವಿದ್ದೇವೆ ಅಂತ ಅವರಿಗಷ್ಟೇ ತಿಳಿಯುವ ಹಾಗೆ ನಾಟಕ ಆಡುತ್ತಾ ಇದ್ದೆವು. ಮತ್ತೊಂದು ತಂಡಕ್ಕೆ ಇದರ ಸುಳಿವು ಹತ್ತದ ಹಾಗೆ ಎಚ್ಚರಿಕೆಯಲ್ಲಿ ಇರುತ್ತಿದ್ದೆವು. ಆದರೂ ನಾವು ನಿರ್ಣಾಯಕ ಸಮಯದಲ್ಲಿ ಕೈಕೊಡುತ್ತೇವೆಂದು ಅವರಿಗೆ ಸಿಟ್ಟಿತ್ತು. ಒಮ್ಮೆ ನಾನು ಮತ್ತು ಗೋಪಾಲಕೃಷ್ಣ ನದೀದಂಡೆಯಲ್ಲಿ ಚಿತ್ತಾಲರ ಪುಸ್ತಕ ಓದುತ್ತಾ ಕೂತಿದ್ದಾಗ, ಫೈಟರ್ ತಂಡದಲ್ಲಿದ್ದ ಒಬ್ಬ ನಮ್ಮನ್ನು ಹೊಡೆಯಲೆಂದು ಬಂದ. ಗೋಪಾಲಕೃಷ್ಣ ಅವನ ಕೈಗೆ ಸಿಗಲಿಲ್ಲ. ಕೈಗೆ ಸಿಕ್ಕಿದ್ದ ನನ್ನನ್ನು ಅವನು ಎತ್ತಿಕೊಂಡು ಹೋಗಿ ನೇತ್ರಾವತಿ ನದಿಯ ಆಳದ ಕಡವಿನಲ್ಲಿ ಎಸೆದುಬಿಟ್ಟಿದ್ದ. ನನಗೆ ಆಗ ಸರಿಯಾಗಿ ಈಜು ಬರುತ್ತಿರಲಿಲ್ಲ. ಆದರೆ ಎಲ್ಲರೆದುರೂ ಈಜು ಬರುತ್ತದೆ ಅಂತ ಹೇಳಿಕೊಂಡು ಓಡಾಡುತ್ತಿದ್ದೆ. ನಾನು ತೇಲುಮುಳುಗಾಗಿ ಕೈ ಕಾಲು ಬಡಿಯತೊಡಗಿದೆ. ಗೋಪಾಲಕೃಷ್ಣ ಅದನ್ನು ನೋಡಿ ನಾನು ಈಜುತ್ತಿದ್ದೇನೆ ಅಂತ ಭಾವಿಸಿ ನಗುತ್ತಾ ನಿಂತಿದ್ದ. ಸ್ವಲ್ಪ ಹೊತ್ತಿಗೆಲ್ಲ ನನಗೆ ಈಜು ಬರುವುದಿಲ್ಲ ಅಂತ ಅವನಿಗೆ ಗೊತ್ತಾಯಿತು. ಅಲ್ಲೇ ಪಕ್ಕದಲ್ಲಿದ್ದ ಯಾರನ್ನೋ ಕರೆದು ನನ್ನನ್ನು ತೋರಿಸಿದ. ಅವನು ಹೊಳೆಗೆ ಹಾರಿ ನನ್ನ ಜುಟ್ಟು ಹಿಡಕೊಂಡು ದಡಕ್ಕೆ ಎಳೆದುಕೊಂಡು ಬಂದ. ಆವತ್ತು ನಾನು ಎರಡು ತೀರ್ಮಾನ ಮಾಡಿದೆ; ಕೂಡಲೇ ಈಜು ಕಲಿಯಬೇಕು. ಯಾವ ಕಾರಣಕ್ಕೂ ಪ್ರಾಣ ಉಳಿಸಿದ ಗೋಪಾಲಕೃಷ್ಣನ ಸ್ನೇಹ ಬಿಡಬಾರದು.

ಆಮೇಲೆ ನಾನು ಗೋಪಾಲಕೃಷ್ಣನ ಮನೆಗೆ ಹೋಗಲು ಶುರುಮಾಡಿದೆ. ಅವನ ತಂದೆ ಕೃಷ್ಣ ಭಟ್ಟರು ನನ್ನನ್ನು ಪ್ರೀತಿಯಿಂದ ಮಾತಾಡಿಸುತ್ತಿದ್ದರು. ನನ್ನ ಕತೆಗಳನ್ನು ಓದುತ್ತಿದ್ದರು. ಎಷ್ಟೋ ಸಲ ಅವನ ಮನೆಯಲ್ಲೇ ಉಳಿಯುತ್ತಿದ್ದೆ. ಒಂದು ಸಲ ನಮ್ಮಪ್ಪ ಕೂಡ ನನ್ನ ಜತೆಗೇ ಅವನ ಮನೆಗೆ ಬಂದು ನಾನು ರಾತ್ರಿ ಅಲ್ಲೇ ಉಳಿಯುತ್ತಿದ್ದೇನೆ ಎಂದು ಖಚಿತಪಡಿಸಿಕೊಂಡಿದ್ದರು.

ನಮ್ಮ ಪಿಯುಸಿ ಮುಗಿಯುತ್ತಿದ್ದಂತೆ ಕಾಲೇಜಿನಲ್ಲಿ ವಾರ್ಷಿಕೋತ್ಸವ ಇಟ್ಟುಕೊಂಡಿದ್ದರು. ಅದರಲ್ಲಿ ಗೋಪಾಲಕೃಷ್ಣ ನನ್ನನ್ನು ಗೇಲಿ ಮಾಡಲಿಕ್ಕೆಂದೇ ಒಂದು ಹಾಡು ಹಾಡಿದ್ದ. ಅದು ಕುರ್ಬಾನಿ ಚಿತ್ರದ ಟೈಟಲ್ ಸಾಂಗ್. ನಾನು ಒಂಬತ್ತನೇ ಕ್ಲಾಸಲ್ಲಿದ್ದಾಗ ಕುರ್ಬಾನಿ ಸಿನಿಮಾಕ್ಕೆ ಹೋಗಿದ್ದೆ. ಅದರಲ್ಲಿ ಜೀನತ್ ಅಮಾನ್ ಬಿಕಿನಿ ಹಾಕಿಕೊಂಡು ಸಮುದ್ರ ದಂಡೆಯಲ್ಲಿ ನಡೆದಾಡುವ

ದೃಶ್ಯವಿತ್ತು. ಆ ದೃಶ್ಯ ನೋಡುತ್ತಾ ನಾನು ಜೋರಾಗಿ ಸಿಳ್ಳೆ ಹೊಡೆದಿದ್ದೆ. ನನ್ನ ದುರದೃಷ್ಟಕ್ಕೆ ಅದೇ ಪ್ರದರ್ಶನಕ್ಕೆ ನಮ್ಮ ಗಣಿತದ ಮೇಷ್ಟ್ರು ಬಂದಿದ್ದರು. ಅವರು ಥೇಟರಿನಲ್ಲಿ ನನ್ನನ್ನೇನೂ ಮಾತಾಡಿಸಲಿಲ್ಲ. ಮಾರನೇ ದಿನ ಕ್ಲಾಸಲ್ಲಿ ನನ್ನನ್ನು ಕರೆದು ಡಾನ್ಸು ಮಾಡುವಂತೆ ಹೇಳಿದರು. ಅವರು ಜೋರಾಗಿ ಕುರ್ಬಾನಿ ಕುರ್ಬಾನಿ ಕುರುಬಾನೀ... ಅಲ್ಲಾ ಕೋ ಪ್ಯಾರೀ ಹೇ ಕುರುಬಾನಿ ಅಂತ ಹಾಡುತ್ತಾ, ನನ್ನನ್ನು ನಾಗರಬೆತ್ತದಿಂದ ಹೊಡೆಯುತ್ತ ಕುಣಿಸಿದ್ದರು. ಈ ಪ್ರಸಂಗ ನೋಡಿದವರು ನನ್ನನ್ನು ಕಂಡಾಗಲೆಲ್ಲ ಕುರ್ಬಾನಿ ಹಾಡು ಹಾಡುತ್ತಾ ಗೇಲಿ ಮಾಡುತ್ತಿದ್ದರು.

ನಾವಿಬ್ಬರೂ ಮತ್ತಷ್ಟು ಹತ್ತಿರವಾದದ್ದು ಬಿಕಾಂ ಓದುತ್ತಿರುವಾಗ. ಕನ್ನಡ ಉಪನ್ಯಾಸಕ ಮಲ್ಲಿಕಾರ್ಜುನ ಮೊರಬದ ಹಾಗೂ ಇಂಗ್ಲಿಷ್ ಉಪನ್ಯಾಸಕ ವೆಂಕಟರಮಣ ಬಳ್ಳ ನಮ್ಮ ಅಗಾಧ ಪ್ರತಿಭೆಯನ್ನು ಅರ್ಥ ಮಾಡಿಕೊಂಡಿದ್ದರು. ಬಳ್ಳ ನಮಗೆ ಓದಲು ಇಂಗ್ಲಿಷ್ ಪುಸ್ತಕಗಳನ್ನು ತಂದುಕೊಡುತ್ತಿದ್ದರು. ಅವರ ಬಳಿ ಪುಸ್ತಕಗಳ ದೊಡ್ಡ ಸಂಗ್ರಹವಿತ್ತು. ನಾವೆಲ್ಲ ಅವರ ಮನೆಗೆ ಹೋಗಿ ಅಲ್ಲೇ ಉಳಿದುಕೊಂಡು ಅವರೊಂದಿಗೆ ಚರ್ಚಿಸುತ್ತಾ ಇರುತ್ತಿದ್ದೆವು. ಅವರಿಗೆ ಹುಮ್ಮಸ್ಸು ಬಂದರೆ ನಮಗೆ ಒಂಚೂರು ಬಿಯರ್ ದಾನ ಮಾಡುತ್ತಿದ್ದರು.

ಆ ಅವಧಿಯಲ್ಲೇ ನಮ್ಮ ಓದು ವಿಸ್ತಾರವಾದದ್ದು ಮತ್ತು ಬಹುತೇಕ ಕನ್ನಡ ಸಾಹಿತ್ಯ ಬೂಸಾ ಅನ್ನುವುದು ಗೊತ್ತಾದದ್ದು. ಅದೇ ಹೊತ್ತಿಗೆ ನಮಗೆ ಲಂಕೇಶ್ ಪತ್ರಿಕೆ ಸಿಗತೊಡಗಿತು. ಲಂಕೇಶರು ಪ್ರತಿವಾರವೂ ಒಬ್ಬೊಬ್ಬರನ್ನೇ ಜಾಡಿಸುತ್ತಿದ್ದರು. ನಮಗೆ ಅಷ್ಟೂ ದಿನ ಮಹಾನ್ ಸಾಹಿತಿಗಳಂತೆ ಕಂಡವರೆಲ್ಲ ಲಂಕೇಶರ ಕಟುವಿಮರ್ಶೆಗೆ ಸಿಲುಕಿ ಸಾಧಾರಣ ಲೇಖಕರಂತೆ ಕಾಣತೊಡಗಿದರು. ನಾವು ಕೇಳುತ್ತಿದ್ದ ಭಾವಗೀತೆಗಳು ಸಪ್ಪೆಯಾದವು. ಎಷ್ಟೋ ಹಿರಿಯ ಲೇಖಕರು ನಮ್ಮ ಲಿಸ್ಟಿನಿಂದ ಕಣ್ಮರೆಯಾದರು. ಆಲನಹಳ್ಳಿ, ರಾಜಶೇಖರ ನೀರಮಾನ್ವಿ, ಸದಾಶಿವ, ಅನಂತಮೂರ್ತಿ, ತಿರುಮಲೇಶ್, ಸುಬ್ರಾಯ ಚೊಕ್ಕಾಡಿ, ತೇಜಸ್ವಿ, ಡಿಆರ್ ನಾಗರಾಜ, ಕುಂವೀ–ಹೀಗೆ ನಮ್ಮ ಓದು ಬದಲಾಗುತ್ತಾ ಸಾಗಿತು. ಇಂಗ್ಲಿಷಿನಲ್ಲೂ ಕಮೂ, ಕಾಫ್ಕ, ಎಜ್ರಾ ಪೌಂಡ್, ಎಲಿಯಟ್, ರಿಚರ್ಡ್ಸ್ ಮುಂತಾದವರು ನಮ್ಮ ಆಲೋಚನೆಯ ದಿಕ್ಕನ್ನು ಬದಲಾಯಿಸಿದರು. ನಾವು ಬರೆಯುತ್ತಿರುವುದು ಸಾರವಿಲ್ಲದ ಸಪ್ಪೆ ಪ್ರಸಂಗದಂತೆ ಕಾಣತೊಡಗಿತು. ನಾವು ಏನಾದರೂ ಮಾಡಲೇಬೇಕು, ಬದಲಾಗಬೇಕು ಎಂದು ತೀರ್ಮಾನಿಸಿದ್ದೆವು.

ಒಂದು ನವೆಂಬರ್ ತಿಂಗಳ ಕೊನೆಯ ವಾರ ನಾವಿಬ್ಬರೂ ಗೋಪಾಲಕೃಷ್ಣನ ಮನೆಯಲ್ಲಿ ಸೇರಿದೆವು. ರಾತ್ರಿ ಊಟದ ನಂತರ ಅವನ ಮನೆಯ ಹಿಂದಿನ ಗುಡ್ಡಕ್ಕೆ ಏರಿದೆವು. ಇಬ್ಬರ ಕೈಯಲ್ಲೂ ಒಂದೊಂದು ದೊಡ್ಡ ಚೀಲವಿತ್ತು. ಅದರ ತುಂಬ ನಾವು ಬರೆದ ಕತೆಗಳಿದ್ದವು. ಅದನ್ನೆಲ್ಲ ನೆಲಕ್ಕೆ

ಸುರುವಿ ಬೆಂಕಿಕಡ್ಡಿ ಗೀರಿದೆವು. ನಾವು ಬರೆದಿಟ್ಟಿದ್ದ ಸುಮಾರು 40 ಲೇಖಕ್ ನೋಟ್ ಪುಸ್ತಕಗಳು ನಮ್ಮ ಕಣ್ಣೆದುರು ಸುಟ್ಟು ಹೋಗುವುದನ್ನು ನೋಡುತ್ತಾ ಕೂತೆವು. ಆ ಸುಡುಬೆಳಕಲ್ಲಿ ನಾವಿಬ್ಬರೂ ಪರಸ್ಪರರನ್ನು ನೋಡಿಕೊಂಡೆವು. ನಮ್ಮ ಬರವಣಿಗೆಯ ಹೊಸ ಅಧ್ಯಾಯ ಅಂದು ಆರಂಭವಾಗಲಿದೆ ಅಂತ ನಮ್ಮಿಬ್ಬರಿಗೂ ಆ ರಾತ್ರಿ ಗಾಢವಾಗಿ ಅನ್ನಿಸುತ್ತಿತ್ತು. ಮುಂದೆ ನಾವೇನು ಬರೆದೆವು ಅನ್ನುವುದಕ್ಕಿಂತ ಆ ರಾತ್ರಿ ನಾವು ಬರೆದದ್ದನ್ನು ನಾವೇ ಸುಡುವ ತೀರ್ಮಾನ ನಮ್ಮನ್ನು ಗಟ್ಟಿಗೊಳಿಸಿತೆಂದು ನನಗೆ ಈಗ ಯೋಚಿಸಿದಾಗ ಅನ್ನಿಸುತ್ತದೆ.

ಕುಂಟಿನಿ ಗೋಪಾಲಕೃಷ್ಣನ ಕುರಿತು ನಾನೊಂದು ಪುಸ್ತಕವನ್ನೇ ಬರೆಯಬೇಕು. ಆದರೆ ನಮ್ಮ ಸ್ನೇಹ ನನ್ನನ್ನು ರೂಪಿಸಿದಷ್ಟನ್ನು ಮಾತ್ರ ಇಲ್ಲಿ ತರುತ್ತಿದ್ದೇನೆ. ನಾವಿಬ್ಬರೂ ಜತೆಯಾಗಿ ಹೆಗ್ಗೋಡಿಗೆ ಹೋದದ್ದು, ತೇಜಸ್ವಿಯವರನ್ನು ಭೇಟಿಯಾದದ್ದು, ಸೆಮಿನಾರುಗಳಿಗೆ ಹೋಗುತ್ತಿದ್ದದ್ದು, ಇಂಗ್ಲಿಷ್ ಪತ್ರಿಕೆಗೆ ಕೆಲಸ ಕೇಳಲು ಹೋದದ್ದು, ಜತೆಯಾಗಿ ಸೇರಿ ಪೆಂಗ್ವಿನ್ ಕನ್ಸಲ್ಟೆನ್ಸಿ ಎಂಬ ಸಂಸ್ಥೆಯನ್ನು ಉಪ್ಪಿನಂಗಡಿಯಲ್ಲಿ ಒಂದು ವರುಷ ಯಶಸ್ವಿಯಾಗಿ ನಡೆಸಿದ್ದು, ಐಎಎಸ್ ಬರೆಯಲೆಂದು ಬೆಂಗಳೂರಿಗೆ ಬಂದದ್ದು... ಹೀಗೆ ನೂರಾರು ಪ್ರಸಂಗಗಳು ನಮ್ಮ ಸ್ನೇಹವನ್ನು ಗಟ್ಟಿಗೊಳಿಸಿವೆ.

ನಮ್ಮ ನಡುವೆ ಮಾತುಕತೆ ಇಲ್ಲದಿದ್ದಾಗಲೂ ಒಬ್ಬರ ಮನಸ್ಸು ಮತ್ತೊಬ್ಬರಿಗೆ ತಿಳಿಯುತ್ತಿತ್ತು ಎಂಬುದಕ್ಕೆ ಒಂದು ಪ್ರಸಂಗ ಹೇಳಬೇಕು. ನಾನು ಆಗ ಉಪ್ಪಿನಂಗಡಿಯಿಂದ ಹನ್ನೆರಡು ಕಿಲೋಮೀಟರ್ ದೂರದ ಪದ್ಮುಂಜದಲ್ಲಿ ಹೋಟೆಲ್ ನಡೆಸುತ್ತಿದ್ದೆ. ಗೋಪಾಲಕೃಷ್ಣ ಅಲ್ಲಿಗೆ ಆಗಾಗ ಬರುತ್ತಿದ್ದ. ಒಂದು ದಿನ ಹೋಟೆಲ್ ಮುಗಿಸಿ ಮನೆಗೆ ಹೋದೆ. ಮನಸ್ಸು ತುಂಬ ಮುದುಡಿತ್ತು. ಗೋಪಾಲಕೃಷ್ಣನಿಗೆ ಏನೋ ತೊಂದರೆಯಾಗಿದೆ ಅನ್ನಿಸುತ್ತಿತ್ತು. ಅವನು ಸತ್ತು ಹೋಗುತ್ತಾನೆ ಅಂತ ಅನ್ನಿಸತೊಡಗಿತು. ಆ ಕಾಲಕ್ಕೆ ನನ್ನ ಬಳಿ ಯಾವುದೇ ವಾಹನ ಇರಲಿಲ್ಲ. ಅಷ್ಟು ಹೊತ್ತಿಗೆ ಅವನನ್ನು ನೋಡಲು ಸಾಧ್ಯವೇ ಇರಲಿಲ್ಲ. ನಾನು ಜೋರಾಗಿ ಅಳುತ್ತಾ ಮಲಗಿಬಿಟ್ಟೆ. ನನ್ನ ಜತೆಗಿದ್ದ ಅಪ್ಪ ಏನಾಯಿತೆಂದು ವಿಚಾರಿಸಿದರು. ಸ್ವಲ್ಪ ಹೊತ್ತಿಗೆಲ್ಲ ಅವರು ಅದೆಲ್ಲಿಗೋ ಹೋಗಿ ಯಾರದೋ ಸ್ಕೂಟರ್ ತಂದರು. ಆ ಸ್ಕೂಟರ್ ಹತ್ತಿಕೊಂಡು ಅಪರಾತ್ರಿಯಲ್ಲಿ ಗೋಪಾಲಕೃಷ್ಣನ ಮನೆಗೆ ಹೋದರೆ ಅವನು ಸಿಕ್ಕಾಪಟ್ಟೆ ಜ್ವರ ಬಂದು ಮಲಗಿದ್ದ. ಅವನನ್ನು ನೋಡಿ, ಸ್ವಲ್ಪ ಹೊತ್ತು ಜತೆಗಿದ್ದು ಮರಳಿದೆ.

ಈಗಲೂ, ಹೇಳದೇ ಹೋದರೂ ಅವನ ಸಿಟ್ಟು ನನಗೂ ನನ್ನ ಸಿಟ್ಟು ಅವನಿಗೂ ತಿಳಿಯುತ್ತದೆ. ಅದು ತಿಳಿಯಾಗುವ ತನಕ ಇಬ್ಬರೂ ಕಾಯುತ್ತೇವೆ. ಹಾಗೇ ಬಿಟ್ಟಷ್ಟೂ ಅದು ಬೇಗ ತಿಳಿಯಾಗುತ್ತದೆ.

ಪಾದೇಕಲ್ಲು ವೆಂಕಟರಮಣ

ನಾನು ಅವರನ್ನು ಮೊದಲ ಸಲ ನೋಡಿದಾಗ, ಅವರು ಮಾಸಿದ ಪಂಚೆ ಉಟ್ಟುಕೊಂಡು, ಅದೇ ಬಣ್ಣದ ಶರಟು ತೊಟ್ಟುಕೊಂಡು ಹಿಟ್ಲರ್ ಮೀಸೆ ಬಿಟ್ಟುಕೊಂಡು ವಿಲ್ಲೀಸ್ ಜೀಪು ಡ್ರೈವ್ ಮಾಡುತ್ತಿದ್ದರು. ಒಂದು ಬದಿಯಿಂದ ನೋಡಿದರೆ ಶಿವರಾಮ ಕಾರಂತರ ಥರ ಕಾಣುತ್ತಿದ್ದರು. ಶಿವರಾಮ ಕಾರಂತರಷ್ಟೇ ಸಿಟ್ಟಿನ ಮನುಷ್ಯ ಅನ್ನುವುದು ಆಮೇಲೆ ಗೊತ್ತಾಯಿತು.

ನಾನು ಅವರನ್ನು ನೋಡಲು ಹೋದದ್ದು ಅವರ ತೋಟದಲ್ಲಿ ಮೇಸ್ತ್ರಿ ಕೆಲಸ ಕೇಳುವುದಕ್ಕೆ. ಅಷ್ಟು ಹೊತ್ತಿಗಾಗಲೇ ನನ್ನ ಎರಡು ಮೂರು ಅವತಾರಗಳು ಪೂರ್ತಿಯಾಗಿದ್ದವು. ನಾನು ಮತ್ತು ಗೋಪಾಲಕೃಷ್ಣ ಕುಂಟಿನಿ ಸೇರಿ ಆರಂಭಿಸಿದ ಅಕೌಂಟಿಂಗ್ ಸಂಸ್ಥೆಯನ್ನು ನಾವೇ ಮುಚ್ಚಿದ್ದೆವು. ಮಂಗಳೂರಿನ ಕಂಪೆನಿಯಲ್ಲಿ ಅಕೌಂಟೆಂಟ್ ಆಗಿದ್ದವನು ಅದರಿಂದ ಬೇಸರ ಬಂದು ಊರಿಗೆ ಮರಳಿದ್ದೆ. ಪುತ್ತೂರಿನ ಶಫಿ ಸಾಹೇಬರಿಗಾಗಿ ಒಪ್ಪಿಕೊಂಡ ಕೆಲಸ ಮುಗಿದಿತ್ತು. ಅಷ್ಟು ಹೊತ್ತಿಗೆ ಕೊಂಚ ಭಟ್ಟರ ತೋಟಕ್ಕೊಬ್ಬ ರೈಟರ್ ಬೇಕಾಗಿದ್ದಾರೆ ಅಂತ ಯಾರೋ ಹೇಳಿದರು. ತೋಟದ ಕೆಲಸ ಹೊಸದಲ್ಲವಾದ್ದರಿಂದ ನಾನು ನಮ್ಮಪ್ಪ ಇಬ್ಬರೂ ಹೊರಟುನಿಂತೆವು.

ಅವರು ತಿಂಗಳಿಗಿಷ್ಟು ಅಂತ ಸಂಬಳ ಗೊತ್ತು ಮಾಡಿ ಕೆಲಸ ಕೊಟ್ಟರು. ಉಪ್ಪಿನಂಗಡಿಯಿಂದ ಹನ್ನೆರಡು ಕಿಲೋಮೀಟರ್ ದೂರದಲ್ಲಿದ್ದ ಊರು ಅದು. ಅಷ್ಟೇನೂ ದೊಡ್ಡದಲ್ಲದ ತೋಟ. ದೊಡ್ಡ ಮನೆ. ಅಲ್ಲಿ ಮಾಡುವುದಕ್ಕೆ ಅಷ್ಟೇನೂ ಕೆಲಸ ಇರಲಿಲ್ಲ. ತೋಟದಲ್ಲಿ ಕೆಲಸ ಮಾಡುವ ಮಂದಿಗೆ ಊಟ, ತಿಂಡಿ ಮಾಡಿಕೊಡಬೇಕಾಗಿತ್ತು. ತೋಟದ ಉಸ್ತುವಾರಿ ನೋಡಿಕೊಳ್ಳಬೇಕಿತ್ತು.

ಕೆಲವೇ ತಿಂಗಳಿಗೆ ಅಲ್ಲಿ ನನಗೆ ಮಾಡುವುದಕ್ಕೇನೂ ಕೆಲಸ ಇಲ್ಲ ಅಂತ ಗೊತ್ತಾಗಿಬಿಟ್ಟಿತು. ಅದು ಕೊಂಚ ಭಟ್ಟರಿಗೂ ಅರ್ಥವಾಯಿತು.

ಒಂದು ದಿನ ಅವರು ನನ್ನನ್ನು ಕರೆದು, ನಿನಗೆ ಆಸಕ್ತಿಯಿದ್ದರೆ ಬೇರೇನಾದರೂ ಮಾಡಬಹುದು. ಇಲ್ಲೇ ಪಕ್ಕದಲ್ಲಿ ಪದ್ಮುಂಜ ಎಂಬ ಊರಿದೆ. ಅಲ್ಲೊಂದು ಹೈಸ್ಕೂಲಿದೆ, ಜನರ ಓಡಾಟವೂ ಚೆನ್ನಾಗಿದೆ. ನೀನೊಂದು ಅಂಗಡಿ ತೆರೆದರೆ ಚೆನ್ನಾಗಿ ವ್ಯಾಪಾರ ಆಗುತ್ತದೆ ಅಂದರು. ನಾನು ಒಪ್ಪಿಕೊಂಡೆ.

ಮಾರನೇ ದಿನವೇ ಅವರು ನನ್ನನ್ನು ಪದ್ಮುಂಜ ಕೆನರಾ ಬ್ಯಾಂಕಿಗೆ ಕರೆದೊಯ್ದು, ತಾವೇ ಜಾಮೀನು ನಿಂತು ಹತ್ತು ಸಾವಿರ ಸಾಲ ಕೊಡಿಸಿದರು. ಅಲ್ಲೇ ಪಾಳು ಬಿದ್ದಿದ್ದ ಒಂದು ಅಂಗಡಿಯನ್ನು ಬಾಡಿಗೆಗೆ ತೆಗೆದುಕೊಂಡು ಅದನ್ನು ರಿಪೇರಿ ಮಾಡಿಸಿದರು. ಅದರ ಪಕ್ಕದಲ್ಲೇ ಮತ್ತೊಂದು ಪುಟ್ಟ ಜಾಗವಿದ್ದುದರಿಂದ ಅಂಗಡಿಯ ಜೊತೆ ಹೊಟೇಲು ಕೂಡ ಶುರುಮಾಡಬಹುದು ಅಂತ ಸಲಹೆ ಕೊಟ್ಟರು. ಹೀಗೆ ನಾನೆಂಬ ಭುಜಂಗಯ್ಯನ ಕೆಂಡಗಣ್ಣೇಶ್ವರ ಪ್ರಸನ್ನ ಹೋಟೆಲು ಶುರುವಾಯಿತು.

ಆ ಹೋಟೆಲಿಗೆ ಮಧ್ಯಾಹ್ನದ ಹೊತ್ತಿಗೆ ಸುಮಾರು ನೂರು ವಿದ್ಯಾರ್ಥಿಗಳು ತಿಂಡಿ ತಿನ್ನಲು ಬರುತ್ತಿದ್ದರು. ಸಂಜೆ ಹೊತ್ತಿಗೆ ಕೂಲಿ ಕೆಲಸಗಾರರು ದಿನಸಿ ಕೊಳ್ಳಲು ಆಗಮಿಸುತ್ತಿದ್ದರು. ಬೆಳಗ್ಗೆ ಆರು ಗಂಟೆಗೆಲ್ಲ ಹೋಟೆಲು ತೆರೆದರೆ ರಾತ್ರಿ ಹತ್ತರ ತನಕವೂ ಗಿರಾಕಿಗಳು ಬಂದು ಹೋಗುತ್ತಿದ್ದರು. ಅಲ್ಲಿದ್ದಾಗಲೇ ನಾನು ನೂರಾರು ಕತೆಗಳನ್ನು ಬರೆದದ್ದು. ಸಾವಿರಾರು ಪುಸ್ತಕಗಳನ್ನು ಬಿಡದೇ ಓದಿದ್ದು. ನಾಟಕ ಆಡಿಸಿದ್ದು, ಸಂಘಟನೆಯಲ್ಲಿ ಭಾಗವಹಿಸಿದ್ದು, ಕತೆಗಳನ್ನು ಹೇಳಿದ್ದು. ನಾನು ಹೇಳುತ್ತಿದ್ದ ಕತೆಗಳಿಂದಾಗಿಯೇ ನನ್ನ ಹೋಟೆಲು ಜನಪ್ರಿಯವಾಯಿತೆಂದು ಹೇಳಬೇಕು. ಸಂಜೆ ಹೊತ್ತಿಗೆ ತೋಟದ ಕೆಲಸ ಮುಗಿಸಿ ಸುಮಾರು ಹತ್ತಿಪ್ಪತ್ತು ಮಂದಿ ಅಂಗಡಿಗೆ ಬಂದು ಸೇರುತ್ತಿದ್ದರು. ರಾತ್ರಿ ಹತ್ತರ ತನಕವೂ ಒಂದಲ್ಲ ಒಂದು ಕತೆಯನ್ನು ಹೇಳುತ್ತಾ, ಅವರ ಕತೆಗಳನ್ನು ಕೇಳುತ್ತಾ ಇರುವುದು ಸೊಗಸಾದ ಅನುಭವವಾಗಿತ್ತು. ನಮ್ಮ ಜತೆಗೆ ಉಸ್ಮಾನ್ ಎಂಬ ಬೀಡಿ ಬ್ರಾಂಚಿನ ಮಾಲೀಕರೂ, ವೆಂಕಟರಮಣ ಎಂಬ ಡಾಕ್ಟರೂ ಸೇರಿಕೊಳ್ಳುತ್ತಿದ್ದರು.

ಈ ಅಂಗಡಿಗೆ ಆಗಾಗ ಕೊಂಚ ಭಟ್ಟರು ಕೂಡ ಬರುತ್ತಿದ್ದರು. ಅವರು ಆ ಭಾಗದಲ್ಲಿ ಸಾಕಷ್ಟು ಜನಸೇವೆ ಮಾಡಿ ಹೆಸರು ಮಾಡಿದ್ದರು. ತಾಲೂಕು ಅಭಿವೃದ್ಧಿ ಮಂಡಳಿಯ ಅಧ್ಯಕ್ಷರಾಗಿದ್ದವರು, ಇಂದಿರಾ ಗಾಂಧಿಯ ಬೆಂಬಲಿಗರಾಗಿದ್ದರು. ಚಿಕ್ಕಮಗಳೂರು ಚುನಾವಣೆಯ ಹೊತ್ತಲ್ಲಿ ಅವರ ಮನೆಯಲ್ಲಿಯೇ ಇಂದಿರಾಗಾಂಧಿ ಬಂದು ಇದ್ದು ಹೋಗಿದ್ದರಂತೆ. ಹೀಗಾಗಿ ಅವರ ಕೊನೆಯ ಮಗಳಿಗೆ ಇಂದಿರಾ ಅಂತ ಹೆಸರಿಟ್ಟಿದ್ದರು. ಅವರ ಹೆಸರು ಮತ್ತು ವರ್ಚಸ್ಸು ಚೆನ್ನಾಗಿದ್ದುದರಿಂದ ಸರ್ಕಾರಿ ಕಚೇರಿಗಳಲ್ಲಿ,

ಪೊಲೀಸ್ ಸ್ಟೇಷನ್ನಿನಲ್ಲಿ ಅವರ ಮಾತು ನಡೆಯುತ್ತಿತ್ತು. ಹೀಗಾಗಿ ಅವರನ್ನು ನೋಡಲಿಕ್ಕೆಂದು ಹತ್ತಾರು ಮಂದಿ ಬರುತ್ತಿದ್ದರು.

ಅವರ ನಿಜವಾದ ಹೆಸರು ಪಾದೇಕಲ್ಲು ವೆಂಕಟರಮಣ ಭಟ್. ಅದು ಯಾಕೋ ಏನೋ ಅವರು ಕೊಂಚ ಭಟ್ಟರೆಂದೇ ಹೆಸರಾಗಿದ್ದರು. ಬಾಲ್ಯದಲ್ಲಿ ಅವರು ಅದೇ ಊರಿನ ಪಟೇಲರ ಮನೆಯಲ್ಲಿ ಬಿಡಿಗಾಸಿಗೆ ಕೆಲಸ ಮಾಡಿಕೊಂಡಿದ್ದರಂತೆ. ನಂತರ ಪುಟ್ಟ ತೋಟ ಖರೀದಿಸಿ, ತಾವೇ ನಿಂತು ತೋಟ ಮಾಡಿ, ಬಾಡಿಗೆಗೆ ಜೀಪು ಓಡಿಸುತ್ತಾ, ತುಂಬ ಶ್ರಮಪಟ್ಟು ಆ ಸ್ಥಿತಿಗೆ ಏರಿದ್ದರು. ಅವರ ಶ್ರಮ ಜೀವನದ ಕತೆಗಳು ಗೊತ್ತಿದ್ದವರು ಅವರನ್ನು ತುಸು ಹೆಚ್ಚಾಗಿಯೇ ಗೌರವಿಸುತ್ತಿದ್ದರು.

ಅವರಲ್ಲಿ ನಾನು ಕಂಡ ಸದ್ಗುಣಗಳಲ್ಲಿ ಒಂದೆಂದರೆ ಅವರು ಜಾತಿಭೇದ ಮಾಡುತ್ತಿರಲಿಲ್ಲ. ಎಲ್ಲರಿಗೂ ಅವರ ಮನೆಯೊಳಗೆ ಪ್ರವೇಶ ಇತ್ತು. ಯಾರೇ ಬಂದರೂ ಅವರ ಮನೆಯೊಳಗೇ ಊಟ ಹಾಕುತ್ತಿದ್ದರು. ಅವರನ್ನು ಅನುಕರಿಸಿ ನಾನು ಕೂಡ ಹೋಟೆಲಿನಲ್ಲಿ ತಟ್ಟೆ ಪ್ಲೇಟು ತೊಳೆಯಲು ಯಾರನ್ನೂ ನೇಮಿಸಿಕೊಂಡಿರಲಿಲ್ಲ. ನಾನೇ ಅದನ್ನೆಲ್ಲ ಮಾಡುತ್ತಿದ್ದೆ.

ಅದೇ ಊರಲ್ಲಿ ಬಹಳ ವರ್ಷಗಳಿಂದ ಪೂಜೆ ಪುನಸ್ಕಾರವಿಲ್ಲದ ದೇವಸ್ಥಾನವೊಂದಿತ್ತು. ಕೊಂಚ ಭಟ್ಟರು ಒಂದು ಸಲ ಬಂದವರು, ಆ ದೇವಸ್ಥಾನಕ್ಕೆ ಜಾತ್ರೆ ಮಾಡಿಸೋಣ ಅಂದರು. ನಾವಿಬ್ಬರೂ ಇಡೀ ಊರೂರು ಅಲೆದು ದೇವಸ್ಥಾನದ ಜಾತ್ರೆಗೆ ಚಂದಾ ಎತ್ತಿದೆವು. ಕೊಂಚ ಭಟ್ಟರೇ ಮುಂದೆ ನಿಂತದ್ದರಿಂದ ಎಲ್ಲರೂ ಧಾರಾಳವಾಗಿ ನೆರವಾಗಿದ್ದಲ್ಲದೇ, ತಾವೂ ಕೈ ಜೋಡಿಸಿದರು. ಕಾರ್ಯಕ್ರಮ ಅದ್ದೂರಿಯಾಗಿ ನಡೆಯಿತು. ಈ ಅನುಭವ ನನ್ನೊಳಗಿನ ಬರಹಗಾರನಿಗೆ ತುಂಬ ಮುಖ್ಯವಾದದ್ದು ಅಂತ ನನಗೆ ಬಹಳ ವರುಷಗಳ ನಂತರ ಅನ್ನಿಸಿತು. ದಕ್ಷಿಣ ಕನ್ನಡದ ಬಿರುಬಿಸಿಲಲ್ಲಿ ಸುಮಾರು ನಾನ್ನೂರೈವತ್ತು ಮನೆಗಳಿಗೆ ಹೋಗಿ, ಪ್ರತಿ ಮನೆಯವರ ಜತೆ ಅರ್ಧರ್ಧ ಗಂಟೆ ಮಾತಾಡಿ ಬಂದದ್ದು ನನ್ನ ಅನುಭವವನ್ನು ಶ್ರೀಮಂತಗೊಳಿಸಿದೆ.

ವೆಂಕಟರಮಣ ಭಟ್ಟರು ಶ್ರಮಜೀವಿ. ಐಷಾರಾಮದ ವಿರೋಧಿ. ಮನೆಗೆ ಬಂದ ತಕ್ಷಣ ಕೈಯಲ್ಲೊಂದು ಕತ್ತಿ ಹಿಡಕೊಂಡು ಶರಟು ಕೂಡ ಹಾಕದೇ ತೋಟಕ್ಕೆ ಧುಮುಕುತ್ತಿದ್ದರು. ತೋಟದಲ್ಲಿರುವ ಸೊಳ್ಳೆಗಳು ಅವರ ಹತ್ತಿರವೂ ಸುಳಿಯುತ್ತಿರಲಿಲ್ಲ. ಬೆಳಗ್ಗೆ ತೋಟಕ್ಕೆ ಹೋದರೆ ಮಧ್ಯಾಹ್ನದ ತನಕ ಬಿಡದೇ ಕೆಲಸ ಮಾಡುತ್ತಿದ್ದರು. ಅವರು ತೋಟದಲ್ಲಿದ್ದಾಗ ಆಳುಗಳು ಕೂಡ ಅವರ ಕೆಲಸದ ವೇಗವನ್ನು ಸರಿಗಟ್ಟಲಾಗದೇ ಕಂಗಾಲಾಗುತ್ತಿದ್ದರು.

ಒಂದು ಕಾಲಕ್ಕೆ ಅವರ ಜೀಪು ಅವರಿದ್ದ ಪ್ರದೇಶದಲ್ಲಿ ವಿಶ್ವಪ್ರಸಿದ್ಧವಾಗಿತ್ತು. ಆಸ್ಪತ್ರೆ, ಸಂತೆ, ಮದುವೆ ದಿಬ್ಬಣ, ದೂರಪ್ರಯಾಣಕ್ಕೆಲ್ಲ ಅದೇ ಜೀಪು

ಬಳಕೆಯಾಗುತ್ತಿತ್ತು. ಕೊಂಚ ಭಟ್ಟರೇ ಸ್ವತಃ ಡ್ರೈವ್ ಮಾಡಿಕೊಂಡು ಹೋಗುತ್ತಿದ್ದರು. ಅವರ ಬಳಿ ಒಂದು ಅಂಬಾಸಡರ್ ಕಾರು ಕೂಡ ಇತ್ತು. ಅದನ್ನೂ ಅವರು ಬಾಡಿಗೆಗೆ ಬಿಟ್ಟಿದ್ದರು.

ಅವರು ಓದಿದ್ದು ನಾಲ್ಕನೆಯ ತರಗತಿ ಮಾತ್ರ. ಆದರೂ ಕನ್ನಡ ಓದು ಬರೆಹ ಎರಡೂ ಚೆನ್ನಾಗಿಯೇ ಬರುತ್ತಿತ್ತು. ಅಲ್ಪಸ್ವಲ್ಪ ಇಂಗ್ಲಿಷ್ ಕೂಡ ಅರ್ಥವಾಗುತ್ತಿತ್ತು. ಭಾಷಣ ಮಾಡಲು ಎದ್ದು ನಿಂತರೆ ತರ್ಕಬದ್ಧವಾಗಿ ಮಾತಾಡುತ್ತಿದ್ದರು. ಜಗಳಕ್ಕೆ ನಿಂತರೆ ಎರಡರಲ್ಲೊಂದು ಇತ್ಯರ್ಥವಾಗದೇ ಬಿಡುತ್ತಿರಲಿಲ್ಲ. ಕಾನೂನನ್ನು ಅರೆದು ಕುಡಿದಿದ್ದರು. ಹೀಗಾಗಿ ಯಾವುದೇ ಅಧಿಕಾರಿಗಳು ಅವರ ಜತೆ ಚರ್ಚೆಗೆ ಇಳಿಯುತ್ತಿರಲಿಲ್ಲ.

ನಾನು ಏಕಾಂತ ಬಯಸುವ ಖಾಸಗಿತನ ಇಷ್ಟಪಡುವ ವ್ಯಕ್ತಿಯಾಗಿ ಬದಲಾಗುತ್ತಿದ್ದೆ. ನನ್ನ ಬರಹ ಮತ್ತು ಓದಿಗೆ ಅದರ ಅವಶ್ಯಕತೆ ಇತ್ತು. ಕ್ರಮೇಣ ನನಗೆ ಜನಜಂಗುಳಿ ಬೇಡವೆನಿಸಲು ಶುರುವಾಯಿತು. ಆದರೆ ನನಗೆ ಇವತ್ತಿಗೂ ಆಶ್ಚರ್ಯವಾಗುವುದು ಕೊಂಚ ಭಟ್ಟರ ಜನಪ್ರೀತಿ. ಬೆಳ್ತಂಗಡಿಯ ಹೊಳೆಯ ಬಳಿ ಅವರ ಮನೆಯಿತ್ತು. ಆ ಮನೆಯ ಸುತ್ತ ಅವರು ಮೂವತ್ತು ಮನೆಗಳನ್ನು ಕಟ್ಟಿದ್ದರು. ಅದನ್ನು ಬಾಡಿಗೆಗೆ ಕೊಟ್ಟಿದ್ದರು. ಆ ಮೂವತ್ತು ಮನೆಗಳ ಮಂದಿಯೂ ರಾತ್ರಿಯಾದರೆ ಸಾಕು, ಅವರ ಮನೆಗೆ ಬಂದು ಟೀವಿ ನೋಡುತ್ತಾ ಕೂತಿರುತ್ತಿದ್ದರು. ಆ ಮನೆಗಳಲ್ಲಿ ಬಾಡಿಗೆಗೆ ಇದ್ದವರ ಪೈಕಿ ಬಸ್ ಡ್ರೈವರ್, ಬೀಡಾ ಅಂಗಡಿಯಾತ, ಕಾಲೇಜು ಮೇಷ್ಟ್ರು–ಹೀಗೆ ಎಲ್ಲ ವರ್ಗಗಳಿಗೂ ಸೇರಿದ ಮಂದಿಯೂ ಇರುತ್ತಿದ್ದರು. ಅವರೆಲ್ಲ ಒಟ್ಟಾಗಿ ಒಂದು ಊರನ್ನು ಪ್ರತಿನಿಧಿಸುವಂತೆ ನನಗೆ ಅನ್ನಿಸುತ್ತಿತ್ತು.

ಕೊಂಚ ಭಟ್ಟರ ಈ ಸಾಧನೆಯಲ್ಲಿ ಅವರ ಪತ್ನಿ ಲಕ್ಷ್ಮಿಯವರ ಕೊಡುಗೆಯೂ ಸಾಕಷ್ಟಿದೆ. ಮನೆಗೆ ನಿರಂತರವಾಗಿ ಬರುತ್ತಿದ್ದ ಅತಿಥಿಗಳಿಗೆ ಅವರು ಕೊಂಚವೂ ಬೇಸರಿಸದೇ ಆತಿಥ್ಯ ನೀಡುತ್ತಿದ್ದರು. ನಾನು ನೋಡಿದ ಹಾಗೆ ಅವರ ಮನೆಯಲ್ಲಿ ದಿನಕ್ಕೆ ಏಳೆಂಟು ಮಂದಿ ಅತಿಥಿಗಳು ಇದ್ದೇ ಇರುತ್ತಿದ್ದರು. ಅವರಿಗೆ ಊಟ ಬಡಿಸುವಾಗಲಾಗಲೀ, ಆತಿಥ್ಯ ನೀಡುವಾಗಲಾಗಲೀ ಲಕ್ಷ್ಮಿಯವರು ಯಾವತ್ತೂ ಬೇಸರ ಮಾಡಿಕೊಂಡಿದ್ದನ್ನು ನಾನು ಕಂಡಿಲ್ಲ. ಅತಿಥಿಗಳನ್ನು ಕರೆಯುವುದೇ ಒಂದು ಸಡಗರವೆಂಬಂತೆ ಅವರಿಬ್ಬರೂ ಬದುಕಿದ ದಿನಗಳನ್ನು ನಾನು ಕಣ್ಣಾರೆ ಕಂಡಿದ್ದೇನೆ.

ಕ್ರಮೇಣ ರಾಜಕೀಯದಿಂದ ದೂರಾಗಿ, ಕೃಷಿಯನ್ನು ಕಡಿಮೆ ಮಾಡಿ, ಈಗ ಗುರುವಾಯನಕೆರೆಯ ಸಮೀಪ ಮನೆ ಕಟ್ಟಿಕೊಂಡು ನೆಮ್ಮದಿಯ ಜೀವನ ನಡೆಸುತ್ತಿರುವ ಕೊಂಚ ಭಟ್ಟರು ನನಗೆ ಅನೇಕ ವಿಚಾರಗಳಲ್ಲಿ ಸ್ಫೂರ್ತಿ. ಅವರು ಕಲಿಸಿದ ಪಾಠಗಳು ಅನೇಕ. ದಂಪತಿಗಳಿಬ್ಬರೂ ಮೂರು

ಸಲ ವೈಷ್ಣೋದೇವಿ ದರ್ಶನಕ್ಕೆ ಬಸ್ಸು, ಟ್ರೇನು ಮತ್ತು ಕಾಲ್ನಡಿಗೆಯಲ್ಲಿ ಹೋಗಿ ಬಂದದ್ದು ನನಗಿವತ್ತಿಗೂ ಅಚ್ಚರಿ. ಹಣವನ್ನು ಸಂಪಾದನೆ ಮಾಡುವುದಕ್ಕಿಂತ ಅದನ್ನು ವಿವೇಚನೆಯಿಂದ ಖರ್ಚು ಮಾಡುವುದು ಕೂಡ ಮುಖ್ಯ ಎಂದು ನಂಬಿದ್ದವರು ಅವರು.

ಅವರು ನನಗೆ ಮೂವತ್ತೈದು ವರುಷಗಳ ಹಿಂದೆ ಹೋಟೆಲು, ಅಂಗಡಿ ನಡೆಸಲು ಅವಕಾಶ ಕೊಡದೇ ಹೋಗಿದ್ದರೆ ಲೇಖಕನಾಗಿ ನನಗೆ ಬಹುಮುಖ್ಯ ಅನುಭವವೊಂದು ತಪ್ಪಿಹೋಗುತ್ತಿತ್ತು. ಅಷ್ಟೇ ಅಲ್ಲ, ನನ್ನ ಪ್ರೇಮಜೀವನದ ಮಹತ್ವದ ಸಂಗತಿಯೊಂದು ಘಟಿಸುತ್ತಲೇ ಇರಲಿಲ್ಲ. ಆ ಕಾರಣಕ್ಕಾಗಿಯೇ ನಾನು ಅವರಿಗೆ ಎಂದೆಂದಿಗೂ ಕೃತಜ್ಞ.

ಹರೇಕಳ ಗಣೇಶ ಐತಾಳ

ಒಂದರಿಂದ ಆರನೇ ತರಗತಿಯ ತನಕ ನಾನು ಓದಿದ್ದು ಗುರುವಾಯನಕೆರೆಯ ಮಾದರಿ ಹಿರಿಯ ಪ್ರಾಥಮಿಕ ಶಾಲೆಯಲ್ಲಿ. ಅಲ್ಲಿಂದ ನಾವೆಲ್ಲ ಉಪ್ಪಿನಂಗಡಿಗೆ ನಮ್ಮ ವಾಸ್ತವ್ಯ ಬದಲಾಯಿಸಿದೆವು. ಗುರುವಾಯನಕೆರೆಯಲ್ಲಿ ಲಕ್ಷ್ಮೀನಿವಾಸ ಅನ್ನುವ ಹೆಸರಿನ ಹೋಟೆಲು ನಡೆಸುತ್ತಿದ್ದ ಅಪ್ಪಯ್ಯ ಕೈ ತುಂಬ ನಷ್ಟ ಮಾಡಿಕೊಂಡರು. ನಾವಿದ್ದ ಮನೆಯನ್ನು ಮಾರಿ ಬಂದ ದುಡ್ಡಲ್ಲಿ ಉಪ್ಪಿನಂಗಡಿಯಲ್ಲೊಂದು ತೋಟ ಕೊಂಡುಕೊಳ್ಳುವುದೆಂದು ಅಪ್ಪಯ್ಯ ತೀರ್ಮಾನಿಸಿದರು.

ಗುರುವಾಯನಕೆರೆಯಿಂದ ಉಪ್ಪಿನಂಗಡಿಗೆ ಹೋದದ್ದೇ ತಡ ನನ್ನ ಹಳೆಯ ಗೆಳೆಯ ಗೆಳತಿಯರೆಲ್ಲ ಕಣ್ಮರೆಯಾದರು. ಆ ಕಾಲಕ್ಕೆ ಅವರನ್ನು ಸಂಪರ್ಕಿಸಲು ಯಾವ ಉಪಾಯಗಳೂ ಇರಲಿಲ್ಲ. ನಮ್ಮ ಪ್ರೀತಿಪಾತ್ರರೆಲ್ಲ ಇದ್ದಕ್ಕಿದ್ದಂತೆ ಭೂಗತರಾದದ್ದು ನೋಡಿ ನನಗೆ ದುಃಖ ಉಮ್ಮಳಿಸಿ ಬಂತು.

ಉಪ್ಪಿನಂಗಡಿ ನಮ್ಮೂರು ಗುರುವಾಯನಕೆರೆಗಿಂತ ದೊಡ್ಡ ಊರು. ಅಲ್ಲಿ ನಮ್ಮ ಮನೆ ಶಾಲೆಯಿಂದ ಐದು ಕಿಲೋಮೀಟರ್ ದೂರದಲ್ಲಿತ್ತು. ಗುರುವಾಯನಕೆರೆಯ ಶಾಲೆ ಊರ ಮಧ್ಯದಲ್ಲೇ ಇದ್ದದ್ದರಿಂದ ಪೇಟೆಯ ಮಂದಿಯೆಲ್ಲ ನನ್ನ ಗೆಳೆಯರಾಗಿದ್ದರು. ಇಲ್ಲಿ ನಾನು ಹಳ್ಳಿಯಿಂದ ಬರಬೇಕಾಗಿತ್ತು ಮತ್ತು ನನ್ನ ಮನೆಯ ಹತ್ತಿರದಲ್ಲಿ ಬೇರೆ ಯಾರ ಮನೆಯೂ ಇರಲಿಲ್ಲ. ಹೀಗಾಗಿ ಶಾಲೆ ಬಿಟ್ಟು ಮನೆಗೆ ಹೋದ ನಂತರ ಯಾರ ಸಂಪರ್ಕವೂ ಇರುತ್ತಿರಲಿಲ್ಲ.

ಅಂಥ ಹೊತ್ತಲ್ಲಿ ನನಗೆ ಗೆಳೆಯನಾಗಿ ಸಿಕ್ಕದ್ದು ನಮ್ಮ ಪಕ್ಕದ ಮನೆಯಲ್ಲಿದ್ದ ಸುಬ್ರಹ್ಮಣ್ಯ. ಅವನು ನನಗಿಂತ ಒಂದು ವರುಷ ದೊಡ್ಡವನು. ನಾನು ಎಂಟನೇ ತರಗತಿ ಓದುತ್ತಿದ್ದಾಗ ಅವನು ಒಂಬತ್ತರಲ್ಲಿದ್ದ. ಶಾಲೆಯಲ್ಲಿ

ಗೋಪಾಲಕೃಷ್ಣ ಇದ್ದಹಾಗೆ ಮನೆಗೆ ಹೋಗಿ ಬರುವ ದಾರಿಯಲ್ಲಿ ಸುಬ್ರಹ್ಮಣ್ಯ ಒದಗುತ್ತಿದ್ದ. ಅವನೂ ಆಗಷ್ಟೇ ಕ್ರಾಂತಿಕಾರಿಯಾಗುವ ಸನ್ನಾಹದಲ್ಲಿದ್ದ. ಮೀಸೆ ಮೊಳೆಯುತ್ತಿದ್ದ ದಿನಗಳವು. ಉಪ್ಪಿನಂಗಡಿ ಎಂಬ ಹೊಸ ಊರು ನನಗೆ ಕುತೂಹಲ ಹುಟ್ಟಿಸುತ್ತಿತ್ತು. ಸುಬ್ರಹ್ಮಣ್ಯನಿಗೆ ಅದು ಬೋರು ಹೊಡೆಸುತ್ತಿತ್ತು.

ಎರಡು ವರುಷ ಸುಬ್ರಹ್ಮಣ್ಯ ನಮ್ಮ ಜತೆಗಿದ್ದ. ಅವನು ಆ ನಂತರ ಓದು ಮುಂದುವರಿಸುವ ಮನಸ್ಸು ಮಾಡಲಿಲ್ಲ. ಪಿಯುಸಿಗೆ ಯಾರು ಜೊತೆಯಾಗುತ್ತಾರೆ ಎಂದು ಕಾಯುತ್ತಿದ್ದ ನನಗೆ ಆಶ್ಚರ್ಯಕರವಾಗಿ ಸಿಕ್ಕವನೆಂದರೆ ಹರೇಕಳ ಗಣೇಶ. ಸುಬ್ರಹ್ಮಣ್ಯನ ದೊಡ್ಡ ಅಕ್ಕನ ಮಗ ಗಣೇಶ, ಓದಲಿಕ್ಕೆಂದು ಅಜ್ಜಿ ಮನೆಗೆ ಬಂದಿದ್ದ. ಆ ಕಾಲದಲ್ಲಿ ಮನೆ ತುಂಬ ಮಕ್ಕಳಿದ್ದದ್ದರಿಂದ ಮಕ್ಕಳನ್ನು ಓದಲು ಮಾವನ ಮನೆಗೋ ಸೋದರತ್ತೆಯ ಮನೆಗೋ ಅಜ್ಜಿ ಮನೆಗೋ ಕಳುಹಿಸುತ್ತಿದ್ದರು. ಹಾಗೆ ಬಂದವನು ಗಣೇಶ.

ಗಣೇಶ ಮತ್ತು ನಾನು ಬಹಳ ಬೇಗನೇ ಗೆಳೆಯರಾದೆವು. ಗಣೇಶ ನನಗಿಂತ ಹಟವಾದಿ ಮತ್ತು ಶ್ರದ್ಧಾವಂತ. ನನಗಿರುವಂಥ ಯಾವುದೇ ದುರಭ್ಯಾಸಗಳಾಗಲೀ, ವ್ಯಸನಗಳಾಗಲೀ ಅವನಿಗೆ ಇರಲಿಲ್ಲ. ನಮ್ಮ ಸ್ನೇಹ ಶುರುವಾದದ್ದೇ ಪೈಪೋಟಿಯಿಂದ. ಎಂಟು ಗಂಟೆಗೆ ಶಾಲೆಗೆ ಹೊರಡೋಣ ಅಂತ ಹೇಳಿ ನಾನು ಅರ್ಧಗಂಟೆ ತಡಮಾಡುತ್ತಿದ್ದೆ. ಗಣೇಶ ಸರಿಯಾದ ಸಮಯಕ್ಕೆ ಹೊರಡುತ್ತಿದ್ದ. ಕ್ರಮೇಣ ಯಾರು ಮೊದಲು ಹೊರಡುತ್ತಾರೆ ಮತ್ತು ಯಾರು ಮೊದಲು ತಲುಪುತ್ತಾರೆ ಅನ್ನುವ ಸ್ಪರ್ಧೆಯೂ ಏರ್ಪಡುತ್ತಿತ್ತು. ಇಬ್ಬರೂ ಹೆಚ್ಚು ಕಮ್ಮಿ ಓಡುತ್ತಲೇ ಹೋಗುತ್ತಿದ್ದೆವು. ಗುಡ್ಡ, ಗದ್ದೆ, ಕಣಿವೆ, ಓಣಿಗಳ ಮೂಲಕ ಸಾಗುತ್ತಿದ್ದ ಐದು ಕಿಲೋಮೀಟರ್ ದೂರವನ್ನು ನಾವು ಅರ್ಧಗಂಟೆಯಲ್ಲಿ ಕ್ರಮಿಸುತ್ತಿದ್ದೆವು ಎಂದು ನೆನಪು. ಗಣೇಶ ನನಗಿಂತ ಮುಂದೆ ಹೋದರೆ ಒಂದು ಹಾಳೆಯಲ್ಲಿ ನನ್ನ ನೀನು ಗೆಲ್ಲಲಾರೆ ಎಂದು ಬರೆದು ನನಗೆ ಕಾಣುವಂತೆ ಯಾವುದಾದರೂ ಮರಕ್ಕೆ ಸಿಕ್ಕಿಸಿಡುತ್ತಿದ್ದ. ನಾನು ಮೊದಲು ಹೊರಟರೆ ಅಂಥ ಮತ್ಯಾವುದೋ ಕೆರಳಿಸುವ ಸಾಲು ಬರೆದಿಡುತ್ತಿದ್ದೆ.

ಹೀಗೆ ಶುರುವಾದ ನಮ್ಮ ಗೆಳೆತನ ಗಾಢವಾದದ್ದು ಯಾವಾಗ ಎಂದು ನನಗೆ ಸ್ಪಷ್ಟವಾಗಿ ನೆನಪಿಲ್ಲ. ಆ ಕಾಲಕ್ಕೆ ನಾವೆಲ್ಲ ಪಕ್ಕಾ ಶ್ರಮಜೀವಿಗಳಂತೆ ತೋಟದ ಕೆಲಸ ಮಾಡುತ್ತಿದ್ದೆವು. ಅಂಥ ಕೆಲಸಗಳಲ್ಲಿ ನಾನು ಅವರಿಬ್ಬರಿಗಿಂತ ಸ್ವಲ್ಪ ಮುಂದಿದ್ದೆ. ನನಗೆ ಸುಲಭದಲ್ಲಿ ಆಯಾಸ ಆಗುತ್ತಿರಲಿಲ್ಲ. ಗಿಡಗಳನ್ನು ನೆಡಲು ಗುಂಡಿ ತೋಡುವುದು, ತರಕಾರಿ ಬೆಳೆಸುವುದು, ಮರ ಹತ್ತುವುದು, ಔಷಧಿ ಹೊಡೆಯುವುದು, ಬೇಲಿ ಕಟ್ಟುವುದು ಮುಂತಾದ ಕೆಲಸಗಳನ್ನು ನಾವು ಮೂವರೂ ಜತೆಯಾಗಿಯೇ ಮಾಡುತ್ತಿದ್ದೆವು. ಅದಾದ ನಂತರ

ಹೊಳೆಯಲ್ಲಿ ಈಜಾಡಿ, ನಂತರ ಹೊಟ್ಟೆ ತುಂಬ ಉಂಡು, ಕತೆ ಓದುತ್ತಾ ಕಾಲ ಕಳೆಯುತ್ತಿದ್ದೆವು.

ಅದು ಹದಿಹರೆಯ. ಕನಸು, ಅವಮಾನ, ಉತ್ಕಟ ವಿರಹ, ಕಲಿಕೆಯ ಕಷ್ಟಗಳೆಲ್ಲ ಸೇರಿಕೊಂಡು ನಮ್ಮನ್ನು ಹುರಿದು ಮುಕ್ಕುತ್ತಿದ್ದ ದಿನಗಳವು. ದಕ್ಷಿಣ ಕನ್ನಡದ ಬಿಸಿಲು ಕೂಡ ನಮ್ಮನ್ನು ಹಪ್ಪಳದಂತೆ ಒಣಗಿಸುತ್ತಿತ್ತು. ನಮಗೆ ಪರಿಚಯವೇ ಇಲ್ಲದ, ಅವಶ್ಯಕವೂ ಅಲ್ಲದ ಸ್ಟಾಟಿಸ್ಟಿಕ್ಸ್, ಅಕೌಂಟೆನ್ಸಿ ಮುಂತಾದ ವಿಷಯಗಳನ್ನು ನಮ್ಮಷ್ಟೇ ಕಂಗಾಲಾದ ಮೇಷ್ಟ್ರುಗಳು ನಮಗೆ ಹೇಳಿಕೊಡಲು ಒದ್ದಾಡುತ್ತಿದ್ದರು. ನಮ್ಮದು ಪ್ರಥಮ ದರ್ಜೆ ಕಾಲೇಜಿನ ಎರಡನೇ ಬ್ಯಾಚ್ ಆಗಿದ್ದರಿಂದ ಇಂಗ್ಲಿಷ್ ಮತ್ತು ಕನ್ನಡಕ್ಕೆ ಬಿಟ್ಟರೆ ಮಿಕ್ಕ ಸಬ್ಜೆಕ್ಟುಗಳಿಗೆ ನುರಿತ ಉಪನ್ಯಾಸಕರಿರಲಿಲ್ಲ. ಇದ್ದ ಎರಡು ಮೂರು ಉಪನ್ಯಾಸಕ–ಉಪನ್ಯಾಸಕಿಯರು ಪರಸ್ಪರ ಪ್ರೇಮದಲ್ಲಿ ಬಿದ್ದಿದ್ದರು. ಅವರು ತಮ್ಮ ಪ್ರೇಮ ಎಲ್ಲಿ ಮುರಿದು ಬೀಳುತ್ತದೋ ಎಂಬ ಭಯದಲ್ಲೇ ಬದುಕುತ್ತಿದ್ದರು. ನಮ್ಮನ್ನು ಉದ್ಧಾರ ಮಾಡುವ ಯಾವ ಆಲೋಚನೆಯೂ ಅವರಿಗೆ ಇದ್ದಂತೆ ನಮಗೆ ಕಾಣುತ್ತಿರಲಿಲ್ಲ.

ಈ ಮಧ್ಯೆ ನಮಗೂ ಅಂಥ ಗುರಿಗಳೇನೂ ಇರಲಿಲ್ಲ. ಹೇಗೋ ಜೀವನ ನಡೆಯುತ್ತದೆ, ಬದುಕುವುದಕ್ಕೆ ವಿಪರೀತ ಕಷ್ಟಪಡುವ ಅಗತ್ಯವಿಲ್ಲ ಎಂಬ ಭಾವನೆ ನಮ್ಮ ಕಾಲದ ಬಹುತೇಕ ಗ್ರಾಮೀಣ ವಿದ್ಯಾರ್ಥಿಗಳಲ್ಲಿತ್ತು. ನಾವೆಲ್ಲ ಅಷ್ಟು ನಿರಾಳವಾಗಿರುತ್ತಿದ್ದ ಕಾಲಕ್ಕಿಂತ ಎಷ್ಟೋ ದಶಕಗಳ ಮೊದಲೇ ಮಹಾತ್ಮಗಾಂಧಿ, ನೆಹರೂ, ಗಿರೀಶ ಕಾರ್ನಾಡ್, ಅಂಬೇಡ್ಕರ್ ಮುಂತಾದವರೆಲ್ಲ ಅದು ಹೇಗೆ ವಿದೇಶಗಳಿಗೆ ಹೋಗಿ ಶಿಕ್ಷಣ ಪಡೆದುಕೊಂಡು ಬಂದರು ಅನ್ನುವುದನ್ನು ಆಮೇಲೆ ಯೋಚಿಸಿ ನಾವು ಕಂಗಾಲಾಗಿದ್ದಿದೆ. ಆದರೆ ನಮಗಂತೂ ಶಿಕ್ಷಣದ ಮಹತ್ವ ಮತ್ತು ಅದು ನೀಡಬಹುದಾದ ಬಿಡುಗಡೆಯ ಕಲ್ಪನೆಯೇ ಇರಲಿಲ್ಲ.

ಪಿಯೂಸಿ ಮತ್ತು ಪದವಿ ಓದುತ್ತಿದ್ದ ದಿನಗಳು ನಮ್ಮ ಬದುಕಿನ ಅತ್ಯಂತ ಸಂತಸದ ದಿನಗಳಾಗಿದ್ದವು. ಪದವಿ ಕಾಲೇಜು ಸೇರುವ ಹೊತ್ತಿಗೆ ನನಗೆ ಸೈಕಲ್ ಬಂತು. ನಾನು ಮತ್ತು ಗಣೇಶ ಸೈಕಲ್ಲಿನಲ್ಲಿ ಕಾಲೇಜಿಗೆ ಹೋಗಲು ಶುರುಮಾಡಿದೆವು. ಮಧ್ಯಾಹ್ನ ನಮ್ಮ ಕೈಲಿದ್ದ ಬಿಡಿಗಾಸಿನಲ್ಲಿ ದೋಸೆಯೋ ಉಪ್ಪಿಟ್ಟೋ ತಿನ್ನುತ್ತಿದ್ದೆವು. ಗಾಂಧೀಪಾರ್ಕಿನಲ್ಲಿದ್ದ ಶಿವಕೀರ್ತಿ ಹೋಟೆಲಿನ ಮಹಡಿಯಲ್ಲಿ ಕೂತು ಸಾಹಿತ್ಯ, ಕ್ರಿಕೆಟ್, ರಾಜಕೀಯ ಚರ್ಚಿಸುತ್ತಿದ್ದೆವು.

ಗಣೇಶ್ ನಮ್ಮ ಜತೆ ಒಲ್ಲದ ಮನಸ್ಸಿನಿಂದ ಬೆರೆಯುತ್ತಿದ್ದ. ಅವನಿಗೆ ಓದಬೇಕು ಅನ್ನುವ ಹುಮ್ಮಸ್ಸಿತ್ತು. ನಾವು ಅವನ ಮನಸ್ಸನ್ನು ಬೇರೆ ಕಡೆ ಸೆಳೆಯುತ್ತಿದ್ದೆವೆಂದು ಈಗ ಅನ್ನಿಸುತ್ತಿದೆ. ಎರಡನೆಯ ವರುಷದ ಪದವಿಯ ನಂತರ ನಮಗೆ ಆತಂಕ ಶುರುವಾಯಿತು. ಇನ್ನೊಂದು ವರುಷದಲ್ಲಿ ಓದು

ಮುಗಿಯುತ್ತದೆ, ಮುಂದೇನು ಅನ್ನುವ ಪ್ರಶ್ನೆ ಸಣ್ಣದಾಗಿ ಮೊಳೆಯಿತು. ಕೊನೆಗೂ ನಮಗೆ ಅದಕ್ಕೆ ಉತ್ತರ ಸಿಗಲೇ ಇಲ್ಲ.

ಪರೀಕ್ಷೆ ಮುಗಿಯಿತು. ನಾವೆಲ್ಲ ಮತ್ತೆಂದೂ ಭೇಟಿಯಾಗಲಾರೆವು ಎಂಬ ದುಃಖದಲ್ಲಿ ಒಬ್ಬರನ್ನೊಬ್ಬರು ಬೀಳ್ಕೊಟ್ಟೆವು. ಗಣೇಶ ತನ್ನೂರಾದ ಹರೇಕಳಕ್ಕೆ ಹೊರಟು ಹೋದ. ನಾನು ಕೈಗೆ ಸಿಕ್ಕ ಕೆಲಸ ಮಾಡುತ್ತಿದ್ದೆ. ಈ ಮಧ್ಯೆ ಒಂದು ದಿನ ಗಣೇಶ ಬೆಂಗಳೂರು ಸೇರಿಕೊಂಡಿದ್ದಾನೆ ಎಂಬ ಸುದ್ದಿ ಬಂತು.

1986 ರಲ್ಲೇ ಗಣೇಶ ಬೆಂಗಳೂರು ಸೇರಿದ್ದ. ನಮ್ಮಿಬ್ಬರ ನಡುವೆ ಅದೇ ಹೊತ್ತಿಗೆ ಪತ್ರವ್ಯವಹಾರವೂ ಶುರುವಾಯಿತು. ನಾನು ಪುಟ್ಟ ಅಂಗಡಿ ಹೋಟೆಲು ಇಟ್ಟುಕೊಂಡು ಕತೆ ಬರೆಯುತ್ತಾ ನನ್ನ ಪಾಡಿಗೆ ಇದ್ದೆ. ಗಣೇಶ ಬೆಂಗಳೂರಲ್ಲಿ ಬದುಕು ಕಟ್ಟಿಕೊಳ್ಳುತ್ತಿದ್ದ. 1989 ರಲ್ಲಿ ನಾನು ಕೂಡ ಬೆಂಗಳೂರಿಗೆ ಹೋಗಲು ತೀರ್ಮಾನಿಸಿದೆ. ಹಾಗೆ ಬೆಂಗಳೂರಿಗೆ ಕಾಲಿಟ್ಟವನಿಗೆ ಭರವಸೆಯಂತೆ ಸಿಕ್ಕವನು ಗಣೇಶ.

ಗಣೇಶ ಅಷ್ಟು ಹೊತ್ತಿಗಾಗಲೇ ತನ್ನ ಗುರಿ ಕಂಡುಕೊಂಡಿದ್ದ. ನನ್ನ ಹಾಗೆಯೇ ಬಿಕಾಂ ಓದಿದ್ದ ಅವನು ಆರಿಸಿಕೊಂಡದ್ದು ತಾಂತ್ರಿಕ ಪರಿಣತಿ ಬಯಸುವ ಕ್ಷೇತ್ರ. ವ್ಯಾಪಾರದ ಚಾಣಾಕ್ಷತೆ, ವ್ಯವಹಾರ ಕುಶಲತೆ, ತಂತ್ರಜ್ಞಾನದ ಪ್ರಾವೀಣ್ಯತೆ ಮೂರು ಇಲ್ಲದೇ ಹೋದರೂ ಶ್ರದ್ಧೆ ಮತ್ತು ಛಲದಿಂದ ಏನನ್ನು ಬೇಕಾದರೂ ಸಾಧಿಸಬಹುದು ಅನ್ನುವುದಕ್ಕೆ ಗಣೇಶ್ ಉದಾಹರಣೆಯಂತೆ ನನಗೆ ಕಾಣಿಸುತ್ತಾನೆ.

ನನಗೆ ಸಾಲ ಬೇಕಾದಾಗೆಲ್ಲ ನಾನು ಗಣೇಶನ ಹತ್ತಿರ ಕೇಳುತ್ತಿದ್ದೆ. ಗಣೇಶ ಯಾಕೆ ಬೇಕು ಅಂತ ಕೇಳದೆಯೇ ಕೊಡುತ್ತಿದ್ದ. ಲೆಕ್ಕಾಚಾರ ಸರಿಯಾಗಿರಬೇಕು ಅಂತ ಹೇಳಿ ನಾನು ಅವನಿಗೆ ಚೆಕ್ ಕೊಡುತ್ತಿದ್ದೆ. ಅವನು ಅದನ್ನು ಬ್ಯಾಂಕಿಗೆ ಹಾಕುತ್ತಿದ್ದ. ಈ ಲೆಕ್ಕಾಚಾರ ಎಷ್ಟು ತಪ್ಪಿದೆಯೋ ಎಷ್ಟು ಸರಿಯಿದೆಯೋ ನನಗಂತೂ ಗೊತ್ತಿಲ್ಲ. ನನ್ನ ಪ್ರಕಾರ ನಾನಿನ್ನೂ ಅವನಿಗೆ ಸಾಲ ಕೊಡಬೇಕು.

ಇವತ್ತಿಗೂ ನಾನು ಬರೆಯುವ ಅನೇಕ ಕತೆಗಳ ಹುಟ್ಟು ಮತ್ತು ಗುಟ್ಟು ಅವನಿಗೆ ಗೊತ್ತಿದೆ. ನನ್ನ ಪಾತ್ರಗಳ ನಿಜವಾದ ಹೆಸರುಗಳೂ ತಿಳಿದಿವೆ. ನನ್ನ ಕತೆಗಳನ್ನು ಅವನು ತನ್ನ ಕತೆಗಳೇನೋ ಎಂಬಷ್ಟು ಪ್ರೀತಿಯಿಂದ ಓದುತ್ತಾನೆ. ಈಗಲೂ ಪುರುಸೊತ್ತು ಸಿಕ್ಕಾಗ ನಾವಿಬ್ಬರೂ ಸೇರುತ್ತೇವೆ. ಈಗ ಕೂಡ ನಾನು ಮೊದಲಿನಂತೆಯೇ ತಡವಾಗಿ ಹೋಗುತ್ತೇನೆ. ಗಣೇಶ ಕಾಯುತ್ತಿರುತ್ತಾನೆ.

ಗಣೇಶನ ಸಮಯಪ್ರಜ್ಞೆ ಮಾತ್ರ ನನಗೆ ಸಹಿಸಲಾರದ ಸಂಗತಿ. ಏಳು ಗಂಟೆಗೆ ಸಿಗೋಣ ಅಂತ ಹೇಳಿದರೆ ಅವನು ಏಳು ಗಂಟೆಗೇ ಹಾಜರಿರುತ್ತಿದ್ದ. ನಾನು ಏಳೂವರೆಗೆ ಹೋಗುತ್ತಿದ್ದೆ. ಆದರೆ ಅವನು ನನಗೆ ಏಳೂವರೆಗೆ ಸಿಗುತ್ತಿರಲಿಲ್ಲ. ನಾನು ಅವನನ್ನು ಎಷ್ಟು ಹೊತ್ತು ಕಾಯಿಸಿದ್ದೆನೋ ಅಷ್ಟೇ

ಹೊತ್ತು ನನ್ನನ್ನೂ ಕಾಯಿಸುತ್ತಿದ್ದ. ನಾವು ಸಿಗಬೇಕಾದ ಜಾಗದ ಆಸುಪಾಸಲ್ಲೇ ಅಡಗಿಕೊಂಡಿದ್ದು ನಾನು ಸಾಕಷ್ಟು ಹೊತ್ತು ಕಾದು ಸುಸ್ತಾದ ನಂತರ ಬರುತ್ತಿದ್ದ.

ಬೆಂಗಳೂರನ್ನು ನಾನು ಸುತ್ತಿದ್ದು ಗಣೇಶನ ಜತೆ. ನಾವಿಬ್ಬರೂ ಹೋಟೆಲ್ ಆರಂಭಿಸಬೇಕು ಅಂದುಕೊಂಡು ಬೆಂಗಳೂರಿನ ಹೊಸ ಬಡಾವಣೆಗಳಿಗೆ ಹೋಗುತ್ತಿದ್ದೆವು. ಎಷ್ಟೋ ಸಲ ಇನ್ನೇನು ಹೋಟೆಲ್ ಆರಂಭಿಸಬೇಕು ಅನ್ನುವ ಹಂತಕ್ಕೆ ಬಂದು ಅದು ನಿಂತು ಹೋಗುತ್ತಿತ್ತು. ಅದೇ ಸಮಯಕ್ಕೆ ನನ್ನ ಜತೆಗಿದ್ದ ನನ್ನ ಚಿಕ್ಕಮ್ಮನ ಮಗ ಮಂಜುನಾಥ ಮತ್ತು ಗಣೇಶ ಪರಸ್ಪರ ಆಪ್ತರಾಗಿದ್ದರು. ನಾವು ಮೂವರೂ ಬೆಂಗಳೂರಲ್ಲಿ ಏನಾದರೂ ಸಾಧನೆ ಮಾಡಿಯೇ ಮಾಡುತ್ತೇವೆಂದು ಪಣ ತೊಟ್ಟವರಂತೆ ಕೆಲಸ ಮಾಡುತ್ತಿದ್ದೆವು.

ಗಣೇಶ ಕರುಣಾಮಯಿ. ಯಾರಾದರೂ ಬಂದು ಕಷ್ಟ ಹೇಳಿದರೆ ಕೈಲಿದ್ದ ದುಡ್ಡು ಕೊಟ್ಟುಬಿಡುತ್ತಿದ್ದ. ಅವನು ಸಾಲ ಕೊಟ್ಟವರ ಪೈಕಿ ವಾಪಸ್ಸು ಕೊಟ್ಟವರ ಸಂಖ್ಯೆ ತೀರಾ ಕಡಿಮೆ. ಅದರಿಂದ ಗಣೇಶ ಅಷ್ಟೇನೂ ನೊಂದುಕೊಳ್ಳಲಿಲ್ಲ. ಸಾಲ ಕೊಡುವುದನ್ನು ನಿಲ್ಲಿಸಲೂ ಇಲ್ಲ. ಸಂತನ ನಿರ್ಲಿಪ್ತತೆ ಮತ್ತು ಸಾಧಕನ ಏಕಾಗ್ರತೆಯಲ್ಲಿ ಅವನು ತನ್ನ ಪಾಡಿಗೆ ಕೆಲಸ ಮಾಡುತ್ತಾ ಹೋದ. ಅವನ ಜತೆಗಾರರು ಕೈ ಕೊಟ್ಟರು. ಪಾಲುದಾರರು ಕೈಯೆತ್ತಿದರು. ಆದರೂ ಗಣೇಶ ಎದೆಗುಂದಲಿಲ್ಲ.

ಇವತ್ತು ಗಣೇಶ ಬೆಂಗಳೂರಿನ ಹೆಸರಾಂತ ಉದ್ಯಮಿ. ಅವನ ಬಳಗ, ಸಿಬ್ಬಂದಿಗಳು, ಜತೆಗಾರರು ಆರಂಭದ ಅದೇ ಉತ್ಸಾಹದಿಂದ ದುಡಿಯುತ್ತಲೇ ಇದ್ದಾರೆ. ಬೆಂಗಳೂರಿನ ಬದುಕು, ದಕ್ಷಿಣ ಕನ್ನಡದ ಹಸುರು ಅವನನ್ನು ಅತ್ತಿಂದಿತ್ತ ಇತ್ತಿಂದತ್ತ ಸೆಳೆಯುತ್ತಲೇ ಇದೆ. ಶಾಲೆಗೆ ಹೋಗುತ್ತಿದ್ದ ದಿನಗಳಲ್ಲಿ ಅವನ ಕಣ್ಣಲ್ಲಿ ಕಂಡ ಕುತೂಹಲ ಮತ್ತು ಛಲ ಈಗಲೂ ಹಾಗೆಯೇ ಇದೆ.

ನಾವು ವಯಸ್ಸಾಗುತ್ತಾ ಆಗುತ್ತಾ ನಮ್ಮ ಮೂಲ ಅಸ್ತಿತ್ವ ಕಳೆದುಕೊಳ್ಳುತ್ತೇವೆ. ನಮ್ಮ ಹೆಸರನ್ನೂ ಕಳೆದುಕೊಂಡು ಅಂಕಲ್, ಚಿಕ್ಕಪ್ಪ, ಅಣ್ಣ, ಮಾವ ಮುಂತಾದ ಹೆಸರುಗಳಿಂದ ಕರೆಸಿಕೊಳ್ಳುತ್ತೇವೆ. ಜನ ವಿಪರೀತ ಗೌರವ ಕೊಡುವುದನ್ನು ನೋಡಿದಾಗ ಎಷ್ಟೋ ಸಲ ಗಾಬರಿಯಾಗುತ್ತದೆ. ಅಂಥ ಹೊತ್ತಲ್ಲಿ ನಮ್ಮನ್ನು ಏಕವಚನದಲ್ಲಿ ಕರೆಯುವ ಒಬ್ಬ ಗೆಳೆಯನಾದರೂ ಇರಬೇಕಿತ್ತು ಅನ್ನಿಸುತ್ತದೆ.

ನನ್ನನ್ನು ಏಕವಚನದಲ್ಲಿ ಕರೆಯುವ ಇಬ್ಬರೋ ಮೂವರೋ ಗೆಳೆಯರ ಪೈಕಿ ಗಣೇಶ ಇದ್ದಾನೆ. ಅವನು ಇವತ್ತಿಗೂ ನನಗೆ ಈ ಬೆಂಗಳೂರಿನ ಭರವಸೆ.

ವೇಣೂರು ಕೃಷ್ಣಸ್ವಾಮಿ

ನಾನು ಗುರುವಾಯನಕೆರೆಯಲ್ಲಿದ್ದಾಗ ಈ ಕೃಷ್ಣಸ್ವಾಮಿ ನನ್ನ ಗೆಳೆಯನಾಗಿದ್ದವನು. ಓದಿನಲ್ಲಿ ಅಷ್ಟೇನೂ ಬುದ್ಧಿವಂತನಲ್ಲದ ಈತ ಶಾಲೆಗೆ ಎಲ್ಲರಿಗಿಂತ ತಡವಾಗಿ ಬರುತ್ತಿದ್ದ. ಮೇಷ್ಟರಿಂದ ಬೈಸಿಕೊಳ್ಳುತ್ತಿದ್ದ. ಗುರುವಾಯನಕೆರೆ ಹಿರಿಯ ಪ್ರಾಥಮಿಕ ಶಾಲೆಯ ಹೆಡ್ಮಾಸ್ತರಾಗಿದ್ದ ನೇಮಿರಾಜರು ತಡವಾಗಿ ಬಂದ ಮಕ್ಕಳ ಮುಂಗೈ ಗಂಟಿಗೆ ತಮ್ಮ ಕೈಯಲ್ಲಿರುವ ಉರುಟಾದ ರೂಲು ದೊಣ್ಣೆಯಿಂದ ಹೊಡೆಯುವ ಅಭ್ಯಾಸ ಇಟ್ಟುಕೊಂಡಿದ್ದರು. ಜಾತಿಯಿಂದ ಜೈನರಾಗಿದ್ದ ನೇಮಿರಾಜರು ಹೀಗೆ ಹಿಂಸೆ ಮಾಡುವುದು ನಿಷಿದ್ಧ ಅಂತ ಅವರಿಗೆ ಹೇಳುವವರು ಯಾರೂ ಇಲ್ಲವಲ್ಲ ಅಂತ ಅವರ ಪೆಟ್ಟು ತಿಂದಾಗೆಲ್ಲ ನಾವು ಅಂದುಕೊಳ್ಳುತ್ತಿದ್ದೆವು.

ನೇಮಿರಾಜರ ಕೈಯಿಂದ ಕೃಷ್ಣಸ್ವಾಮಿ ತಿಂಗಳಿಗೆ ಇಪ್ಪತ್ತು ಇಪ್ಪತ್ತೆರಡು ಸಲವಾದರೂ ಪೆಟ್ಟು ತಿನ್ನುತ್ತಿದ್ದ. ಶಿಕ್ಷೆ ಕೊಟ್ಟ ನಂತರವೂ ಅವನಿಗೆ ಕ್ಲಾಸಿನೊಳಗೆ ಬರಲಿಕ್ಕೆ ಮೇಷ್ಟರು ಬಿಡುತ್ತಿರಲಿಲ್ಲ. ಅವನನ್ನು ಬಾಗಿಲಿನ ಹತ್ತಿರ ಕೂರಿಸುತ್ತಿದ್ದರು. ಅವನು ಬಾಗಿಲಿನ ಹೊರಗೆ ಚಕ್ಕಳಮಕ್ಕಳ ಹಾಕಿ ಕುಳಿತುಕೊಂಡು ಕೇವಲ ತಲೆಯನ್ನಷ್ಟೇ ಕೊಂಚ ಒಳಗೆ ಹಾಕುತ್ತಿದ್ದ. ಹಿಂದಿನ ಬೆಂಚಿನಲ್ಲಿ ಕುಳಿತಿರುತ್ತಿದ್ದ ನಮಗೆಲ್ಲ ಅವನ ನುಣುಪಾದ ತಲೆ ಮಾತ್ರ ಕಾಣಿಸುತ್ತಿತ್ತು. ಅದು ಓತಿಕ್ಯಾತ ಒಳಗೆ ಹಣಿಕಿ ಹಾಕಿದಂತೆ ಕಂಡು ನಾವೆಲ್ಲ ಉಸಿರು ಬಿಗಿಹಿಡಿದು ಕೂರುತ್ತಿದ್ದೆವು. ನಕ್ಕರೆ ನಮ್ಮನ್ನೂ ಹೊರಗೆ ಕಳಿಸುತ್ತಾರೆಂಬ ಭಯವಿತ್ತು.

ಕೃಷ್ಣಸ್ವಾಮಿಗೆ ನೇಮಿರಾಜರಿಂದ ಹೊಡೆಸಿಕೊಳ್ಳುವುದು ಅವಮಾನ ಅಂತ ಅನ್ನಿಸುತ್ತಲೇ ಇರಲಿಲ್ಲ. ಅವರು ಹೊಡೆದಾಗ ಅವನು ಯಾವತ್ತೂ ನೋವಿನ ಮುಖಭಾವ ಮಾಡಿಲ್ಲ. ನಮ್ಮ ಬಳಗದಲ್ಲಿ ಏಟು ಬಿದ್ದಾಗ ಒಬ್ಬೊಬ್ಬರು ಒಂದೊಂದು ಥರ ಕಿರುಚುತ್ತಿದ್ದೆವು. ನಾನು ಎಂಜಲನ್ನು ಒಳಗೆಳೆದುಕೊಂಡು

ಸಳ್ ಅಂತ ಸದ್ದು ಮಾಡಿದರೆ, ಪ್ರವೀಣ ಅಮ್ಮಾ... ಅಮ್ಮಮ್ಮಾ ಅಂತ ಹೇಳುತ್ತಿದ್ದ. ಜರ್ಮಿ ಸಿಕ್ವೆರಾ ಎಂಬ ಮತ್ತೊಬ್ಬ ಗೆಳೆಯ ದೇವರೇ... ದೇವರೇ... ದೇವರೇ ಅಂತ ಕಿರುಚುತ್ತಿದ್ದ. ಈ ಅವತಾರಗಳನ್ನು ನೋಡುವುದಕ್ಕೆಂದೇ ಎಂದೂ ಏಟು ತಿನ್ನದ ಹುಡುಗರು ಕಾಯುತ್ತಿರುತ್ತಿದ್ದರು.

ಕೃಷ್ಣಸ್ವಾಮಿಯ ಮನೆಯೇನೂ ಸ್ಕೂಲಿನಿಂದ ಬಹಳ ದೂರ ಇರಲಿಲ್ಲ. ಅವನೂ ನಮ್ಮ ಹಾಗೆಯೇ ನಡೆದುಕೊಂಡೇ ಬರಬೇಕಾಗಿತ್ತು. ನಮಗಿಂತ ಅವನು ತೀರಾ ಬಡವನೇನೂ ಆಗಿರಲಿಲ್ಲ. ನಾವೆಲ್ಲ ಬರಿಗಾಲಲ್ಲಿ ನಡೆಯುತ್ತಿದ್ದರೆ, ಅವನ ಬಳಿ ನಮ್ಮೂರಿನ ಮೋಚಿ ಮಂಜಪ್ಪ ಹೊಲಿದುಕೊಟ್ಟ ಚರ್ಮದ ಚಪ್ಪಲಿಯಿತ್ತು. ಮಳೆಗಾಲದಲ್ಲಿ ಮಾತ್ರ ಅವನು ಅದನ್ನು ತೊಟ್ಟುಕೊಳ್ಳದೇ ನಡೆದುಕೊಂಡೇ ಬರುತ್ತಿದ್ದ. ಚಪ್ಪಲಿ ನೀರು ಸೋಕಿದರೆ ಹಾಳಾಗಿ ಹೋಗುತ್ತದೆ ಅಂತ ಅದಕ್ಕೆ ಕಾರಣವನ್ನೂ ಕೊಡುತ್ತಿದ್ದ. ಮೇಷ್ಟರುಗಳಿಗೂ ಅವನ ಮೇಲೆ ಶಾಶ್ವತವಾಗಿ ಸಿಟ್ಟು ಮಾಡಿಕೊಳ್ಳಲು ಕಾರಣವಿರುತ್ತಿರಲಿಲ್ಲ. ಅವನು ಯಾವತ್ತೂ ತಡವಾಗಿ ಬರುವವನು ಅಂತ ಗೊತ್ತಾದ ನಂತರ ಹೆಡ್ ಮಾಸ್ಟರು ಕೂಡ ಅವನನ್ನು ಹೊಡೆಯುವುದನ್ನು ನಿಲ್ಲಿಸಿದರು. ಮೇಷ್ಟರುಗಳು ಮಾತಾಡದೇ ಅವನನ್ನು ಕ್ಲಾಸಿಗೆ ಬಿಟ್ಟುಕೊಳ್ಳುತ್ತಿದ್ದರು. ಅದಕ್ಕೆ ಮುಖ್ಯ ಕಾರಣವೆಂದರೆ ತಡವಾಗಿ ಬಂದರೂ ಕೃಷ್ಣಸ್ವಾಮಿ ಯಾವ ತರಗತಿಯಲ್ಲೂ ಫೇಲಾಗಿರಲಿಲ್ಲ. ಬೇಗ ಬರುವ ಹುಡುಗರು ಅವನಿಗಿಂತ ಕಡಿಮೆ ಮಾರ್ಕು ಪಡೆಯುತ್ತಿದ್ದರು.

ಇಂಥ ಕೃಷ್ಣಸ್ವಾಮಿಯನ್ನು ನಾನು ಎಸ್ಸೆಸ್ಸೆಲ್ಸಿ ಪರೀಕ್ಷೆಯ ನಂತರ ನೋಡಲಿಲ್ಲ. ಎಸ್ಸೆಸ್ಸೆಲ್ಸಿಯಲ್ಲಿ ನಮಗೆಲ್ಲ ಕಡಿಮೆ ಅಂಕಗಳು ಬಂದಿದ್ದವು. ಕೃಷ್ಣಸ್ವಾಮಿ ಮೊದಲ ದರ್ಜೆಯಲ್ಲಿ ಪಾಸಾಗಿದ್ದ. ಅವನಿಗೆ ಓದಿದ್ದನ್ನು ನೆನಪಿಟ್ಟುಕೊಳ್ಳುವ ಕಲೆ ಅದು ಹೇಗೋ ಸಿದ್ಧಿಸಿತ್ತು ಅಂತ ನಮಗೆ ಮೊದಲಿನಿಂದಲೂ ಹೊಟ್ಟೆಕಿಚ್ಚಿತ್ತು. ಅಷ್ಟೇ ಅಲ್ಲ, ಯಾವ ಪ್ರಶ್ನೆ ಕೇಳಿದರೂ ಅದಕ್ಕೆ ಥಟ್ಟನೆ ಉತ್ತರ ಕೊಡುವುದು ಕೂಡ ಅವನಿಗೆ ಗೊತ್ತಿತ್ತು. ಒಗಟು ಮತ್ತು ಒಡಪುಗಳನ್ನು ಕೂಡ ಅವನು ಸಲೀಸಾಗಿ ಬಿಡಿಸುತ್ತಿದ್ದ.

ನಾವು ಎಸ್ಸೆಸ್ಸೆಲ್ಸಿ ತನಕ ಓದಿದ ಪ್ರೌಢಶಾಲೆಯಲ್ಲೇ ಪಿಯುಸಿ ಕೂಡ ಇತ್ತು. ನಾವೆಲ್ಲ ಅಲ್ಲಿಗೇ ಹೋಗುವುದು ಅಂತ ಮಾತಾಡಿಕೊಂಡಿದ್ದೆವು. ಕೃಷ್ಣಸ್ವಾಮಿ ಕೂಡ ಅಲ್ಲಿಗೇ ಬರುತ್ತಾನೆ ಅಂತ ನಾವು ಅಂದುಕೊಂಡಿದ್ದೆವು. ಪಿಯುಸಿ ಶುರುವಾಗುವ ದಿನ ನಮ್ಮೂರಿನಲ್ಲಿ ಧಾರಾಕಾರ ಮಳೆ ಬಂದು, ನೇತ್ರಾವತಿ ಮತ್ತು ಕುಮಾರಧಾರ ನದಿಗಳು ಒಂದಾಗಿದ್ದವು. ಅವನು ಬರಬೇಕಾಗಿದ್ದ ದಾರಿಯಲ್ಲಿದ್ದ ಸೇತುವೆಗಳೆಲ್ಲ ಮುಳುಗಿದ್ದವು. ನಾವು ಆ ಮಳೆಯ ನಡುವೆಯೇ ಕಾಲೇಜಿಗೆ ಹೋಗಿ, ಅರ್ಜಿ ತುಂಬಿಕೊಟ್ಟು, ಆದಾಯ ಪ್ರಮಾಣ ಪತ್ರ

ಸಲ್ಲಿಸಿ, ಶುಲ್ಕ ಮನ್ನಾ ಮಾಡಿಸಿಕೊಂಡು ಕ್ಲಾಸು ರೂಮು ಹೇಗಿದೆ ಎಂದು ನೋಡಿಕೊಂಡು ಮನೆಗೆ ಹೋದೆವು. ಅವನು ಮಾರನೆಯ ದಿನ ಬರಬಹುದು ಅಂತ ಕಾದೆವು. ಕಾಲೇಜು ಶುರುವಾಗಿ ಒಂದು ವಾರವಾದರೂ ಅವನು ಬರಲಿಲ್ಲ.

ನಾವು ಪ್ರೌಢಶಾಲೆಯಲ್ಲಿ ಓದುತ್ತಿದ್ದಾಗ, ಪರೀಕ್ಷೆ ಮುಗಿದು, ರಜೆ ಮುಗಿದ ನಂತರ ಮುಂದಿನ ತರಗತಿಗೆ ಯಾರಾದರೂ ಬರದೇ ಹೋದರೆ ಮೇಷ್ಟರುಗಳು ನಮ್ಮಲ್ಲೊಬ್ಬರನ್ನು ಆ ಹುಡುಗನ ಮನೆಗೆ ಕಳಿಸುತ್ತಿದ್ದರು. ಆತ ಯಾಕೆ ಬರುತ್ತಿಲ್ಲ ನೋಡಿಕೊಂಡು ಬಂದು ನಾವು ಹೇಳಬೇಕಿತ್ತು. ಅವನಿಗೇನಾದರೂ ಹಣದ ಸಮಸ್ಯೆಯಿದ್ದರೆ ಮೇಷ್ಟರುಗಳೆಲ್ಲ ಒಟ್ಟಾಗಿ ಸೇರಿ ಫೀಸು ಕಟ್ಟುತ್ತಿದ್ದದ್ದೂ ಉಂಟು. ನಮ್ಮ ತರಗತಿಯಲ್ಲಿ ನಾಲ್ಕೈದು ಹುಡುಗರಿಗೆ ಮೇಷ್ಟರೇ ಅಂಗಿ ಚಡ್ಡಿ ಕೊಡಿಸಿದ್ದರು.

ಆದರೆ ಪಿಯುಸಿಯಲ್ಲಿ ನಮಗೆ ಹೊಸ ಮೇಷ್ಟ್ರುಗಳಿದ್ದುದರಿಂದಲೂ ಅವರೆಲ್ಲ ಬೇರೆ ಬೇರೆ ಊರುಗಳಿಂದ ಬಂದವರಾದ್ದರಿಂದಲೂ ಅವರಿಗೆ ಮಕ್ಕಳ ಜೊತೆ ಆಪ್ತ ಸಂಬಂಧ ಇನ್ನೂ ಬೆಳೆದಿರಲಿಲ್ಲ. ಹೀಗಾಗಿ ಯಾರೂ ಕೂಡ ಕೃಷ್ಣಸ್ವಾಮಿಯ ಬಗ್ಗೆ ಕೇಳಲಿಲ್ಲ. ನಾವಾಗಿಯೇ ಅವನ ಮನೆಗೆ ಹೋಗಿ ವಿಚಾರಿಸಬಹುದಿತ್ತು ಅಂತ ಎಷ್ಟೋ ವರ್ಷಗಳ ನಂತರ ನನಗೆ ಅನ್ನಿಸಿತ್ತಾದರೂ ಆವತ್ತು ಅದೆಲ್ಲ ಹೊಳೆದಿರಲಿಲ್ಲ.

* * *

ನಾನು ಬಿಕಾಂ ಮುಗಿಸಿ, ನಾಲ್ಕೈದು ಸಂಸ್ಥೆಗಳಲ್ಲಿ ಕೆಲಸ ಮಾಡಿ, ಬೆಂಗಳೂರಿಗೆ ಹೋಗಿ ಜಾಹೀರಾತು ಸಂಸ್ಥೆಯೊಂದಕ್ಕೆ ಸೇರಿಕೊಂಡೆ. ಆ ಸಂಸ್ಥೆಯ ಶಾಖೆ ಬೇರೆ ಬೇರೆ ರಾಜ್ಯಗಳಲ್ಲಿತ್ತು. ಅಲ್ಲಿನ ಮಧ್ಯಮ ವರ್ಗದ ಸಂಸ್ಥೆಗಳ ಜತೆ ನಮ್ಮ ಸಂಸ್ಥೆ ಜಾಹೀರಾತು ಏಜೆನ್ಸಿಯಾಗಿ ಕೆಲಸ ಮಾಡುತ್ತಿತ್ತು.

ಹಾಗೆ ಹೋದಾಗೆಲ್ಲ ನನಗೆ ನಮ್ಮ ಸಂಸ್ಥೆಯ ಹೈದರಾಬಾದಿನ ಮುಖ್ಯಸ್ಥರಾಗಿದ್ದ ಹ್ಯಾರಿ ಜಯಂತ್ ಜತೆಯಾಗುತ್ತಿದ್ದರು. ಎತ್ತರದ ಆಳು ಜಯಂತ್ ಮಾತಾಡಿದರೆ ಭೂಮಿ ಅದುರುತ್ತಿತ್ತು. ಒಂದು ಸ್ಕೂಟರ್ ಇಟ್ಟುಕೊಂಡು ಅವರು ಇಡೀ ಹೈದರಾಬಾದ್ ತಿರುಗುತ್ತಿದ್ದರು. ನಾನು ಅವರೊಂದಿಗೇ ಆ ರಣಬಿಸಿಲಲ್ಲಿ ಸುತ್ತುತ್ತಿದ್ದೆ.

ಒಮ್ಮೆ, ಮಧ್ಯಾಹ್ನದ ಝಳ ತಾಳಲಾರದೇ ನಾವು ಜಡಚೆರ್ಲಾದಲ್ಲಿ ಬಿಯರ್ ಹುಡುಕಿಕೊಂಡು ಹೊರಟೆವು. ಆ ಕಾಲಕ್ಕೆ ಅಲ್ಲಿ ಧಾರಾಳವಾಗಿ ಬಿಯರ್ ಸಿಗುತ್ತಿತ್ತು ಮತ್ತು ಮದ್ಯ ನಿಷೇಧ ಕಾಯಿದೆ ಜಾರಿಯಲ್ಲಿರಲಿಲ್ಲ. ಅಲ್ಲಿ ಯಾರನ್ನೋ ವಿಚಾರಿಸಿದಾಗ ಗೌರಿಶಂಕರ ಕಾಲೋನಿಯ ಪಕ್ಕದಲ್ಲೊಂದು

ಒಳ್ಳೆಯ ಪಬ್ ಇದೆ ಅಂದರು. ನಾವು ಅದನ್ನು ಹುಡುಕಿಕೊಂಡು ಹೋದೆವು, ಒಂದಷ್ಟು ಸುತ್ತಿದ ನಂತರ ಆ ಜಾಗ ಸಿಕ್ಕಿತು.

ಅದೊಂದು ಅಚ್ಚುಕಟ್ಟು ಪಬ್ ಅಂತ ಮೇಲ್ನೋಟಕ್ಕೆ ಅನ್ನಿಸುವಂತಿತ್ತು. ಟೇಬಲ್ಲುಗಳನ್ನು ಅಂದವಾಗಿ ಜೋಡಿಸಿಟ್ಟಿದ್ದರು. ಏರ್ ಕಂಡೀಷನ್ ಇಡೀ ಜಾಗವನ್ನು ತಂಪಾಗಿಟ್ಟಿತ್ತು. ಮಂದವೂ ಅಲ್ಲದ ಪ್ರಖರವೂ ಅಲ್ಲದ ಬೆಳಕಿತ್ತು. ಕಣ್ಣಿಗೆ ಹಿತವಾಗುವಂಥ ಫಾರೆಸ್ಟ್ ಗ್ರೀನ್ ಬಣ್ಣವನ್ನು ತೆಳ್ಳಗೆ ಲೇಪಿಸಿದ್ದ ಆ ಪಬ್ ನನ್ನ ಮನಸ್ಸಲ್ಲಿ ಕೂತುಬಿಟ್ಟಿತು. ಹ್ಯಾರಿ ಜಯಂತ್ ಕೂಡ ಅದರ ಅಂದಕ್ಕೆ ಮರುಳಾದರು.

ವಾಪಸ್ಸು ಹೋಗಬೇಕಿದೆ ಅನ್ನುವುದನ್ನೂ ಮರೆತು ನಾವು ನಿಧಾನವಾಗಿ ಬಿಯರ್ ಹೀರುತ್ತಾ ಅಲ್ಲಿ ಕೂತುಬಿಟ್ಟೆವು. ಅಲ್ಲಿಂದ ಎದ್ದು ಹೊರಗೆ ಕಾಲಿಡಲು ಭಯವಾಗುವಷ್ಟು ಬಿಸಿಲು ಹೊರಗಿದೆ ಅನ್ನುವುದನ್ನು ಯಾರಾದರೂ ಒಳಗೆ ಬರಲು ಬಾಗಿಲು ತೆರೆದಾಗ ಅವರ ಜೊತೆ ನುಗ್ಗುತ್ತಿದ್ದ ಝಳ ಹೇಳುತ್ತಿತ್ತು.

ಮೂರು ಗಂಟೆಗೆಲ್ಲ ಆ ಪಬ್ ಮುಚ್ಚುತ್ತಿದ್ದರು. ಮತ್ತೆ ಸಂಜೆ ಏಳು ಗಂಟೆಗೆ ತೆರೆಯುತ್ತಿದ್ದರು. ಹಾಗಂತ ಅಲ್ಲಿದ್ದ ಬೋರ್ಡು ಹೇಳುತ್ತಿತ್ತು. ನಮಗೆ ಬಿಯರ್ ಕೊಡುತ್ತಿದ್ದ ವೇಟರ್ ಮೂರೂವರೆಗೆ ಲಾಸ್ಟ್ ಆರ್ಡರ್ ಅಂತ ಹೇಳಿದ. ಹೊಟ್ಟೆ ತುಂಬ ಬಿಯರ್ ಕುಡಿದಿದ್ದ ನಮಗೆ ಮತ್ತೇನೂ ತಿನ್ನುವ ಆಸೆಯಿರಲಿಲ್ಲ. ಬಿಲ್ ಕೊಡು ಅಂದೆವು.

ಅವರು ಸುಮಾರು ಹೊತ್ತು ಬಿಲ್ ತರಲೇ ಇಲ್ಲ. ನಾವು ಕಾದೂ ಕಾದೂ ಸಾಕಾಗಿ ಬಿಲ್ ಕೊಡು ಅಂತ ಗಟ್ಟಿದನಿಯಲ್ಲಿ ಹೇಳಿದಾಗ, ನಿಮ್ಮ ಬಿಲ್ ಕೊಟ್ಟಾಗಿದೆ ಅಂದ. ಆ ಗೊತ್ತಿಲ್ಲದೂರಿನಲ್ಲಿ ಬಿಲ್ ಕೊಟ್ಟವರು ಯಾರು ಅಂತ ಗೊತ್ತಾಗದೇ, ಅವನ ಮುಖ ನೋಡಿದೆ. ಅವನು ಹಿಂದಿಯಲ್ಲಿ ಮಾಲಿಕ್ ಬಿಲ್ ಕೊಡಬೇಡ ಎಂದಿದ್ದಾರೆ ಅಂದ.

ಬಿಲ್ ಬೇಡ ಅನ್ನುವ ಮಾಲಿಕರು ಅದ್ಯಾರೆಂದು ಕುತೂಹಲದಿಂದ ಅವರ ಛೇಂಬರಿನ ಬಾಗಿಲು ತೆರೆದು ಒಳಗಿಣುಕಿದಾಗ ಅಲ್ಲಿ ನಸುಗತ್ತಲಲ್ಲಿ ಕೂತಿದ್ದ ಮನುಷ್ಯನನ್ನು ಎಲ್ಲೋ ನೋಡಿದ್ದೇನೆಂದು ಮೊದಲಿಗೆ ಅನ್ನಿಸಿತು. ಅವನು ಎದ್ದು ನಿಂತು ನಕ್ಕಾಗ ಅವನೇ ಕೃಷ್ಣಸ್ವಾಮಿ ಅನ್ನೋದು ಖಾತ್ರಿಯಾಯಿತು.

* * *

ಕೃಷ್ಣಸ್ವಾಮಿ ನನಗೆ ಮೊದಲೇ ಸಿಕ್ಕಿದ್ದರೆ ನಾನು ಕೂಡ ಬಿಕಾಂ ಓದುತ್ತಲೇ ಇರಲಿಲ್ಲ. ಎಸ್ಸೆಸ್ಸೆಲ್ಸಿ ಮುಗಿಸಿದ ಕೃಷ್ಣಸ್ವಾಮಿ, ರಜೆ ಶುರುವಾಗುತ್ತಿದ್ದಂತೆ ಯಾವುದೋ ಬಸ್ಸು ಹತ್ತಿ ಹೊರಟವನು ಹೈದರಾಬಾದ್ ಸೇರಿಕೊಂಡಿದ್ದ.

ಅವನ ಕತೆ ಕೇಳಿದ ನಂತರ ನನಗೆ ಥಟ್ಟನೆ ಗೊತ್ತಾದದ್ದು ಇಷ್ಟು: ಅವನ ದಿನದ ಲಾಭ ನನ್ನ ಆರು ತಿಂಗಳ ಸಂಬಳದಷ್ಟಿತ್ತು.

ಆವತ್ತು ತಡರಾತ್ರಿಯ ತನಕ ನಾವು ಅದೇ ಪಬ್ಬಿನಲ್ಲಿ ಕೃಷ್ಣಸ್ವಾಮಿಯ ಕೋಣೆಯಲ್ಲಿ ಮಾತಾಡುತ್ತಾ ಕೂತಿದ್ದೆವು. ಅವನು ತನ್ನ ಕತೆಯನ್ನು ಸವಿಸ್ತಾರವಾಗಿ ಹೇಳಿದ.

ಹತ್ತನೆ ತರಗತಿಯ ರಜೆಯಲ್ಲಿ ಅವನು ಮನೆ ಬಿಟ್ಟು ಪ್ರವಾಸ ಹೊರಟಿದ್ದ. ಕೈಯಲ್ಲಿ ಬಿಡಿಗಾಸೂ ಇಲ್ಲದ ಪ್ರವಾಸ ಅದು. ಸಿಕ್ಕ ಲಾರಿ ಹತ್ತುವುದು, ಸಿಕ್ಕಲ್ಲಿ ತಿನ್ನುವುದು, ನಿದ್ದೆ ಬಂದಲ್ಲಿ ಮಲಗುವುದು, ಯಾರು ಕರೆದರೂ ಅವರಿಗೆ ನೆರವಾಗುವುದು, ತುಂಬ ಇಷ್ಟವಾದ ಕಡೆ ನಾಲ್ಕಾರು ದಿನ ನಿಂತುಬಿಡುವುದು, ಊರು ಇಷ್ಟವಾದರೆ ಅಲ್ಲೊಂದಷ್ಟು ದಿನ ಇರುವುದು–ಹೀಗೆ ಮಾಡುತ್ತಾ ಮೂರು ತಿಂಗಳು ಕಳೆದ. ಅಷ್ಟು ಹೊತ್ತಿಗಾಗಲೇ ಅವನಿಗೆ ಜೀವನದ ಅರ್ಥ ತಿಳಿದಿತ್ತೆಂದು ಕಾಣುತ್ತದೆ. ಕೃಷ್ಣಸ್ವಾಮಿ ಹೇಳುತ್ತಾ ಹೋದ;

ನಾನು ಸುತ್ತಾಟದಲ್ಲಿ ಬೇಕಾದಷ್ಟು ಕಲಿತೆ. ನನಗೆ ಶಾಲೆಯಲ್ಲಿ ಕಲಿಯುವುದಕ್ಕಿಂತ ಸುತ್ತಾಟದಲ್ಲಿ ಕಲಿಯುವುದೇ ಹೆಚ್ಚಿಗಿದೆ ಅನ್ನುವುದು ಅರ್ಥವಾಗುತ್ತಾ ಹೋಯಿತು. ಚರಿತ್ರೆ, ಭೂಗೋಳ, ಗಣಿತ, ಇಂಗ್ಲಿಷು, ವಿಜ್ಞಾನ ಪುಸ್ತಕಗಳನ್ನು ನಾನು ಓದಿದ್ದು ಪರೀಕ್ಷೆಗೋಸ್ಕರ ಮಾತ್ರ. ಅದರಲ್ಲಿ ನನಗೆ ಆಸಕ್ತಿಯೇ ಇರಲಿಲ್ಲ. ಆದರೆ ಸುತ್ತಾಟ ಶುರುಮಾಡಿದಾಗ ಒಬ್ಬ ರೈತ ಹೇಗೆ ದುಡಿಯುತ್ತಾನೆ, ಒಬ್ಬ ಹೂವು ಮಾರುವವನು ಹೇಗೆ ಬದುಕುತ್ತಾನೆ, ತರಕಾರಿ ಮಾರುವವನ ಕಷ್ಟಸುಖಗಳೇನು, ಹೋಟೆಲ್ ಇಟ್ಟವನು ಎಷ್ಟೊಂದು ಕಷ್ಟಪಡುತ್ತಾನೆ, ಅವನ ಲೆಕ್ಕಾಚಾರಗಳೇನು ಅನ್ನುವುದೆಲ್ಲ ಅರ್ಥವಾಗುತ್ತಾ ಹೋಯಿತು. ನಾನು ಕಲಿಯಬೇಕಾದದ್ದು ಬದುಕನ್ನು ಅಂತ ಗೊತ್ತಾಗಿಬಿಟ್ಟಿತು. ಮತ್ತೆ ಕಾಲೇಜಿಗೆ ಸೇರಿ ಸಮಯ ವ್ಯರ್ಥ ಮಾಡಬಾರದು ಅಂತ ಗೊತ್ತಾಗಿಹೋಯಿತು. ನನಗೆ ಈ ಜಗತ್ತಿಗೆ ಬೇಕಾದಷ್ಟು ಇಂಗ್ಲಿಷ್, ಹಿಂದಿ, ಕನ್ನಡ, ಗಣಿತ, ವಿಜ್ಞಾನ ಗೊತ್ತಿತ್ತು. ಅದನ್ನು ಹೇಗೆ ಬಳಸುವುದು ಅನ್ನುವುದನ್ನಷ್ಟೇ ನಾನು ಕಲಿಯಬೇಕಾಗಿದ್ದದ್ದು.

ಈ ಜಗತ್ತಿನಲ್ಲಿ ನಾವು ಕಷ್ಟಪಟ್ಟು ಕಲಿಯಬೇಕಾದ್ದೇನೂ ಇಲ್ಲ. ಎಲ್ಲವನ್ನೂ ಅದಾಗಿಯೇ ಕಲಿಸುತ್ತಾ ಹೋಗುತ್ತದೆ. ಪ್ರಕೃತಿ ತಾನಾಗಿಯೇ ಕಲಿಸಿದ್ದು ನಮಗೆ ತೊಂದರೆ ಕೊಡುವುದಿಲ್ಲ, ನಾವಾಗಿಯೇ ಕಷ್ಟಪಟ್ಟು ಕಲಿತದ್ದು ಕಾಟ ಕೊಡುತ್ತದೆ. ಅದಕ್ಕೋಸ್ಕರ ನಾನು ಬದುಕುತ್ತಾ ಹೋದೆ, ಏನನ್ನೂ ಒದ್ದಾಟ ಮಾಡಿ ಕಲಿಯಲಿಲ್ಲ.

ಹೀಗೆ ಅವನು ತುಂಬ ಹೊತ್ತು ಮಾತಾಡುತ್ತಲೇ ಇದ್ದ. ನನಗೀಗ ಅನ್ನಿಸುವಂತೆ ಅವನಿಗೆ ನನ್ನನ್ನು ನೋಡಿ ಸಂತೋಷವಾಗಿತ್ತು. ಅವನ

ಕತೆಯನ್ನು ಹೇಳಿಕೊಳ್ಳಲು ತನ್ನನ್ನು ಚೆನ್ನಾಗಿ ಗೊತ್ತಿರುವ ಒಬ್ಬರು ಸಿಕ್ಕ ಖುಷಿ ಅವನ ಕಣ್ಣಲ್ಲಿತ್ತು.

ಮನುಷ್ಯನ ಆಳದ ಆಸೆಯೆಂದರೆ ತನ್ನ ಕತೆಯನ್ನು ಯಾರಾದರೂ ಗಮನವಿಟ್ಟು ಕೇಳಲಿ ಅನ್ನುವುದು. ಹಾಗೆ ಕೇಳುವವರು ಸಿಕ್ಕರೆ ಯಾರು ಬೇಕಿದ್ದರೂ ಕತೆ ಶುರುಮಾಡುತ್ತಾರೆ. ಅದೃಷ್ಟವೆಂದರೆ, ತುಂಬ ತನ್ಮಯರಾಗಿ ಕೇಳುತ್ತಿದ್ದರೆ ಹೇಳುವ ಕತೆ ನಮ್ಮದೂ ಆಗುತ್ತದೆ.

ಆವತ್ತು ಕೃಷ್ಣಸ್ವಾಮಿ ಕತೆ ಹೇಳುತ್ತಿದ್ದ ಹಾಗೇ ನಾನು ಬಾಲ್ಯದ ದಿನಗಳಿಗೆ ಹೋಗಿ, ಕೃಷ್ಣಸ್ವಾಮಿಯ ಬದುಕಿನ ಹೋರಾಟದಲ್ಲಿ ಭಾಗಿಯಾಗಿ, ಅವನೊಡನೆ ಒಡನಾಡಿದೆ. ಅವನ ಬದುಕಿನ ಅನೇಕ ಚಿತ್ರಗಳು ನನ್ನ ಖಾಸಗಿ ಆಲ್ಬಮ್ಮಿನ ಚಿತ್ರಗಳಂತೆ ಭಾಸವಾಗತೊಡಗಿದವು.

ಕೃಷ್ಣಸ್ವಾಮಿ ನನಗೆ ಗುರುವಾಗಿದ್ದ.

ಕದಡಿದ ಕರುಣಾಕರ

ಮನಸ್ಸೇ ಮಾರ್ಗದರ್ಶಿ.

ಅದನ್ನು ನಂಬಿಕೊಂಡು ತುಂಬ ದೂರ ಸಾಗಿದ್ದಾಗಿದೆ. ನಡೆದ ದಾರಿ ಸರಿಯೋ ತಪ್ಪೋ ಎಂದು ಹೇಳುವವರೂ ಇಲ್ಲ. ಯಾರನ್ನು ಕೇಳಿದರೂ ಸರಿಯಾದ ಉತ್ತರ ಸಿಗುತ್ತಿಲ್ಲ. ಅವರವರಿಗೆ ಅವರವರ ದಾರಿಯ ಚಿಂತೆ. ಅವರ ಪಾಲಿಗೆ ಅವರು ನಡೆಯುತ್ತಿರುವ ದಾರಿಯೇ ಸರಿಯಾದದ್ದೇನೋ? ನಮ್ಮ ದಾರಿ ಅದಲ್ಲ ಅಂತ ಅನೇಕ ಸಲ ಅನ್ನಿಸುತ್ತಿರುತ್ತದೆ.

ಅಪ್ಪ ತಮ್ಮದೇ ದಾರಿಯಲ್ಲಿ ನಡೆದು ಗುರಿ ತಲುಪಿದ್ದಾರೆ. ಗೌರವ ಗಳಿಸಿದ್ದಾರೋ ಇಲ್ಲವೋ ನೆಮ್ಮದಿಯಾಗಂತೂ ಇದ್ದರು. ಅವರು ಪುಟ್ಟ ಹೋಟೆಲು ಇಟ್ಟುಕೊಂಡಿದ್ದರು. ಅಲ್ಲಿಗೆ ಹತ್ತೋ ಹನ್ನೆರಡೋ ಗಿರಾಕಿಗಳು ಬರುತ್ತಿದ್ದರು. ದುಡ್ಡಿದ್ದವರು ದುಡ್ಡು ಕೊಡುತ್ತಿದ್ದರು. ಇಲ್ಲದವರು ಲೆಕ್ಕ ಬರೆಸುತ್ತಿದ್ದರು. ಆ ದುಡ್ಡು ವಾಪಸ್ಸು ಬಂದರೆ ಬಂತು.

ಬೇಡ ಅನ್ನಿಸಿದ ದಿನ ಅವರು ಹೋಟೆಲಿಗೆ ಹೋಗುತ್ತಿರಲಿಲ್ಲ. ಮನೆಯಲ್ಲೇ ನಿದ್ದೆ ಹೊಡೆಯುತ್ತಿದ್ದರು. ಹೋಟೆಲಿನಲ್ಲಿ ತಾವೇ ರುಚಿರುಚಿಯಾದ ಅಡುಗೆ ಮಾಡುತ್ತಿದ್ದ ಅಪ್ಪ ಮನೆಯಲ್ಲಂತೂ ಅಡುಗೆ ಮನೆಗೆ ಕಾಲೇ ಇಡುತ್ತಿರಲಿಲ್ಲ. ಎಲ್ಲವನ್ನೂ ರುಚಿ ರುಚಿಯಾಗಿ ಮಾಡಿ ಅಮ್ಮನೇ ಬಡಿಸಬೇಕು.

ತುಂಬ ದುಡ್ಡೇನೂ ಉಳಿಯುತ್ತಿರಲಿಲ್ಲ. ಖರ್ಚಿಗೆ ಸಾಕಾಗುವಷ್ಟು ಹೊಂದಿಕೆಯಾಗುತ್ತಿತ್ತು. ಅದೇ ಹೋಟೆಲನ್ನು ಕೊಂಚ ಸಿಂಗರಿಸಿ, ವಿಸ್ತರಿಸಿ, ಒಂದೈದಾರು ಮಂದಿ ಹುಡುಗರನ್ನು ಕೆಲಸಕ್ಕಿಟ್ಟುಕೊಂಡು, ಬೆಳಗ್ಗೆ ಆರುಗಂಟೆಗೇ ತೆರೆದು, ಹತ್ತೂವರೆ ತನಕ ವ್ಯಾಪಾರ ಮಾಡಿದರೆ ಈಗಿನ ವ್ಯಾಪಾರದ ಹತ್ತು ಪಟ್ಟು ಬರುತ್ತದೆ ಅಂತ ಎಲ್ಲರೂ ಮಾತಾಡಿಕೊಳ್ಳುತ್ತಿದ್ದರು. ಅದು ಅಪ್ಪನಿಗೂ ಗೊತ್ತಿತ್ತು. ಅಪ್ಪ ಯಾವತ್ತೂ ಹಾಗೆ ಮಾಡಲಿಲ್ಲ.

ಜಾತ್ರೆಯ ಹೊತ್ತಲ್ಲಿ ಸಾಮಾನ್ಯವಾಗಿ ಆಗುವುದಕ್ಕಿಂತ ನೂರು ಪಟ್ಟು ವ್ಯಾಪಾರ ಆಗುತ್ತಿತ್ತು. ಮೂರು ದಿನದಲ್ಲೇ ಸಾವಿರಾರು ರೂಪಾಯಿ ಕೈ ಸೇರುತ್ತಿತ್ತು. ಅಪ್ಪ ಆ ದುಡ್ಡಲ್ಲಿ ಬಟ್ಟೆಬರೆ ತಂದು, ಅಮ್ಮನಿಗೊಂದು ಸರವೋ ಬಳೆಯೋ ಮಾಡಿಸಿಕೊಟ್ಟು, ಹಣ್ಣು ಹಂಪಲು ತಂದಿಟ್ಟು, ಸತ್ಯನಾರಾಯಣ ಪೂಜೆ ಮಾಡಿಸಿ, ನೂರಾರು ಮಂದಿಗೆ ಊಟ ಹಾಕಿ, ಐದ್ನೈದು ರುಪಾಯಿ ದಕ್ಷಿಣೆ ಕೊಟ್ಟು ಮಿಕ್ಕ ದುಡ್ಡಲ್ಲಿ ಅರ್ಧದಷ್ಟನ್ನು ಅಮ್ಮನ ಕೈಗಿಟ್ಟು, ಮಿಕ್ಕರ್ಧವನ್ನು ಸೊಂಟಕ್ಕೆ ಸಿಕ್ಕಿಸಿಕೊಂಡು ದೇಶಾಂತರ ಹೊರಟು ಬಿಡುತ್ತಿದ್ದರು. ಮತ್ತೆ ಬರುತ್ತಿದ್ದದ್ದು ಮೂರೋ ನಾಲ್ಕೋ ತಿಂಗಳ ನಂತರ. ಅವರು ಎಲ್ಲಿಗೆ ಹೋಗುತ್ತಿದ್ದರು ಅನ್ನುವುದು ಯಾರಿಗೂ ಗೊತ್ತಿರಲಿಲ್ಲ. ಅದ್ಯಾವುದ್ಯಾವುದೋ ಊರು ಸುತ್ತಿ ತೆಳ್ಳಗಾಗಿ, ಕಪ್ರಗಾಗಿ ವಾಪಸ್ಸು ಬರುತ್ತಿದ್ದರು.

ಆ ದುಡ್ಡನ್ನೆಲ್ಲ ತಿಂದು ತೇಗಿ, ದಾನ ಮಾಡಿ, ಊರು ಸುತ್ತುವ ಬದಲು ತಾವೂ ಒಂದು ದೊಡ್ಡ ಮನೆ ಕಟ್ಟಿಸಿಕೊಂಡು ಶ್ರೀಮಂತರಾಗಬಹುದಿತ್ತು ಎಂದು ಅಮ್ಮನಿಗೆ ಸಿಟ್ಟು. ನೆಂಟರಿಷ್ಟರ ಪಾಲಿಗೆ ಅಪ್ಪ ತಮಾಷೆಯ ವಸ್ತು. ಸೋಂಬೇರಿ ಮತ್ತು ತಿರುಗೂಳಿ ಎಂದು ಅವರಿಗೆ ಬಿರುದು. ಜೀವನದಲ್ಲಿ ಉದ್ಧಾರ ಆಗೋದಿಲ್ಲ ಅಂತ ಅವರಿಗೆಲ್ಲ ಸಂತೋಷ. ಹಾಗೆ ಗೇಲಿ ಮಾಡುವವರ ಎದುರು ಒಮ್ಮೆಯಾದರೂ ಸಾಧಿಸಿ ತೋರಿಸಬೇಕು ಅಂತ ಅಮ್ಮನಿಗೆ ಹಠ.

ಕರುಣಾಕರ ಹೀಗೆ ಅವನ ಜೀವನದ ಕತೆ ಹೇಳುತ್ತಾ ಕೂತಿದ್ದ. ಅವನು ಅಪ್ಪನನ್ನು ಧಿಕ್ಕರಿಸಿ ಬೆಳೆದವನು. ಅಪ್ಪನ ಹಾಗೆ ತಾನು ಆಗಬಾರದು ಅಂತ ಹೆಣಗಾಡಿದವನು. ಪಿಯೂಸಿ ಮುಗಿಯುತ್ತಿದ್ದಂತೆ ಬೆಂಗಳೂರಿಗೆ ಹೋಗಿ ಯಾವುದೋ ಅಂಗಡಿಯಲ್ಲಿ ಲೆಕ್ಕ ಬರೆಯುತ್ತಾ, ಕಾಸಿಗೆ ಕಾಸು ಗಂಟು ಹಾಕಿ, ಸರಿಯಾಗಿ ಊಟ ಕೂಡ ಮಾಡದೇ, ಬಟ್ಟೆ ಬರೆ ಕೊಳ್ಳದೇ, ಕಷ್ಟಪಟ್ಟು ಕಂಪೆನಿ ಸೆಕ್ರೆಟರಿ ಕೋರ್ಸು ಮುಗಿಸಿ, ಈಗ ದೊಡ್ಡದೊಂದು ಕಂಪೆನಿಯಲ್ಲಿ ಕಂಪೆನಿ ಸೆಕ್ರೆಟರಿ. ದಿನನಿತ್ಯ ಮಾಡಿದಷ್ಟೂ ಮುಗಿಯದ ಕೆಲಸ. ಮಕ್ಕಳನ್ನು ಮಾತಾಡಿಸುವುದಕ್ಕೂ ಪುರುಸೊತ್ತಿಲ್ಲ. ವರುಷಕ್ಕೊಮ್ಮೆ ಬಿಡುವು ಮಾಡಿಕೊಂಡು ಎಲ್ಲಿಗಾದರೂ ಪ್ರವಾಸ ಹೋದರೆ ಉಂಟು, ಇಲ್ಲದಿದ್ದರೆ ಇಲ್ಲ. ಅವನ ಕಂಪೆನಿಯ ಬ್ರಾಂಚುಗಳು ಯುರೋಪಿನ ಉದ್ದಗಲಕ್ಕೂ ಇದ್ದಾವೆ. ಅವನು ಅಲ್ಲಿಗೆ ತಿಂಗಳಿಗೆರಡು ಸಾರಿ ಹೋಗಿ ಬರುತ್ತಾನೆ. ವರುಷದಲ್ಲಿ ಏಳೆಂಟು ತಿಂಗಳು ಪ್ರವಾಸದಲ್ಲೇ ಇರುತ್ತಾನೆ. ತಿಂಗಳಿಗೆ ಸುಮಾರು ಎರಡು ಲಕ್ಷ ಸಂಬಳ. ಅವನ್ನೆಲ್ಲ ತಾನೇ ಮ್ಯಾನೇಜು ಮಾಡುತ್ತಾನೆ. ಬೆಂಗಳೂರಲ್ಲಿ ಏಳು ಸೈಟುಗಳಿವೆ. ಮೈಸೂರಲ್ಲಿ ಎರಡು. ಊರಿನ ನೆಂಟತನ ಬಿಡಬಾರದು ಎಂದು ತನ್ನೂರಿನಲ್ಲೇ ಎಂಟೆಕರೆ ಜಮೀನು ಕೊಂಡಿದ್ದಾನೆ.

ಅವನ ಮಗ ಕಳೆದ ತಿಂಗಳು ತೀರಿಕೊಂಡ. ಗೆಳೆಯರೊಂದಿಗೆ ಪ್ರವಾಸ ಹೋಗಿದ್ದವನು ಇಲೆಕ್ಟ್ರಿಕ್ ವೈರು ಮುಟ್ಟಿ ಪ್ರಾಣಬಿಟ್ಟ. ನಲವತ್ತೆಂಟು ಮಂದಿ ಜೊತೆಯಾಗಿ ಬಸ್ಸಲ್ಲಿ ಪ್ರಯಾಣ ಹೊರಟಿದ್ದರು. ಇವರೊಂದಷ್ಟು ಮಂದಿ ಚೆನ್ನಾಗಿ ಕುಡಿದು, ಬಸ್ಸಿನ ಟಾಪ್‌ನ ಮೇಲೆ ಡಾನ್ಸ್ ಮಾಡುತ್ತಿದ್ದರಂತೆ. ಇವನು ಕೈಯೆತ್ತಿದಾಗ ರಸ್ತೆಗೆ ಅಡ್ಡವಾಗಿ ಸಾಗಿದ ಇಲೆಕ್ಟ್ರಿಕ್ ತಂತಿ ಕೈಗೆ ತಾಗಿದೆ. ಅಲ್ಲೇ ಕರಕಲಾಗಿ ಹೋಗಿದ್ದಾನೆ.

ಆ ಸುದ್ದಿ ಕೇಳಿದ್ದೇ ಹೆಂಡತಿ ಪುಷ್ಪಾ ಕುಸಿದು ಬಿದ್ದಿದ್ದಾಳೆ. ಅವಳಿನ್ನೂ ಆಘಾತದಿಂದ ಚೇತರಿಸಿಕೊಂಡಿಲ್ಲ. ಯಾರ ಜೊತೆ ಮಾತಾಡುವುದೂ ಇಲ್ಲ. ಬಂಗಲೆಯಂಥ ಮನೆಯಲ್ಲಿ ಇಬ್ಬರೇ ಇರುವುದು. ಒಪ್ಪಿಕೊಂಡ ಕೆಲಸಗಳನ್ನು ಬಿಡುವಂತಿಲ್ಲ. ಹಾಗಂತ ಕೆಲಸ ಮಾಡುವುದರಿಂದ ಯಾವ ಸಂತೋಷವೂ ಲಾಭವೂ ಇಲ್ಲ.

ನಾನು ಇಪ್ಪತ್ತು ವರುಷಗಳ ಹಿಂದೆಯೇ ದುಡಿಯುವುದನ್ನು ನಿಲ್ಲಿಸಬಹುದಾಗಿತ್ತು. ಸ್ವಂತ ಮನೆ ಕೊಂಡುಕೊಂಡಿದ್ದೆ. ದೊಡ್ಡ ಕಂಪೆನಿಯ ಷೇರುಗಳಿದ್ದವು. ಅವುಗಳಿಂದಲೇ ತಿಂಗಳಿಗೆ ಲಕ್ಷ ರುಪಾಯಿ ಬರುತ್ತಿತ್ತು. ಎರಡು ಮನೆ ಬಾಡಿಗೆಗೆ ಕೊಟ್ಟಿದ್ದೆ. ನಲವತ್ತು ಸಾವಿರ ಅದರಿಂದಲೇ ಬರುತ್ತಿತ್ತು. ಆದರೆ, ಅಪ್ಪನ ಹಾಗೆ ಆಗಬಾರದು ಅಂತ ದುಡಿಯುತ್ತಲೇ ಬಂದೆ. ಒಂದೇ ಒಂದು ನಿಮಿಷವೂ ಬಿಡುವು ಕೊಡದೇ ದುಡಿದೆ. ಸಂಪಾದನೆ ಮಾಡುವುದನ್ನು ಬಿಟ್ಟು ಏನೂ ಮಾಡಲಿಲ್ಲ. ನನ್ನ ಮಗ ಸತ್ತಾಗ ಯಾರನ್ನು ತಬ್ಬಿಕೊಂಡು ಅಳಬೇಕು ಅಂತಲೇ ಗೊತ್ತಾಗಲಿಲ್ಲ. ಹಾಗೆ ನನ್ನ ಸಂಕಟ ಹೇಳಿಕೊಳ್ಳ ಬಲ್ಲವರು ಒಬ್ಬರೂ ಇರಲಿಲ್ಲ. ನನ್ನ ದುಡಿಮೆ ಎಲ್ಲ ಸ್ನೇಹವನ್ನೂ ಸಂಬಂಧವನ್ನೂ ಕೊಂದುಹಾಕಿತ್ತು. ಬಹುಶಃ ನಾನು ಸತ್ತರೂ ಯಾರೂ ನನ್ನ ಹೆಣ ನೋಡಲಿಕ್ಕೆ ಬರಲಿಕ್ಕಿಲ್ಲ. ಯಾಕೆಂದರೆ ಗೆಳೆಯರ ಪಾಲಿಗೆ, ಸಂಬಂಧಿಕರ ಪಾಲಿಗೆ, ನನ್ನವರ ಪಾಲಿಗೆ ನಾನು ಬದುಕಿಯೇ ಇಲ್ಲ. ಅವರಿಗೆ ನಾನೊಬ್ಬ ಕೋಟು ಹಾಕಿಕೊಂಡ, ಲಕ್ಷಾಂತರ ರೂಪಾಯಿ ಗಳಿಸುವ, ವಿದೇಶಗಳಿಗೆ ಓಡಾಡುವ, ಇಂಗ್ಲಿಷ್, ಜರ್ಮನಿ, ಫ್ರೆಂಚ್ ಮಾತಾಡಬಲ್ಲ ವ್ಯಕ್ತಿ. ಆಗೀಗ ನಮ್ಮ ಹೋಟ್ಲು ಈಶ್ವರಣ್ಣನ ಮಗ ಹೇಗಾಗಿದ್ದಾನೆ ನೋಡಿದ್ರಾ ಅಂತ ಹಳೇ ಕಾಲದವರು ಮಾತಾಡುತ್ತಾರೆ. ಅದು ಮೊದಲೆಲ್ಲ ತುಂಬ ಇಂಪಾಗಿ ಕೇಳಿಸುತ್ತಿತ್ತು. ಈಗ ಕರ್ಕಶವಾಗಿ ಕೇಳಿಸುತ್ತಿದೆ.

ಅಪ್ಪನಿಗೆ ಭಯ ಇರಲಿಲ್ಲವಾ? ನಾನು ಅವರಿಗಿಂತ ಹೆಚ್ಚು ಹೆದರಿಕೊಂಡಿದ್ದೆನಾ? ನಾನು ಹೆದರಿದ್ದು ಯಾರಿಗೆ? ನಾಳೆಗಾ, ನಿನ್ನೆಗಾ? ಅಪ್ಪನ ಹಾಗೆ ಆಗಬಾರದು ಅಂತ ಹೊರಟು ಇಷ್ಟು ದೂರ ಬಂದುಬಿಟ್ಟೆ. ತಿರುಗಿ ಹೋಗುವುದಕ್ಕೆ ಸಾಧ್ಯವೇ ಇಲ್ಲ. ಎಲ್ಲರೂ ಅಪರಿಚಿತರ ಹಾಗೆ

ಕಾಣುತ್ತಾರೆ. ಹೆಂಡತಿ ಕೂಡ. ನಿಜ ಹೇಳಬೇಕು ಅಂದರೆ ಅವಳಿಗೆ ಸ್ಟ್ರೋಕ್ ಆಗಿದೆ. ಮಲಗಿದಲ್ಲೇ ಇದ್ದಾಳೆ. ಸೇವೆ ಮಾಡುವುದಕ್ಕೆ ಅಂತ ಒಬ್ಬಳು ನರ್ಸು ಬಂದು ಹೋಗುತ್ತಾಳೆ.

ನಾನೀಗ ಏನು ಮಾಡಲಿ? ದುಡಿಯುತ್ತಾ ಹೋಗಬೇಕಾ? ಏನೂ ಬೇಡ ಅಂತ ಮನೇಲಿ ಕೂತ್ಕೊಳ್ಳಲಾ? ಬೆಂಗಳೂರಲ್ಲಿರುವ ಒಂದೊಂದು ಮನೆಗೂ ಐದಾರು ಕೋಟಿ ಬರುತ್ತದೆ. ಎಲ್ಲಾ ಮಾರಿ ಎಪ್ಪತ್ತೋ ಎಂಬತ್ತೋ ಕೋಟಿ ಕೈಲಿಟ್ಟುಕೊಂಡು ಊರಿಗೆ ಹೋಗಬಹುದು. ಅಲ್ಲಿರುವ ತೋಟ ನೋಡಿಕೊಂಡು ಇರಬಹುದು. ಆದರೆ ನನ್ನ ಮುಂದೆ ಆಯಸ್ಸಿದೆ. ನನಗಿನ್ನೂ ಐವತ್ತೆಂಟು. ಮೊನ್ನೆ ತಾನೇ ಫುಲ್ ಬಾಡಿ ಚೆಕಪ್ ಮಾಡಿಸಿಕೊಂಡೆ. ಯಾವ ಖಾಯಿಲೆಯೂ ಇಲ್ಲ. ಇನ್ನೂ ಮೂವತ್ತು ವರುಷ ಬದುಕಬಲ್ಲೆ. ಅಷ್ಟೊಂದು ವರುಷಗಳು ನನ್ನ ಮುಂದೆ ಗೊಡ್ಡಾಗಿ ಬಿದ್ದುಕೊಂಡಿದೆ. ನನಗೆ ಅದು ಬೇಕಾಗೇ ಇಲ್ಲ. ದುಡ್ಡೂ ಬೇಕಾಗಿಲ್ಲ. ಈಗ ಅದನ್ನೆಲ್ಲ ದಾನ ಮಾಡಿಬಿಡೋಣ ಅಂತಲೂ ಅನ್ನಿಸೋಕೆ ಶುರು ಆಗಿದೆ. ಅಲ್ಲಿಗೆ ನಾನೂ ಅಪ್ಪನ ಹಾಗೇ ಆಗಿಬಿಟ್ಟೆ. ಅಪ್ಪ ಸಾವಿರಾರು ರೂಪಾಯಿ ಬಂದಾಕ್ಷಣ ಪೂಜೆ ಮಾಡಿ ಎಲ್ಲರಿಗೂ ಊಟ ಹಾಕಿ ದಕ್ಷಿಣೆ ಕೊಟ್ಟು ಕೈ ಖಾಲಿ ಮಾಡಿಕೊಳ್ಳುತ್ತಿದ್ದರು. ಸಂತೋಷವಾಗಿರುತ್ತಿದ್ದರು. ಅಪ್ಪ ಹೋಟೆಲಿನಲ್ಲಿದ್ದಾಗ ಹತ್ತೆಂಟು ಮಂದಿ ಅವರಂಥವರು ಬಂದು ಹರಟೆ ಹೊಡೆಯುತ್ತಿದ್ದರು. ಅಪ್ಪನನ್ನು ಸೋಂಭೇರಿ ಅಂತ ಹಿಂದಿನಿಂದ ಆಡಿಕೊಂಡವರೇ, ಅವರನ್ನು ತುಂಬ ಪ್ರೀತಿಸುತ್ತಿದ್ದರು. ಅಪ್ಪ ಯಾವತ್ತೂ ಕಾಯಿಲೆ ಬೀಳಲಿಲ್ಲ. ದೂರದೂರಿಗೆ ಹೋಗಿ ಬಂದು ಏನೇನೋ ಕತೆ ಹೇಳುತ್ತಿದ್ದರು. ಹಳೆಯ ಅಂಗಿ ಹಾಕಿಕೊಂಡು ಎಂಟು ಗಂಟೆಗೆ ಹೋಟೆಲ್ಲಿಗೆ ಹೊರಟರೆ, ದಾರೀಲಿ ಅವರಿವರ ಜೊತೆ ಮಾತಾಡುತ್ತಾ ಹತ್ತು ಗಂಟೆಗೆ ಹೋಟೆಲು ಸೇರುತ್ತಿದ್ದರು. ಒಂದೂವರೆ ಮೈಲಿ ಹೋಗುವುದಕ್ಕೆ ಎರಡು ಗಂಟೆ ತೆಗೆದುಕೊಳ್ಳುತ್ತಿದ್ದರು.

ನನಗೆ ಆ ನಿಧಾನ ಬೇಕು. ಆ ಜೀವನ ಬೇಕು. ನಾನು ಮೂರ್ಖನಾದೆ. ನಿಜಕ್ಕೂ ಅಪ್ಪನನ್ನು ಸೋಲಿಸುವುದಕ್ಕೆ ಹೋಗಿ, ಸೋತುಹೋದೆ. ಯಾರ ಮುಂದೆ ನಾನು ಗೆದ್ದು ತೋರಿಸಬೇಕು ಅಂತ ಹೋರಾಡಿದೆನೋ ಈಗ ಅವರು ಯಾರೂ ಇಲ್ಲ. ನಾನು ಗೆದ್ದಿದ್ದೇನೆ ನಿಜ. ಆದರೆ ನಮ್ಮಪ್ಪ, ಅವರ ಜೊತೆಗೆ ಬದುಕಿದವರು, ಅವರನ್ನು ಆಡಿಕೊಂಡವರು, ಅವರನ್ನು ತಮಾಷೆ ಮಾಡಿದವರು–ಎಲ್ಲರೂ ತೀರಿಕೊಂಡಿದ್ದಾರೆ ಅಥವಾ ಮುದಿಯಾಗಿ ಒರಗಿದ್ದಾರೆ. ನನ್ನ ವಯಸ್ಸಿನವರೆಲ್ಲ ನನ್ನ ಹಾಗೇ ಆಗಿಹೋಗಿದ್ದಾರೆ. ಎಲ್ಲೆಲ್ಲೋ ಯಾವ್ಯಾವ ದೇಶದಲ್ಲೋ ಇದ್ದಾರೆ.

ನಮ್ಮ ಮೇಲೆ ನಾವೇ ಸೇಡು ತೀರಿಸಿಕೊಳ್ಳಲು ಹೋಗಬಾರದು. ಬದುಕಿಗಿಂತ ಮನುಷ್ಯ ದೊಡ್ಡವನಾಗಲು ಹೊರಡಬಾರದು. ಯಾತನೆಯನ್ನು ಶ್ರೀಮಂತಿಕೆ ಮೀರಲಾರದು. ನೆಮ್ಮದಿ ಎನ್ನುವ ಚಿಲುಮೆ, ಕಷ್ಟವೆಂಬ ಬಂಡೆಗಲ್ಲಿನ ಬುಡದಲ್ಲೇ ಉಕ್ಕುತ್ತಿರಬಹುದು.

ಕರುಣಾಕರ ಇದನ್ನೆಲ್ಲ ಹೇಳಿ ಸುಮ್ಮನೆ ಕುಳಿತ. ನಾನೂ ಸುಮ್ಮನೆ ಕುಳಿತಿದ್ದೆ. ಯಾವ ಮಾತಿನಿಂದ ಅವನಿಗೆ ಸಮಾಧಾನ ಹೇಳಬಹುದು ಎಂದು ಕಾಯತೊಡಗಿದೆ. ನಾವು ನಡೆದ ದಾರಿ ನಿರರ್ಥಕ ಅನ್ನಿಸುವುದು ಯಾವಾಗ ಅಂತ ಯೋಚಿಸಿದೆ.

ಉತ್ತರ ಹೊಳೆಯುತ್ತಿಲ್ಲ.

ಅವರು

*

ಹೋದೋರೆಲ್ಲ ಒಳ್ಳೆಯವರು
ಹರಸೋ ಹಿರಿಯರು
ಅವರ ಸವಿಯ ನೆನಪು ನಾವೇ
ಉಳಿದ ಕಿರಿಯರು

–ವಿ. ಮನೋಹರ್

ವೈಯನ್ಕೆ ಎಂಬ ಘಾ

ಯಾರಾದರೂ ನೀವ್ಯಾರು ಅಂತ ಕೇಳಿದರೆ ವೈಯನ್ಕೆ ನಾನು ಘಾ ಅನ್ನುತ್ತಿದ್ದರು. ಘಾ ಅಂದರೇನು ಅನ್ನುವುದು ಬಹುಶಃ ಅವರಿಗಷ್ಟೇ ಗೊತ್ತಿತ್ತು. ಕೇಳಿದವರಿಗೆ ಹೇಳಲಿಕ್ಕೆಂದು ಅವರು ಘಾ ಅಂದರೆ ಜಿಎಚ್‌ಎ ಅಂದರೆ ಗುಂಡು ಹಾಕುವ ಆಸಾಮಿ ಅನ್ನುತ್ತಿದ್ದರು. ಅದನ್ನವರು ಗುಂಡು ಹಾಕದ ಆಸಾಮಿಗೂ ಅನ್ವಯಿಸುತ್ತಿದ್ದರು. ಹೀಗೆ ಜಗತ್ತಿನಲ್ಲಿ ಇರುವವರೆಲ್ಲ ಘಾ ಎಂದು ಅವರು ನಂಬಿದಂತೆ ತೋರುತ್ತಿತ್ತು.

ವೈಯನ್ಕೆ ಕರ್ನಾಟಕ ಕಂಡ ಅಪರೂಪದ ವ್ಯಕ್ತಿತ್ವ. ಅವರ ಪ್ರತಿಭೆಯನ್ನು ಸರಿಗಟ್ಟಬಲ್ಲವರನ್ನು ನಾನಂತೂ ಕಂಡಿಲ್ಲ. ಯಾವುದೇ ಪುಸ್ತಕ ಕೊಟ್ಟರೂ ಥಟ್ಟನೆ ಓದಿ ಮುಗಿಸುತ್ತಿದ್ದರು. ಜಗತ್ತಿನ ಸಂಗತಿಗಳನ್ನೆಲ್ಲ ತಿಳಿದುಕೊಂಡಿರುತ್ತಿದ್ದರು. ಅವರ ಓದಿನ ವೈಖರಿ ಮತ್ತು ವಿಸ್ತಾರ ನಮ್ಮನ್ನೆಲ್ಲ ಬೆರಗುಗೊಳಿಸುತ್ತಿತ್ತು. ಈಗಿನಂತೆ ಇಂಟರ್‌ನೆಟ್ ಆಗಲೀ, ಸೋಷಲ್ ಮೀಡಿಯಾಗಳಾಗಲೀ ಇಲ್ಲದ ಕಾಲದಲ್ಲಿ ದೇಶ–ವಿದೇಶಗಳ ಸುದ್ದಿ ಅವರನ್ನು ಹೇಗೋ ತಲುಪುತ್ತಿತ್ತು.

ವೈಯನ್ಕೆಯಿಂದ ಏನು ಕಲಿಯಬಹುದು ಎಂಬುದು ಗೊತ್ತಿಲ್ಲದವರಿಗೆ ಅವರೇನೂ ಅಂಥ ಆಸಕ್ತಿಯ ವ್ಯಕ್ತಿಯಾಗಿರಲು ಸಾಧ್ಯವಿಲ್ಲ. ವೇಗವಾದ ಮಾತು, ವಿಷಯದಿಂದ ವಿಷಯಕ್ಕೆ ಜಿಗಿಯುವುದು, ಒಂದು ಮಾತಿನಲ್ಲಿ ಎಲ್ಲವನ್ನೂ ಹೇಳಿಬಿಡುವುದು ಅವರ ಸ್ವಭಾವ. ಅವರಿಗೆ ಯಾರಾದರೂ ತುಂಬ ವಿವರವಾಗಿ ಮಾತಾಡಿದರೆ ಇಷ್ಟವಾಗುತ್ತಿರಲಿಲ್ಲ. ಒಮ್ಮೆ ಅವರನ್ನು ನೋಡಲು ಎಚ್.ಕೆ. ಅನಂತರಾಮ್ ಬಂದಿದ್ದರು. ಅವರು ಲೀಟರುಗಟ್ಟಲೆ ಮಾತಾಡುತ್ತಿದ್ದರು. ಅದನ್ನು ಕೇಳಿಸಿಕೊಳ್ಳುವಷ್ಟು ಕೇಳಿಸಿಕೊಂಡ ವೈಯನ್ಕೆ ಕೊನೆಗೆ ಎಚ್ಕೆ ಮಾತಾಡಬೇಡಿ ಹೆಚ್ಕೆ ಎಂದು ತಮ್ಮದೇ ಶೈಲಿಯಲ್ಲಿ ಹೇಳಿ ಅವರನ್ನು ನಗಿಸಿದ್ದೂ ಅಲ್ಲದೇ ಅವರ ಮಾತಿಗೆ ಕಡಿವಾಣ ಹಾಕಿದ್ದರು.

ವೈಯನ್ಕೆಯ ಜೀವನಶೈಲಿಯೇ ವಿಚಿತ್ರವಾಗಿತ್ತು. ಬೆಳಗ್ಗೆ ಎದ್ದು ಒಂದು ದೊಡ್ಡ ಕಪ್ ಕಾಫಿ ಕುಡಿದು, ನಂತರ ಲಂಡನ್ನಿನಿಂದ ತರಿಸಿದ್ದ ಎಲೆಕ್ಟ್ರಿಕ್ ಶೇವಿಂಗ್ ಮೆಷೀನ್ ಹಿಡಕೊಂಡು ಒಂದು ಕೈಯಲ್ಲಿ ಗಡ್ಡ ಹೆರೆಯುತ್ತಾ ಮತ್ತೊಂದು ಕೈಯಲ್ಲಿ ಪೇಪರ್ ಬಿಡಿಸಿ ಓದುತ್ತಾ ಕೂರುತ್ತಿದ್ದರು. ಅವರು ಯಾವತ್ತೂ ಪತ್ರಿಕೆಯನ್ನು ಮೊದಲ ಪುಟದಿಂದ ಓದಲು ಆರಂಭಿಸಿದವರಲ್ಲ. ಅವರ ಓದು ಶುರುವಾಗುತ್ತಿದ್ದದ್ದು ಕಾರ್ಟೂನ್, ಪದಬಂಧ ಮುಂತಾದ ಓದುಗರನ್ನು ತೊಡಗಿಸಿಕೊಳ್ಳುವ ಲೈಟ್ ಆದ ವಿಭಾಗಗಳ ಮೇಲೆ. ಪದಬಂಧದ ಪುಟ ತೆರೆಯುವ ಹೊತ್ತಿಗೆ ಒಂದು ಹಳೆಯ ಪೆನ್ನು ಅವರ ಕೈಗೆ ಬರುತ್ತಿತ್ತು. ಆ ಪೆನ್ನನ್ನು ಅವರ ಪದಬಂಧ ತುಂಬುವುದಕ್ಕೆ ಮಾತ್ರ ಬಳಸುತ್ತಿದ್ದರು. ಅದರ ವೈಶಿಷ್ಟ್ಯವೆಂದರೆ ಅದರಲ್ಲಿ ಬರೆದರೆ ಅಕ್ಷರಗಳು ಸರಾಗವಾಗಿ ಮೂಡುತ್ತಿರಲಿಲ್ಲ. ಎಷ್ಟೋ ಸಲ ಬರೆಯಬೇಕೆಂದರೆ ಅದನ್ನು ಕೊಡವಬೇಕಿತ್ತು. ಕೆಲವು ಸಲ ಇಂಕು ಕಟ್ಟಿಕೊಂಡು ಬರೀ ಬಿಳಿಯ ಅಕ್ಷರಗಳಷ್ಟೇ ಮೂಡುತ್ತಿದ್ದವು.

ಒಮ್ಮೆ ನಾನು ಅವರಿಗೊಂದು ಹೊಸ ಪೆನ್ನು ತಂದು ಕೊಟ್ಟು ಇದನ್ನು ಪದಬಂಧ ತುಂಬಲು ಇಟ್ಟುಕೊಳ್ಳಿ ಅಂದೆ. ಅವರು ನಾನು ಕೊಟ್ಟ ಪೆನ್ನನ್ನು ವಾಪಸ್ಸು ಕೊಟ್ಟು, ತಾವಿಟ್ಟುಕೊಂಡ ಪೆನ್ನನ್ನು ತೋರಿಸುತ್ತಾ, ಪದಬಂಧ ತುಂಬಲು ಅದೇ ಸರಿಯಾದ ಪೆನ್ನು ಅಂದರು. ಅದು ಹಿಡಿಯುವುದಿಲ್ಲವಲ್ಲ ಅಂತ ನಾನು ಅಪ್ಪಟ ದಕ್ಷಿಣ ಕನ್ನಡ ಭಾಷೆಯಲ್ಲಿ ಹೇಳಿದೆ. ನಮ್ಮಲ್ಲಿ ಹಿಡಿಯುವುದಿಲ್ಲ ಅಂದರೆ ಬರೆಯುವುದಿಲ್ಲ ಅಂತ ಅರ್ಥ. ಅದಕ್ಕೆ ಅವರು ಜೋರಾಗಿ ನಕ್ಕು ಅಷ್ಟೇ ಹಿಡಿಯಬೇಕು. ಪೂರ್ತಿ ಹಿಡಿದರೆ ತೊಂದರೆಯಾಗುತ್ತದೆ ಅಂದರು. ನನಗೆ ಅರ್ಥವಾಗಲಿಲ್ಲ. ಆಗ ಅವರೆಂದರು; ಪದಬಂಧ ತುಂಬಲಿಕ್ಕೆ ಆಲೋಚನೆ ಮಾಡಬೇಕಾಗುತ್ತದೆ. ಪದಗಳು ತಕ್ಷಣ ಹೊಳೆಯುವುದಿಲ್ಲ. ಇಂಥ ಸರಿಯಾಗಿ ಬರೆಯದ ಪೆನ್ನು ಕೈಲಿದ್ದರೆ ಯೋಚನೆ ಮಾಡುವುದಕ್ಕೆ ಒಂಚೂರು ಸಮಯ ಸಿಗುತ್ತದೆ. ಈ ಪೆನ್ನಿನಿಂದ ಇಂಕು ಹೊರಬರುವಷ್ಟು ಹೊತ್ತು ಅದನ್ನು ಕೊಡವುತ್ತಾ, ಹಾಳೆಯ ಮೇಲೆ ಒತ್ತಿ ಬರೆಯುತ್ತಾ ಇದ್ದಾಗ ಸರಿಯಾದ ಪದ ಹೊಳೆದುಬಿಡುತ್ತದೆ ಅಂತ ಕೆಟ್ಟ ಪೆನ್ನಿನ ಗುಟ್ಟು ಹೇಳಿದ್ದರು.

ಪದಬಂಧ ತುಂಬಿದ ನಂತರ ಅವರ ಸ್ನಾನ ಕಾರ್ಯಕ್ರಮ. ಮೊದಲೇ ಬೆಳ್ಳಗಿದ್ದ ಅವರು ಸ್ನಾನ ಮಾಡಿ ಮೈಗೆಲ್ಲ ಪಾಂಡ್ಸ್ ಪೌಡರ್ ಬಳಿದುಕೊಳ್ಳುತ್ತಿದ್ದರು. ನಂತರ ಅಡುಗೆ ಮನೆಯಲ್ಲಿದ್ದ ದೇವರ ಗೂಡಿನ ಮುಂದೆ ಸ್ವಲ್ಪ ಹೊತ್ತು ನಿಂತು ಪ್ರಾರ್ಥನೆ ಸಲ್ಲಿಸಿ ಮನೆಯಿಂದ ಹೊರಬಿದ್ದರೆ, ನೇರವಾಗಿ ಹೋಗುತ್ತಿದ್ದದ್ದು ಶಂಕರಪುರಂನ ಬ್ರಾಹ್ಮಣರ ಕಾಫಿ ಕೇಂದ್ರಕ್ಕೆ. ಅಲ್ಲಿ

ಬೆಣ್ಣೆಸಹಿತ ಒಂದು ಇಡ್ಲಿ, ಅರ್ಧ ಕಾಫಿ ಕುಡಿದು ಮತ್ತೆ ನಡಿಗೆ ಆರಂಭಿಸಿದರೆ ಅವರ ಮೆಚ್ಚಿನ ಗೆಳೆಯರ ಮನೆಗಳಿಗೆ ಭೇಟಿ ನೀಡುವ ಕಾರ್ಯಕ್ರಮ ನಡೆಯುತ್ತಿತ್ತು.

ವೈಯನ್ಕೆ ಮಧ್ಯಾಹ್ನ ಏನೂ ತಿನ್ನುತ್ತಿರಲಿಲ್ಲ. ತೀರಾ ಹಸಿವಾದರೆ ಒಂದು ಲೋಟ ಕಾಂಪ್ಲಾನ್ ಕುಡಿಯುತ್ತಿದ್ದರು. ನಾಲ್ಕೈದು ಗೋಡಂಬಿ, ದ್ರಾಕ್ಷಿ, ಬಾದಾಮಿ ತಿಂದರೆ ಅವರ ಊಟ ಮುಗಿದಂತೆ. ಅವರು ಮಧ್ಯಾಹ್ನ ನಿದ್ದೆ ಮಾಡಿದ್ದನ್ನು ನಾನಂತೂ ನೋಡಿಲ್ಲ. ಮಧ್ಯಾಹ್ನ ನಿದ್ದೆಯನ್ನು ಅವರು ದ್ವೇಷಿಸುತ್ತಿದ್ದರು ಕೂಡ. ಅದಕ್ಕೆ ಸಾಕ್ಷಿಯೆಂದರೆ ಇಂಡಿಯನ್ ಎಕ್ಸ್‌ಪ್ರೆಸ್ ಪತ್ರಿಕೆಯಲ್ಲಿ ವರದಿಗಾರರಾಗಿದ್ದ ಎಂ.ಎನ್. ಚಕ್ರವರ್ತಿಯವರನ್ನು ವೈಯನ್ಕೆ ಗೇಲಿ ಮಾಡುತ್ತಿದ್ದದ್ದು. ಚಕ್ರವರ್ತಿ ಅಲಿಯಾಸ್ ನಚ್ಚಿ ಮಧ್ಯಾಹ್ನ ಊಟದ ನಂತರ ಕಾರಿನಲ್ಲಿ ಒಂದು ಗಂಟೆ ಗಡದ್ದಾಗಿ ನಿದ್ದೆ ಹೊಡೆಯುತ್ತಿದ್ದರು. ಅದನ್ನು ನೋಡಿ ವೈಯನ್ಕೆ ಎಂ.ಎನ್. ಚಕ್ರವರ್ತಿ ಅಂದರೆ ಮಧ್ಯಾಹ್ನ ನಿದ್ದೆ ಚಕ್ರವರ್ತಿ ಅಂತ ಹೆಸರಿಟ್ಟುಬಿಟ್ಟಿದ್ದರು.

ಸಂಜೆ ಆರು ಗಂಟೆಗೆ ವೈಯನ್ಕೆ ಚಡಪಡಿಕೆ ಶುರುವಾಗುತ್ತಿತ್ತು. ಆ ಹೊತ್ತಿಗೆ ಆಫೀಸಿಗೆ ಯಾರೇ ಬಂದರೂ ಅವರಿಗೆ ಸಿಟ್ಟು ಬರುತ್ತಿತ್ತು. ನಾನು ಎಷ್ಟೋ ಸಲ ಆರು ಗಂಟೆಗೆ ಬರುವುದಾಗಿ ಹೇಳಿ, ತಡ ಮಾಡುತ್ತಿದ್ದೆ. ಆಗೆಲ್ಲ ಅವರು ಸಿಟ್ಟಾಗಿ ನೀವು ಯಾವಾಗ್ಲೂ ಲೇಟು, ಸಾಯೋದೂ ಲೇಟು ಅಂತ ಬೈದಿದ್ದರು. ಆ ಬೈಗಳಲ್ಲೇ ಆಯಸ್ಸು ಹೆಚ್ಚಿಸುವ ವರವೂ ಇತ್ತಲ್ಲ, ಹೀಗಾಗಿ ನಾನು ಮತ್ತೂ ತಡಮಾಡಿ ಬರುತ್ತಿದ್ದೆ. ಎಷ್ಟೋ ಸಲ ಅವರು ಯಾರಿಗೂ ಕಾಯದೇ ಹೊರಟು ಬಿಡುತ್ತಿದ್ದರು. ಕ್ವೀನ್ಸ್ ರಸ್ತೆಯಲ್ಲಿರುವ ಕನ್ನಡಪ್ರಭ ಕಚೇರಿಯಿಂದ ಗಾಂಧೀ ಬಜಾರಿನ ತನಕ ನಡೆದುಕೊಂಡು ಹೋಗುತ್ತಿದ್ದರು. ದಾರಿಯಲ್ಲಿ ಸುಸ್ತಾದರೆ ಆಟೋ ಅಥವಾ ಬಸ್ಸು ಹತ್ತುತ್ತಿದ್ದರು.

ವೈಯನ್ಕೆ ಭಯಂಕರ ಲೆಕ್ಕಾಚಾರದ ಮನುಷ್ಯ. ಅವರು ಆಟೋ ಹತ್ತಿ ಇಳಿಯುವಾಗ ಸರಿಯಾದ ಚಿಲ್ಲರೆ ಕೊಡುತ್ತಿದ್ದರು. ಅದಕ್ಕೋಸ್ಕರ ಒಂದು ಜೇಬಲ್ಲಿ ಚಿಲ್ಲರೆಯನ್ನೂ ಮತ್ತೊಂದು ಜೇಬಲ್ಲಿ ನೋಟುಗಳನ್ನೂ ಇಟ್ಟುಕೊಂಡಿರುತ್ತಿದ್ದರು. ಆಟೋ ಚಲಿಸುತ್ತಿದ್ದಂತೆ ಮೀಟರೂ ಚಲಿಸುತ್ತಿತ್ತು. ವೈಯನ್ಕೆ ಕೈ ಕೂಡ ಚಲಿಸುತ್ತಾ ಆಟೋ ಬಾಡಿಗೆ ಹತ್ತು ಪೈಸೆ ಏರುತ್ತಿದ್ದಂತೆ ಜೇಬಿನಿಂದ ಹತ್ತು ಪೈಸೆ ಕೈಗೆ ಬರುತ್ತಿತ್ತು. ಇಳಿಯುವಾಗ ಮೂರು ರುಪಾಯಿ ಎಪ್ಪತ್ತು ಪೈಸೆ ತೋರಿಸುತ್ತಿದ್ದರೆ, ವೈಯನ್ಕೆ ಸರಿಯಾಗಿ ಅಷ್ಟನ್ನೇ ಆಟೋ ಡ್ರೈವರಿಗೆ ಕೊಡುತ್ತಿದ್ದರು.

ವೈಯನ್ಕೆ ಯಾವತ್ತೂ ಯಾರನ್ನೂ ಒತ್ತಾಯಿಸಿದವರಲ್ಲ. ಅವರ ಮೇಲೆ ಒತ್ತಡ ತಂದರೂ ಅವರಿಗೆ ಹಿಡಿಸುತ್ತಿರಲಿಲ್ಲ. ಒಮ್ಮೆ ಓದುಗರೊಬ್ಬರು

ಅವರಿಗೆ ಫೋನ್ ಮಾಡಿದ್ದರು. ಒಂದು ಮಹತ್ವದ ಸುದ್ದಿ ಕನ್ನಡಪ್ರಭದಲ್ಲಿ ಪ್ರಕಟವಾಗಿರಲಿಲ್ಲ. ಆದರೆ ಪ್ರಜಾವಾಣಿಯಲ್ಲಿ ಬಂದಿತ್ತು. ಓದುಗರು ಸಿಟ್ಟಾಗಿ ಈ ಸುದ್ದಿ ನಿಮ್ಮ ಪೇಪರಲ್ಲಿ ಬಂದಿಲ್ಲ, ಪ್ರಜಾವಾಣೀಲಿ ಬಂದಿದೆ. ಯಾಕೆ ಹೀಗೆ ಅಂತ ಕೇಳಿದಾಗ ವೈಯನ್ಕೆ, ನಾಳೆಯಿಂದ ಪ್ರಜಾವಾಣೀನೇ ಓದಿ ಅಂತ ಹೇಳಿ ಫೋನಿಟ್ಟಿದ್ದರು. ಪ್ರಧಾನ ವರದಿಗಾರರೋ ಸುದ್ದಿ ಸಂಪಾದಕರೋ ಅವರಿಗೆ ರಾತ್ರಿ ಫೋನ್ ಮಾಡುವ ಹಾಗಿರಲಿಲ್ಲ. ಯಾವುದಾದರೂ ಸುದ್ದಿ ಪತ್ರಿಕೆಯಲ್ಲಿ ಪ್ರಕಟ ಆಗಬೇಕೋ ಬೇಡವೋ ಎಂದು ಕೇಳುವುದಕ್ಕೆ ಫೋನ್ ಮಾಡಿದರೆ ಅವರಿಗೆ ಸಿಟ್ಟು ಬರುತ್ತಿತ್ತು. 'ಯಾವ ಸುದ್ದಿ ಹೋಗಬೇಕು ಅನ್ನುವುದನ್ನು ನೀವೇ ನಿರ್ಧಾರ ಮಾಡಿ, ನಿಮ್ಮ ನಿರ್ಧಾರ ತಪ್ಪಿದ್ದರೆ ನಾಳೆ ಬೈಸಿಕೊಳ್ಳಿ, ರಾತ್ರಿ ಫೋನ್ ಮಾಡಿ ಕಾಟ ಕೊಡಬೇಡಿ' ಎಂದುಬಿಡುತ್ತಿದ್ದರು.

ನಿಮಗೆಂಥಾ ಪತ್ರಿಕೆ ಬೇಕು, ಎಂಥಾ ಸುದ್ದಿ ಬೇಕು, ಏನು ಬೇಕು ಅಂತ ಓದುಗರನ್ನು ಕೇಳುವುದರಲ್ಲಿ ಅವರಿಗೆ ನಂಬಿಕೆ ಇರಲಿಲ್ಲ. ಓದುಗರಿಗೆ ತಮಗೇನು ಬೇಕು ಅಂತ ಗೊತ್ತಿರುವುದಿಲ್ಲ. ಅವರಿಗೆ ಬೇಕಾದ್ದನ್ನು ನಾವು ಕೊಡಬೇಕು. ಕೊಟ್ಟು ನಿನಗೆ ಬೇಕಾದದ್ದು ಇದೇ ಅಂತ ಹೇಳಬೇಕು. ಅವರನ್ನೇ ಬಿಟ್ಟರೆ ಅವರು ಹಳೆಯದನ್ನೇ ಕೇಳುತ್ತಿರುತ್ತಾರೆ. ನಿಮಗೆಂಥ ಹಾಡು ಬೇಕು ಅಂತ ಕೇಳಿದರೆ ಕಿಶೋರ್ ಕುಮಾರ್, ಮಹಮ್ಮದ್ ರಫಿ ಅಂದುಬಿಡುತ್ತಾರೆ. ಅದೇ ಥರ ಯಾರಾದರೂ ಹಾಡಿದರೆ, ಹಳೆಯ ಹಾಡಿನಂತಿದೆ ಎಂದು ಅವರೇ ಬೈಯುತ್ತಾರೆ. ಅವರಿಗೆ ಬೇಕಾಗಿರೋದು ಏನೆಂಬುದನ್ನು ನಾವು ನಿರ್ಧಾರ ಮಾಡಬೇಕು ಅನ್ನುವುದು ಅವರ ನಂಬಿಕೆಯಾಗಿತ್ತು.

ವೈಯನ್ಕೆಯವರಿಗೆ ಕೂಡ ಸಂಸರಂತೆ ಪೊಲೀಸರ ಭಯವಿತ್ತು. ಯಾವತ್ತೂ ಪೊಲೀಸರಿಗೆ ಅವರು ಮುಖಾಮುಖಿಯಾಗಲು ಇಷ್ಟಪಡುತ್ತಿರಲಿಲ್ಲ. ಅದೇ ಕಾರಣಕ್ಕೆ ಯಾವತ್ತೂ ಕಾನೂನು ತಪ್ಪಿಸುತ್ತಿರಲಿಲ್ಲ. ಹಸಿರು ದೀಪ ಬಂದ ನಂತರವೇ ರಸ್ತೆ ದಾಟುವುದು, ಯಾವತ್ತೂ ರಸ್ತೆಯಲ್ಲಿ ಸಿಗರೇಟು ಸೇದದೇ ಇರುವುದು, ಮದ್ಯಪಾನ ಮಾಡಿ ವಾಹನ ಓಡಿಸದೇ ಇರುವುದು–ಮುಂತಾದ ವಿಚಾರಗಳನ್ನು ಅವರು ಕಟ್ಟುನಿಟ್ಟಾಗಿ ಪಾಲಿಸುತ್ತಿದ್ದರು. ಒಮ್ಮೆ ವೈಯನ್ಕೆ ಪತ್ರಕರ್ತರೊಬ್ಬರ ಜತೆ ಪಾರ್ಟಿಗೆ ಹೋಗಿದ್ದರು. ಪಾರ್ಟಿ ಮುಗಿಸಿ ಅದೇ ಪತ್ರಕರ್ತರ ಜತೆ ಅವರ ಸ್ಕೂಟರಿನಲ್ಲಿ ವಾಪಸ್ಸು ಹೊರಟರು. ದಾರಿಯಲ್ಲಿ ಪೊಲೀಸರು ಡ್ರಿಂಕ್ ಅಂಡ್ ಡ್ರೈವ್ ಗಿರಾಕಿಗಳಿಗೆ ಹೊಂಚು ಹಾಕಿ ಕಾದಿದ್ದರು. ಪತ್ರಕರ್ತರು ಸ್ಕೂಟರಿನಲ್ಲಿ ಸಂಪಾದಕರು ಕೂತಿದ್ದಾರೆ. ಯಾವ ಪೊಲೀಸರು ಹಿಡಿದರೇನಂತೆ ಎಂಬ ಧೈರ್ಯದಿಂದ ಸ್ಕೂಟರ್ ಓಡಿಸಿದರು. ಪೊಲೀಸರು ಕೈ ಅಡ್ಡ ಹಾಕಿದರು. ಪತ್ರಕರ್ತರು ನಮ್ಮ ಸಂಪಾದಕರನ್ನು ಮನೆಗೆ ಬಿಡೋದಕ್ಕೆ ಹೋಗ್ತಿದ್ದೀನಿ ಎನ್ನುತ್ತಿದ್ದಂತೆ ಪೊಲೀಸರು ಸಂಪಾದಕರೋ ಎಲ್ಲಿದ್ದಾರೆ ಅಂತ

ಕೇಳಿದರು. ಪತ್ರಕರ್ತರು ತಿರುಗಿ ನೋಡಿದರೆ ಅಲ್ಲಿ ಸಂಪಾದಕರಿಲ್ಲ, ಅವರು ಸ್ಕೂಟರ್ ನಿಂತ ಕೂಡಲೇ ಇಳಿದು ವಿರುದ್ಧ ದಿಕ್ಕಿಗೆ ಆದಷ್ಟು ವೇಗವಾಗಿ ನಡಕೊಂಡು ಹೋಗುತ್ತಿದ್ದರು.

ಮಾರನೇ ದಿನ ಅವರನ್ನು ಈ ಬಗ್ಗೆ ಕೇಳಿದಾಗ ಅವರು ಹೇಳಿದ್ದಿಷ್ಟು; ನೋಡ್ರೀ, ನೀವು ಸಿಕ್ಕಿಬಿದ್ರೆ ನಾನು ಬಿಡಿಸಬಲ್ಲೆ. ನಾವಿಬ್ರೂ ಸಿಕ್ಕಿಬಿದ್ರೆ ಯಾರು ಬಿಡಿಸ್ತಾರೆ? ಅದಕ್ಕೆ ನಾನು ತಪ್ಪಿಸಿಕೊಂಡು ಬಿಟ್ಟೆ.

ವೈಯನ್ಕೆ ವಾಹನ ಪ್ರಿಯರು. ನಾನು ಸೈಕಲಿನಲ್ಲಿ ಓಡಾಡುತ್ತಿದ್ದ ದಿನಗಳಲ್ಲಿ ಅವರು ಬಸ್ಸಿನಲ್ಲೋ ಆಟೋದಲ್ಲೋ ಓಡಾಡುತ್ತಿದ್ದರು. ನಂತರ ನಾನೊಂದು ಬೈಕು ಕೊಂಡುಕೊಂಡೆ. ಆಗ ಅವರು ಸಂಪಾದಕನೆಂಬ ಯಾವುದೇ ಹಮ್ಮಿಲ್ಲದೇ ನನ್ನ ಬೈಕಿನ ಪಿಲಿಯನ್ ರೈಡರ್ ಆಗಿ ಎಲ್ಲಿಗೆ ಬೇಕಾದರೂ ಬರುತ್ತಿದ್ದರು. ಸ್ವಲ್ಪ ದಿನಗಳ ನಂತರ ನನ್ನ ಸಹೋದ್ಯೋಗಿ ರವಿ ಹೆಗಡೆ ಮಾರುತಿ ಕಾರು ಖರೀದಿಸಿದರು. ಆವತ್ತಿನಿಂದ ವೈಯನ್ಕೆ ನನ್ನ ಬೈಕಿನಿಂದ ಕಾರಿಗೆ ಶಿಫ್ಟ್ ಆದರು. ನೀನು ಟೂ ವೀಲರ್, ಅವನು ಫೋರ್ ವೀಲರ್. ಯು ಗೋ ಫಾ ಅಂತ ನನ್ನನ್ನು ಪಕ್ಕಕ್ಕೆ ಸರಿಸಿಬಿಟ್ಟರು.

ವೈಯನ್ಕೆಯವರ ಒಂದು ವಿಶೇಷ ಗುಣವೆಂದರೆ ಅವರಿಗೆ ಯಾವುದು ಒಳ್ಳೆಯ ಸಾಹಿತ್ಯ, ಸಂಗೀತ, ನಾಟಕ, ಚಿತ್ರಕತೆ ಅನ್ನುವುದು ಥಟ್ಟನೆ ಗೊತ್ತಾಗುತ್ತಿತ್ತು. ಯಾರೋ ಹೊಸಬರ ಮೊದಲ ಕತೆ ಕೊಟ್ಟರೆ ಸಾಕು ಆತನ ಹಣೆಬರಹ ಹೀಗೇ ಆಗುತ್ತದೆ ಅನ್ನುವುದನ್ನು ಅವರು ಕಲ್ಪಿಸಿಕೊಳ್ಳುತ್ತಿದ್ದರು. ಅದು ಅವರಂದುಕೊಂಡ ಹಾಗೆಯೇ ಆಗುತ್ತಿತ್ತು. ಕನ್ನಡದ ಅನೇಕ ಲೇಖಕರ ಪಾಲಿಗೆ ಅವರು ಅದೇ ಕಾರಣಕ್ಕೆ ಪ್ರಾತಃಸ್ಮರಣೀಯರಾಗಿದ್ದರು.

ಒಂದು ಸಲ ವೈಯನ್ಕೆ ನನ್ನನ್ನು ಕೇಳಿದರು: ನಿನಗೆ ತುಂಬ ಮುಖ್ಯವಾದ ವ್ಯಕ್ತಿ ಯಾರು? ಆಗ ಅವರು ನನ್ನ ಸಂಪಾದಕರಾಗಿದ್ದರು. ಅದಕ್ಕಿಂತ ಹೆಚ್ಚಾಗಿ ಗುರುವಿನಂತೆ ಇದ್ದರು. ನಾನು ಕಿಂಚಿತ್ತೂ ಯೋಚಿಸದೇ ನೀವೇ ಅಂದೆ. ಆಗವರಿಗೆ ಸಿಟ್ಟು ಬಂತು. ನೋಡ್ರೀ, ಹಾಗೆಲ್ಲ ಹೇಳಬಾರದು. ಪ್ರತಿಯೊಬ್ಬರ ಬದುಕಿನಲ್ಲೂ ಹಲವು ವೃತ್ತಗಳಿರುತ್ತವೆ. ಮೊದಲ ವೃತ್ತದಲ್ಲಿ ವ್ಯಕ್ತಿ ಇರುತ್ತಾನೆ. ಎರಡನೆಯ ವೃತ್ತದಲ್ಲಿ ಆತನ ಅಮ್ಮ, ಅಪ್ಪ, ಹೆಂಡತಿ, ಮಕ್ಕಳು ಬರುತ್ತಾರೆ. ಮೂರನೇ ವೃತ್ತದಲ್ಲಿ ಗೆಳೆಯರು ಬರುತ್ತಾರೆ. ನಾಲ್ಕನೆಯ ವೃತ್ತದೊಳಗೆ ಮಿಕ್ಕವರೆಲ್ಲ ಇರುತ್ತಾರೆ. ಎಷ್ಟೋ ಸಲ ನಾವು ಎರಡನೆಯ ವೃತ್ತಕ್ಕೂ ಮೂರನೆಯ ವೃತ್ತಕ್ಕೂ ಗೊಂದಲ ಮಾಡಿಕೊಂಡುಬಿಡುತ್ತೇವೆ. ಎರಡನೆಯ ವೃತ್ತಕ್ಕೆ ಗೆಳೆಯರನ್ನು ಎಳೆತಂದು ಕೂರಿಸುತ್ತೇವೆ. ಆದರೆ ಕೊನೆಗೆ ಅದು ತಪ್ಪು ಅಂತ ನಮಗೇ ಗೊತ್ತಾಗುತ್ತದೆ. ನಾನು ನಿಮ್ಮ ಮೂರನೆಯ ವೃತ್ತದಲ್ಲಿ ಇರಬೇಕಾದವನು.

ಹೀಗೆ ನನಗೆ ಬುದ್ಧಿವಾದ ಹೇಳಿದ ವೈಯನ್ಕೆಯವರಿಗೆ ಸರ್ಕಲ್ಲುಗಳೇ ಇರಲಿಲ್ಲ. ಅವರು ಒಂಟಿಯಾಗಿಯೇ ಇದ್ದರು. ಅವರ ಬಂಧುಗಳ ಕುರಿತಾಗಲೀ ಮಿತ್ರರ ಕುರಿತಾಗಲೀ ಅವರು ಮಾತಾಡಿದ್ದು ಕಡಿಮೆ. ಅವರ ಗೆಳೆತನದ ಆಯಸ್ಸು ಮೂರು ಗಂಟೆ. ಅವರು ನಡೆಸುತ್ತಿದ್ದ ಮುಸ್ಸಂಜೆಯ ಒಡ್ಡೋಲಗದಷ್ಟು ಹೊತ್ತು ಮಾತ್ರ. ಮಾರನೆಯ ದಿನ ಮತ್ತೆ ಎಲ್ಲರೂ ಹೊಸಬರು.

ವೈಯನ್ಕೆ ತನ್ನ ದೇಹವನ್ನು ನಂಬಿದವರು. ದೇಹ ಹೇಳಿದಂತೆ ಕೇಳು ಅನ್ನುವುದು ಅವರ ಮೆಚ್ಚಿನ ಸಿದ್ಧಾಂತ. ವಿಸ್ಕಿ ರುಚಿಸದೇ ಹೋದರೆ ದೇಹಕ್ಕೆ ಅದು ಬೇಡವಾಗಿದೆ ಅನ್ನಿಸಿ ಆವತ್ತು ಕುಡಿಯುತ್ತಿರಲಿಲ್ಲ. ಕೆಮ್ಮು ಶುರುವಾದರೆ ಸಿಗರೇಟನ್ನು ದೇಹ ತಿರಸ್ಕರಿಸುತ್ತಿದೆ ಎಂದು ಹೇಳಿ, ಅದರಿಂದ ದೂರ ಇರುತ್ತಿದ್ದರು. ಔಷಧಿ ಇರುವುದು ರೋಗ ಗುಣಮಾಡಲು ಅಲ್ಲ, ನಮ್ಮ ದೇಹದ ಒಳಗೇ ಇರುವ ರೋಗ ಗುಣಮಾಡುವ ಶಕ್ತಿಯನ್ನು ಹೆಚ್ಚಿಸುವುದಕ್ಕೋಸ್ಕರ ಎಂದು ಭಾವಿಸಿದ್ದರು.

ಒಮ್ಮೆ ಗೋಪಾಲಕೃಷ್ಣ ಅಡಿಗರ ಮನೆಗೆ ಹೋಗಿದ್ದಾಗ ಹೀಗೊಂದು ಮಾತುಕತೆ ನಡೆದಿತ್ತು. ಅಡಿಗರು ಲಕ್ವ ಹೊಡೆದು ಮಲಗಿದ್ದರು. ಅಸ್ಪಷ್ಟವಾಗಿ ಮಾತಾಡುತ್ತಿದ್ದರು. ವೈಯನ್ಕೆ ಹೋಗುತ್ತಿದ್ದಂತೆ ಅಡಿಗರು ಕ್ಷೀಣವಾದ ದನಿಯಲ್ಲಿ ನಾನು ಸತ್ತ ನಂತರ ಏನಾಗುತ್ತೇನೆ ಅಂತ ಕೇಳಿದ್ದರು. ಅದಕ್ಕೆ ವೈಯನ್ಕೆ ನಾನು ಸಾಯುವುದಿಲ್ಲ, ನೀನು ಅವನು ಇವನು ಸಾಯುತ್ತಾರೆ, ನಾನು ಸಾಯುವುದಿಲ್ಲ ಎಂದು ಉತ್ತರಿಸಿದ್ದರು. ಹಾಗೇಕೆ ಹೇಳಿದಿರಿ ಎಂದು ಕೇಳಿದಾಗ ಸಾವು ಎನ್ನುವುದು ಇಂದ್ರಿಯ ಶೂನ್ಯತೆ. ಸತ್ತವನಿಗೆ ಕಣ್ಣು ಕಾಣುವುದಿಲ್ಲ, ಕಿವಿ ಕೇಳುವುದಿಲ್ಲ, ಸ್ಪರ್ಶಜ್ಞಾನ ಇರುವುದಿಲ್ಲ, ರುಚಿ ಇರುವುದಿಲ್ಲ, ಪರಿಮಳ ಬರುವುದಿಲ್ಲ ಅಲ್ಲವೇ. ಹಾಗೆಯೇ ಎಷ್ಟೋ ಮಂದಿ ಬದುಕಿದ್ದವರಿಗೂ ಇವೆಲ್ಲ ಇರುವುದಿಲ್ಲ. ನಾವು ಈ ದೇಹದಿಂದ ಮುಕ್ತರಾಗುತ್ತೇವೆ ಅಷ್ಟೇ, ಸಾಯೋದಿಲ್ಲ ಎಂದು ವಿಚಿತ್ರವಾದ ಒಂದು ಫಿಲಾಸಫಿಯನ್ನು ಹೇಳಿ ಕಣ್ಣುಮಿಟುಕಿಸಿದ್ದರು.

ಅವರು ಕಣ್ಣುಮಿಟುಕಿಸಿದ್ದರಿಂದ ಈ ಫಿಲಾಸಫಿ ಗಂಭೀರವಾದದ್ದೋ ತಮಾಷೆಯದೋ ಅನ್ನುವುದು ನಮಗೆ ಗೊತ್ತಾಗಲೇ ಇಲ್ಲ. ಅವರನ್ನು ಮತ್ತೊಮ್ಮೆ ಕೇಳುವ ಧೈರ್ಯವೂ ನಮಗಿರಲಿಲ್ಲ. ವೈಯನ್ಕೆಗೆ ರಿಪೀಟ್ ಅಂದರೆ ಇಷ್ಟವಾಗುತ್ತಿರಲಿಲ್ಲ. ಅದಕ್ಕೆ ಅಪವಾದದಂತೆ ಇದ್ದದ್ದು ಗುಂಡು ಮಾತ್ರ. ಕುಡಿಯುತ್ತಾ ಕೂತಾಗ ಅವರು ಅನೇಕ ಸಲ ರಿಪೀಟ್ ಅನ್ನುತ್ತಿದ್ದರು.

ಬರೆದು ಬದುಕಿದ ಬೆಳಗೆರೆ ರವಿ

ಒಂದು ಸಂಜೆ ನನಗೊಂದು ಫೋನ್ ಬಂತು. ಆಗಿನ್ನೂ ನಾನು ಬೊಮ್ಮಸಂದ್ರದ ಖಾಸಗಿ ಕಂಪೆನಿಯಲ್ಲಿ ಫೈನಾನ್ಸ್ ಮ್ಯಾನೇಜರ್ ಆಗಿ ಕೆಲಸ ಮಾಡುತ್ತಿದ್ದೆ. ಕನ್ನಡಪ್ರಭಕ್ಕೆ ಸಿನಿಮಾ ಲೇಖನ, ಕತೆ ಬರೆಯುತ್ತಿದ್ದೆ. ಫೋನ್ ಮಾಡಿದವರು ತಮ್ಮನ್ನು ತಾವು ಪರಿಚಯ ಮಾಡಿಕೊಂಡರು: ನಾನು ರವಿ ಬೆಳಗೆರೆ, ಹಾಯ್ ಬೆಂಗಳೂರು ಸಂಪಾದಕ. ಇವತ್ತು ನನ್ನನ್ನು ಭೇಟಿ ಮಾಡುತ್ತೀರಾ?

ನಾನಾಗ ಬೊಮ್ಮಸಂದ್ರದಲ್ಲಿದ್ದೆ. ಪ್ರತಿದಿನ ಸಂಜೆ ವೈಯನ್ಕೆಯವರನ್ನು ನೋಡಲು ಬರುತ್ತಿದ್ದೆ. ನಮ್ಮ ರಸಸಂಜೆಗಳು ಬೆಂಗಳೂರಲ್ಲಿ ಜರಗುತ್ತಿದ್ದವು. ಸಿಗುತ್ತೇನೆ ಅಂತ ಹೇಳಿದೆ. ಏಳೂವರೆಗೆ ರವಿ ಬೆಳಗೆರೆ ಸಿಕ್ಕರು. ಬನ್ನಿ ಒಂದು ಸುತ್ತು ಹೋಗಿ ಬರೋಣ ಅಂತ ಅವರ ಕಾರು ಹತ್ತಿಸಿದರು. ಇವತ್ತು ತಾನೇ ತಗೊಂಡೆ ಅಂದರು. ಬೆಳ್ಳಗಿನ ಮಾರುತಿ–800 ಕಾರು ಅದು. ಇಳಿಯುವಾಗ ನನ್ನ ಜೇಬಿಗೆ ಒಂದಷ್ಟು ಹಣ ತುರುಕಿ, ನೀವು ಮುಂದಿನ ವಾರದಿಂದ ನನ್ನ ಪತ್ರಿಕೆಗೆ ಅಂಕಣ ಬರೀಬೇಕು ಅಂದರು. ರವಿ ಕಾಣದ್ದು ಅಂಕಣ ಹಾಗೆ ಶುರುವಾಯಿತು.

ಅಲ್ಲಿಂದಾಚೆ ನಾನು ರವಿಯ ಜತೆ ಇಡೀ ಕರ್ನಾಟಕ ಸುತ್ತಿದ್ದೇನೆ. ಅದೇ ಮಾರುತಿ 800 ಕಾರು ನಮ್ಮಿಬ್ಬರಿಗೂ ಅಕ್ಷರಶಃ ಮನೆಯೇ ಆಗಿಬಿಟ್ಟಿತ್ತು. ಸುತ್ತಾಡುವುದು, ಅದರಲ್ಲೇ ನಿದ್ದೆ ಹೋಗುವುದು, ಅಲ್ಲೇ ಎದ್ದು ಬರೆಯುವುದು, ಮತ್ತೆ ಆಫೀಸಿಗೆ ಬರುವುದು, ಮತ್ತೆ ಸುತ್ತುವುದು. ಆಮೇಲೆ ಗೊತ್ತಾಗಿದ್ದೆಂದರೆ ನಾವು ಸುತ್ತಿದ್ದು ಕೇವಲ ಕರ್ನಾಟಕವನ್ನಲ್ಲ, ಜನರ ಮನೋಲೋಕವನ್ನು. ಎಷ್ಟೊಂದು ಪಾತ್ರಗಳು, ಎಷ್ಟೊಂದು ಸಂಬಂಧಗಳು,

ಎಷ್ಟೊಂದು ಹುಡುಕಾಟಗಳು ನಮಗೆ ಎದುರಾದವು ಎಂದು ಈಗ ನೆನೆದರೆ ಅಚ್ಚರಿಯಾಗುತ್ತದೆ.

ರವಿಯ ಕುರಿತು ನಾನು ಬರೆಯುವಾಗೆಲ್ಲ ಭಾವುಕನಾಗುತ್ತೇನೆ. ನನ್ನನ್ನು ಕನ್ನಡ ಜಗತ್ತಿಗೆ ಪರಿಚಯಿಸಿದ್ದು ರವಿ ಬೆಳಗೆರೆಯ ಪತ್ರಿಕೆ. ಅಲ್ಲಿ ನಾನು ಜೋಗಿಯಾಗಿ, ಜಾನಕಿಯಾಗಿ ಇಪ್ಪತ್ತು ವರುಷಗಳ ಕಾಲ ಬದುಕಿದ್ದೆ. ಅದು ನನ್ನ ಶಾಶ್ವತ ವಿಳಾಸವಾಗಿ ಬಿಟ್ಟಿತ್ತು. ಸಾಹಿತ್ಯ ನೆಲೆಯೂ ಆಗಿತ್ತು.

ರವಿ ಬೆಳಗೆರೆಯ ಕುರಿತು ಒಂಚೂರು ಅಂತರ ಇಟ್ಟುಕೊಂಡು ಬರೆಯುವುದಾದರೆ ಇಷ್ಟನ್ನು ಮಾತ್ರ ಹೇಳಬಲ್ಲೆ, ಅದೂ ಕೃತಜ್ಞತೆ ಮತ್ತು ಅಕ್ಕರೆ ಸಮೇತ:

ಅವರು ಕಪ್ಪುಬಿಳುಪು ಸುಂದರಿಯ ಸೃಷ್ಟಿಕರ್ತ. ತನ್ನ ಕಡುಸಂಕಟದ, ಅವಮಾನದ ಸಂಗತಿಗಳನ್ನು ತಾನೇ ಬರೆದು ಓದುಗ ದೊರೆಗೆ ಒಪ್ಪಿಸಿದ ಅಕ್ಷರ ರಾಕ್ಷಸ. ಪ್ರೇಮಿಗಳಿಗೆ ಓದಲು ಸೊಗಸಾದ ವಿರಹೋತ್ಕಟ ಕಾದಂಬರಿಗಳನ್ನು ಕೊಟ್ಟ ಕಾದಂಬರಿಕಾರ, ಟೆಲಿವಿಷನ್ ಲೋಕದಲ್ಲಿ ಪಾಪಿಗಳ ಪರಮ ಪಾತಕದ ಕತೆಗಳನ್ನು ಮರೆಯಲಿಕ್ಕಾಗದ ಸ್ವರದಲ್ಲಿ ಜಗಜ್ಜಾಹೀರು ಮಾಡಿದ ನಿರೂಪಕ, ಎಂದೂ ಮರೆಯದ ಹಾಡುಗಳನ್ನು ರಸಿಕ ಕೇಳುಗರಿಗೆ ಒಪ್ಪಿಸಿದ ಕವಿ ಮನಸ್ಸಿನ ಕತೆಗಾರ, ಸೊಗಸಾದ ಅನುವಾದಕ, ನಿರರ್ಗಳ ವಾಗ್ಮಿ, ಟ್ಯಾಬ್ಲಾಯಿಡ್ ಪತ್ರಿಕೋದ್ಯಮಕ್ಕೆ ಹೊಸ ಖದರು ತಂದುಕೊಟ್ಟ ಸ್ಟಾರ್ ಪತ್ರಕರ್ತ. ಕನ್ನಡದ ಓದುಗರ ಪ್ರೀತಿಗೆ, ಸಿಟ್ಟಿಗೆ, ಅಕ್ಕರೆಗೆ, ದ್ವೇಷಕ್ಕೆ ಪಕ್ಕಾದ ಪಕ್ಕಾ ಪ್ರೊಫೆಷನಲ್ ಬರಹಗಾರ. ಬರವಣಿಗೆಯಲ್ಲಿ, ಮಾತಲ್ಲಿ, ನಡೆಯಲ್ಲಿ, ನುಡಿಯಲ್ಲಿ ತನ್ನದೇ ಛಾಪು ಉಳಿಸಿ ಹೋದ ಬೆಳಗೆರೆಯ ದಣಿವರಿಯದ ಲೇಖಕ, ರವಿ ಬೆಳಗೆರೆ.

ರವಿ ಬೆಳಗೆರೆಯ ಸಾಧನೆಯೇನು ಎಂದು ಕೇಳಿದರೆ ಅನೇಕರು ಅನೇಕ ಉತ್ತರಗಳನ್ನು ಮುಂದಿಡುತ್ತಾರೆ. ಎಂಟು ಸಾವಿರ ಮಕ್ಕಳಿಗೆ ಜಾತಿ ನೋಡದೆ, ಅತಿಯಾದ ಶುಲ್ಕ ತೆಗೆದುಕೊಳ್ಳದೆ, ಯಾವ ವಶೀಲಿಗೂ ಕಿವಿಗೊಡದೆ ಶಿಕ್ಷಣ ಕೊಡುವ ಪ್ರಾರ್ಥನಾ ಎಜುಕೇಷನ್ ಸೊಸೈಟಿಯನ್ನು ಕಟ್ಟಿದ್ದು ಅವರ ಜೀವಮಾನದ ಸಾಧನೆ ಎನ್ನಬಹುದು. ಅದರ ಜೊತೆಗೆ, ಕನ್ನಡಕ್ಕೆ ಅತಿ ಹೆಚ್ಚು ಲೇಖಕರನ್ನು ಕೊಟ್ಟದ್ದೂ ಅವರೇ. ರವಿ ಬೆಳಗೆರೆ ಶೈಲಿ ಜನಪ್ರಿಯವಾಗುತ್ತಿದ್ದಂತೆ, ನೂರಾರು ಯುವಕರು ಅವರದೇ ಶೈಲಿಯಲ್ಲಿ ಬರಹ ಆರಂಭಿಸಿದರು. ಪತ್ರಿಕೆ ಮಾಡಿದರು, ಖಾಸ್‌ಬಾತ್ ಬರೆದರು, ಪ್ರೇಮಪತ್ರ ಗೀಚಿದರು, ಜೀವನದ ಕತೆಯನ್ನೆಲ್ಲ ಪತ್ರಿಕೆಯ ಪುಟಗಳಿಗೆ ತಂದರು, ರಾಜಕಾರಣಿಗಳನ್ನು ಬೈದರು, ಸ್ವಾಮೀಜಿಗಳ ಗುಟ್ಟುಗಳನ್ನು ಬಯಲು ಮಾಡಿದರು–ಹೀಗೆ ಒಂದು ತಲೆಮಾರಿನ ತರುಣ–ತರುಣಿಯರ ಕೈಯಲ್ಲಿ ಪೆನ್ನು ಹಿಡಿಸಿದವರು ರವಿ ಬೆಳಗೆರೆ.

ಅವರ ಕಾದಂಬರಿಗಳು ಹತ್ತಾರು ಮುದ್ರಣಗಳನ್ನು ಕಾಣುತ್ತಿದ್ದವು. ರವಿ ಬೆಳಗೆರೆ ಇಂಗ್ಲಿಷ್ ಕಾದಂಬರಿಗಳನ್ನು, ದೇಶಪ್ರೇಮದ ಕತೆಗಳನ್ನು, ಜೀವನ ಚರಿತ್ರೆಗಳನ್ನು ಅನುವಾದಿಸಿದರು. ಅನುವಾದಕ್ಕೊಂದು ಚೆಂದದ ಶೈಲಿಯನ್ನು ತಂದುಕೊಟ್ಟರು. ಮೂಲಕ್ಕಿಂತ ಅನುವಾದವೇ ರೋಚಕವಾಗಿರುವಂತೆ ಬರೆದರು. ಓದುಗನನ್ನು ಮೆಚ್ಚಿಸುವುದು ಮತ್ತು ಸೆಳೆದು ಇಟ್ಟುಕೊಳ್ಳುವುದು ಅವರಿಗೆ ಸಿದ್ಧಿಸಿತ್ತು. ಅವರಷ್ಟು ವೇಗವಾಗಿ ಮತ್ತು ನಿರಂತರವಾಗಿ ಬರೆದ ಮತ್ತೊಬ್ಬ ಲೇಖಕ ಕನ್ನಡದಲ್ಲಿ ಕಳೆದ ಐವತ್ತು ವರುಷಗಳಲ್ಲಿ ಬರಲಿಲ್ಲ. ನಾಲ್ಕೇ ದಿನಗಳಲ್ಲಿ ಒಂದು ಕಾದಂಬರಿ ಬರೆದು ಮುಗಿಸುತ್ತಿದ್ದ ರವಿ ಬೆಳಗೆರೆ, ಇಡೀ ಪತ್ರಿಕೆಯ ಪುಟಗಳಲ್ಲಿ ಅರ್ಧದಷ್ಟನ್ನು ತಾವೇ ಬರೆದು ತುಂಬಿಸುತ್ತಿದ್ದರು.

ಬಳ್ಳಾರಿಯಲ್ಲಿ ಹುಟ್ಟಿದ ರವಿ ಬೆಳಗೆರೆ ಸಂಕಟದ ಬಾಲ್ಯವನ್ನೂ ಬಡತನದ ತಾರುಣ್ಯವನ್ನೂ ಕಂಡವರು. ಚರಿತ್ರೆಯ ಉಪನ್ಯಾಸಕರಾಗಿ ವೃತ್ತಿ ಆರಂಭಿಸಿದ ಅವರು ನಂತರದ ದಿನಗಳಲ್ಲಿ ಪತ್ರಿಕೋದ್ಯಮದತ್ತ ವಾಲಿದರು. ಸಂಯುಕ್ತ ಕರ್ನಾಟಕ ಪತ್ರಿಕೆಯಲ್ಲಿ ಕೆಲಸ ಮಾಡಿದರು. ಕರ್ಮವೀರ ಪತ್ರಿಕೆಯಲ್ಲಿ 'ಪಾಪಿಗಳ ಲೋಕದಲ್ಲಿ' ಎಂಬ ಹೆಸರಲ್ಲಿ ಭೂಗತ ಜಗತ್ತಿನ ಕೊಲೆಪಾತಕರ ಚರಿತ್ರೆ ಬರೆದರು. ಕನ್ನಡಪ್ರಭ ಪತ್ರಿಕೆಯಲ್ಲೂ ಕೆಲಕಾಲ ದುಡಿದ ರವಿ ಬೆಳಗೆರೆ, ನಂತರ ಸ್ವಂತ ಪತ್ರಿಕೆ ಆರಂಭಿಸಿದರು. ಕನ್ನಡದ ಮೊದಲ ಕಪ್ಪುಬಿಳುಪು ಟ್ಯಾಬ್ಲಾಯಿಡ್ ಪತ್ರಿಕೆಯನ್ನು ಆರಂಭಿಸಿದರು. ಬೆಂಗಳೂರಿಗಷ್ಟೇ ಸೀಮಿತವಾಗಿದ್ದ ಹಾಯ್ ಬೆಂಗಳೂರು, ಕ್ರಮೇಣ ಇಡೀ ಕರ್ನಾಟಕವನ್ನೇ ಹಬ್ಬಿ, ಅತ್ಯಂತ ಹೆಚ್ಚು ಪ್ರಸಾರ ಕಂಡ ಟ್ಯಾಬ್ಲಾಯಿಡ್ ಎಂದು ಕರೆಸಿಕೊಂಡಿತು. ದಿಟ್ಟತನದ ವರದಿಗಳಿಂದ ಮೆಚ್ಚುಗೆಯನ್ನೂ ಮೂರ್ತಿಭಂಜನೆಯ ಸುದ್ದಿಗಳಿಂದ ಅನೇಕರ ಆಕ್ರೋಶವನ್ನೂ ಗಳಿಸಿದ ರವಿ ಬೆಳಗೆರೆ, ತನ್ನಿಚ್ಛೆಯಂತೆ ನಡೆದವರು.

ಅಪಾರ ಮಿತ್ರರನ್ನು ಹೊಂದಿದ್ದ ರವಿ ಬೆಳಗೆರೆ, ಅನೇಕ ಶತ್ರುಗಳನ್ನೂ ಸಂಪಾದಿಸಿಕೊಂಡಿದ್ದರು. ಅದನ್ನು ಅವರೇ ಖುಷಿಯಾಗಿ ಬರೆದುಕೊಳ್ಳುತ್ತಿದ್ದರು. ಸಾಹಿತ್ಯ, ಸಂಗೀತ ಮತ್ತು ಅಧ್ಯಾತ್ಮದ ಕುರಿತು ಸಾಕಷ್ಟು ಬರೆದ ರವಿ, ಕೆಲವು ಸಿನಿಮಾಗಳಲ್ಲಿ ನಟಿಸಿದರು. ಚಿತ್ರಗಳಿಗೆ ಕತೆ, ಚಿತ್ರಕತೆ, ಸಂಭಾಷಣೆ ಬರೆದರು. ಸಿನಿಮಾ ನಿರ್ದೇಶನಕ್ಕಿಳಿದರು. ಟೆಲಿವಿಷನ್ ಧಾರಾವಾಹಿಗಳನ್ನು ನಿರ್ಮಿಸಿದರು. ಸರ್ಕಾರದ ವಿರುದ್ಧ ನಿರಂತರವಾಗಿ ಬರೆದರು.

ಅದಮ್ಯ ಜೀವನೋತ್ಸಾಹ, ಅಪಾರ ಓದುಗ ವರ್ಗ, ನೂರಕ್ಕೂ ಹೆಚ್ಚು ಪುಸ್ತಕಗಳು, ವರ್ಣರಂಜಿತ ಜೀವನ–ಹೀಗೆ ತುಂಬು ಜೀವನವನ್ನು ಐವತ್ತೇ ವರುಷಗಳಲ್ಲಿ ಅನುಭವಿಸಿದ ರವಿ ಬೆಳಗೆರೆ 62ನೆಯ ವಯಸ್ಸಿಗೆ ಅನಾರೋಗ್ಯದಿಂದ ತುರ್ತು ನಿರ್ಗಮನ ಹೊಂದಿದರು. ಅವರ ಪುಸ್ತಕಗಳು, ಪತ್ರಿಕೆಯ ಹಳೆಯ ಸಂಚಿಕೆ, ಫೇಸ್‌ಬುಕ್ ಪುಟ, ಧ್ವನಿಸುರುಳಿ ಮತ್ತು

ವಿಡಿಯೋ ಕ್ಲಿಪಿಂಗುಗಳು ಈಗಲೂ ಜನಪ್ರಿಯ. ಪ್ರಾರ್ಥನಾ ಸ್ಕೂಲ್ ಈಗ ಪದ್ಮನಾಭನಗರದ ಪ್ರತಿಷ್ಠಿತ ಹಾಗೂ ಮಕ್ಕಳ ಪ್ರೀತಿಯ ಶಾಲೆಯಾಗಿ ಅವರ ಬಹುದೊಡ್ಡ ಕನಸಿಗೆ ಸಾಕ್ಷಿಯಾಗಿದೆ. ಅವರ ಪುಸ್ತಕದ ಜಗತ್ತನ್ನು ಮಗಳು ಭಾವನಾ ಹಾಗೂ ಚೇತನಾ, ಶಾಲೆಯನ್ನು ಮಗ ಕರ್ಣ ಮುಂದುವರಿಸಿಕೊಂಡು ಹೋಗುತ್ತಿದ್ದಾರೆ.

ತಾನು ಕಂಡ ಬಹುತೇಕ ಕನಸುಗಳನ್ನು ನನಸು ಮಾಡಿಕೊಂಡ ವಿಕ್ಷಿಪ್ತ ಪ್ರತಿಭಾವಂತ ರವಿ ಬೆಳಗೆರೆ ಅವರ ಅಭಿಮಾನಿಗಳ ಮನದಲ್ಲಿ ಇಂದಿಗೂ ಜೀವಂತ.

ಜಂಗಮ ಜೆಫ್ರಿ ಬರ್ನಾರ್ಡ್

ಪತ್ರಿಕೋದ್ಯಮ ವಿಚಿತ್ರ ತಳಮಳದಲ್ಲಿರುವ ಹೊತ್ತಿಗೆ, ನಾವು ಬರೆದದ್ದು ಯಾರಿ ಗಾದರೂ ತಲುಪುತ್ತಾ ಎಂಬ ಗೊಂದಲದಲ್ಲಿ ಕೂತಿರುವಾಗ ಥಟ್ಟನೆ ನೆನಪಾಗುವುದು ಜೆಫ್ರಿ ಬರ್ನಾರ್ಡ್ ಎಂಬ ಪತ್ರಕರ್ತ ಕಮ್ ಅಂಕಣಕಾರ. ಆತನ ಕುರಿತು ಎಷ್ಟು ಬರೆದರೂ ಸಾಲದು. ಎಷ್ಟು ಓದಿದರೂ ಸಾಲದು. ಜೀವಕ್ಕೆ ಹಾಯೆನಿಸುವಂಥ ಚೈತನ್ಯವೊಂದು ಸ್ಫುರಿಸುವಂತೆ ಮಾಡಬಲ್ಲವನು ಜೆಫ್ರಿ.

ನಂಗೆ ಪ್ರಕಾಶಕರೊಬ್ಬರು ಆತ್ಮಚರಿತ್ರೆ ಬರೆಯೋದಕ್ಕೆ ಹೇಳಿದ್ದಾರೆ. ಬರೀ ಬೇಕೂಂತಿದ್ದೀನಿ. ದಯವಿಟ್ಟು ಯಾರಾದ್ರೂ ಓದುಗರು 1954 ರಿಂದ 1962ರ ತನಕ ನಾನೇನು ಮಾಡ್ತಿದ್ದೆ ಅಂತ ಹೇಳಿ.

ಹಾಗಂತ ಬರಕೊಂಡವನು ಜೆಫ್ರಿ ಬರ್ನಾರ್ಡ್. ಮಹಾನ್ ಕುಡುಕ, ಮಹಾ ಅಲೆಮಾರಿ, ತುಂಟ ಪತ್ರಕರ್ತ. ಅವನು ಸ್ಪೆಕ್ಟೇಟರ್ ಪತ್ರಿಕೆಗೆ ಬರೆಯುತ್ತಿದ್ದ ಲೋ ಲೈಫ್ ಅಂಕಣ ಜನಪ್ರಿಯವಾಗಿ ರಾತ್ರೋರಾತ್ರಿ ಪ್ರಸಿದ್ಧನಾದವನು ಜೆಫ್ರಿ ಬರ್ನಾರ್ಡ್. ಅವನು ಕಾಯಿಲೆ ಬಿದ್ದಾಗ ಜೆಫ್ರಿ ಬರ್ನಾರ್ಡ್ ಈಸ್ ಅನ್ವೆಲ್ ಎಂಬ ನಾಟಕವೂ ಬಂತು. ಅದೂ ಸಿಕ್ಕಾಪಟ್ಟೆ ಜನಪ್ರಿಯವಾಯಿತು.

ಬರ್ನಾರ್ಡ್ ಪತ್ರಕರ್ತ. ಮನೆಯಲ್ಲಿದ್ದದ್ದಕ್ಕಿಂತ ಹೆಚ್ಚು ಕಾಲ 'ದಿ ಕೋಚ್ ಅಂಡ್ ಹಾರ್ಸಸ್' ಪಬ್‌ನಲ್ಲಿ ಕಾಣಿಸಿಕೊಂಡವನು. ಯಾರೋ ಅಡ್ರೆಸ್ ಕೇಳಿದ್ದಕ್ಕೆ ಪಬ್ ವಿಳಾಸವನ್ನೇ ಕೊಟ್ಟು ಬಿಟ್ಟಿದ್ದ. ಅವನ ಕುರಿತು ಅಸಂಖ್ಯಾತ ದಂತಕತೆಗಳಿದ್ದವು. ಅವನು ಕುಡಿಯುತ್ತಿದ್ದ ಮನೆಗೂ ಪಬ್ಬಿಗೂ ಹದಿನೇಳು ಮೈಲಿ ದೂರ. ಎಂದೂ ಕಾರು ಓಡಿಸದ ಜೆಫ್ರಿ, ಮನೆಯಿಂದ ಪಬ್‌ಗೆ ಬರಲು ಬಾಡಿಗೆ ಕಾರಿಗೆ ಐನೂರು ರೂಪಾಯಿ ಕೊಡಬೇಕಾಗಿತ್ತು. ಅದನ್ನು ಉಳಿಸುವುದಕ್ಕೆ ಜೆಫ್ರಿ ಕುಡಿದು ಮನೆಗೆ ಹೋಗುವಾಗ ತನ್ನ ಹೆಸರಿಗೇ

ಒಂದು ಇಪ್ಪತ್ತು ಪೈಸೆಯ ಪೋಸ್ಟ್ ಕಾರ್ಡ್ ಪೋಸ್ಟ್ ಮಾಡುತ್ತಿದ್ದ. ಅದನ್ನು ಡೆಲಿವರಿ ಮಾಡಲು ತನ್ನ ವಾಹನದಲ್ಲಿ ಹದಿನೇಳು ಮೈಲಿ ದೂರ ಬರುತ್ತಿದ್ದ ಪೋಸ್ಟ್‌ಮ್ಯಾನ್ ಜೊತೆಗೆ ವಾಪಸ್ಸು ಬರುತ್ತಿದ್ದ ಎಂಬುದು ಅಂಥದ್ದೊಂದು ದಂತಕತೆ.

ತುಂಬ ಚುರುಕಾಗಿ ಬರೆಯುತ್ತಿದ್ದ ಜೆಫ್ರಿ ತಮಾಷೆಯಾಗಿಯೇ ಗಂಭೀರ ಸಂಗತಿಗಳನ್ನು ಹೇಳುತ್ತಿದ್ದ. ಇಂಗ್ಲೆಂಡನ್ನು ಗೇಲಿ ಮಾಡುತ್ತಿದ್ದ. ಇಂಗ್ಲೆಂಡಿನ ಜನ ಎಲ್ಲಕ್ಕಿಂತ ಹೆಚ್ಚು ದ್ವೇಷಿಸುತ್ತಿದ್ದ ಇನ್ಕಮ್ ಟ್ಯಾಕ್ಸ್ ವ್ಯವಸ್ಥೆಯನ್ನು ಅವನಷ್ಟು ಗೇಲಿ ಮಾಡಿದವರು ಮತ್ತೊಬ್ಬರು ಸಿಗಲಿಕ್ಕಿಲ್ಲ.

ಅವನ ಪಂಚ್‌ಲೈನ್‌ಗಳು ಹೇಗಿರುತ್ತಿದ್ದವು ನೋಡಿ:

–ತುಂಬ ವೇಗವಾಗಿ ಓಡೋ ಕುದುರೆ ನಿಧಾನವಾಗಿ ಓಡೋ ಹಾಗೆ ಮಾಡೋದು ಹೇಗೆ?

ಅದರ ಮೇಲೆ ಬೆಟ್ ಕಟ್ಟಿ!

ಜೆಫ್ರಿ ಸಂದರ್ಶನದಲ್ಲಿ ಆಡಿದ ಮಾತುಗಳು ವಿಕ್ಷಿಪ್ತವಾಗಿವೆ. ಎಷ್ಟೋ ಸಲ ಅರ್ಥ ಹೀನ ಅನ್ನಿಸುತ್ತವೆ. ಆ ಅರ್ಥಹೀನತೆಯಲ್ಲೇ ದೊಡ್ಡದೊಂದು ಸತ್ಯವನ್ನು ಹೇಳುತ್ತಿದ್ದಾನೇನೋ ಎಂಬ ಅನುಮಾನವನ್ನೂ ಹುಟ್ಟಿಸುವಂತಿವೆ. ಆ ಕಾರಣಕ್ಕೇ ಜೆಫ್ರಿ ಲಂಡನ್ನಿನ ಮಂದಿಗೆ ಅಷ್ಟೊಂದು ಇಷ್ಟವಾಗಿರಬಹುದಾ?

ನಿಂಗೆ ಏನೂ ಮಾಡದೇ ಇರೋದೇ ಇಷ್ಟವಂತೆ?

–ಕರ್ತವ್ಯವೇ ದೇವರು ಅನ್ನೋದೆಲ್ಲ ಸುಳ್ಳು. ಕೆಲಸ ಮಾಡೋದು ಒಂದು ಸದ್ಗುಣ ಏನಲ್ಲ. ಡಿ.ಎಚ್. ಲಾರೆನ್ಸ್ ಥರದವರು ಕಂಡುಹಿಡಿದ ಸುಳ್ಳು ಅದು. ಕಠಿಣ ಪರಿಶ್ರಮ ಅತ್ಯಂತ ರೋಚಕವೂ ಭಾವುಕವೂ ದೈವಿಕವೂ ಆದ ಅನುಭವ ಎಂದು ತನ್ನ ಪಾತ್ರಗಳ ಮೂಲಕ ಸುಳ್ಳು ಹೇಳಿದವನು ಅವನು.

ದುಡ್ಡಿರೋರು ಬಡವರ ಹತ್ರ ಕೆಲಸ ಮಾಡಿಸಿಕೊಳ್ಳೋದಕ್ಕೆ ಕರ್ತವ್ಯವೇ ದೇವರು ಅಂತ ಹೇಳಿರಬಹುದಲ್ವಾ?

–ಎಲ್ಲಾ ಕೆಲಸಕ್ಕೂ ಅದರದ್ದೇ ಆದ ಘನತೆ ಇದೆ. ಸಣ್ಣ ಕೆಲಸವನ್ನೂ ಶ್ರದ್ಧೆಯಿಂದ ಮಾಡು ಅನ್ನೋದೆಲ್ಲ ಬೋಗಸ್, ಬೊಗಳೆ. ಮನುಷ್ಯ ಹುಟ್ಟಿರೋದು ದುಡಿಯೋದಕ್ಕಲ್ಲ. ಶಾಂಪೇನ್ ಕುಡ್ಕೊಂಡು ವೇಟರ್ಗಳ ಕೈಲಿ ಸೇವೆ ಮಾಡಿಸಿಕೊಳ್ಳುತ್ತಾ ಪಬ್‌ನಲ್ಲಿ ಇಡೀ ದಿನ ಕೂತಿರೋದು ಅಂಥಾ ಘನತೆಹೀನ ಕೆಲಸವೇನೂ ಅಲ್ಲ.

ನಿನಗೆ ದುಡಿಮೆ ಅಂದ್ರೆ ಕಷ್ಟಾನಾ?

–ಹೂಂ. ಈಗ ನನ್ನ ಕೈಲಿ ಕೆಲಸ ಮಾಡೋಕೇ ಆಗೋಲ್ಲ. ಎಷ್ಟು ಕಡಿಮೆ ಸಾಧ್ಯವೋ ಅಷ್ಟು ಕಡಿಮೆ ದುಡೀತೀನಿ ನಾನು.

ಹಿಂದೆ ಯಾಕೆ ದುಡೀತಿದ್ರಿ. ಅದಕ್ಕೇನಾದ್ರೂ ಪ್ರೇರಣೆ, ಸ್ಫೂರ್ತಿ?

–ದುಡ್ಡಿರಲಿಲ್ಲ, ದುಡೀತಿದ್ದೆ. ಜರ್ನಲಿಸ್ಟ್ ಆಗಿದ್ದೆ. ಅದರಷ್ಟು ಹಿಂಸೆಯ ಕೆಲಸ ಮತ್ತೊಂದಿಲ್ಲ. ಬರೆದು ಬರೆದೂ ಸಾಕಾಗ್ತಿತ್ತು. ಕೊನೆಗೆ ಬಿಟ್ಟು ಬಿಟ್ಟೆ...

ಬರೀತಿದ್ದ ದಿನಗಳಲ್ಲಿ, ಆದಷ್ಟು ಬೇಗ ಬರೆದು ಎಸೀತಿದ್ರಂತೆ ಹೌದಾ? ಅದನ್ನು ಮತ್ತೊಂದು ಸಾರಿ ಓದೋಕೂ ಹೋಗ್ತಿರಲಿಲ್ಲವಂತೆ?

–ಹೂಂ... ಈಗ ಬರೆಯೋದಕ್ಕೂ ಹೋಗೋಲ್ಲ, ಡಿಕ್ಟೇಟ್ ಮಾಡ್ತೀನಿ. ಆಗ್ಲೂ ಅಷ್ಟೇ. ಎಷ್ಟೋ ಸಾರಿ ಪುಸ್ತಕ ವಿಮರ್ಶೆನ ಫೋನಲ್ಲಿ ಓದಿ ಹೇಳಿದ್ದೀನಿ. ಮೊದಲೇ ಬರೆದಿಟ್ಟುಕೊಂಡೋರ ಥರ. ಆದ್ರೆ ನಿಜವಾಗ್ಲೂ ಏನೂ ಬರೆದಿಟ್ಟಿರ್ತಿರಲಿಲ್ಲ. ಆ ಕ್ಷಣಕ್ಕೆ ಏನು ತೋಚುತ್ತೋ ಹೇಳ್ತಿದ್ದೆ. ತುಂಬ ರಿಸ್ಕಿ ಕೆಲಸ. ಎಷ್ಟೋ ಸಾರಿ ವರದಿಗಾರರು ಒಂದೇ ಪದಾನ ಮೂರು ಮೂರು ಸಾರಿ ಕೇಳೋರು, ಮೂರು ಸಾರಿ ಮೂರು ಬೇರೆ ಪದ ಹೇಳ್ತಿರ್ದ್ದೆ. ಅವರಿಗೆ ತಲೆ ಕೆಟ್ಟು ಹೋಗೋದು...

ಅಟ್ಲೀಸ್ಟ್, ಪುಸ್ತಕ ಆದ್ರೂ ಓದಿರ್ತಿದ್ರಿ ತಾನೇ?

–ಮತ್ತೆ, ಓದದೇ ಹೇಳೋಕ್ಕಾಗುತ್ತಾ?

ಯಾವತ್ತಾದ್ರೂ, ಯಾವುದರ ಬಗ್ಗೆ ಆದ್ರೂ ಪಾಪಪ್ರಜ್ಞೆ?

–ನೆನಪಾಗ್ತಿಲ್ಲ. ಆದ್ರೆ ಎಷ್ಟೋ ಸಾರಿ ಕೆಲವರ ಬಗ್ಗೆ ಹೊಟ್ಟೆಕಿಚ್ಚು ಪಟ್ಟಿದ್ದೀನಿ. ಯಾಕಂದ್ರೆ ಅವರಿಗೆ ಮಾಡೋದಕ್ಕೆ ನನ್ನಷ್ಟು ಕೆಲಸಾನೂ ಇರ್ಲಿಲ್ಲ. ಇಡೀ ದಿನ ದುಡೀತಾ ಇರೋರ ಬಗ್ಗೆ ನನಗೆ ನಂಬಿಕೆ ಇಲ್ಲ. ಯಾಕಂದ್ರೆ ಅವರು ಜೀವನಾನ ನೋಡಿರೋದೇ ಇಲ್ಲ. ಮೂಗಿಗೆ ಕವಡೆ ಕಟ್ಕೊಂಡು ದುಡೀತಾನೇ ಇರ್ತಾರೆ.

ನೀವು ಯಾವತ್ತಾದ್ರೂ ಕುಡಿಯೋದು ಬಿಟ್ಟಿದ್ರಾ?

–ಒಂದ್ಸಾರಿ ಬ್ರೇನ್ ಹ್ಯಾಮರೇಜ್ ಆಗಿತ್ತು. ಆಗ ಬಿಡಲೇಬೇಕಾಯ್ತು ಬಿಟ್ಟಿದ್ದೆ.

ಕುಡೀದೇ ಇರೋ ಸ್ಥಿತಿ ಹೇಗಿರುತ್ತೆ?

–ನರಕ, ಬೋರಿಂಗ್, ಮಿಸರೇಬಲ್. ಅಸಾಧ್ಯ ಒಂಟಿತನ. ಅರ್ಧ ಸತ್ತ ಹಾಗೆ.

ಕುಡಿಯೋದರಿಂದ ಏನು ಸಿಗುತ್ತೆ?

–ಮಿದುಳಿಗೊಂದು ಕಿಕ್, ಒಂದು ಲಿಫ್ಟ್, ಎಂಥದ್ದೊ ಆತ್ಮವಿಶ್ವಾಸ. ನನಗೆ ಕುಡೀದೇ ಇರೋದು ಅಂದ್ರೆ ಸತ್ತ ಹಾಗೆ. ಕುಡೀದೇ ಇದ್ರೆ ನಾನು ಭೂತಕಾಲದ ಓಣಿಯಲ್ಲಿ ಪ್ರಯಾಣ ಮಾಡೋಕೆ ಶುರು ಮಾಡ್ತೀನಿ. ಅದರಷ್ಟು ಬೋರಿಂಗ್ ಮತ್ತೊಂದಿಲ್ಲ.

ಕುಡಿತ ನಿಮ್ಮ ದೈನಂದಿನ ಜೀವನಕ್ಕೆ ಅಡ್ಡಿಯಾಗಿಲ್ವಾ?

–ಅದಕ್ಕೊಂದು ಮಿತಿ ಹಾಕ್ಕೊಂಡ್ರೆ ಅಡ್ಡಿಯಾಗುತ್ತೆ. ನಾನು ಮಿತಿ ಹಾಕ್ಕೊಂಡವನೇ ಅಲ್ಲ. ಕುಡುಕರು ತುಂಬಾ ನಾಟಕ ಮಾಡ್ತಾರೆ. ಕುಡಿಯೋದು ರೋಮ್ಯಾಂಟಿಕ್ ಅಂದ್ಕೋತಾರೆ, ಗಂಡಸ್ತನ ಅಂದ್ಕೋತಾರೆ. ಸರಿಯಾಗಿ ತಿನ್ನೋದಿಲ್ಲ. ನಾನು ಹಾಗಲ್ಲ, ಕುಡೀತೀನಿ, ಚೆನ್ನಾಗಿ ತಿಂತೀನಿ. ದಿನಕ್ಕೆ ಮೂರು ಸಲ ಊಟ ಮಾಡ್ತೀನಿ. ಬಾರ್ ಬಿಲ್ ಕರೆಕ್ಟಾಗಿ ಕೊಡ್ತೀನಿ. ನಾನೇನು ಮಾಡ್ತಿದ್ದೀನಿ, ನಾನೇನು ಅನ್ನೋದು ನಂಗೆ ಚೆನ್ನಾಗಿ ಗೊತ್ತು. ಕುಡಿದು, ಎಲ್ಲಾ ಮರೆತು, ತೂರಾಡ್ಕೊಂಡು, ಗಟಾರದಲ್ಲಿ ಬಿದ್ದು... ಅದೆಲ್ಲ ನಂಗಿಷ್ಟ ಆಗೋಲ್ಲ.

ಯಾವತ್ತೂ ನಿಮಗೆ ಹಾಗಾಗಿರ್ಲಿಲ್ವಾ?

–ನಾನು ಕುಡಿದಿದ್ದೀನಿ ಅನ್ನೋ ಮಾತೇ ಇಲ್ಲ. ನಾನು ಕುಡೀತಿದ್ದೀನಿ... ಅದೇ ಸರಿಯಾದ ಪದ. ಆದ್ರೆ ಈಗ ಮೊದಲಿನ ಥರ ಇಲ್ಲ. ಅದ್ಭುತವಾದ ಪಬ್‌ಗಳೇ ಮಾಯವಾಗಿವೆ. ಅಲ್ಲಿ ಹೋದರೆ ಹಿತವಾದ ಸಂಗೀತ ಇಲ್ಲ. ಸಿಗರೇಟು ಸೇದೋಕೆ ಬಿಡೋಲ್ಲ. ಒಳ್ಳೇ ಬೀರ್ ಸಿಗೋಲ್ಲ, ಹೋಗ್ಲಿ ನಿಯತ್ತಿನ ಕುಡುಕರೂ ಇಲ್ಲ. ನನಗೆ ಪಬ್ ಅಂದ್ರೆ ಆಸಕ್ತಪೂರ್ಣ ವ್ಯಕ್ತಿಗಳನ್ನು ಭೇಟಿಯಾಗೋ ಜಾಗ. ಬರೀ ಕುಡಿದು ಹೋಗೋ ಜಾಗ ಅಲ್ಲ. ಈಗ ಅಂಥ ಮಾತುಕತೆಯೂ ಇಲ್ಲ. ನಿಮ್ಮಂಥ ಯುವಕರೆಲ್ಲ ಕುಡಿಯೋಕೆ ಶುರುಮಾಡಿ ಪಬ್‌ಗಳನ್ನು ಹಾಳು ಮಾಡಿಬಿಟ್ರಿ. ಅಲ್ಲಿ ಕೂತು ಆರೋಗ್ಯದ ಬಗ್ಗೆ, ಕುಡಿಯೋದನ್ನು ಬಿಡೋದರ ಬಗ್ಗೆ, ಸಿಗರೇಟು ಕಮ್ಮಿ ಸೇದಬೇಕು ಅನ್ನೋ ಬಗ್ಗೆ ಮಾತಾಡ್ತಾ ಮಾತಾಡ್ತಾ... ಛೇ.

ಏನಾದ್ರೂ ಬೇಸರ?

–ಹೇಳಿದ್ರೆ ಸುಮ್ನೆ ಹೆಸರು ಹೇಳ್ತೀನಿ ಅಂತಾರೆ. ಆದ್ರೂ ಫ್ರಾನ್ಸಿಸ್ ಬೇಕನ್ ಜೊತೆಗೋ ಡಿಲಾನ್ ಥಾಮಸ್ ಜೊತೆಗೋ ಕಾಲ ಕಳೆಯೋದೊಂದು ಸಂತೋಷ. ನಾನು ಅದ್ಭುತ ವ್ಯಕ್ತಿಗಳನ್ನು ಭೇಟಿಯಾದದ್ದು ಪಬ್‌ನಲ್ಲಿ. ನನ್ನ ಸಂತೋಷ ಇರೋದು ಜನರ ಮಧ್ಯೆ. ಕುಡಿಯೋದು, ತಿನ್ನೋದು, ಮಾತಾಡೋದು, ಅಷ್ಟೇ...

ನೀನು ಬರೆಯೋದರ ಬಗ್ಗೆ ಮಾತಾಡ್ತೀಯಾ?

–ಇಲ್ಲ, ಯಾವತ್ತೂ ಮಾತಾಡೋಲ್ಲ. ನಾನು ಏನು ಯೋಚಿಸ್ತಿದ್ದೀನಿ ಅಂತಾನೂ ಹೇಳೋಲ್ಲ. ಅದು ನನ್ನ ಕರ್ಮ. ಲೇಖಕನಾಗಿರೋದಕ್ಕಿಂತ ಹಿಂಸೆಯ ಕೆಲಸ ಮತ್ತೊಂದಿಲ್ಲ. ಆದ್ರೆ ನನಗೆ ಬೇರೆ ದಾರಿ ಇಲ್ಲ.

ಹೀಗೆ ವಿಕ್ಷಿಪ್ತವಾಗಿ ಮಾತಾಡುತ್ತ ಬದುಕಿದ ಜೆಫ್ರಿ ಬರ್ನಾರ್ಡ್ ಕಾಯಿಲೆ ಬಿದ್ದಾಗ ಬಂದ ನಾಟಕ ಜೆಫ್ರಿ ಬರ್ನಾರ್ಡ್ ಈಸ್ ಅನ್ವೆಲ್. ಅದು ಎಷ್ಟು ಜನಪ್ರಿಯವಾಯಿತು ಎಂದರೆ ಜೆಫ್ರಿ ಸತ್ತ ಮೇಲೂ ಅದು ಪ್ರದರ್ಶನ

ಕಾಣುತ್ತಲೇ ಇತ್ತು. ಸ್ಪೆಕ್ಟೇಟರ್ ಓದುಗರು ಜೆಫ್ರಿಯ ಲೋ ಲೈಫ್ ಅಂಕಣವನ್ನು ಈಗಲೂ ಮಿಸ್ ಮಾಡಿಕೊಳ್ಳುತ್ತಾರೆ.

ಯಾವ ಪೂರ್ವಗ್ರಹವೂ ಇಲ್ಲದೆ, ಕುಡಿಯುತ್ತ, ಸಿಗರೇಟು ಸೇದುತ್ತಾ, ಸುಮ್ಮನೆ ಜೀವಿಸಿದ ಜೆಫ್ರಿ ಬರ್ನಾರ್ಡ್ ಎಂಬ ಪತ್ರಕರ್ತ, ಬರಹಗಾರನ ಬಿಡುಬೀಸು ಬದುಕು, ಉಡಾಫೆ, ನಿನ್ನೆ ನಾಳೆಗಳ ಚಿಂತೆಯಿಲ್ಲದ ವರ್ತಮಾನದ ತವಕಗಳು ಒಂದಿಷ್ಟಾದರೂ ಪ್ರೇರಣೆಯಾದಾವು ಎಂದು ಅವನು ಬರೆದ ಲೋ ಲೈಫ್ ಅಂಕಣಬರಹಗಳ ಸಂಗ್ರಹವನ್ನು ಓದುತ್ತಾ ಕೂತಿದ್ದೇನೆ.

ಹೊರಗೆ ಬಿಸಿಲು ಮತ್ತು ಮಳೆ ಬದ್ಧವೈರಿಗಳಂತೆ ಕಾದಾಡುತ್ತಿವೆ.

ಕನ್ನಡ ರಾಜಕುಮಾರ

ಒಂದು ಅವಧಿಯಲ್ಲಿ ನಮ್ಮನ್ನು ಗಾಢವಾಗಿ ತಟ್ಟಿ, ನಮಗೆ ಸಂತೋಷ ಕೊಟ್ಟವರು ಅನೇಕರಿರುತ್ತಾರೆ. ನಮ್ಮ ಆಸಕ್ತಿಗಳನ್ನು ರೂಪಿಸುವವರೂ ಅವರೇ. ನಮ್ಮ ಮಾಧ್ಯಮ ಇದು ಎಂದು ಗೊತ್ತಿಲ್ಲದೇ ಇರುವ ದಿನಗಳಲ್ಲಿ, ನಮ್ಮ ದಾರಿಗಳನ್ನು ನಾವು ಕಂಡುಕೊಳ್ಳುತ್ತಿರುವ ದಿನಗಳಲ್ಲಿ, ಅಂಥವರು ನಮ್ಮ ಕೈಹಿಡಿದು ನಡೆಸುತ್ತಾರೆ. ಬಡತನ, ಜಂಜಡ, ಸಾವುನೋವುಗಳ ಜಗತ್ತಿನ ಯಾತನೆ ಎಲ್ಲವನ್ನೂ ಮರೆಸುತ್ತಾರೆ. ಸಿದ್ಧಾರ್ಥನ ಹಾದಿಯಲ್ಲಿ ಕಂಡ ರೋಗಿಷ್ಟ, ವೃದ್ಧ ಮತ್ತು ಶವ ಅವನ ಬದುಕಿನ ಹಾದಿಯನ್ನೇ ಬದಲಿಸಿದಂತೆ, ನಮ್ಮ ದಾರಿಯಲ್ಲಿ ಎದುರಾಗುವ ಜೀವನ್ಮುಖಿಗಳು ನಮ್ಮ ನಿಲುವನ್ನೂ ಶ್ರದ್ಧೆಯನ್ನೂ ಉಜ್ವಲವಾಗಿಸುತ್ತಾ ಹೋಗುತ್ತಾರೆ.

ಅಂಥವರು ಯಾರು ಬೇಕಾದರೂ ಆಗಿರಬಹುದು. ಓದುವ ಹುಚ್ಚಿದ್ದವನಿಗೆ ಟಿಕೆ ರಾಮರಾವ್, ನರಸಿಂಹಯ್ಯ, ಯಕ್ಷಗಾನದ ಘಮಲು ಅಡರಿ ಕೊಂಡವನಿಗೆ ಕಾಳಿಂಗ ನಾವಡ, ಚಿಟ್ಟಾಣಿ, ಶೇಣಿ, ಕ್ರಿಕೆಟ್ಟಿಗೆ ಮಾರು ಹೋದವನಿಗೆ ಬ್ರಾಡ್ಮನ್, ಸಚಿನ್, ದ್ರಾವಿಡ್, ವ್ಯಾಪಾರದಲ್ಲಿ ಆಸಕ್ತಿ ಉಳ್ಳವನಿಗೆ ನಾರಾಯಣಮೂರ್ತಿ. ಹಾಗೆ ನಮಗೆಲ್ಲ ಆಪ್ತರಾದವರು ರಾಜ್‌ಕುಮಾರ್. ತೀರ ಬಡತನದ ದಿನಗಳಲ್ಲಿ ಅವರ ಸಿನಿಮಾಗಳು ನಮ್ಮನ್ನು ಪೊರೆದಿವೆ. ಎಷ್ಟೋ ಮೈಲು ಸೈಕಲ್ಲಲ್ಲಿ, ನಡಕೊಂಡು ಹೋಗಿ ಅವರ ಸಿನಿಮಾ ನೋಡಿಕೊಂಡು ಬಂದದ್ದಿದೆ.

ರಾಜ್‌ಕುಮಾರ್ ಬಗ್ಗೆ ಬರೆಯಿರಿ ಎಂದರೆ ಕಷ್ಟ. ನಮ್ಮ ಆತ್ಮೀಯರೊಬ್ಬರ ಬಗ್ಗೆ ಬರೆಯಲು ಹೇಳಿದಂತೆ. ಅಣ್ಣನ ಕುರಿತೋ ಚಿಕ್ಕಪ್ಪನ ಕುರಿತೋ ಬರೆಯಲು ಹೊರಟಂತೆ. ಅವರು ನಮಗೆ ಪೂರ್ತಿಯಾಗಿ ಅರ್ಥವಾಗಿಬಿಟ್ಟಿರುತ್ತಾರೆ ಎಂಬುದು ನಮಗೇ ಗೊತ್ತಿರುತ್ತದೆ. ಅವರ ಬಗ್ಗೆ ಹೇಳಲು ಹೊರಟರೆ

ಏನು ಹೇಳುವುದು ಏನು ಬಿಡುವುದು ಎಂದು ಗೊಂದಲವಾಗುತ್ತದೆ. ರಾಜ್‌ಕುಮಾರ್ ಬಗ್ಗೆ ಬರೆಯಲು ಹೊರಡುವ ನನ್ನಂಥವರ ಸಮಸ್ಯೆ ಅವರ ಬಗ್ಗೆ ಬರೆಯಬೇಕಾ, ಅವರ ಸಿನಿಮಾದ ಬಗ್ಗೆ ಬರೆಯಬೇಕಾ, ಅವರ ವ್ಯಕ್ತಿತ್ವದ ಕುರಿತಾ, ಅವರು ನಮ್ಮ ಮೇಲೆ ಬೀರಿದ ಪ್ರಭಾವದ ಕುರಿತಾ? ಏನು ಹೇಳಿದರೂ ಸುಳ್ಳಾಗುವ, ಏನೂ ಹೇಳದೇ ಇರುವ ಸ್ಥಿತಿ. ಅವರು ನಮ್ಮವರು ಅಂತ ಹೇಳಿ ಸುಮ್ಮನಾಗುವುದು ಅತ್ಯಂತ ಸುಲಭ ಉಪಾಯ.

ನಾನು ಅವರನ್ನು ಮೊದಲನೇ ಸಾರಿ ನೋಡಿದ್ದು ನೆನಪಾಗುತ್ತಿದೆ. ಅವರ ಸಂದರ್ಶನಕ್ಕೆಂದು ಹೋಗಿದ್ದೂ ಅಲ್ಲ ಅದು. ಸುಮ್ಮನೆ ನೋಡೋಣ ಅನ್ನಿಸಿತು. ಸಿನಿಮಾ ಪತ್ರಕರ್ತನೆಂಬ ಕಾರ್ಡಿತ್ತು. ಅದಕ್ಕಿಂತ ಹೆಚ್ಚಾಗಿ ಕೆಎಂಎಫ್‌ನಲ್ಲಿದ್ದ ರಾಜ್ ಅಭಿಮಾನಿ ಪ್ರೇಮ್‌ನಾಥ್ ಜೊತೆಗಿದ್ದರು. ಬನ್ನಿ ನಾನು ಮಾತಾಡಿಸ್ತೀನಿ ಅಂತ ಕರೆದೊಯ್ದರು. ಮನೆಯೊಳಗೆ ಹೋಗುತ್ತಿದ್ದಂತೆ ಅವರು ಎದ್ದು ನಿಂತು ಕೈ ಮುಗಿದರು. ಹತ್ತಿರ ಕರೆದರು. ಅಲ್ಲೇ ಪಕ್ಕದಲ್ಲಿದ್ದ ಲಾಡು ಕೈಗೆತ್ತಿಕೊಂಡರು. ನಾನು ಅದನ್ನು ತೆಗೆದುಕೊಳ್ಳಲು ಕೈಚಾಚಿದೆ. ಅವರು ಕೈ ಪಕ್ಕಕ್ಕೆ ಸರಿಸಿ, ಬಾಯಿಗೆ ಸಿಹಿ ತಿನ್ನಿಸಿದರು. ಅದು ಅವರ ಕ್ರಮ, ಅವರು ಯಾವತ್ತೂ ಹಾಗೇ ಅಂತ ಆಮೇಲೆ ಪ್ರೇಮ್‌ನಾಥ್ ಹೇಳಿದರು.

ನಂತರದ ದಿನಗಳಲ್ಲಿ ಅವರ ಜೊತೆ ಆರೆಂಟು ಸಲವಾದರೂ ಮಾತಾಡಿರಬೇಕು. ಸಿನಿಮಾ ಬಗ್ಗೆ ಮಾತಾಡಿದ್ದೇ ಕಡಿಮೆ. ಅಧ್ಯಾತ್ಮದ ಮಾತೂ ಇಲ್ಲ. ಮದರಾಸಿನ ದಿನಗಳು, ಯಾವತ್ತೋ ಕೇಳಿದ ಹಾಡು, ನೋಡಿದ ಸಿನಿಮಾಗಳ ಬಗ್ಗೆ ಹೇಳುತ್ತಿದ್ದರು. ಅವರು ಮಾತಾಡುತ್ತಿದ್ದರೆ ಪ್ರಶ್ನೆ ಕೇಳಬೇಕು ಅನ್ನುವುದೂ ಮರೆತುಹೋಗುತ್ತಿತ್ತು. ಏನೂ ಕೇಳ್ಲೇ ಇಲ್ವಲ್ರೀ ಅಂತ ಪ್ರೇಮನಾಥ್ ಛೇಡಿಸುತ್ತಿದ್ದರು. ಕೇಳುವಷ್ಟು ನಾವು ದೊಡ್ಡವರೂ ಅಲ್ಲ, ಹೇಳುವಷ್ಟು ಅವರು ಚಿಕ್ಕವರೂ ಅಲ್ಲ ಅಂತ ನಮಗೆಲ್ಲ ಅನ್ನಿಸತೊಡಗಿತ್ತು.

ಶೇಣಿ ಗೋಪಾಲಕೃಷ್ಣರ ಮುಂದೆ ಕೂತಾಗಲೂ ಹಾಗೇ ಅನ್ನಿಸುತ್ತಿತ್ತು. ತೇಜಸ್ವಿಯವರ ಮುಂದೆ ಕೂಡ ಪ್ರಶ್ನೆಗಳು ಹೊಳೆಯುತ್ತಿರಲಿಲ್ಲ. ಅವರು ಆಡುವ ಮಾತಿನಲ್ಲೇ ನಮಗೆ ಬೇಕಾದ ಉತ್ತರ ಇರುತ್ತಿತ್ತು. ಹೀಗಾಗಿ ನಾವು ಪ್ರಶ್ನಾತೀತರಾಗಿ ಕೂತು ನಮ್ಮ ಅನುಭವವನ್ನು ಗಾಢವಾಗಿಸಿಕೊಳ್ಳುತ್ತಿದ್ದೆವು. ರಾಜ್‌ಕುಮಾರ್ ಯಾವತ್ತೂ ಪರಿಣಾಮಕ್ಕೆಂದು ಉತ್ತರ ಕೊಟ್ಟವರೇ ಅಲ್ಲ. ಸಣ್ಣ ಸಣ್ಣ ತಮಾಷೆಗಳಲ್ಲಿ ಅವರ ಮಾತು ಮುಗಿದುಹೋಗುತ್ತಿತ್ತು.

ಅವರು ಆಡಿದ ಒಂದೇ ಒಂದು ಮಾತು ಮಾತ್ರ ಸ್ಪಷ್ಟವಾಗಿ ನೆನಪಿದೆ. ನಾನಾಗ ಪಾರ್ವತಮ್ಮ ಅವರ ಜೀವನದ ಘಟನೆಗಳನ್ನು ವಾರ ವಾರ ಬರೆಯುತ್ತಿದ್ದೆ. ಒಂದು ಬಾರಿ ಪಾರ್ವತಮ್ಮನವರನ್ನು ಮಾತಾಡಿಸಲು ಹೋದಾಗ ರಾಜ್‌ಕುಮಾರ್ ಅಂಗಳದಲ್ಲಿ ಹೆಜ್ಜೆಹಾಕುತ್ತಿದ್ದರು. ನಾನು ಬರೆಯುತ್ತಿರೋದನ್ನು

ಓದುತ್ತಿದ್ದೀರಾ ಎಂದು ಕೇಳಿದೆ. 'ನಮ್ಮ ಬಗ್ಗೆ ಬರೆದಿದ್ದನ್ನು ನಾವು ಓದಬಾರದು' ಅಂದರು. ಆ ಮಾತಲ್ಲಿ ನೂರಾರು ಅರ್ಥಗಳು ಕೇಳಿಸಿದ್ದವು.

ರಾಜ್ ಪ್ರತಿಸ್ಪರ್ಧಿಯೇ ಇಲ್ಲದಂತೆ ಬಾಳಿದವರು. ಅವರು ಹೇಳಿದ್ದು ನಡೆಯುತ್ತಿತ್ತು, ಆದರೆ ಏನೂ ಹೇಳುತ್ತಿರಲಿಲ್ಲ ಅಂತ ಒಮ್ಮೆ ಪಾರ್ವತಮ್ಮ ಹೇಳಿದ್ದರು. ಅವರ ಸಹೃದಯತೆಗೆ ಒಂದು ಘಟನೆಯನ್ನು ಪಾರ್ವತಮ್ಮ ನೆನಪಿಸಿಕೊಂಡಿದ್ದರು. ಗಿರಿಕನ್ಯೆ ಚಿತ್ರದ ಶೂಟಿಂಗು ನಡೆಯುತ್ತಿರುವ ಹೊತ್ತಿಗೆ ಸಂಪತ್ ಕಾಫಿ ಎಸ್ಟೇಟ್ ಮಾಲೀಕ, ವಜ್ರಮುನಿ ಮಾಲೀಕರ ಅಳಿಯ, ರಾಜ್‌ಕುಮಾರ್ ತೋಟದ ರೈಟರ್. ರಾಜ್‌ಕುಮಾರ್ ಅವರಿಗೆ ತೋಟದ ಮಾಲೀಕರಿಗಿಂತ ಚೆನ್ನಾಗಿರೋ ಬಟ್ಟೆಗಳನ್ನು ತಂದಿದ್ದರಂತೆ ನಿರ್ದೇಶಕರು. ರಾಜ್‌ಕುಮಾರ್ ಇದು ಸರಿಯಿಲ್ಲ, ನಾನು ಕೂಲಿ, ಅವರು ಮಾಲೀಕರು. ಅವರ ಬಟ್ಟೆ ಚೆನ್ನಾಗಿರಬೇಕು ಅಂತ ಅವನ್ನು ತೊಡಲು ಒಪ್ಪಲಿಲ್ಲವಂತೆ. ಚಿಕ್ಕಮಗಳೂರಿನಲ್ಲಿದ್ದ ಪುಟ್ಟ ಅಂಗಡಿಗೆ ಬೆಳ್ಳಂಬೆಳಗ್ಗೆ ಹೋಗಿ ಒಂದು ಲುಂಗಿ, ಒಂದು ನೆಟ್ಟನೀನು ತಂದುಕೊಟ್ಟ ನಂತರ ಅವರು ಬಣ್ಣ ಹಚ್ಚಿಕೊಂಡರಂತೆ. ಇಂಥ ಸಣ್ಣ ಸಣ್ಣ ಪ್ರಸಂಗಗಳ ಮೂಲಕ ರಾಜ್ ನೆನಪಾಗುತ್ತಾರೆ.

ಮೊನ್ನೆ ರಾಜ್‌ಕುಮಾರ್ ನಟಿಸಿದ ಶಂಕರ್‌ಗುರು ಮತ್ತೊಮ್ಮೆ ನೋಡುತ್ತಾ ಕೂತಿದ್ದೆ. ನನ್ನ ಮಗಳು ಅವರು ಯಾರಪ್ಪಾ ಅಂತ ಕೇಳಿದಳು. ನಾನು ರಾಜ್‌ಕುಮಾರ್ ಅಂದೆ. ಅವಳಿಗೆ ಅರ್ಥವಾಗಲಿಲ್ಲ. ಪುನೀತ್ ರಾಜ್‌ಕುಮಾರ್ ಡ್ಯಾಡಿ ಅಂದೆ. ಹೌದಾ ಅಂತ ಕಣ್ಣರಳಿಸಿ ನೋಡತೊಡಗಿದಳು.

ಕಾಣದಂತೆ ಮಾಯವಾದನು ಹಾಡಿನಲ್ಲಿ ನಟಿಸುವ ಹೊತ್ತಿಗೆ ಪುನೀತ್ ನಮ್ಮ ಪಾಲಿಗೆ, ರಾಜ್‌ಕುಮಾರ್ ಮಗ ಆಗಿದ್ದ. ಈಗ ರಾಜ್‌ಕುಮಾರ್ ನನ್ನ ಮಗಳ ಕಣ್ಣಲ್ಲಿ, ಪುನೀತ್ ಅಪ್ಪ ಆಗಿದ್ದಾರೆ. ತಲೆಮಾರಿನಿಂದ ತಲೆಮಾರಿಗೆ ಗ್ರಹಿಕೆ, ದೃಷ್ಟಿಕೋನ ಹೇಗೆ ಬದಲಾಗುತ್ತೆ ಅನ್ನುವುದೇ ಅಚ್ಚರಿ.

ಕಥೆಗಾರ ಸದಾಶಿವ

ಅವರು ಮೊದಲ ಕತೆ ಬರೆದದ್ದು 1960 ರಲ್ಲಿ. ನಾನು ಹುಟ್ಟುವುದಕ್ಕೂ ಐದು ವರ್ಷ ಮೊದಲು. ಅವರು ಕೊನೆಯ ಕತೆ ಬರೆದದ್ದು 1979 ರಲ್ಲಿ. ನಾನು ಕತೆ ಬರೆಯಲು ಆರಂಭಿಸುವುದಕ್ಕೂ ಐದು ವರ್ಷ ಮೊದಲು. ಬರೆದದ್ದು ಕೇವಲ ಮೂವತ್ತು ಕತೆಗಳನ್ನು.

ಆದರೂ ನಾನು ಅವರ ಕತೆಗಳನ್ನು ನನ್ನ ಕಾಲದ ಕತೆಯೆಂಬಂತೆ ಓದುತ್ತೇನೆ. ಸೋಗಿಲ್ಲದ ಕತೆಗಳೆಂಬ ಕಾರಣಕ್ಕೆ ಅವು ಆಪ್ತವಾಗುತ್ತವೆ. ಹಾಗೆ ನೋಡಿದರೆ ನವ್ಯದ ನಡುವಿದ್ದೂ ಅದರ ಸೋಗಲಾಡಿತನವನ್ನು ಮೀರಿದವರು ಕೇವಲ ಮೂವರು: ಕೆ. ಸದಾಶಿವ, ರಾಘವೇಂದ್ರ ಖಾಸನೀಸ ಮತ್ತು ಜಿ.ಎಸ್. ಸದಾಶಿವ.

ಹಾಗೆ ನೋಡಿದರೆ ನವ್ಯ ಸಾಹಿತ್ಯ ಚಳವಳಿಗೇ ಒಂದು ದುರಹಂಕಾರ ವಿತ್ತು. ತಾವು ಬುದ್ಧಿಯ ಮೂಲಕ ಎಲ್ಲವನ್ನೂ ನೋಡುತ್ತೇವೆ ಎನ್ನುವ ಸಹಜ ಅಹಂನ ಜೊತೆಗೇ, ಹಾಗೆ ನೋಡುವ ಪ್ರತಿಯೊಬ್ಬನೂ ತನ್ನ ವೈಯಕ್ತಿಕ ಯಾತನೆ, ಅರಿವು ಮತ್ತು ಪ್ರಜ್ಞೆಯ ಮುಖಾಂತರವೇ ಎಲ್ಲವನ್ನೂ ನೋಡುತ್ತೇವೆ ಎಂಬ ವ್ಯಕ್ತಿವಿಶಿಷ್ಟ ಸಿದ್ಧಾಂತ. ಇದು ಕುವೆಂಪು, ಬೇಂದ್ರೆ, ಕಾರಂತ, ಮಾಸ್ತಿ ಮುಂತಾದವರನ್ನು ನಿರಾಕರಿಸುವ ಮಟ್ಟಕ್ಕೆ ಹೋಯಿತು. ಅಡಿಗರು ತಮ್ಮ ಬುದ್ಧಿಬಲದಿಂದ, ಹುತ್ತಗಟ್ಟಬಲ್ಲ ಚಿತ್ತದಿಂದ ಪುರುಷೋತ್ತಮನ ರೂಪರೇಖೆಯನ್ನು ಮತ್ತೆ ಕೆತ್ತಬಲ್ಲೆನೇನೋ ಎಂದು ಭ್ರಮಿಸುವಷ್ಟರ ಮಟ್ಟಿಗೆ, ನವ್ಯ ಸಾಹಿತ್ಯ ಆವರಿಸಿಕೊಂಡುಬಿಟ್ಟಿತು. ಅದರ ಹುನ್ನಾರಗಳನ್ನೂ ಡೌಲನ್ನೂ ಹುಸಿತನವನ್ನೂ ಅರ್ಥ ಮಾಡಿಕೊಂಡು ಅದರಿಂದಾಚೆ ಬಂದವರು ಕೇವಲ ಇಬ್ಬರು: ಪೂರ್ಣಚಂದ್ರ ತೇಜಸ್ವಿ ಮತ್ತು ಪಿ. ಲಂಕೇಶ್.

ನೀವು ನವ್ಯಕಾಲದ ಬರಹಗಳನ್ನು ಓದುತ್ತಾ ಬಂದರೆ, ಒಂದು ವಿಧದ ಏಕತಾನತೆ ನಿಮಗೆ ಕಾಣಿಸುತ್ತಾ ಹೋಗುತ್ತದೆ. ನವ್ಯದ ಅಧ್ವರ್ಯರುಗಳೆಂದು ಕರೆದುಕೊಳ್ಳುವವರ ಬರಹಗಳಲ್ಲೂ ಅದು ಸ್ಪಷ್ಟವಾಗಿಯೇ ಗೋಚರವಾಗುತ್ತದೆ. ಅದನ್ನು ಮೀರುವುದಕ್ಕೆ ಪ್ರಯತ್ನಪಟ್ಟ ಕುರುಹುಗಳು ಬೇಕಿದ್ದರೆ ನೀವು ಸದಾಶಿವ, ಲಂಕೇಶ್ ಮತ್ತು ತೇಜಸ್ವಿಯವರ ಕತೆಗಳನ್ನು ನೋಡಬೇಕು. ತೇಜಸ್ವಿಯ ಕುಬಿ ಮತ್ತು ಇಯಾಲ, ಅವನತಿ, ತಬರನ ಕತೆಗಳಾಗಲೀ, ಲಂಕೇಶರ ಸಹಪಾಠಿ, ಮುಟ್ಟಿಸಿಕೊಂಡವನು, ಕಲ್ಲು ಕರಗುವ ಸಮಯದಂಥ ಕತೆಗಳಾಗಲಿ ಹುಟ್ಟಿಕೊಂಡದ್ದು ತುಂಬ ತಡವಾಗಿ. ಅದಕ್ಕೂ ಮುಂಚೆ ಸದಾಶಿವ ಸೋಮುವಿನ ಪ್ರಣಯ ಪ್ರಸಂಗ, ನಂ ಕೌಲಿ ಕಂಡ್ರ, ಮಗುವಾಗಿ ಬಂದವನು ಮುಂತಾದ ಕತೆಗಳನ್ನು ಬರೆದಿದ್ದರು. ಸಿಕ್ಕು ನೀಳ್ಗತೆ ಬರೆದಿದ್ದರು. ಕಾಫ್ಕ ಹಣಿಕಿ ಹಾಕುತ್ತಾನೆ ಅಂತ ಕಾಫ್ಕನನ್ನು ಧ್ಯಾನಿಸಿದವರಿಗೆ ಅನ್ನಿಸಿದರೂ, ಸಿಕ್ಕು ಕತೆಯ ದುರಂತವಿರುವುದು ಕಥಾನಾಯಕ, ತನಗೇ ಗೊತ್ತಿಲ್ಲದ ಹಾಗೆ ಸಿಕ್ಕಿಹಾಕಿಕೊಳ್ಳುತ್ತಾ ಹೋಗುವುದರಲ್ಲಿ. ಹಾಗೆ ಸಿಕ್ಕಿಹಾಕಿಕೊಳ್ಳುವುದೂ ಕೂಡ ಪೂರ್ವನಿರ್ಧಾರಿತ ಮತ್ತು ಪ್ರಜ್ಞಾಪೂರ್ವಕ ಎಂದು ನಾವು ಭಾವಿಸಬಲ್ಲಂತೆ ಸದಾಶಿವ ಬರೆಯುತ್ತಾರೆ.

ಅವರ ಕತೆಗಳಲ್ಲಿ ನಿಮಗೆ ಸದಾಶಿವರ ವ್ಯಕ್ತಿತ್ವ ಕಾಣಿಸದು. ಕೇವಲ ಕಸಬುಗಾರಿಕೆ, ವೈವಿಧ್ಯ ಮಾತ್ರ ಕಂಡೀತು. ಅವರ ಮೂವತ್ತು ಕತೆಗಳಲ್ಲಿ ಅಂಥ ವೈವಿಧ್ಯವಿದೆ. ಒಂದೊಂದರಲ್ಲಿ ಒಂದೊಂದು ಪ್ರಯೋಗ. ಒಂದೊಂದಕ್ಕೂ ಅದರದ್ದೇ ಆದ ವೈಶಿಷ್ಟ್ಯ. ಫ್ಯಾಂಟಸಿ, ಆರ್ದ್ರತೆ, ಹುಡುಕಾಟ, ಆತ್ಮಪ್ರತ್ಯಯ, ಪಾಪಪ್ರಜ್ಞೆ ಮತ್ತು ಪ್ರತಿಭಟನೆ ನಿಮಗೆ ಕಾಣಿಸುತ್ತಾ ಹೋಗುತ್ತದೆ. ಐವತ್ತು ವರ್ಷಗಳ ಹಿಂದೆ ಬರೆದ ಕತೆಗಳ ಬಗ್ಗೆ ಹೆಚ್ಚು ಹೇಳುವುದಕ್ಕೆ ಹೋಗದೆ, ಸದಾಶಿವ ಅವರ ವ್ಯಕ್ತಿತ್ವದ ಬಗ್ಗೆ ಬರೆಯುವುದು, ಅವರ ಕತೆಗಳನ್ನು ಓದುವುದಕ್ಕೆ ಸ್ಫೂರ್ತಿಯಾದೀತೆಂಬುದು ನನ್ನ ವಿನಮ್ರ ನಂಬಿಕೆ.

–2–

ಜಿ.ಎಸ್. ಸದಾಶಿವ ಅವರನ್ನು ನಾನು ಮೊದಲ ಸಲ ಕಂಡಾಗ, ನನಗೆ ಇಪ್ಪತ್ತೆರಡು. ಬಳ್ಳಾರಿಯ ಅಲ್ಲಂ ಸುಮಂಗಲಮ್ಮ ಕಾಲೇಜಿನಲ್ಲಿ ಸಾಹಿತ್ಯ ಅಕಾಡೆಮಿ ನಡೆಸಿಕೊಟ್ಟ ಸಣ್ಣ ಕಥಾ ಶಿಬಿರಕ್ಕೆ ಅವರು ನಿರ್ದೇಶಕ ರಾಗಿದ್ದರು. ಸದಾಶಿವ ಬರುತ್ತಾರೆ ಅಂದಾಗಲೇ ನಮಗೆಲ್ಲ ಖುಷಿ ಮತ್ತು ಪುಲಕ.

ಶಿಬಿರದ ಮೊದಲನೆಯ ದಿನ ಸದಾಶಿವ ಜಾಸ್ತಿ ಮಾತಾಡುವವರಲ್ಲ ಎಂದು ಗೊತ್ತಾಗಿ ನಮಗೆ ನಿರಾಸೆಯಾದದ್ದು ನಿಜ. ಆದರೆ, ಉಳಿದವರ ಮಾತುಗಳನ್ನು ಕೇಳಿದ ನಂತರ ನಮಗೆ ಸದಾಶಿವ ಅವರು ಆಡುವ

ಒಂದೊಂದೇ ಮಾತಲ್ಲಿರುವ ಒಳನೋಟ ಮತ್ತು ಶಕ್ತಿಯ ಪರಿಚಯ ಆಯಿತೆಂದೇ ಹೇಳಬೇಕು. ಅಲ್ಲಿಗೆ ಬಂದಿದ್ದ ಇತರ ಲೇಖಕರು ಕತೆ ಹೇಗಿರಬೇಕು ಎಂದು ಹೇಳಿದರೆ, ಸದಾಶಿವ ನೀವು ಬರೆದದ್ದೇ ಕತೆ ಎಂದುಬಿಟ್ಟರು. ಕತೆಗೆ ಸಿದ್ಧಸೂತ್ರಗಳಿರುವುದಿಲ್ಲ. ಕತೆ ಹೇಳುವ ತಂತ್ರ, ಕಥೆಯ ವಿನ್ಯಾಸಗಳೆಲ್ಲ ಆಯಾ ಕತೆಗಾರನ ಮನಸ್ಸಿನಲ್ಲೇ ನಿರ್ಮಾಣವಾಗಬೇಕಾದದ್ದು, ಕತೆಯ ಒಳಗಿಂದಲೇ ಹುಟ್ಟುವಂಥದ್ದು. ಕತೆ ಬರೆಯುವುದನ್ನು ಕಲಿಸಲಿಕ್ಕಾಗುವುದಿಲ್ಲ, ಬರೆದ ಕತೆಯನ್ನು ವಿಶ್ಲೇಷಿಸುವುದು ಮಾತ್ರ ಸಾಧ್ಯ ಎಂದದ್ದು ಈ ಹೊತ್ತಿಗೂ ನೆನಪಿದೆ. ಸದಾಶಿವ ಅವರು ಅಲ್ಲಿ ಮಾಡಿದ್ದೂ ಅದನ್ನೇ. ನಮ್ಮಿಂದ ಕತೆಗಳನ್ನು ಬರೆಸಿದರು. ಅದನ್ನು ಗಟ್ಟಿಯಾಗಿ ಎಲ್ಲರೆದುರೂ ಓದಿ ಹೇಳುವಂತೆ ಮಾಡಿದರು. ಹಾಗೆ ಓದುತ್ತಾ ಹೋದಂತೆ, ನಮ್ಮ ಕತೆಗಳ ಕೊರತೆಗಳು ನಮಗೇ ಅರ್ಥವಾಗುವಂತೆ ಮಾಡಿದರು.

ಅದಾದ ನಂತರ, ನಾನು ಕನ್ನಡಪ್ರಭ ಸೇರಿಕೊಂಡೆ. ಪ್ರಜಾವಾಣಿ, ಸುಧಾದಲ್ಲಿದ್ದ ಸದಾಶಿವ, ಕನ್ನಡಪ್ರಭಕ್ಕೆ ಬಂದರು. ಅವರ ಜೊತೆ ಸುಮಾರು ಹತ್ತು ಹನ್ನೆರಡು ವರ್ಷಗಳನ್ನು ಕಳೆಯುವ ಅವಕಾಶ ಸಿಕ್ಕಿತು. ಆ ಅವಧಿಯಲ್ಲಿ ಸದಾಶಿವ ಅವರಿಂದ ಕತೆಗಳನ್ನು ಬರೆಸುವುದಕ್ಕೆ ನಾನು ಇನ್ನಿಲ್ಲದಂತೆ ಪ್ರಯತ್ನಪಟ್ಟರೂ ಸದಾಶಿವ ಕತೆ ಬರೆಯುವುದಕ್ಕೇ ಹೋಗಲಿಲ್ಲ. ಅವರು ಕತೆಗಳಿಂದ ವಿಮುಖರಾದಂತೆ ಕಾಣಿಸದೇ ಹೋದರೂ, ಕತೆ ಬರೆಯುವ ಹುಮ್ಮಸ್ಸನ್ನು ಕಳಕೊಂಡಿದ್ದರು. ನಾವು ಬರೆದ ಕತೆಗಳನ್ನು ಆಸಕ್ತಿಯಿಂದ ಓದಿ, ಅದರ ಕುರಿತು ಮಾತಾಡುತ್ತಿದ್ದರು. ಅವರ ಮೌನ ಮತ್ತು ವಾಚಾಳಿತನ ಎರಡನ್ನೂ ಹತ್ತಿರದಿಂದ ಕಂಡ ನಂತರ ಅನ್ನಿಸಿದ್ದಿಷ್ಟು: ಅವರ ಮಾತು ಎಷ್ಟು ಅರ್ಥಪೂರ್ಣವಾಗಿತ್ತೋ ಮೌನವೂ ಅಷ್ಟೇ ಸೃಜನಶೀಲವಾಗಿತ್ತು.

ಲಂಕೇಶ್, ಶಂಕರ್‌ನಾಗ್, ವೈಎನ್ಕೆ ಬಳಗದಲ್ಲಿದ್ದ ಗುಂಡೂಮನೆ ಸದಾಶಿವ ನಮ್ಮ ಜತೆಗಿದ್ದಷ್ಟು ಕಾಲವೂ ಹರೆಯದ ಹುಡುಗನಂತಿದ್ದರು. ಯಾವತ್ತೂ ಯಾರ ಮೇಲೂ ರೇಗಿದವರಲ್ಲ. ಹನ್ನೆರಡು ಗಂಟೆ ಸುಮಾರಿಗೆ ಆಫೀಸಿಗೆ ಬರುತ್ತಿದ್ದ ಸದಾಶಿವ, ಬಂದೊಡನೆ ಒಂದು ಸಿಗರೇಟು ಹಚ್ಚಿ ಕೆಲಸ ಶುರು ಮಾಡುತ್ತಿದ್ದರು. ಅವರನ್ನು ನೆನಪಿಸಿದಾಗೆಲ್ಲ ಯು.ಆರ್. ಅನಂತಮೂರ್ತಿ ಅವರು ಹೇಳುತ್ತಿದ್ದದ್ದು ಒಂದೇ ಮಾತು–ಸದಾಶಿವ ಸಿಗರೇಟು ಸೇದುತ್ತಿದ್ದರೆ ಅದರ ಬೂದಿ ನೆಲಕ್ಕೆ ಬೀಳೋಲ್ಲ. ಅಷ್ಟು ನಾಜೂಕು ಸದಾಶಿವ. ಅದರಲ್ಲಿ ಒಂದಿಷ್ಟೂ ಉತ್ಪ್ರೇಕ್ಷೆ ಇಲ್ಲವೆಂದು ನಮಗೆ ಅನೇಕ ಸಲ ಅನ್ನಿಸಿದೆ. ನಾವೆಲ್ಲ ಸಿಟ್ಟು, ಧಾವಂತ ಮತ್ತು ಅವಸರದಿಂದ ಹಾರಾಡುತ್ತಿದ್ದರೆ ಸದಾಶಿವ ತಣ್ಣಗೆ ಎಲ್ಲವನ್ನೂ ನಿಭಾಯಿಸುತ್ತಿದ್ದರು. ಬಹುಶಃ ಇವತ್ತಿನ ಪತ್ರಿಕೋದ್ಯಮಕ್ಕೆ ಅವರು ಸಲ್ಲದವರೂ ಹೌದು. ಯಾಕೆಂದರೆ ಸದಾಶಿವ ಯಾರನ್ನೂ

ನೋಯಿಸಿದವರಲ್ಲ. ಪತ್ರಿಕೋದ್ಯಮದ ರೋಚಕತೆ ಅವರಿಗೆ ಇಷ್ಟವೇ ಆಗುತ್ತಿರಲಿಲ್ಲ. ನಿನಗೆ ಅನ್ನಿಸಿದ್ದನ್ನು ಬರೆಯೋದಕ್ಕೆ ಹಿಂಜರಿಯ ಬೇಡ. ಹಾಗೇ, ಪತ್ರಿಕೋದ್ಯಮಕ್ಕೋಸ್ಕರ ನಿನಗೆ ತಪ್ಪು ಅನ್ನಿಸಿದ್ದನ್ನು ಯಾವತ್ತೂ ಬರೆಯಬೇಡ. ಕೊನೆಗೂ ನಿನ್ನನ್ನು ಪೊರೆಯುವುದು ನಿನ್ನ ಮೇಲಿಟ್ಟ ನಿನ್ನ ನಿಷ್ಠೆಯೇ ಹೊರತು, ಪತ್ರಿಕೆ ಅಲ್ಲ ಅನ್ನುವ ಮಾತನ್ನು ಸದಾಶಿವ ನೇರವಾಗಿಯೇ ಹೇಳಬಲ್ಲವರಾಗಿದ್ದರು.

–3–

ಜಿ.ಎಸ್. ಸದಾಶಿವ ಕತೆಗಳಲ್ಲಿ ಥಟ್ಟನೆ ಸೆಳೆಯುವ ಗುಣ ಸದಾಶಿವ ಅವರ ಕ್ಲುಪ್ತತೆ. ಎಲ್ಲವನ್ನೂ ಪ್ರಿಸೈಸ್ ಆಗಿ ಹೇಳುವ ಶಕ್ತಿ. ಯಾವ ಕಾರಣಕ್ಕೂ ಅವರು ಪದವನ್ನು ದುಂದು ಮಾಡಿದವರಲ್ಲ. ಲೋಲುಪವಾಗಿ ಬರೆದವರೂ ಅಲ್ಲ. ಒಂದು ಪದದಲ್ಲೇ ಹೇಳಬಲ್ಲುದನ್ನು ಎರಡು ಪದಗಳಲ್ಲಿ ಅವರು ಯಾವತ್ತೂ ಹೇಳಲಿಲ್ಲ. ಅವರ ಸಂಪಾದಕೀಯವಾದರೂ ಅಷ್ಟೇ, ಒಂದು ಏಟು, ಎರಡು ತುಂಡು.

ನೀವೆಲ್ಲಾದರೂ ಶಂಕರ್‌ನಾಗ್ ನಿರ್ದೇಶನದ ಆಕ್ಸಿಡೆಂಟ್ ಸಿನಿಮಾ ನೋಡಿದ್ದರೆ ಸದಾಶಿವ ಅವರ ಮಾತಿನ ಶೈಲಿಯನ್ನು ಗುರುತಿಸಿರುತ್ತೀರಿ. ಆಕ್ಸಿಡೆಂಟ್ ಚಿತ್ರಕ್ಕೆ ಸಂಭಾಷಣೆ ಬರೆದವರು ಸದಾಶಿವ. ಆ ಕಾಲಕ್ಕೆ ಅದೊಂದು ಕ್ರಾಂತಿಕಾರಿ ಚಿತ್ರ. ಹಾಗೇ, ಗಿರೀಶ ಕಾಸರವಳ್ಳಿ ನಿರ್ದೇಶನದ ಮೂರು ದಾರಿಗಳು ಚಿತ್ರಕ್ಕೂ ಸದಾಶಿವ ಸಂಭಾಷಣೆ ಬರೆದರು. ಆಕ್ರಮಣ ಚಿತ್ರದ ಚಿತ್ರಕತೆ ಮತ್ತು ಸಂಭಾಷಣೆ ಎರಡೂ ಸದಾಶಿವ ಅವರದ್ದೇ. ಲಂಕೇಶರ ಎಲ್ಲಿಂದಲೋ ಬಂದವರು ಚಿತ್ರದ ಚಿತ್ರಕತೆಯಲ್ಲಿ ಸದಾಶಿವರ ಪಾತ್ರವೂ ಇದೆ.

ತುರ್ತು ಪರಿಸ್ಥಿತಿಯ ಸಂದರ್ಭದಲ್ಲಿ ಅಭಿವ್ಯಕ್ತಿ ಸ್ವಾತಂತ್ರ್ಯವೇ ಕೈತಪ್ಪಿ ಹೋದಾಗ ಸದಾಶಿವ ಎರಡು ಕತೆ ಬರೆದು ಪ್ರತಿಭಟಿಸಿದರು. ಅವು, ಮೀಸೆಯವರು ಮತ್ತು ದಂತ ಗೋಪುರ. ಲಂಕೇಶ್ ಮತ್ತು ಸದಾಶಿವ ಇಬ್ಬರೂ ಒಂದೇ ವಸ್ತುವನ್ನು ಆರಿಸಿಕೊಂಡು ಕತೆ ಬರೆದರು–ಲಂಕೇಶರ ನಾನಲ್ಲ ಮತ್ತು ಸದಾಶಿವರ ಚಪ್ಪಲಿಗಳು ಕತೆಯನ್ನು ಓದಿ ನೋಡಿದರೆ ನಿಮಗೆ ಇಬ್ಬರ ದೃಷ್ಟಿಕೋನ ಮತ್ತು ಶೈಲಿಯಲ್ಲಿರುವ ವ್ಯತ್ಯಾಸ ಗೊತ್ತಾಗುತ್ತದೆ.

ಸದಾಶಿವ ಅವರನ್ನು ಪಂಥ ಮತ್ತು ಚಳವಳಿಗಳ ಹಂಗಿಲ್ಲದ ಕತೆಗಾರ ಎನ್ನಬಹುದು. ಅವರು ತಮ್ಮ ಕಾಲವನ್ನು ಮೀರಿದವರಂತೆ ಬರೆದರು. ಈಗ ಕೈಗೆತ್ತಿಕೊಂಡು ಓದುತ್ತಾ ಹೋದರೂ, ನಮ್ಮ ಕಾಲದ ಕತೆ ಅನ್ನಿಸುವಂಥ ಹತ್ತಾರು ಕತೆಗಳನ್ನು ಅವರು ಬರೆದಿದ್ದಾರೆ.

ಪುಟ್ಟ ಅಕ್ಷರಗಳ, ದೊಡ್ಡ ಅರ್ಥದ ಸದಾಶಿವ ಜೆಪಿ ನಗರದಲ್ಲಿದ್ದ ಮನೆಯನ್ನು ಅತ್ಯಂತ ಕಡಿಮೆ ಬೆಲೆಗೆ ಮಾರಿಕೊಂಡು ಮಗಳಿಗೋಸ್ಕರ ಬೆಂಗಳೂರಿಗೆ ದೂರದಲ್ಲಿರುವ ಬಡಾವಣೆಯಲ್ಲಿ ಮನೆ ಮಾಡಿದರು. ಅಲ್ಲಿಂದ ಮತ್ತೊಂದು ಕಡೆಗೆ ಮನೆ ಬದಲಾಯಿಸಿದರು. ಚೆಂದದ ಮನೆ ಕಟ್ಟಿದರು. ಚೆಂದದ ಬದುಕು ಕಟ್ಟಿಕೊಂಡರು. ಪತ್ರಕರ್ತ ಧಾವಂತದ, ಸಿಟ್ಟಿನ, ಮನೆಮಂದಿಯನ್ನು ಅಷ್ಟಾಗಿ ನೋಡಿಕೊಳ್ಳದ ಮನುಷ್ಯ ಎಂಬ ನಂಬಿಕೆಯನ್ನು ಸುಳ್ಳು ಮಾಡಿದರು. ಅವರು ಜೀವನಪ್ರೀತಿಯ ಮುಂದೆ ಇನ್ಯಾವುದೂ ಮುಖ್ಯ ಅಂದುಕೊಂಡವರೇ ಅಲ್ಲ. ಕತೆ, ಸಿನಿಮಾ, ಪಾರ್ಟಿ–ಇವೆಲ್ಲಕ್ಕಿಂತ ಬದುಕಿನ ರುಚಿ ಮುಖ್ಯ ಎಂಬಂತೆ ಬಾಳಿದವರು.

ಮಧ್ಯಾಹ್ನದ ಊಟವನ್ನು ನಾಲ್ಕು ಗಂಟೆ ಸುಮಾರಿಗೆ ಮುಗಿಸಿ, ಸಿಗರೇಟು ಸೇದಿ, ಟೀ ಕುಡಿದು, ಒಂದೆರಡು ಅಡಕೆ ಚೂರು ಬಾಯಿಗೆ ಹಾಕಿ ಪತ್ರಿಕೆಯ ಸಂಪಾದಕೀಯ ಬರೆಯಲು ಕುಳಿತುಕೊಳ್ಳುತ್ತಿದ್ದ ಸದಾಶಿವರ ಧ್ಯಾನಸ್ಥ ಚಿತ್ರ ಈಗಲೂ ಕಣ್ಮುಂದೆ ಇದೆ.

ಅವರ ಸಮಗ್ರ ಕತೆಗಳ ಸಂಕಲನ ತಂದಾಗ ಅದನ್ನು ಇದುವರೆಗಿನ ಕತೆಗಳು ಎಂದು ಪ್ರಕಾಶಕರು ಕರೆದಿದ್ದರು. ಆಮೇಲೆ ಅವರು ಕತೆ ಬರೆಯಲಿಲ್ಲ, ಇದುವರೆಗಿನ ಕತೆಗಳು ಸಮಗ್ರ ಕತೆಗಳೂ ಆಗಿಬಿಟ್ಟವು.

ನಿಗೂಢ ವಿಸ್ಮಯ ತೇಜಸ್ವಿ

ನಾನು ಬೆಂಗಳೂರಿನಿಂದ ನಮ್ಮೂರಾದ ಉಪ್ಪಿನಂಗಡಿಗೆ ಹೋಗುವಾಗೆಲ್ಲ ನೇರವಾದ ಶಿರಾಡಿ ಘಾಟಿಯ ಹಾದಿ ಬಿಟ್ಟು ಒಂದೋ ಚಾರ್ಮಾಡಿ ಘಾಟಿ ಅಥವಾ ಬಿಸಲೆ ಘಾಟಿಯ ಮೂಲಕ ಹೋಗುತ್ತಿದ್ದೆ. ಹಾಗೆ ಸುತ್ತಿ ಬಳಸಿ ಹೋಗುವುದಕ್ಕಿದ್ದ ಕಾರಣಗಳು ಅನೇಕ–ಬಿಸಲೆ ಘಾಟಿಯ ನಿರ್ಜನ ಹಾದಿಯ ಆಕರ್ಷಣೆ, ದಾರಿಯಲ್ಲಿ ಮಳೆಗೋ ಗಾಳಿಗೋ ಬಿದ್ದ ಮರದಿಂದಾಗಿ ಪ್ರಯಾಣ ನಿಲುಗಡೆಯಾಗಿ, ಕಾಡಿನಲ್ಲೊಂದು ರಾತ್ರಿ ಕಳೆಯುವ ಅವಕಾಶವಾಗಲಿ ಅನ್ನುವ ಆಸೆ, ಆ ಪ್ರದೇಶದಲ್ಲಿ ಆಗೀಗ ರಸ್ತೆಗೆ ಅಡ್ಡವಾಗಿ ಸಿಗುವ ಆನೆಹಿಂಡು ಕಣ್ಣಿಗೆ ಬಿದ್ದೀತೆಂಬ ದುರಾಸೆ.

ಹಾಗೇ ಚಾರ್ಮಾಡಿ ಘಾಟಿಯ ಕಡಿದಾದ ತಿರುವುಗಳೆಂದರೆ ನನಗೆ ಪ್ರೀತಿ. ಅದಕ್ಕಿಂತ ಪ್ರೀತಿಯೆಂದರೆ ಮೂಡಿಗೆರೆಯಲ್ಲಿ ಒಂದಷ್ಟು ಹೊತ್ತು ಉಳಿದು, ತೇಜಸ್ವಿಯವರ ಮನೆಯಲ್ಲಿ ಗಡದ್ದು ಊಟ ಹೊಡದು ಹೋಗುವ ಆಸೆ. ಜೊತೆಗೇ ಅವರೊಂದಿಗೆ ಮಾತಾಡಿ ಒಂದಷ್ಟು ಹೊಸತನ ತುಂಬಿಕೊಳ್ಳುವ ಬಯಕೆ. ಅವರು ಸಿಗದೇ ಹೋದರೆ ಕೊಟ್ಟಿಗೆಹಾರದ ನೀರುದೋಸೆ, ಕಕ್ಕಿಂಜೆಯ ವಿಚಿತ್ರ ವ್ಯಾಮೋಹ ಕೂಡ ಸಾಕಷ್ಟು ರೋಚಕವಾಗೇ ಕಾಣುತ್ತಿತ್ತು. ಹ್ಯಾಂಡ್ ಪೋಸ್ಟಿನ ಕಡೆಗೆ ಕಾರು ತಿರುಗಿಸಿ, ಹಳದಿ ಬಣ್ಣ ಬಳಿದ ತೇಜಸ್ವಿಯವರ ತೋಟದ ಗೇಟು ತೆಗೆದು ಕೆಳಗಿಳಿದರೆ ಅನತಿ ದೂರಕ್ಕೇ ಅವರ ಮನೆ.

ಶಿರಾಡಿ, ಬಿಸಲೆ, ಸಂಪಾಜೆ, ಚಾರ್ಮಾಡಿ ಘಾಟಿಯನ್ನೆಲ್ಲ ಆವರಿಸಿದ ಕಾಡುಗಳ ಹಾಗೆ ತೇಜಸ್ವಿ ಕೂಡ ಪ್ರತಿಸಾರಿಯೂ ಹೊಸಹೊಸದಾಗೇ ಕಾಣಿಸುತ್ತಿದ್ದರು. ಮೊದಲ ಬಾರಿ ಹೋದಾಗ ಅವರ ಮುಂದೆ ಅಷ್ಟಗಲದ ಫೋಟೋಗಳಿದ್ದವು. ಅವನ್ನೆಲ್ಲ ಹೇಗೆ ತಾನು ಒಂದೇ ಫ್ರೇಮಿನಲ್ಲಿ ಬರುವ

ಹಾಗೆ ಮಾಡಿದೆ ಅನ್ನುವುದನ್ನು ತೇಜಸ್ವಿ ಅರ್ಧಗಂಟೆ ವಿವರಿಸಿದ್ದರು. ಎರಡನೇ ಸಾರಿ ಹೋದಾಗ ಹಗಲು, ಅವರ ಮನೆಹಿಂದಿನ ಕೊಳದಲ್ಲಿ ಜೋಡಿ ಹಂಸಗಳಿದ್ದವು. ಮತ್ತೊಮ್ಮೆ ಹೋದಾಗ ತೇಜಸ್ವಿ ಅದೆಲ್ಲಿಂದಲೋ ಒಂದು ಲಕ್ಷ ರುಪಾಯಿ ಕೊಟ್ಟು ಹೊಸ ಡಿಜಿಟಲ್ ಕೆಮರಾ ತರಿಸಿದ್ದರು. ಅದರಲ್ಲಿ ಒಂದು ಸೆಕೆಂಡಿಗೆ ಐವತ್ತೋ ಅರುವತ್ತೋ ಫೋಟೋ ಕ್ಲಿಕ್ಕಿಸಬಹುದು ಎಂದೂ ಪ್ರತಿ ಫೋಟೊ ಕೂಡ ಅದೆಷ್ಟೋ ಹೆಚ್ಚಿನ ರೆಸಲ್ಯೂಷನ್ನಿನಲ್ಲಿ ರೆಕಾರ್ಡ್ ಆಗುತ್ತದೆಂದೂ ಆರ್ಡಿನರಿ ಕೆಮರಾದಲ್ಲಾದರೆ ಒಂದು ಫೋಟೊ ಕ್ಲಿಕ್ಕಿಸಿ ಮತ್ತೊಂದು ಕ್ಲಿಕ್ಕಿಸುವುದಕ್ಕೆ ಒಂದಷ್ಟು ಹೆಚ್ಚು ಸಮಯ ಬೇಕಾಗುತ್ತದೆಂದೂ ವಿವರಿಸಿದ್ದರು. ಬೆಂಗಳೂರಿನಲ್ಲಿ, ಸೋ ಕಾಲ್ಡ್ ಐಟಿ ಸಿಟಿಯಲ್ಲಿ ಕೂತ ನಾನು ಕೂಡ ಆಧುನಿಕ ತಂತ್ರಜ್ಞಾನದ ಸರಕುಗಳನ್ನು ನೋಡಿದ್ದು ತೇಜಸ್ವಿ ಮನೆಯಲ್ಲಿಯೇ. ನಾನು ಮೊದಲ ಸಲ ಇಂಟರ್‌ನೆಟ್ಟಿಗೆ ಕಾಲಿಟ್ಟದ್ದೂ ಅವರ ಮನೆಯಲ್ಲೇ.

ಹತ್ತು ಹನ್ನೆರಡು ವರುಷದ ಹಿಂದೆಯೇ ಅವರು ಕಂಪ್ಯೂಟರಿನಲ್ಲಿ ಕನ್ನಡ ಬರೆಯುತ್ತಾ ಆ ಲೇಖನವನ್ನೂ ಅದರ ಫಾಂಟುಗಳನ್ನೂ ಕಳುಹಿಸಿಕೊಡುತ್ತಾ ಅದನ್ನು ಹೇಗೆ ಡೌನ್‌ಲೋಡ್ ಮಾಡಿ ಬಳಸಿಕೊಳ್ಳಬೇಕು ಎಂದು ವಿವರಿಸುತ್ತಾ ನಮ್ಮ ಅಜ್ಞಾನವನ್ನು ನಯವಾಗಿ ಗೇಲಿ ಮಾಡುತ್ತಿದ್ದವರು.

ನನಗೆ ತೇಜಸ್ವಿಯವರ ಪ್ರೀತಿ ಮತ್ತು ಸ್ನೇಹ ಸಿಗುವಂತೆ ಮಾಡಿದವರು ಮಿತ್ರರಾದ ರವಿ ಬೆಳಗೆರೆ. ಆಗಷ್ಟೇ ಲಂಕೇಶ್–ತೇಜಸ್ವಿ ನಡುವಿನ ಸ್ನೇಹ ಹಳಸಿಹೋಗಿತ್ತು. ಕುವೆಂಪು ರಾಮಾಯಣ ಹಸ್ತಪ್ರತಿ ವಿಚಾರದಲ್ಲಿ ತೇಜಸ್ವಿಯವರನ್ನು ಲಂಕೇಶ್ ಏನೇನೋ ಅಂದಿದ್ದರು. ಆ ಹೊತ್ತಲ್ಲಿ ಅದರ ಸತ್ಯಾಸತ್ಯತೆ ತಿಳಿದುಕೊಂಡು ಬಾ ಎಂದು ರವಿ ನನ್ನನ್ನು ಕಳುಹಿಸಿಕೊಟ್ಟಿದ್ದರು.

ನಾನು ಮೂಡಿಗೆರೆಯ ಅವರ ಮನೆಗೆ ಕಾಲಿಟ್ಟಾಗ ರಾತ್ರಿ ಹತ್ತೂವರೆ. ಅಪರಾತ್ರಿ ಎರಡೂವರೆಯ ತನಕ ತೇಜಸ್ವಿ ನನಗೆ ಹಸ್ತಪ್ರತಿಯನ್ನು ಮುದ್ರಿಸಿದ ತಂತ್ರಜ್ಞಾನ ವಿವರಿಸಿದ್ದರು. ಆರು ಗಂಟೆಗೆ ಹೊರಟುಬಿಡಬೇಕು ಎಂದು ನಾನು ಪೇಜರ್ ಅಲಾರಾಂ ಇಟ್ಟು ಮಲಗಿದ್ದೆ. ಪಕ್ಕದ ಕುರ್ಚಿಯಲ್ಲಿ ತೇಜಸ್ವಿ ಕೂಡ ಕೂತೇ ನಿದ್ದೆ ಹೋಗಿದ್ದರು. ಬೆಳಗ್ಗೆ ಅವರು ನನ್ನನ್ನು ಅಲ್ಲಾಡಿಸಿ ಎಬ್ಬಿಸಿದಾಗ ಎಂಟು ಗಂಟೆ. ಪತ್ರಿಕೆ ಎರಡು ಗಂಟೆ ತಡವಾಗಿ ಬರುತ್ತದೆ ಅನ್ನುವ ಗಾಬರಿಯಲ್ಲಿ ನಾನು ಅಲ್ಲಿಂದ ಟೀ ಕೂಡ ಕುಡಿಯದೆ ಜಿಗಿದು ಓಡಿದ್ದೆ.

ತೇಜಸ್ವಿಯವರ ಕೃಷ್ಣೇಗೌಡನ ಆನೆ ಕತೆಯನ್ನು ರಾಜೇಂದ್ರ ಸಿಂಗ್ ಬಾಬು ಸಿನಿಮಾ ಮಾಡಲು ಹೊರಟಾಗ ಅದರ ಚಿತ್ರಕತೆಯ ಹೊಣೆ ಹೊತ್ತದ್ದು ನಾನು ಮತ್ತು ಉದಯ ಮರಕಿಣಿ. ಅದಕ್ಕಾಗಿ ಒಂದೆರಡು ಬಾರಿ ಅವರ ಮನೆಗೆ

ಅಲೆದಾಡಿದೆ. ನನಗೆ ತೋರಿಸಲೇಬೇಡ, ಆದರೆ ಡಬ್ಬಾದಲ್ಲಿ ಉಳಿಯುವ ಸಿನಿಮಾ ಮಾತ್ರ ಮಾಡಬೇಡ. ನನ್ನ ಬೇರೆ ಕತೆಯ ಭಾಗಗಳನ್ನು ಬೇಕಿದ್ದರೂ ಬಳಸಿಕೋ ಎಂದಿದ್ದರು. ನೀವೇನೋ ಸುಡುಗಾಡು ಕಮರ್ಷಿಯಲ್ ಅಂತೀರಲ್ಲ ಹಾಗಿರಬೇಕು ಅಂದಿದ್ದರು. ಆಮೇಲೊಂದು ದಿನ ಕೃಷ್ಣೇಗೌಡನ ಆನೆ ಚಿತ್ರದಲ್ಲಿ ಜಗ್ಗೇಶ್ ನಟಿಸುತ್ತಾರೆ ಅಂದಾಗ ಆನೆ ಪಾತ್ರಕ್ಕೆ ಅವನೇ ಒಳ್ಳೇ ಆಯ್ಕೆ ಅಂತ ಗೇಲಿ ಮಾಡಿದ್ದರು. ಕೃಷ್ಣೇಗೌಡನ ಪಾತ್ರ ಮಾಡುತ್ತಾನೆ ಜಗ್ಗೇಶ್ ಅಂದಾಗ ಮನಸಾರೆ ನಕ್ಕಿದ್ದರು.

ಆಗ ನಾನು ಕೂಡ ತುಂಬ ದಪ್ಪಗಿದ್ದೆ, ಗೆಳೆಯ ಮರಕಿಣಿ ತೆಳ್ಳಗಿದ್ದರು. ನಮ್ಮಿಬ್ಬರನ್ನೂ ನೋಡಿದವರೇ ತೇಜಸ್ವಿ ನೀನೇ ಆನೆ, ಮರಕಿಣಿ ಮಾವುತ ಅಂತ ಮತ್ತೊಂದು ಸುತ್ತು ನಕ್ಕು ನಮ್ಮನ್ನೂ ನಗಿಸಿದ್ದರು.

ಈ ಮಧ್ಯೆ ಸುಂದರನಾಥ ಸುವರ್ಣ ಕೇವಲ ಒಂದು ಕ್ಯಾಮರಾ ಮತ್ತು ಆನೆ ಮಾತ್ರ ಬಳಸಿಕೊಂಡು ಅತಿ ಕಡಿಮೆ ಬಜೆಟ್ಟಿನಲ್ಲಿ ಕೃಷ್ಣೇಗೌಡನ ಆನೆ ಸಿನಿಮಾ ಮಾಡಲು ಮುಂದಾಗಿದ್ದರು. ಅದಕ್ಕೂ ಒಪ್ಪಿದ್ದರು ತೇಜಸ್ವಿ. ನಾವು ಚೌಕಾಸಿ ಮಾಡಿ, ಇಡೀ ಸಿನಿಮಾದ ಬಜೆಟ್ಟೇ ಎರಡೋ ಮೂರೋ ಲಕ್ಷ ಎಂದು ಸುಳ್ಳು ಹೇಳಿದ್ದನ್ನೂ ನಂಬಿದಂತೆ ನಟಿಸಿದ್ದರು ಅವರು.

ಅವರಿಗೆ ತುಂಬ ಭರವಸೆ ಇದ್ದದ್ದು ಜುಗಾರಿ ಕ್ರಾಸ್ ಚಿತ್ರದಲ್ಲಿ. ಅದಕ್ಕೆ ಗೆಳೆಯರಾದ ಸೂರಿ ರಚಿಸಿದ ಚಿತ್ರಕತೆಯಿಂದ ಥ್ರಿಲ್ಲಾಗಿ ಹೋಗಿದ್ದರು ತೇಜಸ್ವಿ. ಅದು ಕೊನೆಗೂ ಸಿನಿಮಾ ಆಗಲಿಲ್ಲ. ಆಮೇಲೆ ಕೋಡ್ಲು ರಾಮಕೃಷ್ಣ ಅದನ್ನು ಮಲೇಶಿಯದಲ್ಲಿ ಚಿತ್ರಿಸುತ್ತೇನೆ ಅಂದಾಗ ತೇಜಸ್ವಿ ಗಹಗಹಿಸಿದ್ದರು. ಈ ಸಿನಿಮಾದವರು ಎಲ್ಲೆಲ್ಲ ದುಡ್ಡು ಕಳೀತಾರೆ ಮಾರಾಯ ಅಂದಿದ್ದರು.

ಇವೆಲ್ಲ ಇತ್ತೀಚಿನ ನೆನಪುಗಳಾದರೆ, ತೇಜಸ್ವಿಯವರನ್ನು ಮೊದಲ ಸಲ ಕಂಡದ್ದು ಮಂಗಳೂರು ವಿಶ್ವವಿದ್ಯಾಲಯದ ಕ್ಯಾಂಪಸ್ಸಿನಲ್ಲಿ. ಅಲ್ಲಿಗೆ ಯಾವುದೋ ಭಾಷಣಕ್ಕೆ ಬಂದಿದ್ದ ತೇಜಸ್ವಿಯನ್ನು ಮಾತಾಡಿಸಲು ಭಯವಾಗಿ ನಾನು ಮತ್ತು ಗೆಳೆಯ ಗೋಪಾಲಕೃಷ್ಣ ಕುಂಟಿನಿ ಅವರು ಏಕಾಂತದಲ್ಲಿರುವ ಹೊತ್ತಿಗೆ ಕಾಯುತ್ತಿದ್ದೆವು. ಕೊನೆಗೂ ಅವರು ತಮ್ಮ ಕಾರಿನ ಹತ್ತಿರ ನಮ್ಮ ಕೈಗೆ ಸಿಕ್ಕಿಬಿದ್ದರು. ಅವರ ಪ್ರಸಿದ್ಧ ಸಿಟ್ಟಿನ ಪರಿಚಯ ಇದ್ದ ನಾನು ಮಾತಿನ ಮಲ್ಲ ಗೋಪಿಯನ್ನು ಮುಂದಕ್ಕೆ ಬಿಟ್ಟೆ. ಗೋಪಿ ಅವರ ಹತ್ತಿರ ಹೋಗಿ ತಾವು ತೇಜಸ್ವಿಯವರಲ್ವೇ ಅಂತ ಹೆದರುತ್ತಲೇ ಕೇಳಿದ್ದ. ತೇಜಸ್ವಿ ತಮ್ಮ ಕೈಲಿದ್ದ ಕಾರಿನ ಕೀಯನ್ನು ಥಟ್ಟನೆ ಎತ್ತರಕ್ಕೆ ಎಸೆದು ಕ್ಯಾಚ್ ಹಿಡಿದು ಹೌದೂ ಅಂದಿದ್ದರು. ಅಲ್ಲಿಗೆ ಮಾತು ಮುಗಿದಿತ್ತು.

ತೇಜಸ್ವಿ ಮನೆಯಲ್ಲಿ ಕೆಲಸ ಮಾಡುತ್ತಿದ್ದ ಅನೇಕರು ನಮ್ಮೂರಿಗೂ ಕೆಲಸಕ್ಕೆ ಬರುತ್ತಿದ್ದರು. ಘಟ್ಟದಿಂದ ಮೇಲೆ ಕೆಳಗೆ ಅವರ ಸವಾರಿ ಓಡಾಡುತ್ತಿದ್ದದ್ದು

ತೀರಾ ಸಾಮಾನ್ಯ. ಅವರ ಪೈಕಿ ರಾಮಣ್ಣ ಎಂಬ ಮೇಸ್ತ್ರಿಯೊಬ್ಬ ತೇಜಸ್ವಿ ಮನೆಯಲ್ಲಿ ಕೆಲಸ ಮಾಡುತ್ತಿದ್ದವನು ನಮ್ಮೂರಿಗೆ ಬಂದಿದ್ದ. ಅವನದು ಮಂಗ ಹಿಡಿಯುವ ಕೆಲಸ. ಒಂದು ಬೋನು ಮಾಡಿ ಅದರೊಳಗೆ ಮಂಗ ಸಿಕ್ಕಿಬೀಳುವ ಹಾಗೆ ಮಾಡಿ ಆ ಮಂಗಗಳನ್ನು ಲಾರಿಯಲ್ಲಿ ಸಾಗಿಸಿ ಬೇರೆ ಊರಿಗೆ ಬಿಟ್ಟು ಬರುವುದಕ್ಕೆ ಅವನು ಒಂದೊಂದು ಮಂಗಗಳಿಗೆ ತಲಾ ಇಪ್ಪತ್ತೈದು ರುಪಾಯಿ ಕಕ್ಕಿಸುತ್ತಿದ್ದ. ಅವನಿಗೆ ಆ ಬೋನು ಮಾಡಲು ಹೇಳಿಕೊಟ್ಟದ್ದು ತೇಜಸ್ವಿ ಅನ್ನುತ್ತಿದ್ದ. ಗೋಪಾಲಕೃಷ್ಣನ ತೋಟದಲ್ಲೇ ಐವತ್ತೋ ಅರವತ್ತೋ ಮಂಗಗಳನ್ನು ಆತ ಹಿಡಿದಿದ್ದ.

ಆಮೇಲೆ ಸಿಕ್ಕಾಗ ತೇಜಸ್ವಿಯವರನ್ನು ಈ ಬಗ್ಗೆ ಕೇಳಿದ್ದೆ. ಓಹೋ ಅವನಾ, ಮಹಾ ಕಿಲಾಡಿ. ಇಲ್ಲಿ ಹಿಡಿದ ಮಂಗಗಳನ್ನು ಮುಂದಿನ ಊರಲ್ಲಿ ಬಿಡುತ್ತಾನೆ. ಆಮೇಲೆ ಅಲ್ಲಿಗೆ ಹೋಗಿ ಮಂಗ ಹಿಡೀತಾನೆ. ಹಾಗೆ ಅವನ ವ್ಯಾಪಾರ ಯಕ್ಷಗಾನ ಮೇಳ ಸಂಚಾರ ಹೊರಟ ಹಾಗೆ ಊರಿಂದೂರಿಗೆ ಸಾಗುತ್ತದೆ. ಒಂದು ವರುಷಕ್ಕೆ ಸರಿಯಾಗಿ ಅದೇ ಮಂಗ ನಿಮ್ಮ ತೋಟಕ್ಕೆ ವಾಪಸ್ಸು ಬರುತ್ತೆ ಕಣ್ರೀ ಅಂತ ನಕ್ಕಿದ್ದರು.

ಗಾಳ ಹೆಗಲಿಗಿಟ್ಟುಕೊಂಡು ನದಿದಡಕ್ಕೆ ನಡೆದುಹೋಗಿ ಮೌನಕ್ಕೆ ಶರಣಾಗುತ್ತಾ, ಹಳದಿ ಬಣ್ಣವನ್ನು ಅಷ್ಟಾಗಿ ಮೆಚ್ಚುತ್ತಾ, ಕಂಪ್ಯೂಟರಿನೊಳಗೆ ತಲೆಹಾಕಿ ಕೂತು ಬೆರಗಾಗುತ್ತಾ, ಜಗತ್ತಿನ ಅಸಂಖ್ಯ ಪ್ರಯೋಗಶೀಲತೆಗೆ ಅಚ್ಚರಿಗೊಳ್ಳುತ್ತಾ, ತಾನೂ ಪ್ರಯೋಗಗಳಿಗೆ ಒಡ್ಡಿಕೊಳ್ಳುತ್ತಾ ಇದ್ದ ತೇಜಸ್ವಿ ನಮ್ಮೊಳಗಿರುವುದು ಕೇವಲ ಲೇಖಕರಾಗಿ ಅಲ್ಲ. ಅವರು ಕೂಡ ಕಾಡಿನಂತೆ, ಚಿಟ್ಟೆಯಂತೆ, ಫಳಕ್ಕನೆ ಮಿಂಚಿ ಮಾಯವಾಗುವ ಮಿಂಚುಳ್ಳಿಯಂತೆ, ಚಾರ್ಮಾಡಿಯ ಅನೂಹ್ಯ ತಿರುವಿನಂತೆ, ಕಣಿವೆಯಂತೆ, ಮಂಜಿನಂತೆ ಮತ್ತು ನಮ್ಮ ವಿಲಕ್ಷಣ ಲಹರಿಯಂತೆ.

ಅವರು ಹೇಗಿದ್ದರು ಅಂತ ನೆನಪಿಸಿಕೊಂಡರೆ,

1. ಭಾಷಣ ಮಾಡೋಲ್ಲ ಅನ್ನುತ್ತಿದ್ದರು.
2. ತುಂಬ ಓದುತ್ತಿರಲಿಲ್ಲ.
3. ಸಾರ್ವಜನಿಕವಾಗಿ ಕಾಣಿಸಿಕೊಳ್ಳುವುದನ್ನು ಕಡಿಮೆ ಮಾಡಿದ್ದರು.
4. ವಿಮರ್ಶೆಗಳನ್ನು ನೆಚ್ಚಿಕೊಳ್ಳಲಿಲ್ಲ.
5. ಸಂದರ್ಶನ ಕೊಡುತ್ತಿರಲಿಲ್ಲ.
6. ಬರಹಕ್ಕಿಂತ ಬದುಕುವುದು ಮುಖ್ಯ ಎಂದು ನಂಬಿಕೊಂಡಿದ್ದರು.
7. ತನಗಿಷ್ಟವಾಗದೇ ಹೋದರೆ ತನ್ನ ಪುಸ್ತಕಗಳನ್ನೂ ಪ್ರಕಟಿಸುತ್ತಿರಲಿಲ್ಲ.
8. ಮುನ್ನುಡಿ ಎಲ್ಲಾ ಬರೆಯೋಲ್ಲ ಹೋಗ್ರೋ ಅಂತ ರೇಗುತ್ತಿದ್ದರು.

9. ಸಾಹಿತ್ಯಕ್ಕಿಂತ ಹೆಚ್ಚು ಪರಿಸರ, ತೋಟ, ಆರೋಗ್ಯ, ಅಡುಗೆ ಕುರಿತು ಮಾತಾಡುತ್ತಿದ್ದರು.
10. ಪುಸ್ತಕಗಳ ಜೊತೆ ಬಂದಿಯಾಗುವ ಬದಲು, ಕಾಡಿನಲ್ಲಿ ಲೀನವಾಗಲು ಇಷ್ಟಪಡುತ್ತಿದ್ದರು.

ಪೂರ್ಣಚಂದ್ರ ತೇಜಸ್ವಿ ಅವರಿಗೆ ಅರವತ್ತು ವರ್ಷ ಆದಾಗ ಅವರದೊಂದು ಅಭಿನಂದನಾ ಗ್ರಂಥ ತರಬೇಕೆಂದು ಕೆಲವರು ಅವರ ಬಳಿ ಅನುಮತಿ ಕೇಳಿದ್ದರಂತೆ. ಸನ್ಮಾನ ಮಾಡುವುದಾಗಿ ಹೆದರಿಸಿದ್ದರಂತೆ. ತೇಜಸ್ವಿ ಅವರನ್ನೆಲ್ಲ ಬೈದು ಝಾಡಿಸಿದ್ದರು. ಮಾಡಕ್ ಕೆಲ್ಸ ಇಲ್ಲ ಕಣಯ್ಯ ನಿಮಗೆಲ್ಲ, ಅರವತ್ತಾಗೋದೇ ಕಾಯ್ತಿರ್ತೀರಿ ಅಂತ ಛೇಡಿಸಿದ್ದರು.

ಒಬ್ಬ ಲೇಖಕ ಕೇವಲ ಲೇಖಕನಾಗಿ ಉಳಿಯುವುದು ಎಷ್ಟು ಕಷ್ಟ ಅನ್ನುವುದನ್ನು ತೇಜಸ್ವಿ ಅರಿತುಕೊಂಡಿದ್ದರು. ಅವರು ಮೂಡಿಗೆರೆಯನ್ನು ಪ್ರಜ್ಞಾಪೂರ್ವಕವಾಗಿಯೇ ಆರಿಸಿಕೊಂಡಿದ್ದರು ಅನ್ನುವುದು ಅವರ ಮಾತು ಕೇಳಿದವರಿಗೆಲ್ಲ ಗೊತ್ತು. ಬೆಂಗಳೂರಿನಂಥ ಮಹಾನಗರ, ಬದಲಾವಣೆ ಇಲ್ಲದ ಊರು. ಎಂದೂ ಅರಳದ ಊರು ಎನ್ನುತ್ತಿದ್ದ ಅವರು, ಅದೇ ದಾರಿ, ಅದೇ ರಸ್ತೆ, ಅದೇ ಟ್ರಾಫಿಕ್ಕಲ್ಲಿ ಕೂತು ಯಾರಾದರೂ ಏನಾದರೂ ಬರೆಯೋದಕ್ಕೆ ಸಾಧ್ಯವಾ? ಮನಸ್ಸು ಮುದುಡಿ ಹೋಗೋದಕ್ಕೆ ಒಂದು ಗಂಟೆ ಅಲ್ಲಿದ್ರೆ ಸಾಕು ಎನ್ನುತ್ತಿದ್ದರು.

ತೇಜಸ್ವಿ ಹೇಗಿದ್ದರು ಅನ್ನುವುದನ್ನು ಹತ್ತಿರದಿಂದ ನೋಡಿದವರಿಗೆ ಅಚ್ಚರಿಯಾಗುತ್ತದೆ. ಒಬ್ಬ ಲೇಖಕ ಹೀಗೇ ಇರುತ್ತಾನೆ ಎಂದು ನಂಬಿಕೊಂಡು ಹೋದವರ ಅನಿಸಿಕೆಗಳು ಸುಳ್ಳಾಗುವಂತೆ ಬದುಕಿದವರು ಅವರು. ತಮಗೆ ಏನು ಬೇಕು ಮತ್ತು ಏನು ಬೇಡ ಅನ್ನುವುದು ಅವರಿಗೆ ಗೊತ್ತಿತ್ತು. ತಾನು ಯಾರನ್ನು ಓದಬೇಕು ಅನ್ನುವುದು ಅವರಿಗೆ ಸ್ಪಷ್ಟವಿತ್ತು. ಫೋನ್ ಮಾಡಿದಾಗೆಲ್ಲ, ನಾನು ಇಂಥ ಲೇಖಕನ ಇಂಥಾ ಪುಸ್ತಕವನ್ನು ಓದಿದೆ ಅಂತ ಹೇಳುವ ಚಟವಂತೂ ಅವರಿಗೆ ಇರಲೇ ಇಲ್ಲ. ಹಾಗೆ ನೋಡಿದರೆ ಅವರು ಅಷ್ಟಾಗಿ ಓದುತ್ತಲೂ ಇರಲಿಲ್ಲ. ಕೂತು ಓದುವುದಕ್ಕಿಂತ ಬೇರೆಯವರ ಜೊತೆ ಸುತ್ತಾಡುವುದರಲ್ಲಿ, ಹರಟುವುದರಲ್ಲಿ ಅವರಿಗೆ ಆಸಕ್ತಿ. ಮೂಡಿಗೆರೆಯ ಪೇಟೆಯಲ್ಲಿ ಅಡ್ಡಾಡುತ್ತಾ, ಯಾರ್ಯಾರದೋ ತರಲೆ ತಾಪತ್ರಯದ ಮೂಲ ತಿಳಿದುಕೊಳ್ಳುತ್ತಾ, ತೋಟಕ್ಕೆ ಬರುವ ಹೊಸ ಹಕ್ಕಿಗಳಿಗಾಗಿ ಕಾಯುತ್ತಾ, ಯಾವ ಹೊಂಡಕ್ಕೆ ಯಾವ ಕಾಲಕ್ಕೆ ಯಾವ ಮೀನು ಬರುತ್ತದೆ ಎಂದು ಊಹಿಸುತ್ತಾ ಇದ್ದವರು ಅವರು.

ತೇಜಸ್ವಿ ಅವರ ಥರ ಬದುಕುವುದು ಒಬ್ಬ ಲೇಖಕನ ಅನಿವಾರ್ಯತೆಯೂ ಹೌದೇನೋ? ಒಂದು ರಾಶಿ ಪುಸ್ತಕವನ್ನು ಮನೆಯಲ್ಲಿ ತಂದು ಒಟ್ಟಿಗೆ

ಇಟ್ಟುಕೊಂಡು, ಯಾವುದನ್ನೂ ಓದಲಾಗದೇ, ಓದಿದ ಪುಸ್ತಕಗಳು ಕೊಡುವ ಸಿಟ್ಟನ್ನು ತಾಳಿಕೊಂಡು, ತನ್ನ ಸಹನೆಯನ್ನು ಕಳಕೊಳ್ಳುವುದು ಯಾರಿಗೆ ಬೇಕೋ ಮಾರಾಯಾ ಎಂದು ಹೇಳುತ್ತಿದ್ದ ತೇಜಸ್ವಿ, ಬಹುಶಃ ಒಂದೇ ಒಂದು ಪುಸ್ತಕಕ್ಕೂ ಮುನ್ನುಡಿ ಬರೆದು ಕೊಟ್ಟಂತಿಲ್ಲ. ಪುಸ್ತಕ ಕಳಿಸೋದು ಕಳಿಸಿ, ಓದು ಅಂತ ಮಾತ್ರ ಹೇಳಬೇಡ ಅಂತ ನೇರವಾಗಿಯೇ ಹೇಳುತ್ತಿದ್ದ ಅವರು, ಲೇಖಕ ನಿಜಕ್ಕೂ ಪಡಕೊಳ್ಳುವುದೇನಾದರೂ ಇದ್ದರೆ, ಅದು ತನ್ನ ಪರಿಸರದಿಂದ ಎಂಬುದನ್ನು ಅರ್ಥ ಮಾಡಿಕೊಂಡಂತೆ ಬರೆದವರು. ಕೊಟ್ಟಿಗೆಹಾರಕ್ಕೆ ಬಂದೊಡನೆ ಅಲ್ಲೊಂದು ಜುಗಾರಿ ಕ್ರಾಸ್ ಅವರಿಗೆ ಕಾಣಿಸಿಬಿಡುತ್ತಿತ್ತು. ಆ ನಿರ್ಜನ ಏಕಾಂತದ ಊರಿಗೆ ಯಾರಾದರೂ ಯಾಕೆ ಬಂದು ನೆಲೆಸುತ್ತಾರೆ ಎಂಬ ಪ್ರಶ್ನೆ ಮೂಡುತ್ತಿತ್ತು. ಪ್ಲಾಸ್ಟಿಕ್ಕು ಬಂದದ್ದೇ ತಡ ಮೇದರಹಳ್ಳಿಯಂಥ ಒಂದು ಹಳ್ಳಿಯೂ ಅಲ್ಲಿದ್ದ ಸಮುದಾಯವೂ ನಾಶವಾದ ಚಿತ್ರ ಅವರ ಕಣ್ಮುಂದೆ ಸುಳಿಯುತ್ತಿತ್ತು.

ತೇಜಸ್ವಿ ಕಾರ್ಯಕ್ರಮಗಳಲ್ಲೂ ಕಾಣಿಸಿಕೊಂಡವರಲ್ಲ. ತೀರಾ ಒತ್ತಾಯ ಮಾಡಿದರೆ, ತಮಗೆ ಆಪ್ತರಾದವರ ಕಾರ್ಯಕ್ರಮಗಳಿಗೆ ಹೋಗಿ, ಹಿಂದೆ ಕೂತು ಬರುತ್ತಿದ್ದರು. ವೇದಿಕೆಯ ಮೇಲಿಂದ ಮಾತಾಡುತ್ತಿದ್ದುದಂತೂ ತೀರಾ ಕಡಿಮೆ. ಸಂದರ್ಶನ ಕೊಡಿ ಅಂತ ಕೇಳಿದಾಗೆಲ್ಲ, ಹಾಳಾಗಿ ಹೋಗೋ... ಎಂದು ತಮಾಷೆಯಾಗಿ ಬೈಯುತ್ತಿದ್ದ ತೇಜಸ್ವಿ, ಅಂಥ ಖ್ಯಾತಿಯನ್ನು ಬಯಸಿದವರೂ ಅಲ್ಲ. ಹಾಗೆ ನೋಡಿದರೆ ಅವರ ಪುಸ್ತಕಗಳ ಬಗ್ಗೆ ವಿಮರ್ಶೆ ಕೂಡ ಬರುತ್ತಿರಲಿಲ್ಲ. ಒಂದಿಬ್ಬರು ವಿಮರ್ಶಕರನ್ನು ಬಿಟ್ಟರೆ, ಯಾರೂ ಕೂಡ ಅವರ ಬಗ್ಗೆ ಬರೆಯುವ ಪ್ರಯತ್ನ ಕೂಡ ಮಾಡಲಿಲ್ಲ.

ತರುಣ ಓದುಗರನ್ನು ಅವರಂತೆ ಸೆಳೆದವರು, ಓದಿಗೆ ಹಚ್ಚಿದವರು ಮತ್ತೊಬ್ಬರಿಲ್ಲ ಎಂದೇ ಹೇಳಬೇಕು. ಪರಿಸರದ ಕತೆ, ಕರ್ವಾಲೋ ಮತ್ತಿತರ ಕೃತಿಗಳನ್ನು ಅವರು ಬರೆದದ್ದು ಕಂತು ಕಂತಾಗಿಯೇ. ವಾರ ವಾರ ಎಷ್ಟು ಬೇಕೋ ಬರೆದು ಕಳುಹಿಸುತ್ತಿದ್ದರು. ಬರೆದದ್ದನ್ನು ಮತ್ತೊಮ್ಮೆ ತಿದ್ದುವ ಗೋಜಿಗೆ ಹೋಗುತ್ತಿರಲಿಲ್ಲ. ಒಂದೇ ಒಂದು ಅಚ್ಚಿನ ದೋಷ ಇಲ್ಲದಂತೆ ಎಚ್ಚರ ವಹಿಸುತ್ತಿದ್ದರು. ಅವರೊಳಗೆ ಕತೆ ಹುಟ್ಟುತ್ತಲೇ ಹೋಗುತ್ತಿತ್ತು, ನದಿಯಂತೆ ಹರಿಯುತ್ತಿತ್ತು.

ಕಾಫಿ ಬೆಲೆ, ಸೆಪ್ಟೆಂಬರ್ ಮಳೆ, ಹಾರುವ ಓತಿ, ಮನೆ ಹಿಂದಿನ ಕೆರೆ, ಕಿವಿ ಎಂಬ ನಾಯಿ, ಪ್ಯಾರ ಎಂಬ ಹುಡುಗ, ಸಾಬಿ ಅಂಗಡಿಯ ಬಿರಿಯಾನಿ, ಪೋಸ್ಟ್ ಮ್ಯಾನ್‌ನ ಸೈಕಲ್ಲು, ಹಾವುಗೊಲ್ಲರ ತರಲೆಗಳನ್ನೆಲ್ಲ ನೋಡುತ್ತಾ, ಗಾಳ ಹೆಗಲಿಗಿಟ್ಟುಕೊಂಡು ನದಿದಡಕ್ಕೆ ನಡೆದುಹೋಗಿ ಮೌನಕ್ಕೆ ಶರಣಾಗುತ್ತಾ, ಹಳದಿ ಬಣ್ಣವನ್ನು ಅಷ್ಟಾಗಿ ಮೆಚ್ಚುತ್ತಾ, ಕಂಪ್ಯೂಟರಿನೊಳಗೆ

ತಲೆಹಾಕಿ ಕೂತು ಬೆರಗಾಗುತ್ತಾ, ಜಗತ್ತಿನ ಅಸಂಖ್ಯ ಪ್ರಯೋಗಶೀಲತೆಗೆ ಅಚ್ಚರಿಗೊಳ್ಳುತ್ತಾ, ತಾನೂ ಪ್ರಯೋಗಗಳಿಗೆ ಒಡ್ಡಿಕೊಳ್ಳುತ್ತಾ ಇದ್ದ ತೇಜಸ್ವಿ ನಮ್ಮೊಳಗಿರುವುದು ಕೇವಲ ಲೇಖಕರಾಗಿ ಅಲ್ಲ. ಅವರು ಕೂಡ ಕಾಡಿನಂತೆ, ಚಿಟ್ಟೆಯಂತೆ, ಫಳಕ್ಕನೆ ಮಿಂಚಿ ಮಾಯವಾಗುವ ಮಿಂಚುಳ್ಳಿಯಂತೆ, ಚಾರ್ಮಾಡಿಯ ಅನೂಹ್ಯ ತಿರುವಿನಂತೆ, ಕಣಿವೆಯಂತೆ, ಮಂಜಿನಂತೆ ಮತ್ತು ನಮ್ಮ ವಿಲಕ್ಷಣ ಲಹರಿಯಂತೆ.

ಹೃದಯದ ಹಾದಿ ತೋರಿಸಿದ ಯಶವಂತ ಚಿತ್ತಾಲ

ಬುಡಣ ಸಾಬರು
ಬಹಳ ಮುದುಕರು
ಮಳೆಯು ಬರುತಿರೆ
ಹೊರಗೆ ಹೊರಟರು...

ಈ ಸಾಲನ್ನು ನಾವು ರಾಗವಾಗಿ ಹಾಡಿಕೊಳ್ಳುತ್ತಿದ್ದೆವು. ಈ ಸಾಲು ಯಾವ ಕವಿತೆಯದ್ದು ಅನ್ನುವುದೂ ಗೊತ್ತಿರಲಿಲ್ಲ. ನಮ್ಮಣ್ಣ ಇದನ್ನು ಹಾಡುತ್ತಿದ್ದ. ಅದರ ಬೇರೆ ಬೇರೆ ಆವೃತ್ತಿಗಳೂ ನಮ್ಮಲ್ಲಿ ಚಾಲ್ತಿಯಲ್ಲಿದ್ದವು. ನಾವು ಅದನ್ನು ನಮಗೆ ಬೇಕಾದಂತೆ, ಸಂದರ್ಭಕ್ಕೆ ತಕ್ಕಂತೆ ಬದಲಾಯಿಸಿಕೊಳ್ಳುತ್ತಿದ್ದೆವು. ನಮ್ಮೂರಿನ ಅಂಗಡಿಯ ಯಜಮಾನರು ಬೀದಿಯಲ್ಲಿ ಹೋಗುವಾಗ ಗುಡಾಣ ಶೆಟ್ಟರು ಹೊರಗೆ ಹೊರಟರು, ಊಟ ಮುಗಿಸಿ ಮರಳಿ ಬರುವರು ಅಂತಲೂ, ಮಂಜುನಾಥ ಬಸ್ ಬರುವಾಗ ಡ್ರೈವರ್ ಸಾಬರು ಬಸ್ಸು ಬಿಟ್ಟರು, ದಾರಿ ಬಿಡದಿರೆ ಜನರು ಕೆಟ್ಟರು ಅಂತಲೂ ರಾಗವಾಗಿ ಹಾಡಿ ತಮಾಷೆ ಮಾಡಿಕೊಳ್ಳುತ್ತಿದ್ದೆವು.

ಈ ಹಾಡಿನ ಮೂಲ ಯಾವುದು ಅಂತ ಗೊತ್ತಾದದ್ದು ತುಂಬ ತಡವಾಗಿ. ಎಸ್ಸೆಸ್ಸೆಲ್ಸಿ ತನಕ ಟಿ.ಕೆ. ರಾಮರಾವ್ ಕಾದಂಬರಿಗಳಿಗೆ ನಿಷ್ಠರಾಗಿದ್ದ ನಮ್ಮನ್ನೆಲ್ಲ ಮತ್ತೊಂದು ಜಗತ್ತಿಗೆ ಕರೆದೊಯ್ದವರು ಈಗ ಶಿವಮೊಗ್ಗೆ ವಿಶ್ವವಿದ್ಯಾಲಯದಲ್ಲಿರುವ ಕೆ. ಕೇಶವ ಶರ್ಮರು. ಅವರು ಯಶವಂತ ಚಿತ್ತಾಲರ 'ಶಿಕಾರಿ' ಕಾದಂಬರಿಯನ್ನು ಕೈಗೆ ಕೊಟ್ಟು, ಇದನ್ನು ಓದು ಮಾರಾಯ, ಆ ಪತ್ತೇದಾರಿ ಎಲ್ಲ ಏನು ಓದಿ ಸಾಯ್ತೀಯಾ ಅಂತ ಬೈದಿದ್ದರು. ರಾತ್ರಿ ಹಗಲೂ ಕೂತು ಮೂರು ನಾಲ್ಕು ಸಲ ಓದಿದ ನಂತರ ಶಿಕಾರಿ ಕಾದಂಬರಿ ಒಂದು ಹದಕ್ಕೆ ನಮ್ಮೊಳಗೆ ಸೇರಿಕೊಂಡಿತು. ನಂತರ

ಯಶವಂತ ಚಿತ್ತಾಲರ ಕತೆಗಳನ್ನು ಹುಡುಕಿಕೊಂಡು ಓದುವ ಪರ್ವ ಶುರುವಾಯಿತು. ಆಗ ಓದಿದ ಅವರ ಕತೆಯೊಂದರಲ್ಲಿ ಬುಡಾಣ ಸಾಬರು ಸಿಕ್ಕರು. ಆ ಕತೆಯ ಹೆಸರು ಆಟ.

ಅಂದಿನಿಂದ ಇಂದಿನ ತನಕವೂ ಚಿತ್ತಾಲರು ನನ್ನೊಳಗೆ ಉಳಿದುಬಿಟ್ಟಿದ್ದಾರೆ. ಅವರ ಎಲ್ಲಾ ಪುಸ್ತಕಗಳನ್ನೂ ಮತ್ತೆ ಮತ್ತೆ ಓದುತ್ತಾ ಹೋಗಿದ್ದೇನೆ. ಶಿಕಾರಿ ಕಾದಂಬರಿಯ ಕೊನೆಯಲ್ಲಿ ಎಲ್ಲದರಿಂದ ಬಿಡುಗಡೆ ಪಡೆದವನಂತೆ, ತನ್ನ ಮುಂದಿನ ದಾರಿ ನಿಚ್ಚಳವಾದವನಂತೆ ಮೆಟ್ಟಿಲಿಳಿಯುವ ನಾಗಪ್ಪ, ತನ್ನನ್ನು ಪ್ರಶ್ನೆ ಮಾಡಲು ಬಂದವರೊಂದಿಗೆ ಉಡಾಫೆಯಿಂದ ಮಾತಾಡುತ್ತಲೇ ಅವರ ಅಹಂಕಾರವನ್ನು ಮುರಿಯುತ್ತಾ ಹೋಗುವ ನಾಗಪ್ಪ, ತಾನು ತುಂಬ ಪ್ರೀತಿಸುವ ಮೇರಿ ಕೂಡ ಅವರ ಕಡೆಯವಳೇ ಎಂದು ಗೊತ್ತಾದಾಗ ಎಲ್ಲರ ಮೇಲೆ ನಂಬಿಕೆ ಕಳಕೊಳ್ಳುವ ನಾಗಪ್ಪ, ಫಿರೋಜ್ ಬಂದೂಕ್ವಾಲಾ ಎಂಬ ಕಾಣುವ ಶತ್ರುವಿಗಿಂತ ತನ್ನ ಬಾಲ್ಯವೇ ದೊಡ್ಡ ವೈರಿಯಾಗಿದೆ ಎಂದು ಭಾವಿಸುವ ನಾಗಪ್ಪ–ಹೀಗೆ ನಾಗಪ್ಪನ ಪಾತ್ರ ವಿಶ್ವರೂಪವಾಗಿ ಕಾಡತೊಡಗಿತ್ತು.

ಮುಂಬಯಿಯಲ್ಲಿರುವ ಚಿತ್ತಾಲರ ಮನೆ, ಅವರು ಬರೆಯುವ ಖೋಲಿ, ಅವರ ಮನೆಯ ಮುಂದಿನ ಸಮುದ್ರ, ಬ್ಯಾಂಡ್‌ಸ್ಟ್ಯಾಂಡ್ ಅಪಾರ್ಟಮೆಂಟು, ಕಡಲ ತಡಿಯ ಹೊಯಿಗೆ, ಅಲ್ಲಿಗೆ ನಾಗಪ್ಪನನ್ನು ಹಿಂಬಾಲಿಸಿಕೊಂಡು ಬರುವ ಅಡುಗೆಯವ–ಪ್ರತಿಯೊಂದು ನಾವು ಓಡಾಡಿದ ಜಾಗವೇನೋ ಎಂಬಷ್ಟು ಆಪ್ತವಾಗಿಹೋಗಿತ್ತು. ಖೇತವಾಡಿಯ ಖೇಮರಾಮಭವನದಲ್ಲಿ ನಾವೂ ಉಪ್ಪಿಟ್ಟು ತಿಂದಿದ್ದೆವು. ಹೀಗೆ ಚಿತ್ತಾಲರ ಗೀಳು ಹಚ್ಚಿಸಿಕೊಂಡ ನಮಗೆ ಅವರು ಎದುರಾಗುತ್ತಿದ್ದದ್ದು ವಿಶೇಷಾಂಕಗಳಲ್ಲಿ ಮಾತ್ರ. ಮತ್ತೆಲ್ಲೂ ಅವರ ಕತೆ ಪ್ರಕಟವಾಗುತ್ತಿರಲಿಲ್ಲ. ವರುಷಕ್ಕೆ ಒಂದೋ ಎರಡೋ ಕತೆ ಬರೆದು, ಅದನ್ನು ದೀಪಾವಳಿ ವಿಶೇಷಾಂಕಕ್ಕೆ ಕಳಿಸಿದರೆ, ಮತ್ತೆ ಅವರ ಹೊಸ ಕಾದಂಬರಿಗೇ ಕಾಯಬೇಕಾಗುತ್ತಿತ್ತು. ಅವರು ಕಾದಂಬರಿ ಬರೆಯುತ್ತಿದ್ದಾರೆ ಅನ್ನುವ ಸುದ್ದಿ ಕೂಡ ನಮ್ಮನ್ನು ತಲುಪುತ್ತಿರಲಿಲ್ಲ. ಅವರು ಯಾವತ್ತೂ ಪುಸ್ತಕ ಬಿಡುಗಡೆ ಮಾಡಿದ್ದನ್ನೂ ನಾನು ಕೇಳಿಲ್ಲ.

ಹೀಗೆ ನಿಗೂಢವಾದ ವ್ಯಕ್ತಿತ್ವದಲ್ಲಿ ಕಾಣಿಸುತ್ತಿದ್ದ ಯಶವಂತ ಚಿತ್ತಾಲರು, ನಮ್ಮ ದೈನಂದಿನ ಬದುಕನ್ನು ಅರಳಿಸುತ್ತಿದ್ದವರು. ಮುಂಬಯಿಯಲ್ಲಿ ಕುಳಿತು ಅವರು ಹನೇಹಳ್ಳಿಯ ಅಬೋಲೀನಾವನ್ನು ಯಾಕೆ ನೆನಪಿಸಿಕೊಳ್ಳುತ್ತಿದ್ದಾರೆ ಅನ್ನುವುದು ಅರ್ಥವಾಗಬೇಕಾದರೆ ನಾವು ಊರುಬಿಡಬೇಕಾಗಿತ್ತು. ಅವರಿಗೆ ಮೂರು ದಾರಿಗಳು ಎಷ್ಟು ಇಷ್ಟ ಅನ್ನುವುದೂ, ಮೂರು ಹಾದಿಗಳ ಕೂಟ ಸ್ಥಾನದಲ್ಲಿ ನಿಂತ ಮನುಷ್ಯ ಆ

ಕ್ಷಣ ಏನು ಯೋಚಿಸುತ್ತಿರುತ್ತಾನೆ ಅಂತ ಅವರು ಮತ್ತೆ ಮತ್ತೆ ಪ್ರಶ್ನಿಸುತ್ತಿದ್ದದ್ದು, ಅಂಥ ಸಂದಿಗ್ಧ ಎದುರಾದಾಗ ಮನುಷ್ಯ ಹೋಗಬೇಕಾದದ್ದು ಹೃದಯವುಳ್ಳ ಹಾದಿಯಲ್ಲಿ ಅಂತ ಅವರು ಹೇಳಿದ್ದು, ವಿಮರ್ಶಕರು ಅವರದು ಮಾಸ್ತಿಯ ಹಾದಿ ಅಂತ ಕರೆದದ್ದು–ಹೀಗೆ ಅವರನ್ನು ನೆನೆಯುತ್ತಿದ್ದರೆ ಮೊಗೆದು ಬರುವ ನೂರೆಂಟು ನೆನಪುಗಳು. ಅವರು ಕಳಿಸಿಕೊಟ್ಟ ಚಿತ್ತಾಲರ ಕತೆಗಳು ಸಂಕಲನ. ಮೂವತ್ತೋ ಮೂವತ್ತೈದೋ ಕತೆಗಳಿದ್ದ ಆ ಪುಸ್ತಕದ ಜೊತೆ ನಾನು ತುಂಬ ವರುಷ ಸಂಸಾರ ಮಾಡಿದ್ದೆ.

ಗಿಡಗಳ ಜೊತೆ ಮಾತಾಡುವ ಹುಡುಗ, ಬೆಳಗ್ಗೆ ಬೇಗ ಬಾ ಎಲ್ಲಿಗೋ ಹೋಗಬೇಕು ಅಂತ ಅಪ್ಪಣೆ ಕೊಡಿಸುವ ಯಾವುದೋ ಕಂಪೆನಿಯ ಮೆಡಿಕಲ್ ರೆಪ್ರೆಸೆಂಟೆಟಿವ್, ಬೆಳಗ್ಗೆ ಎಬ್ಬಿಸಲು ಬರುವ ಹೊತ್ತಿಗೆ ಅವನು ಸತ್ತು ಹೋಗಿರುವುದು, ಮುಚ್ಚಿದ ಬಾಗಿಲಿನ ಮನೆಯೊಳಗೆ ಸೆರೆಯಾದವನ ಸಂಕಟ. ಪೊತ್ತೆ ಮೀಸೆಯ ನಿಗೂಢ ಮನುಷ್ಯ, ಅರೆಬೆಳಕಲ್ಲಿ ಕೂತು ಮಾತಾಡುವ ಇಂದಿರಕ್ಕ, ಯಾರೋ ತಂದುಕೊಟ್ಟ ಯಾವತ್ತೂ ಒಡೆದು ಓದದ ಒಂದು ರಹಸ್ಯ ಪತ್ರ, ಬೆಳ್ಳಂಬೆಳಗ್ಗೆ ಮನೆಯ ಕಿಟಕಿಯಿಂದ ನೋಡಿದರೆ ಬಯಲಿನಲ್ಲಿ ವೃತ್ತಾಕಾರದಲ್ಲಿ ಸುತ್ತುತ್ತಿರುವ ಮಂದಿ, ಕತೆಯಲ್ಲಿ ಬಂದಾಗ ಮನೆಗೂ ಬಂದು ಕದತಟ್ಟಿದ ಪರಿ, ಜೀನ್ಸು ಪ್ಯಾಂಟಲ್ಲಿ ಬಂದ ಕಪ್ಪು ಹುಡುಗ ವೋವೊ ಹೀಗೆ ಅವರ ಪಾತ್ರಗಳೆಲ್ಲ ಕಣ್ಮುಂದೆ ಮೆರವಣಿಗೆ ಹೋಗುತ್ತಿದ್ದರೆ, ಚಿತ್ತಾಲರ ಜೊತೆ ಮಾತಾಡಿದ ನೆನಪುಗಳೂ ಬಂದು ಕಣ್ಣು ಮಂಜಾಗುತ್ತದೆ.

ಜಯಂತ್ ಕಾಯ್ಕಿಣಿ ಜೊತೆ ಮಾತಾಡುತ್ತಿದ್ದಾಗ ಅವರೆಂದರು: ಯಾವತ್ತೂ ಚಿತ್ತಾಲರು ನಮ್ಮನ್ನು ಶಿಷ್ಯರ ಹಾಗೆ ನಡೆಸಿಕೊಳ್ಳಲಿಲ್ಲ. ಇವತ್ತು ಎಲ್ಲರಿಗೂ ಶಿಷ್ಯರಿರುತ್ತಾರೆ. ನೀವೊಬ್ಬ ಸಾಹಿತಿಯ ಬಳಿಗೆ ಹೋದರೆ ಈತನನ್ನು ತಾನು ಶಿಷ್ಯನನ್ನಾಗಿ ಮಾಡಿಕೊಳ್ಳಬಹುದೇನೋ ಅಂತ ನೋಡುತ್ತಾರೆ. ಆದರೆ, ಚಿತ್ತಾಲರು ನನ್ನನ್ನೂ, ವಿವೇಕ್ ಶಾನಭಾಗ, ಎಂ.ಎಸ್. ಶ್ರೀರಾಮ್ ಮುಂತಾದ ಮಿತ್ರರನ್ನೂ ಸಮಕಾಲೀನರಂತೆ ಕಂಡವರು.

ಯಾವತ್ತೂ ಏನನ್ನೂ ನಮ್ಮ ಮೇಲೆ ಹೇರಿದವರಲ್ಲ. ಯಾವ ಕೆಲಸವನ್ನೂ ನಮ್ಮಿಂದ ಮಾಡಿಸಿದವರೂ ಅಲ್ಲ. ಅವರ ಹೆಗ್ಗಳಿಕೆ ಇರುವುದು ಅಲ್ಲೇ. ಆ ಮಟ್ಟಿಗೆ ಅವರು ಅಪ್ಪಟ ಮನುಷ್ಯ.

ನನ್ನ ಗೆಳೆಯ ಗೋಪಾಲಕೃಷ್ಣ ಅವರಿಗೆ ಮುನ್ನುಡಿ ಬರೆದುಕೊಡುವಂತೆ ಕೇಳಿದ್ದ. ಅವರು ಆಗೋಲ್ಲ ಅಂದಿದ್ದರು. ಅದಾದ ನಂತರ ಚಿತ್ತಾಲರು ಪುತ್ತೂರಿಗೆ ಬಂದಿದ್ದರು. ಗೆಳೆಯ ಅವರನ್ನು ಭೇಟಿ ಮಾಡಲು ಹೋಗಿರಲಿಲ್ಲ. ಅವನು ಬಂದು ಹೋದ ವಿಚಾರ ಅವರಿಗೆ ನಂತರ ಗೊತ್ತಾಗಿ, ಅವನಿಗೊಂದು ಪತ್ರ ಬರೆದಿದ್ದರು ಚಿತ್ತಾಲರು. ನನ್ನ ಕಾರ್ಯಕ್ರಮಕ್ಕೆ ಬಂದರೂ ನನ್ನನ್ನು

ನೋಡದೇ ಹೋದದ್ದೇಕೆ, ನಾನು ನಿನಗೆ ಬೇಸರ ಮಾಡಿದ್ದೆನೇ, ಪುಸ್ತಕಕ್ಕೆ ಮುನ್ನುಡಿ ಬರೆದುಕೊಡಲಿಲ್ಲ ನಿಜ, ಪುಸ್ತಕವನ್ನಾದರೂ ಕಳಿಸಿಕೊಡಬಹುದಿತ್ತಲ್ಲ ಎಂದು ಪ್ರೀತಿಯಿಂದ ಗದರಿಸಿದ್ದರು. ಬಹುಶಃ ಅಂಥ ಸಜ್ಜನಿಕೆ ಕೇವಲ ಚಿತ್ತಾಲರಿಗೆ ಮಾತ್ರ ಸಾಧ್ಯವಿತ್ತು. ಅವರ ಬಗ್ಗೆ ಬಂದ ಎಲ್ಲ ಬರಹಗಳನ್ನೂ ಅವರು ತರಿಸಿಕೊಂಡು ಓದುತ್ತಿದ್ದರು. ಪತ್ರ ಬರೆಯುತ್ತಿದ್ದರು. ಫೋನ್ ಮಾಡಿ ಮಾತಾಡುತ್ತಿದ್ದರು.

ಕನ್ನಡ ಸಾಹಿತ್ಯ ಜಗತ್ತು ಅವರನ್ನು ಅಂಥ ಪ್ರೀತಿಯಿಂದೇನೂ ಕಾಣಲಿಲ್ಲ. ಅವರ ಕುರಿತು ಬೆಂಗಳೂರಿನ ಯಾವುದೇ ಕಾರ್ಯಕ್ರಮದಲ್ಲೂ ಯಾರೊಬ್ಬರೂ ಮಾತಾಡಿದ್ದು ಕಂಡಿಲ್ಲ. ಇತ್ತೀಚಿನ ದಿನಗಳಲ್ಲಿ ಬರೆದದ್ದನ್ನೂ ಓದಿಲ್ಲ. ಚಿತ್ತಾಲರು ತುಂಬ ಆತ್ಮರತಿಯ ಲೇಖಕ. ಅವರ ಬಗ್ಗೆಯೇ ಅವರಿಗೆ ಆಸಕ್ತಿಯಿರುವುದು. ಯಾರಾದರೂ ಎದುರಿಗೆ ಸಿಕ್ಕರೆ, ಅವರ ಬಗ್ಗೆಯೇ ಕೇಳುತ್ತಾರೆ ಎಂದು ಮಾತಾಡುವವರು ಸಾಕಷ್ಟು ಮಂದಿ ಇದ್ದಾರೆ. ಅವರ ಬಗ್ಗೆ ಚಾಲ್ತಿಯಲ್ಲಿರುವ ಒಂದು ತಮಾಷೆ ಹೀಗಿದೆ: ಚಿತ್ತಾಲರು ತಮ್ಮ ಮನೆಗೆ ಬಂದ ಕನ್ನಡಿಗರ ಜೊತೆ ಒಂದು ಗಂಟೆ ಅವರ ಕುರಿತೇ ಮಾತಾಡುತ್ತಾರೆ. ನಂತರ ಇಷ್ಟು ಹೊತ್ತು ಬರೀ ನನ್ನ ಬಗ್ಗೆಯೇ ಮಾತಾಡಿದೆ. ಈಗ ನಿಮ್ಮ ವಿಚಾರ ಹೇಳಿ, ನನ್ನ ಹೊಸ ಕಾದಂಬರಿ ನಿಮಗೆ ಹೇಗನ್ನಿಸಿತು ಎಂದು ಕೇಳುತ್ತಾರೆ. ಇಂಥ ತಮಾಷೆಗಳನ್ನು ಅವರೂ ಕೇಳಿಸಿಕೊಂಡಿರಬಹುದು. ಆದರೆ, ಒಂದಕ್ಷರ ಬರೆದು ಅದನ್ನು ನಾಲ್ಕು ಮಂದಿಗೆ ತೋರಿಸಿ ಓದಿ ಹೇಳಿ ಸಂಭ್ರಮಿಸಬೇಕೆಂಬ ನಮ್ಮ ಚಿಲ್ಲರೆ ಆಸೆಗಳನ್ನು ನೆನೆದಾಗ, ಚಿತ್ತಾಲರ ಸ್ಥಿತಿಯ ಅರಿವಾಗುತ್ತದೆ. ಅವರು ಬರೆದದ್ದನ್ನು ಓದುವುದಕ್ಕೆ ಅವರ ಸುತ್ತ ಕನ್ನಡ ಬಲ್ಲವರು ಯಾರೂ ಇರಲೇ ಇಲ್ಲ. ಅವರ ಮನೆಯಲ್ಲಿ ಇವತ್ತಿಗೂ ಯಾರಿಗೂ ಕನ್ನಡ ಓದಲು ಬರುವುದಿಲ್ಲ. ಇಂಥ ಕನ್ನಡೇತರ ಸಂದರ್ಭದಲ್ಲಿ ಅವರು ತನ್ನ ಕೃತಿಗಳ ಬಗ್ಗೆ ಮಿಕ್ಕವರ ಪ್ರತಿಕ್ರಿಯೆ ಬಯಸಿದರೆ ಅದು ಸಹಜವಲ್ಲವೇ?

ಇವತ್ತು ಜಾಗತೀಕರಣ ಇತ್ಯಾದಿಗಳ ಕುರಿತು ಮಾತಾಡುವವರು ತುಂಬ ಮಂದಿ ಸಿಗುತ್ತಾರೆ. ಚಿತ್ತಾಲರು ಯಾವತ್ತೋ ಶಿಕಾರಿಯಲ್ಲಿ ಇವತ್ತಿನ ಕಾರ್ಪೊರೆಟ್ ಜಗತ್ತು, ಜಾಗತೀಕರಣದ ಪ್ರಭಾವ, ಹೇಗೆ ವ್ಯಕ್ತಿ ಒಂದು ಆರ್ಥಿಕ ವ್ಯವಸ್ಥೆಯ ಗುಲಾಮನಾಗುತ್ತಾನೆ ಅನ್ನುವುದನ್ನು ಬರೆದಿದ್ದರು. ಅವರ ಮೂರು ದಾರಿಗಳು, ಶಿಕಾರಿ, ಪುರುಷೋತ್ತಮ, ಛೇದ, ಕೇಂದ್ರ ವೃತ್ತಾಂತ ಕಾದಂಬರಿಗಳನ್ನು ಓದಿದರೆ ಅವರು ಎಂಥ ಅಪ್ರತಿಮ ಬರಹಗಾರ ಅನ್ನುವುದು ತಿಳಿಯುತ್ತದೆ.

ಚಿತ್ತಾಲರಿಗೊಂದು ವಿಶಿಷ್ಟ ಶಕ್ತಿಯಿತ್ತು. ಅವರು ದಿನನಿತ್ಯದ ಮಾಮೂಲು ಜಗತ್ತನ್ನೇ ನಿಗೂಢವಾಗಿಸಬಲ್ಲವರಾಗಿದ್ದರು. ಆಟ ಕತೆ ಓದುತ್ತಿದ್ದರೆ ಸುತ್ತಲೂ

ಕತ್ತಲೆ ಕವಿಯುತ್ತದೆ. ಯಾರೋ ಆ ಕಗ್ಗತ್ತಲಿನ ದಣಪೆಯ ಬಳಿ ಕಪ್ಪು ಕಂಬಳಿ ಹೊದ್ದುಕೊಂಡು ನಿಂತಂತೆ ಭಾಸವಾಗುತ್ತದೆ. ಆತನಿಗೆ ಪೊತ್ತೆಮೀಸೆ ಇದೆ ಎಂದು ನಾವು ಊಹಿಸತೊಡಗುತ್ತೇವೆ. ಅವನನ್ನು ದಾಟಿ ಹೋಗದಷ್ಟು ಅಧೀರರಾಗುತ್ತೇವೆ. ಕೊನೆಗೂ ಅವನನ್ನು ದಾಟಿ ಮುಂದೆ ಸಾಗುತ್ತೇವೋ ಇಲ್ಲವೋ ಎಂಬ ಅರೆನಿಶ್ಚಯದಲ್ಲೇ ಮನುಷ್ಯ ಬದುಕಿರಬೇಕು ಎಂಬುದು ಅರಿವಾಗುತ್ತಾ ಹೋಗುತ್ತದೆ.

ಪುನಃ ಪುನಃ ಪುತಿನ

ಪುರೋಹಿತ ತಿರುನಾರಾಯಣ ನರಸಿಂಹಾಚಾರ್ ಬಗ್ಗೆ ತುಂಬ ಪ್ರೀತಿ ಇಟ್ಟುಕೊಂಡಿದ್ದ, ಅವರ ಜೊತೆಯಲ್ಲಿ ಸರಸದಿಂದ ಮಾತಾಡಬಲ್ಲವರಾಗಿದ್ದ ವೈಎನ್ಕೆ, ಪು.ತಿ.ನ. ಅಂದರೆ 'ಪುಟ ತಿರುಗಿಸಿ ನಡಿ' ಎಂದು ತಮಾಷೆಯಾಗಿ ನುಡಿದಿದ್ದರು. ಅದು ಪುತಿನ ಅವರಿಗೂ ಗೊತ್ತಾಗಿ ಮನಸಾರೆ ನಕ್ಕಿದ್ದರು. ನಾನು ಪುತಿನ ಅವರನ್ನು ಭೇಟಿಯಾದದ್ದು ಜಯನಗರದ ಅವರ ಮನೆಯಲ್ಲಿ. ಅಲ್ಲಿಗೆ ಕರೆದುಕೊಂಡು ಹೋದವರೂ ವೈಎನ್ಕೆಯೇ. ಅಲ್ಲೀತನಕ ನಾನು ಪುತಿನ, ಕಟ್ಟುನಿಟ್ಟಿನ, ಶ್ರದ್ಧಾಭಕ್ತಿಗಳಿಂದ ನೋಡಬೇಕಾದ, ಆಚಾರವಂತರು ಎಂದುಕೊಂಡಿದ್ದೆ.

ಕೆಲವು ಲೇಖಕರ ಬಗ್ಗೆ ನಮಗೆ ವಿನಾಕಾರಣ ಒಂದು ಪೂರ್ವಗ್ರಹ ಬೆಳೆದಿರುತ್ತದೆ. ತೇಜಸ್ವಿ ಅಪಾರ ಸಿಟ್ಟಿನ ವ್ಯಕ್ತಿ, ಲಂಕೇಶರು ಯಾರ ಜೊತೆಗೂ ಮಾತಾಡುತ್ತಿರಲಿಲ್ಲ, ಕುವೆಂಪು ಮನೆಗೇ ಬಿಟ್ಟುಕೊಳ್ಳುತ್ತಿರಲಿಲ್ಲ, ಶಿವರಾಮ ಕಾರಂತರು ಏನು ಹೇಳಿದರೂ ಸಾಕ್ಷ್ಯ ಕೇಳುತ್ತಿದ್ದರು, ಭೈರಪ್ಪ ಶಿಸ್ತಿನ ಸಿಪಾಯಿ, ಬೇಂದ್ರೆ ಮನೆಗೆ ಹೋಗಿ ಅವರನ್ನು ಹೊಗಳಿದವರನ್ನು ಅವಮಾನ ಮಾಡುತ್ತಿದ್ದರು ಎಂಬಿತ್ಯಾದಿ ಜನಪ್ರಿಯ 'ಮಿಥ್'ಗಳ ಹಾಗೇ, ಪುತಿನ ಮಡಿವಂತರು ಎಂಬುದೂ ಒಂದು ಮೂಢನಂಬಿಕೆ ಎಂದು ಆಮೇಲೆ ಗೊತ್ತಾಯಿತು.

ಪುತಿನ ಕುರಿತು ತುಂಬ ಜನಪ್ರಿಯವಾಗಿರುವ ಒಂದು ತಮಾಷೆಯಿದೆ. ಕೆ.ಎಸ್. ನರಸಿಂಹಸ್ವಾಮಿ ಆಗಷ್ಟೇ 'ಮೈಸೂರ ಮಲ್ಲಿಗೆ' ಕವನ ಸಂಕಲನ ಹೊರತಂದಿದ್ದರು. ಅದರಲ್ಲಿ 'ಒಂದಿರುಳು ಕನಸಿನಲಿ ನನ್ನವಳ ಕೇಳಿದೆನು' ಎಂಬ ಪದ್ಯವಿದೆ. ಅದನ್ನು ಓದಿ ಪುತಿನ ಹೇಳಿದ್ದರಂತೆ: 'ಎಂಥ ಅರಸಿಕನಯ್ಯ ನೀನು? ಕನಸಿನಲ್ಲೂ ಹೆಂಡತೀನೇ ಬರಬೇಕೇನು?'

ಪುತಿನ ಅವರ ಕವಿತೆಗಳ ಪೈಕಿ ಥಟ್ಟನೆ ನೆನಪಿಗೆ ಬರುವುದು ಯಾವ್ಯಾವುದು ಎಂದು ಯೋಚಿಸಿದರೆ, ಅವರ ಗೀತನಾಟಕಗಳೇ ಕಣ್ಣೆದುರು ಸುಳಿಯುತ್ತವೆ. ಕುವೆಂಪು, ಬೇಂದ್ರೆ, ಕೆಎಸ್‌ನ, ಅಡಿಗ, ಕಣವಿಯವರ ಥರ ಪುತಿನ ನೆನಪಾಗುವುದಿಲ್ಲ. ಅವರು ಕನ್ನಡ ಕಾವ್ಯದಲ್ಲಿ ಒಂದು ದ್ವೀಪದ ಹಾಗೆ ಉಳಿದುಬಿಟ್ಟರು ಎನ್ನುತ್ತಾರೆ ಎಚ್.ಎಸ್. ರಾಘವೇಂದ್ರರಾವ್. ಅದಕ್ಕೆ ಅವರು ಕೊಡುವ ಕಾರಣ ಕನ್ನಡ ಕಾವ್ಯದ ಸ್ಥಿತ್ಯಂತರಗಳ ಬಗ್ಗೆ ಅವರು ತೋರಿದ ಅನಾಸಕ್ತಿ. ನವೋದಯದಿಂದ ನವ್ಯದತ್ತ ಕಾವ್ಯ ಹೊರಳಿಕೊಳ್ಳುತ್ತಿದ್ದರೂ, ಪುತಿನ ಬದಲಾಗಲಿಲ್ಲ. ಅವರ ಕವಿತೆಗಳ ಭಾವ ನಮ್ಮನ್ನು ತಟ್ಟುವಂತಿದ್ದರೂ, ಅವರು ಬಳಸುವ ಪದಗಳು ಎಷ್ಟೋ ಬಾರಿ ಅರ್ಥವೇ ಆಗುವುದಿಲ್ಲ.

ನನಗೆ ತಕ್ಷಣ ನೆನಪಿಗೆ ಬರುವುದು ಟಿ.ಎನ್. ಸೀತಾರಾಮ್ 'ಕತೆಗಾರ' ಧಾರಾವಾಹಿಗೆ ಬಳಸಿಕೊಂಡು ಜನಪ್ರಿಯಗೊಳಿಸಿದ ಒಂದು ಪದ್ಯ. 'ವ್ಯಥೆಗಳ ಕಳೆಯುವ ಕತೆಗಾರ, ನಿನ್ನ ಕಲೆಗೆ ಯಾವುದು ಭಾರ? ಆವುದು ವಿಸ್ತರ, ಯಾವುದು ದುಸ್ತರ, ನಿನಗೆಲೆ ಹರ್ಷದ ಹರಿಕಾರ?' ಎಂಬ ಕವಿತೆಯಲ್ಲಿ ಅವರು ಕತೆಗಾರನ ಕಲ್ಪನಾಶಕ್ತಿಯನ್ನು ಕೊಂಡಾಡುತ್ತಾರೆ. ಅಸಾಧ್ಯವಾದದ್ದನ್ನು ಕತೆಯಲ್ಲಿ ಸಾಧ್ಯವಾಗಿಸುವ ಕವಿಶಕ್ತಿಯನ್ನು ಹೀಗೆ ಹೊಗಳುತ್ತಾರೆ: ಕಪಿ ಹಾರಿತು ಹೆಗ್ಗಡಲನು ಎಂಬೆ, ಕಡಲನೆ ಕಡೆದರು ಬೆಟ್ಟ ದೊಳೆಂಬೆ, ನಿನ್ನೂಹೆಯ ಹೇರಾಳವ ತುಂಬೆ, ಸೃಷ್ಟಿಕರ್ತನಿಗೂ ಅರಿದೆಂಬೆ.' ಹನುಮಂತ ಕಡಲನ್ನು ಹಾರಿ ದಾಟಿದ್ದು, ಸಮುದ್ರಮಥನದ ಕತೆಯಲ್ಲಿ ಮಂದರಗಿರಿ ಬೆಟ್ಟವನ್ನಿಟ್ಟು ಕೊಂಡು ಕಡಲನ್ನು ಕಡೆದದ್ದು-ಇಂಥ ಕಲ್ಪನೆ ಸೃಷ್ಟಿಕರ್ತನಿಗೂ ಬರಲಿಕ್ಕೆ ಸಾಧ್ಯವಿಲ್ಲ. ಹೀಗೆ ಹೇಳಿಯೂ ನಂಬಿಸುವ ಶಕ್ತಿ ಕಲೆಗಾರ, ಕತೆಗಾರನಿಗೆ ಮಾತ್ರ ಇರುವುದಕ್ಕೆ ಸಾಧ್ಯ ಎನ್ನುತ್ತದೆ ಈ ಕವಿತೆ.

ನಮ್ಮ ಕಾಲದ ತಲ್ಲಣವನ್ನು, ಬಹುಶಃ ಈ ಹೊತ್ತಿಗೆ ಹೊಂದಿಕೆಯಾಗುವ ನಾಟಕವೊಂದನ್ನು ಪುತಿನ ಶ್ರೀಕೃಷ್ಣನ ಬದುಕಿನ ಒಂದು ಚಿತ್ರವನ್ನಿಟ್ಟುಕೊಂಡು ರಚಿಸಿದರು. ಆ ಗೀತನಾಟಕದ ವಸ್ತು ಗ್ರಾಮೀಣ ಪ್ರದೇಶದಿಂದ ನಗರಕ್ಕೆ ಬಂದು, ಇಲ್ಲಿನ ಜಂಜಡದಲ್ಲಿ ಸಿಲುಕಿಹಾಕಿಕೊಂಡ ಎಲ್ಲರನ್ನೂ ಪ್ರತಿನಿಧಿಸುವಂಥದ್ದು. ನಮ್ಮ ಬಹುತೇಕ ಕಥೆಗಳು, ಕಾದಂಬರಿಗಳು, ಸಿನಿಮಾಗಳು ಈ ವಸ್ತುವನ್ನೇ ಆಧರಿಸಿದ್ದು. 'ಗೋಕುಲ ನಿರ್ಗಮನ' ಎಂಬುದು ಹಳ್ಳಿಯಿಂದ ಪಟ್ಟಣಕ್ಕೆ ಬಂದ ಎಲ್ಲರ ಪಾಲಿಗೂ ಒಪ್ಪುವಂಥ ರೂಪಕ. ಬಿವಿ ಕಾರಂತರು ಈ ನಾಟಕವನ್ನು ಅತ್ಯದ್ಭುತವಾಗಿ ರಂಗಕ್ಕೆ ತಂದಿದ್ದಾರೆ. ಈ ನಾಟಕದ ಹಾಡುಗಳೂ ಅತ್ಯಂತ ಜನಪ್ರಿಯ.

ಗೋಕುಲದಲ್ಲಿ ಗೋಪಿಕೆಯರ ಜೊತೆ ಆಟವಾಡುತ್ತಾ, ರಾಧೆಯ ಪ್ರೇಮದಲ್ಲಿ ಬಂದಿಯಾಗಿದ್ದ ಕೃಷ್ಣನ ಬದುಕಿನಲ್ಲಿ ನಡೆದ ಒಂದು ಆಕಸ್ಮಿಕ

ಸಂಗತಿ, ಹೇಗೆ ಅವನ ಇಡೀ ಬದುಕನ್ನೇ ಬದಲಾಯಿಸಿತು ಎನ್ನುವುದು ಇಲ್ಲಿಯ ಕಥಾವಸ್ತು. ಆ ರೂಪಾಂತರವನ್ನು ಪುತಿನ ನಾಲ್ಕೇ ಸಾಲುಗಳಲ್ಲಿ ಹೇಳುತ್ತಾರೆ. ಹಾಗೆ ಹೇಳುವುದಕ್ಕೆ ಇಡೀ ನಾಟಕವನ್ನು ಭೂಮಿಕೆಯನ್ನಾಗಿ ಮಾಡಿಕೊಳ್ಳುತ್ತಾರೆ.

ಆ ಗೋಕುಲವಾದರೂ ಹೇಗಿತ್ತು? ಯಮುನೆಯ ತೆರೆತೆರೆ ತಾಳವ ಹೊಯ್ದು, ತೀರದ ಗಿಡಮರ ಅಭಿನಯಗೆಯ್ದು, ಲತೆಲತೆ ಬಳುಕಿ, ಗಾಳಿಗೆ ತಳುಕಿ, ಕೊಳಲಿಗೆ ಒಲೆಯುತ್ತಿದ್ದ ತಾಣ ಅದು. ಆ ಪರಿಸರವನ್ನು ಪ್ರಭಾವಿಸಿ ಮರುಳು ಮಾಡುತ್ತಿದ್ದದ್ದು ಕೊಳಲನಾದ. ಎಲ್ಲರ ಮನಸ್ಸನ್ನು ಹಗುರಾಗಿಸುತ್ತಿದ್ದದ್ದೂ ಆ ಮುರಳೀಗಾನವೇ. ಗೋಪಿಕೆಯರಿಗೂ ಗೋಪಾಲಕರಿಗೂ ಅದೇ ಗುಂಗು. ಕೃಷ್ಣನ ಕೊಳಲಿನ ಕರೆ, ತೊಟ್ಟಿಲಿನ ಹಸುಗೂಸ ಮರೆ, ಪಕ್ಕದ ಗಂಡನ ತೊರೆ, ಬೃಂದಾವನಕೆ ತ್ವರೆ ಎಂದು ಎಲ್ಲವನ್ನೂ ಬಿಟ್ಟು ಬೃಂದಾವನಕ್ಕೆ ಓಡುವ ಗೋಪಿಕೆಯರದು ದಿಟ್ಟ ನಿರ್ಧಾರ. ಅವರ ಅನಿಸಿಕೆ ಇದು: ಹೊರೆಗೆಲಸ ಮಿಕ್ಕರೆ ಮಿಗಲಿ, ನೆರೆಹೊರೆ ನಕ್ಕರೆ ನಗಲಿ ಎಂದು ಹೊರಟೇ ಬಿಡುತ್ತಾರೆ. ಅಲ್ಲಿಗೆ ಬರುವ ರಾಧೆಯ ಪಾಲಿಗಂತೂ ಕೃಷ್ಣನೇ ಜಗತ್ತು. 'ನಿನ್ನೊಳು ನಾ, ನನ್ನೊಳು ನೀ. ಒಲಿದ ಮೇಲಿಂತೆ ನಾ ನೀ.' ಅಲ್ಲಿ ಎಲ್ಲಿ ನೋಡಿದರೂ ಅದೇ ದೃಶ್ಯ–ಅಕ್ಕೋ ಶ್ಯಾಮ, ಅವಳೇ ರಾಧೆ, ನಲಿಯುತಿಹರು ಕಾಣಿರೇ. ಹಾಗಂತ ಗೋಪಿಕೆಯರಿಗೆ ಮತ್ಸರವಿಲ್ಲ. ಅವರು ಕೂಡ ರಾಧೆಯೊಂದಿಗೆ ತಾದಾತ್ಮ್ಯ ಹೊಂದಿದವರೇ: ನಾವೇ ರಾಧೆ, ಅವನೆ ಶ್ಯಾಮ, ಬೇರೆ ಬಗೆಯ ಮಾಣಿರೇ.

ಕೃಷ್ಣ ಕೇವಲ ಗೋಪಿಕೆಯರನ್ನಷ್ಟೇ ರಂಜಿಸುವುದಿಲ್ಲ. ಆ ಊರಿನ ಮುದುಕರ ಪಾಲಿಗೂ ಅವನು ಜೀವಜಲ. ಅವರ ಮುಂದೆ ಕೃಷ್ಣ ಕೊಳಲೂದುತ್ತಾನೆ. ಮುಪ್ಪಿನ ಕೆಪ್ಪಿನ ಕಿವಿ ಅದನ್ನು ಕೇಳಿಸಿಕೊಳ್ಳುತ್ತದೆ. ಮತ್ತಷ್ಟು ಹಾಡೆಂದು ಬೇಡುತ್ತದೆ. ನಾಗರಹಾವು ಪುಂಗಿಯ ಓಲಾಟಕ್ಕೆ ತಲೆದೂಗುವಂತೆ, ಆ ಹಿರೀಜೀವಗಳೂ ಕೃಷ್ಣನ ಕುಣಿತಕ್ಕೆ ಸೋಲುತ್ತವೋ, ಗಾನಕ್ಕೆ ಸೋಲುತ್ತವೋ ಯಾರಿಗೆ ಗೊತ್ತು. ಆದರೆ ಅವರೆಲ್ಲರ ಒಕ್ಕೊರಲ ಬೇಡಿಕೆ ಒಂದೇ: ಕೊಳಲನೂದು ಗೋವಿಂದ, ಮುಪ್ಪಿಗಾಗಲಿ ಆನಂದ. ಮೈಯ ಮುಪ್ಪು ಕಾರುವಂತೆ, ಮನಕೆ ಚಿಂತೆ ಸೇರದಂತೆ, ಹರೆಯದ ಹುರುಪಿಂದ ನಾವು, ಹಗುರು ಹೆಜ್ಜೆಯಿಡುವಂತೆ ಕೊಳಲನೂದು' ಎನ್ನುವ ಆ ಮುದುಕರ ಪಾಡು ಕರ್ಣ ಕಠೋರ. ಅವರೇ ಹೇಳಿಕೊಳ್ಳುವ ಹಾಗೆ ಮುಪ್ಪು 'ದಿನದಿನಕೂ ಬೆಳೆವ ಘೋರ. ಬಾಗಿದ ಬೆನ್ನಿನ ಮೇಲೆ ಕಾಲದ ಭಾರ.'

ಹೀಗೆ ತನ್ನ ಹಳ್ಳಿಯ ಎಲ್ಲರನ್ನೂ ಪ್ರೀತಿಸುತ್ತಾ, ಮೆಚ್ಚಿಸುತ್ತಾ, ರಂಜಿಸುತ್ತಾ, ಓಲೈಸುತ್ತಾ, ಮುದ್ದಿಸುತ್ತಾ ಅದೇ ಜಗತ್ತು, ಅದರಾಚೆಗೆ ಏನೂ ಇಲ್ಲ ಎಂದು ಓಡಾಡಿಕೊಂಡಿದ್ದ ಕೃಷ್ಣನೆಂಬ ಗೊಲ್ಲರ ಹುಡುಗ ಮುಂದೇನಾಗುತ್ತಾನೆ?

ಆ ಗೊಲ್ಲರ ಹಾಡಿ, ಹಾಡಿನಿಂದ ತುಂಬಿ ತುಳುಕುತ್ತಿದ್ದ ಹಾಡಿ ಏನಾಗುತ್ತದೆ? ಉತ್ತರವೂ ಅಲ್ಲೇ ಕಾದಿದೆ. ಬಂದೇ ಬರುತ್ತದೆ ಮಧುರೆಯ ಕರೆ, ಕೇಡಿನ ಕರೆ.

ಪುತಿನ ಇಲ್ಲಿ ದಿಗ್ಭ್ರಮೆಗೊಳಿಸುವ ಹಾಗೆ ಕೃಷ್ಣ ಮತ್ತು ಬಲರಾಮರ ನಡುವೆ ಅಭಿಪ್ರಾಯ ಭೇದ ತಂದಿಡುತ್ತಾರೆ. ಕೊಳಲೂದುತ್ತಾ, ರಂಜಿಸುತ್ತಾ, ಹಾಡುತ್ತಾ, ಜಗದ ಪರಿವೆಯೇ ಇಲ್ಲದಂತೆ ಇರುವ ಕೃಷ್ಣ, ಏನಾದರೂ ಸಾಧಿಸಲೇಬೇಕು ಎಂದು ಪಣ ತೊಟ್ಟವನಂತೆ ಕಾಣುವ ಬಲರಾಮ. ಅವನಿಗೆ ಊರು ಸಾಕಾಗಿದೆ. ಅವನಂತೆ ಅನೇಕ ಹುಡುಗರಿಗೆ ಊರಿನ ರಗಳೆ ಬೇಡ ಅನ್ನಿಸಿದೆ. ದೂರದ ನಗರ, ರಾಜಧಾನಿ ಕರೆಯುತ್ತಿದೆ:

ಬನ್ನಿರೋ ನಾವೆಲ್ಲ ಮಧುರೆಗೆ
ಬಿಲ್ಲಹಬ್ಬಕೆ ಹೋಗುವ
ಹಳುವಹಳ್ಳಿಯ ಬಿಡುತ
ಸೊಗಸಿನ ಹೊಳಲಜಾತ್ರೆಗೆ ಹೋಗುವ

ಎಂದು ಬಲರಾಮ ಹುಡುಗರನ್ನೆಲ್ಲ ತನ್ನೆಡೆಗೆ ಸೆಳೆದುಕೊಳ್ಳುತ್ತಾನೆ. ಅಷ್ಟೇ ಅಲ್ಲ, ತಾನು ಹುಟ್ಟಿ ಬೆಳೆದ ಊರಿನ ಬಗ್ಗೆ, ತನ್ನವರ ಬಗ್ಗೆ ಅವನಿಗಿರುವ ನಿರ್ಲಕ್ಷ್ಯವೂ ಇಲ್ಲಿ ಎದ್ದು ಕಾಣುವಂತಿದೆ:

ಹೈ ಹಚಚ್ಚಾ ಎಂದು ತುರುಗಳ ಹಣ್ಣುಮುದುಕರೆ ಕಾಯಲಿ
ಹಟ್ಟಿಯೊಳೆ ನಿಟ್ಟುಸಿರನಿಡುತ ಹೆಂಗಳುಳಿಯಲಿ ಊರಲಿ

ಎನ್ನುವ ಬಲರಾಮ ಕೃಷ್ಣನನ್ನೂ ಬಿಡುವುದಿಲ್ಲ. ನಿನ್ನ ಹೆಣ್ಣುಗಳ ಹುಚ್ಚು ಸಾಕು, ಕೊಳಲು ಎಸೆಯಾಚೆ. ನಡೆ ಮಧುರೆಗೆ ಎನ್ನುತ್ತಾನೆ. ಕೃಷ್ಣ ತಾನು ಬರುವುದಿಲ್ಲ ಎಂದು ಸ್ಪಷ್ಟವಾಗಿಯೇ ಹೇಳುತ್ತಾನೆ. ಆದರೆ ಬಲರಾಮ ಮತ್ತು ಇತರ ಗೋಪಬಾಲರ ಒತ್ತಾಯಕ್ಕೆ ಅವನು ಮಣಿಯುತ್ತಾನೆ. ಈ ಹಳ್ಳಿಯಲ್ಲಿ ಬದುಕಿಲ್ಲ, ಭವಿಷ್ಯವಿಲ್ಲ, ನಾಳೆಗಳಿಲ್ಲ, ಎತ್ತರಕ್ಕೇರುವ ಸಾಧ್ಯತೆಯಿಲ್ಲ, ನಡೆ ಹೋಗೋಣ. ಅಲ್ಲಿ ಸಾಧಿಸುವಂಥದ್ದು ಸಾಕಷ್ಟಿದೆ ಎಂಬ ಮಹತ್ವಾಕಾಂಕ್ಷೆಯ ಮಾತುಗಳು ಕೃಷ್ಣನ ಊರಲ್ಲೇ ಉಳಿಯುವ ನಿರ್ಧಾರವನ್ನು ಸಡಿಲಿಸುತ್ತವೆ. ಬಲರಾಮ ಅವನ ಕೊಳಲನ್ನು ಕಿತ್ತು ಎಸೆಯುತ್ತಾನೆ.

ಕೃಷ್ಣ ಹೋಗಿ ಬಿಲ್ಲ ಹಬ್ಬ ಮುಗಿಸಿ ಮತ್ತೆ ಬರುತ್ತೇನೆ ಎಂದು ಮಾತು ಕೊಟ್ಟು ಹೊರಡುತ್ತಾನೆ. ಮರಳಿ ಬರಲಾಗುವುದಿಲ್ಲ ಎಂದು ಅವನಿಗೂ ಗೊತ್ತಿದೆ. ರಾಧೆ ಮರುಗುತ್ತಾಳೆ, ಗೋಪಿಕೆಯರು ಬೇಡಿಕೊಳ್ಳುತ್ತಾರೆ. 'ಇನ್ನು ಹಂಬಲವ ಬಿಡಿ, ಹರಕೆಯಿಂದ ಬೀಳುಕೊಡಿ' ಎಂದು ಹೇಳಿ ಕೃಷ್ಣ ಹೊರಡುತ್ತಾನೆ.

ಕೊಳಲನ್ನು ಕೆಳಗಿಟ್ಟು, ತನ್ನವರನ್ನು ಬಿಟ್ಟು, ರಾಧೆಗೆ ಕೈಕೊಟ್ಟು ಹೊರಡುವ ಕೃಷ್ಣನನ್ನು ಒಲಿಸಿ ಕರೆದೊಯ್ಯುತ್ತಾನೆ ಅಕ್ರೂರ. ಮತ್ತೆ ಮರಳಿ ಬಂದು ಕೊಳಲನ್ನು ಕೈಗೆತ್ತಿಕೊಳ್ಳುತ್ತೇನೆ, ರಾಧೆಯನ್ನು ರಮಿಸುತ್ತೇನೆ, ಗೋಪಿಕೆಯರ ಜೊತೆ ನಲಿದಾಡುತ್ತೇನೆ ಎಂಬ ಕೃಷ್ಣನ ನಿರ್ಧಾರ ಎಂದೂ ಕೈಗೂಡುವುದೇ ಇಲ್ಲ.

ಮುಂದಾದದ್ದೇ ಬೇರೆ. ಕೊಳಲ ಹಿಡಿದ ಕೈ ಪಾಂಚಜನ್ಯವನ್ನು ಹಿಡಿಯ ಬೇಕಾಗುತ್ತದೆ. ದನಗಳ ಮೇಯಿಸುತ್ತಿದ್ದವನು ಸಾರಥಿಯಾಗುತ್ತಾನೆ. ತನ್ನವರ ಜೊತೆಗಿದ್ದವನು, ತನಗೆ ಸಂಬಂಧವೇ ಇಲ್ಲದ ಧರ್ಮರಕ್ಷಣೆಯೆಂಬ ಕಾರ್ಯವನ್ನು ಕೈಗೆತ್ತಿಕೊಂಡು, ಯುದ್ಧಭೂಮಿಯಲ್ಲಿ ತಂತ್ರಗಳ ಹೂಡುತ್ತ, ಶತ್ರುಗಳ ಕೊಲ್ಲುತ್ತಾ, ಕೊಳಲನ್ನೂ ತನ್ನವರ ಅಳಲನ್ನೂ ಮರೆತು, ರಾಜ್ಯಕ್ಕಾಗಿ ಹೊಡೆದಾಡುವ ಚಕ್ರವರ್ತಿಗಳ ನಡುವೆ ಸಿಲುಕಿಕೊಂಡು, ಕಳೆದುಹೋಗುತ್ತಾನೆ.

ಯಾವ ಕೃಷ್ಣ ನಮಗಿಷ್ಟ? ಅವನು ಗೋಕುಲದಲ್ಲೇ ಉಳಿದಿದ್ದರೆ ಏನಾಗುತ್ತಿತ್ತು? ಎಲ್ಲ ಹುಡುಗರ ಹಾಗೆ ಅನಾಮಧೇಯನಾಗಿ ಉಳಿದು ಬಿಡುತ್ತಿದ್ದನಾ? ಮಥುರೆಗೆ ಹೋಗಿ ಗೆದ್ದು, ಎದ್ದು ನಿಂತದ್ದರಿಂದ ಅವನಿಗೆ ಏನಾಯಿತು? ಅವನ ಹಳ್ಳಿಗೇನಾಯಿತು? ಅವನ ರಾಧೆಗೇನಾಯಿತು? ಅವಿವೇಕದಿಂದ ಕಾದಾಟಕ್ಕೆ ನಿಂತ ದಾಯಾದಿಗಳ ನಡುವೆ ಅವನು ಅನಗತ್ಯವಾಗಿ ಸಿಕ್ಕಿಹಾಕಿಕೊಂಡನೇ?

ಪುತಿನ ಇಷ್ಟೆಲ್ಲ ಪ್ರಶ್ನೆಗಳನ್ನು ಮುಂದಿಡುತ್ತಾರೆ. ಕೃಷ್ಣನ ಕುರಿತು ನಮಗಿರುವ ದರ್ಶನವೇ, ಕಲ್ಪನೆಯೇ ಬದಲಾಗುವಂತೆ ಮಾಡುತ್ತಾರೆ. ನಾವು ನೋಡಿದ ಕೃಷ್ಣ ಬಾಲ್ಯದಲ್ಲೇ ವೀರನೂ ಧೀರನೂ ಆಗಿದ್ದ. ಅವನು ಎಲ್ಲ ಭಾವುಕತೆಗಳನ್ನು ಮೀರಿದವನಾಗಿದ್ದ. ಅವತಾರವಾಗಿದ್ದ. ಅವನನ್ನು ಗೊಲ್ಲರ ಹುಡುಗ, ಕೊಳಲೂದುವ ಮುಗ್ಧ, ರಾಧೆಯ ಪ್ರೇಮಿ, ಮುಪ್ಪಿನ ಮಂದಿಯ ಗೆಳೆಯನನ್ನಾಗಿ ಮಾಡುವ ಮೂಲಕ ಅವನ ವ್ಯಕ್ತಿತ್ವಕ್ಕೆ ಮತ್ತೊಂದು ಆಯಾಮ ಕೊಟ್ಟದ್ದು ಪುತಿನ ನಾಟಕ.

ಅದು ಗ್ರಾಮೀಣ ಪ್ರದೇಶ ಮತ್ತು ನಗರದ ನಡುವೆ ಯಾವುದನ್ನು ಆರಿಸಿಕೊಳ್ಳಬೇಕು ಎಂಬ ಹೊಯ್ದಾಟವೂ ಹೌದು. ನಮ್ಮೊಳಗಿನ ತಳಮಳವೂ ಹೌದು. ಈ ಕಾಲದ ಈ ದೇಶದ ಕತೆಯೂ ಹೌದು.

ಕೊಳಲು ಕಳೆದುಹೋಗಿದೆ. ಪಾಂಚಜನ್ಯದ ಸದ್ದು ಯಾರನ್ನೂ ಬೆಚ್ಚಿ ಬೀಳಿಸುತ್ತಿಲ್ಲ. ರಾಧೆ ಕಣ್ಮರೆಯಾಗಿದ್ದಾಳೆ. ಮುಪ್ಪಿನ ಮಂದಿ ಮರೆಯಾಗಿದ್ದಾರೆ. ಬಲರಾಮನಿಗೆ ಭ್ರಮನಿರಸನವಾಗಿದೆ. ಮಥುರೆಗೆ ಕರೆದುತಂದ ಅಕ್ರೂರ, ಕ್ರೂರಿಯೆಂಬಂತೆ ಭಾಸವಾಗುತ್ತಿದ್ದಾನೆ.

ಕನ್ನಡ ಕಣ್ಮಣಿ ಕೈಲಾಸಂ

ಕೈಲಾಸಂ ನನಗಿಷ್ಟ ಆಗೋಲ್ಲ.

ಹಾಗಂತ ಹೇಳಿ ಒಂದು ದಿನ ವೈಯನ್ಕೆ ಹತ್ತಿರ ಕಂಡಾಪಟ್ಟೆ ಬೈಸಿಕೊಂಡಿದ್ದೆ. ಆಮೇಲೂ ನಾನು ನನ್ನ ಅಭಿಪ್ರಾಯ ಬದಲಾಯಿಸಿಕೊಂಡಿರಲಿಲ್ಲ. ವೈಯನ್ಕೆ ಆವತ್ತು ಕೈಲಾಸಂ ತಮಾಷೆ ಪ್ರಸಂಗಗಳನ್ನೂ, ಕೈಲಾಸಂ ಜೀವನಶೈಲಿಯನ್ನೂ ಹೇಳಿ ನನ್ನ ಅವಿವೇಕವನ್ನು ತಿದ್ದಲು ಯತ್ನಿಸಿದ್ದರು. ಕೈಲಾಸಂ ಬರಹಕ್ಕಿಂತಲೂ ನನ್ನನ್ನು ಆ ಕ್ಷಣ ಆಕರ್ಷಿಸಿದ್ದು ಅವರ ಜೀವನಶೈಲಿಯೇ. ಅಸ್ತವ್ಯಸ್ತ ರೂಮು. ಅಲ್ಲಲ್ಲೇ ಬಿದ್ದ ಪುಸ್ತಕ, ಸಿಗರೇಟು ತುಂಡುಗಳ ರಾಶಿ, ಮೂಲೆಯಲ್ಲಿ ವಿಸ್ಕಿ, ರಮ್ಮು ಬಾಟಲಿಗಳು, ಒಂದು ಕೊಳೆಯಾದ ಚಾಪೆ, ಅದರ ಮೇಲೆ ಬರ್ನಾರ್ಡ್ ಷಾ ನಾಟಕ ಓದುತ್ತಾ ಕೂತಿರುವ ಕೈಲಾಸಂ. ಬದುಕನ್ನು ಧಿಕ್ಕರಿಸುವುದಕ್ಕೆ ಇದಕ್ಕಿಂತ ಒಳ್ಳೆಯ ಉಪಾಯವನ್ನು ಎಲ್ಲಿಂದ ತರೋಣ?

ಹಳೇ ಮೈಸೂರು ಪ್ರಾಂತ್ಯದಲ್ಲಿ ಭಯಂಕರ ಹೆಸರು ಮಾಡಿದವರು ಕೈಲಾಸಂ. ಕನ್ನಡಕ್ಕೊಬ್ಬನೇ ಕೈಲಾಸಂ ಎಂದು ಅವರನ್ನು ಮೆಚ್ಚುವವರು ಕೊಂಡಾಡಿದರೂ ಕೂಡ, ಅವರ ಖ್ಯಾತಿ ದಕ್ಷಿಣ ಕನ್ನಡಕ್ಕೆ ಹಬ್ಬಿರಲಿಲ್ಲ. ಈಗಲೂ ಹಬ್ಬಿಲ್ಲ ಎಂದೇ ನನ್ನ ನಂಬಿಕೆ. ಯಕ್ಷಗಾನ, ತಾಳಮದ್ದಲೆಯ ಚೆಂಡೆಮದ್ದಳೆಯ ನಡುವೆ ಅಲ್ಲಿ ನಾಟಕದ ಸದ್ದು ಅಷ್ಟಾಗಿ ಕೇಳಿಸುವುದಿಲ್ಲ ಅನ್ನುವುದೂ ಅದಕ್ಕೆ ಕಾರಣವಿದ್ದೀತು. ಹಾಗೆ ನೋಡಿದರೆ ಗುಬ್ಬಿ ವೀರಣ್ಣನವರ ನಾಟಕ ಕಂಪೆನಿಯೂ ನಮಗೆಲ್ಲ ಕೇಳಷ್ಟೇ ಗೊತ್ತು.

ಕೈಲಾಸಂ ಪ್ರತಿಭೆ, ವಿಕ್ಷಿಪ್ತತೆ, ನಿರಾಸಕ್ತಿ, ಶ್ರದ್ಧೆ, ಅತಿರೇಕ ಮತ್ತು ಪಾಂಡಿತ್ಯವನ್ನು ನನಗೆ ಪೂರ್ತಿಯಾಗಿ ಪರಿಚಯ ಮಾಡಿಕೊಟ್ಟವರು ಸಿ.ಆರ್. ಸಿಂಹ. ಅವರು ಬರೆದು ನಿರ್ದೇಶಿಸಿದ 'ಟಿಪಿಕಲ್ ಟಿ.ಪಿ. ಕೈಲಾಸಂ' ನಾಟಕ ಒಂದು ಅರ್ಥದಲ್ಲಿ ಕೈಲಾಸಂ ರೀಡರ್ ಕೂಡ ಹೌದು. ಕೈಲಾಸಂ ಕೃತಿ, ಕೃತ್ಯ

ಎರಡೂ ಅದರಲ್ಲಿ ಸೊಗಸಾಗಿಯೇ ಪಡಿಮೂಡಿದೆ. ಕನ್ನಡದಲ್ಲಿ ಪನ್ ವಿನೋದ ಆರಂಭವಾದದ್ದು ಕೈಲಾಸಂ ಅವರಿಂದಲೇ. ಅದಕ್ಕೂ ಮುಂಚೆ ಪದಗಳನ್ನು ಅಷ್ಟೊಂದು ಬೆಂಡೆತ್ತಬಹುದು ಎಂದು ಯಾರಿಗೂ ಗೊತ್ತಿದ್ದಂತಿರಲಿಲ್ಲ. ಕೈಲಾಸಂ ಇಂಗ್ಲಿಷ್, ಕನ್ನಡವನ್ನು ಬೆರೆಸಿ ಹೊಸ ಹೊಸ ಪದಗಳನ್ನು ಸೃಷ್ಟಿಸಿ, ತಮಗಿರುವ ಎರಡೂ ಭಾಷೆಯ ಪಾಂಡಿತ್ಯವನ್ನು ಸಮರ್ಥವಾಗಿ ಬಳಸಿದರು.

ವೃತ್ತಿರಂಗಭೂಮಿಯ ನಾಟಕಗಳ ಕಾರುಬಾರಿನ ನಡುವೆ, ಸ್ಕ್ರೀನು, ಸೀನು, ಅದ್ದೂರಿಯ ಸೆಟ್ಟು, ಸಂಸ್ಕೃತಭೂಯಿಷ್ಠ ಭಾಷೆ, ಪೌರಾಣಿಕ, ಐತಿಹಾಸಿಕ ಕಥಾವಸ್ತು ರಾರಾಜಿಸುತ್ತಿದ್ದ ದಿನಗಳಲ್ಲಿ ಕೈಲಾಸಂ ನಾಟಕದ ಪಾತ್ರಗಳು ಸರಳ ಕನ್ನಡದಲ್ಲಿ ಮಾತಾಡಲು ಆರಂಭಿಸಿದ್ದೇ ಒಂದು ಕ್ರಾಂತಿ ಎನ್ನುತ್ತಿದ್ದರು ವೈಯೆನ್ಕೆ. 'ಇಂಥ ಪ್ರದರ್ಶನವನ್ನು ಹಿಂದೆಂದೂ ನೋಡಿರಲಾರಿರಿ. ಚಪ್ಪರದ ಖರ್ಚು ಹುಟ್ಟದಿದ್ದರೆ ಮುಂದೆಂದೂ ನೋಡಲಾರಿರಿ' ಎಂದು ನಾಟಕದ ಕರಪತ್ರ ಹೊರಡಿಸುತ್ತಿದ್ದರಂತೆ ಕೈಲಾಸಂ. ಹೀಗೆ ಕೈಲಾಸಂ ಕುರಿತು ಹೇಳುತ್ತಿದ್ದವರೆಲ್ಲ ಅವರನ್ನು ಅಸಾಧಾರಣ ಹಾಸ್ಯಪ್ರಜ್ಞೆಯ, ವಿನೋದ ಗುಣದ ವ್ಯಕ್ತಿ ಎಂಬಂತೆ ಚಿತ್ರಿಸಿದ್ದರು. ಅವರ ವಿನೋದಗಳಲ್ಲಿ ಹಲವಷ್ಟು ನಮಗೆ ಆಗೆಲ್ಲ ಅರ್ಥವಾಗುತ್ತಲೇ ಇರಲಿಲ್ಲ: ಅವು ಇಂಗ್ಲಿಷಿನಲ್ಲಿರುತ್ತಿದ್ದವು.

ಇವತ್ತಿಗೂ ಕೈಲಾಸಂ ಬರೆದ ಗಂಡಸ್ಕತ್ರಿ, ಹುತ್ತದಲ್ಲಿ ಹುತ್ತ, ಪೋಲಿಕಿಟ್ಟಿ, ಟೊಳ್ಳುಗಟ್ಟಿ ಮುಂತಾದ ನಾಟಕಗಳನ್ನು ಓದಲು ಕಷ್ಟವಾಗುತ್ತದೆ. ಹೋಂರೂಲು ನಾಟಕದಲ್ಲಿ ಬರುವ 'ಅಯ್ಯೋ ದೇವ್ರೇ, ಏನ್ಹಣೇಬರ ನನ್ದು. ಹೀಗ್ನಾನ್ ಕಾಸಿಕ್ಕಾಸ್ಕೂಡಾಕಿ ಈ ಹಾಳ್ಸಂಸಾರಾನುದ್ಧಾರ ಮಾಡಿ ಏನ್ಬಂದ್ಹಾಗಾಯ್ತು ನಂಗೆ. ಈ ಕಾಲದ್ಹೆಂಗಸ್ರ ಗತಿಯೆಲ್ಲ ಹಿಂಗೆ. ತಕ್ವಯಸ್ಸಿನ್ಗಂಡ, ಮಕ್ಳು, ಬೇಕೂಂದ್ರೆ ಮಾವಳ್ಳೀಲ್ಮನೆ, ಒಪ್ಪತ್ತೂಟ, ಕಡ್ಡಿ ಅಗಲಂಚಿನ ಸೀರೆ ದೀಪಾವಳಿಗೆ, ಕತ್ತೀಕ್ಕರೀಮಣಿ, ಈ ಹೆಂಗಸ್ರ ಚಪಲ ತೀರಿಸ್ಕೋ ಬೇಕೂಂದ್ರೆ ಮೀಸೆನೆರ್ದವನ್ಗೆ ಮದುವಣಗಿತ್ತಿ ಆಗ್ಬೇಕು...'

ಇಂಥ ಮಾತುಗಳು ಪುಟಗಟ್ಟಲೆ ಸಾಗುತ್ತವೆ. ನಾಟಕ ನೋಡಿ ಹೊರಬಂದರೆ ಕಿವಿತುಂಬ ಮಾತು. ತಲೆ ಓರೆ ಮಾಡಿದರೆ ಕಿವಿಯಿಂದ ಪದಗಳು ಹೊರಗೆ ಸುರಿಯುತ್ತವೇನೋ ಎಂಬಷ್ಟು ಮಾತು. ಅದರಲ್ಲೂ ಹುತ್ತದಲ್ಲಿ ಹುತ್ತ ನಾಟಕದ ತುಂಬ ಇಂಗ್ಲಿಷಿನದೇ ದರ್ಬಾರು. ಅವನ್ನು ಅಷ್ಟೇ ಸೊಗಸಾಗಿ ನಿರೂಪಿಸಬಲ್ಲ ನಟರು ಸಿಕ್ಕರೆ ಪ್ರೇಕ್ಷಕ ಪಾರು. ಇಲ್ಲದೇ ಹೋದರೆ ಸಂಭಾಷಣೆ ಚೂರುಚೂರು.

ಕೈಲಾಸಂ ಕುರಿತು ಬಹಳ ಕಾಲ ಬರೆದವರು ಬಿ.ಎಸ್. ಕೇಶವರಾವ್. ಅವರನ್ನು ಬಿಟ್ಟರೆ ಕೈಲಾಸಂ ಒಡನಾಟ ಇದ್ದವರು ಈಗ್ಯಾರೂ ಇಲ್ಲ. ನಮ್ಮ ಮಟ್ಟಿಗೆ ಅವರು ಪುರಾತನ ನಾಟಕಕಾರರು. ಸ್ವಾತಂತ್ರ್ಯಪೂರ್ವದವರು.

1946 ರಲ್ಲಿ ತೀರಿಕೊಂಡ ಕೈಲಾಸಂ ತಮ್ಮ ಕಾಲದಲ್ಲಿ ಮಾಡಿದ ಸಾಧನೆ, ನಾಟಕಕ್ಕೆ ಕೊಟ್ಟ ತಿರುವು, ರಂಗಭೂಮಿಯ ರೂಪ–ರೇಷೆಗಳನ್ನು ಬದಲಾಯಿಸಿದ ರೀತಿ ಇವೆಲ್ಲವೂ ಗಮನಾರ್ಹ. ವಿನೋದ ಮತ್ತು ಕಣ್ಣೀರು ಇವೆರಡನ್ನು ಬಂಡವಾಳವಾಗಿಟ್ಟುಕೊಂಡು ಕೈಲಾಸಂ ರಂಗಭೂಮಿಯನ್ನು ಪ್ರವೇಶಿಸಿದರು. ಅವೆರಡೂ ಕೊನೆಯ ತನಕ ಅವರ ಜೊತೆಗೇ ಇದ್ದವು. ಅವರ ಬದುಕನ್ನು ನೋಡಿದರೂ ಅದೇ ಕಾಣಿಸುತ್ತದೆ.

ಡಿವಿಜಿ, ರಾಜರತ್ನಂ, ಅನಕೃ, ರಾಶಿ, ಕೆ.ವಿ. ಅಯ್ಯರ್, ಬಿ.ಎಸ್. ರಾಮರಾವ್, ಇ.ಆರ್. ಸೇತುರಾಮ್ ಹೀಗೆ ಅನೇಕರು ಕೈಲಾಸಂ ಜೊತೆಗಿದ್ದರು. ಅವರು ಕೈಲಾಸಂ ಸಾಂಗತ್ಯದ ಕುರಿತು ಸೊಗಸಾಗಿ ಬರೆದುಕೊಂಡಿದ್ದಾರೆ. ನಾವು ಚಿಕ್ಕವರಿದ್ದಾಗ ಕೈಲಾಸಂ ಸಿಗರೇಟು ಹೊಗೆಯಲ್ಲಿ ತಮ್ಮ ಹೆಸರು ಬರೆಯುತ್ತಿದ್ದರು ಎಂಬ ದಂತಕತೆ ಕೇಳಿದ್ದೆವು. ಅವರು ದಿನಾ ಕುಡಿಯುತ್ತಿದ್ದರೂ, ಸಿಕ್ಕಾಪಟ್ಟೆ ಸಿಗರೇಟು ಸೇದುತ್ತಿದ್ದರೂ ಜಟ್ಟಿಯಂತಿದ್ದರು ಎಂದು ಹೇಳುತ್ತಿದ್ದರು. ಅದಕ್ಕಿಂತ ಆಚೆಗೆ ಅವರು ಅದೃಶ್ಯ ಮನುಷ್ಯ.

ಕೈಲಾಸಂ ನಾಟಕಗಳನ್ನು ನೋಡಿದರೆ, ಅವುಗಳ ಸನ್ನಿವೇಶ ಬ್ರಾಹ್ಮಣರ ಮನೆಯಿಂದ ಎತ್ತಿಕೊಂಡು ಬಂದ ಒಂದು ಸಹಜ ದೃಶ್ಯದಂತಿರುತ್ತಿತ್ತು ಅನ್ನುವುದು ಗೊತ್ತಾಗುತ್ತದೆ. ಆ ಕಾಲದಲ್ಲಿ ಬ್ರಾಹ್ಮಣರ ಮನೆಗಳಲ್ಲಿ ಕಾಣಿಸುತ್ತಿದ್ದ ಮಡಿವಂತಿಕೆ ಕೈಲಾಸಂ ಅವರ ಗೇಲಿಗೆ ವಸ್ತುವಾಯಿತು. ಅತ್ತೆಸೊಸೆ ಸಂಬಂಧ, ವರದಕ್ಷಿಣೆ ಕಾಟ, ಶೋಷಣೆ, ಭ್ರಷ್ಟಾಚಾರ ಎಲ್ಲವನ್ನೂ ತಮ್ಮ ನಾಟಕಗಳಲ್ಲಿ ಹಿಡಿದಿಟ್ಟರು. ನಾಟಕ ಅನ್ನುವುದಕ್ಕಿಂತ ಅವನ್ನು ಪ್ರಹಸನ ಅನ್ನುವುದೇ ಸೂಕ್ತ.

ಹಾಗಿದ್ದರೂ ಕೈಲಾಸಂ, ಕನ್ನಡಕ್ಕೊಬ್ಬನೇ ಕೈಲಾಸಂ ಎಂದು ಹೆಸರಾದರು. ದಂತಕತೆಯಾದರು. ಅವರ ಜೊತೆ ಗೆಳೆಯರ ದೊಡ್ಡದೊಂದು ಗುಂಪಿರುತ್ತಿತ್ತು. ಕೈಲಾಸಂ ಉತ್ಸಾಹ ಬಂದಾಗೆಲ್ಲ ಎದುರು ಕುಳಿತ ಶಿಷ್ಯಂದಿರಿಗೆ ನಾಟಕವನ್ನು ಡಿಕ್ಟೇಟ್ ಮಾಡುತ್ತಿದ್ದರಂತೆ. ಆದರೆ ಅವರು ಬರೆದ ನಾಟಕಗಳನ್ನು ಓದಿದಾಗ, ಅವನ್ನು ಅವರು ಬರೆದ ರೀತಿಯನ್ನು ಗಮನಿಸಿದಾಗ ಕೈಲಾಸಂ ಯಾವತ್ತೂ ಗಂಭೀರ ಸಾಹಿತಿಯಂತೆ, ಶಿಸ್ತಾಗಿ ಕೂತು ಏನನ್ನೂ ಬರೆದೇ ಇಲ್ಲ ಅನ್ನಿಸುತ್ತದೆ. ಗೆಳೆಯರೊಂದಿಗೆ ಕುಳಿತಾಗ, ಶಿಷ್ಯಂದಿರೊಂದಿಗೆ ಮಾತಾಡುತ್ತಿದ್ದಾಗ ಹೊಳೆದ ಮಾತುಗಳೇ ನಾಟಕವಾಗಿವೆ ಅನ್ನಿಸುತ್ತದೆ. ಕೆಲವು ನಾಟಕದ ಪಾತ್ರಗಳಂತೂ ಪುಟಗಟ್ಟಲೇ ಒಂದೇ ಸಮನೆ ಮಾತಾಡುತ್ತಲೇ ಇರುತ್ತವೆ.

ಅದೇನೇ ಇದ್ದರೂ, ಕಂದ ಪದ್ಯಗಳಿಂದ, ರಂಗಗೀತೆಗಳಿಂದ ನಾಟಕವನ್ನು ಸೆಳೆದುಕೊಂಡು ಬಂದು ಮಾತಿನ ಪೀಠದ ಮೇಲೆ ಕೂರಿಸುವುದು ಅಷ್ಟೇನೂ ಸುಲಭವಾಗಿರಲಿಲ್ಲ. ಅಂಥ ಕೆಲಸವನ್ನು ಕೈಲಾಸಂ ಧೈರ್ಯದಿಂದ ಮಾಡಿದರು. ಪ್ರಸನ್ನ ಹೇಳುವ ಹಾಗೆ, ಕೈಲಾಸಂ ನಂತರ ಆ ಕೆಲಸವನ್ನು

ಮಾಡಿದವರು ಶ್ರೀರಂಗ. ಶ್ರೀರಂಗರಿಗೆ ಕೈಲಾಸಂ ಹಾಕಿಕೊಟ್ಟ ಮಾರ್ಗ ಧೈರ್ಯ ತುಂಬಿರಬೇಕು. ಮಾಸ್ಟರ್ ಹಿರಣ್ಣಯ್ಯನವರ ನಾಟಕಗಳನ್ನು ಕೇಳಿದರೆ, ಕೈಲಾಸಂ ಅವರ ನಾಟಕಗಳಲ್ಲಿರುವ ಮಾತಿನ ಓಘವನ್ನು ಕೊಂಚಮಟ್ಟಿಗೆ ಅರ್ಥ ಮಾಡಿಕೊಳ್ಳಲು ಸಹಾಯವಾದೀತೇನೋ? ಆದರೆ ಕೈಲಾಸಂ 'ಪನ್ನತಿಕೆ' ಇಲ್ಲಿ ನಿಮಗೆ ಕಾಣಸಿಗದು.

ನಾಟಕವನ್ನು ಒಂದು ಅಸ್ತ್ರದಂತೆ ಬಳಸುವ ಯುರೋಪಿನ ನಾಟಕಕಾರರ ಮಧ್ಯೆ, ಮನುಕುಲದ ಎಲ್ಲಾ ಸಂಕಟಗಳನ್ನು ಸಂಭ್ರಮಗಳನ್ನು ಹೇಳುವ ಷೇಕ್ಸ್‌ಪಿಯರ್ ಎದುರು, ಕೈಲಾಸಂ ಕೊಂಚ ಪೇಲವವಾಗಿ ಕಾಣಿಸುತ್ತಾರೆ. 'ವಿಗಡವಿಕ್ರಮರಾಯ' ನಾಟಕ ತನ್ನೊಡಲಲ್ಲಿ ಹುದುಗಿಸಿಟ್ಟುಕೊಂಡಿರುವ ಘರ್ಷಣೆಯ ಕಿಡಿ ನಮ್ಮನ್ನು ಬೆಚ್ಚಿಬೀಳಿಸುತ್ತದೆ. ಕೈಲಾಸಂ ಕಾಲದಿಂದಾಚೆಗೆ, ಕನ್ನಡ ನಾಟಕಗಳು ಕೂಡ, ಹೆಚ್ಚು ಸಂಕೀರ್ಣವಾಗುತ್ತಾ, ಸರಳಗೊಳ್ಳುತ್ತಾ ಇಡೀ ಜೀವನದ ಘರ್ಷಣೆಯನ್ನು ಹಿಡಿಯುವತ್ತ ಮುಖ ಮಾಡಿದವು. ನಾಟಕಕಾರ ಸೂರಿ ಹೇಳುವ ಹಾಗೆ ನಮ್ಮ ಕೊಟೇಷನ್‌ಗಳು, ಬೇರೆ ಬೇರೆ ಸಂದರ್ಭದಲ್ಲಿ ಬಳಸಬಹುದಾದ ಸಾಲುಗಳು ಸಿಗುವುದು ಕೈಲಾಸಂ ಮತ್ತು ಕಾರ್ನಾಡರ ನಾಟಕಗಳಲ್ಲಿ ಮಾತ್ರ. ಷೇಕ್ಸ್‌ಪಿಯರ್ ನಾಟಕಗಳ ತುಂಬ ಯಾವ್ಯಾವುದೋ ಸಂದರ್ಭಕ್ಕೆ ಹೊಂದಿಕೆಯಾಗುವಂಥ ಸಾಲುಗಳು ಸಿಗುತ್ತವೆ. ಕನ್ನಡದಲ್ಲಿ ಅಂಥದ್ದನ್ನು ಮೊದಲು ಕೊಟ್ಟವರು ಕೈಲಾಸಂ.

ಕೈಲಾಸಂ ಮೌಲ್ಯಮಾಪನವನ್ನು ನಾವೀಗ ಮಾಡಬೇಕಾದ ಅಗತ್ಯ ಇಲ್ಲ. ಅವರು ನಮ್ಮೊಳಗೆ ಹೇಗೆ ಉಳಿದುಕೊಂಡಿದ್ದಾರೆ, ಎಷ್ಟು ನೆಲೆನಿಂತಿದ್ದಾರೆ ಎಂದು ನೋಡುವುದು ನಮಗೇ ನಾವು ಮಾಡಿಕೊಳ್ಳುವ ಉಪಕಾರ. ಅಂಗಸಾಧನೆಯ ಕಸರತ್ತಿನಂತೆ ಕಾಣಿಸುವ ಇವತ್ತಿನ ಬಹುತೇಕ ನಾಟಕಗಳು, ಒಂದು ಸಮುದಾಯವನ್ನು ಪ್ರತಿಬಿಂಬಿಸಲು ಸೋಲುತ್ತಿರುವ ನಾಟಕಕಾರರು– ಇವರ ಮಧ್ಯೆ ಒಳ್ಳೆಯ ನಾಟಕಕ್ಕಾಗಿ ಹಂಬಲಿಸುವ ಪ್ರೇಕ್ಷಕರು. ರಂಗಭೂಮಿ ಕಳೆದ ಕೆಲವು ವರ್ಷಗಳಿಂದ ಕತೆ, ಕವಿತೆ, ಕಾದಂಬರಿ, ಜೀವನಚರಿತ್ರೆ–ಇವನ್ನು ರಂಗಕ್ಕೆ ತರುತ್ತಿರುವುದನ್ನು ನೋಡಿದರೆ ಆ ರಂಗದ ಕಷ್ಟ ಗೊತ್ತಾಗುತ್ತದೆ. ಒಂದು ಕಾಲಮಾನದ, ಒಂದು ಸಮೂಹದ ತಳಮಳ, ಖುಷಿ, ಒತ್ತಾಸೆ ಮತ್ತು ಸೋಲುಗಳನ್ನು ಹಿಡಿದಿಡುವಲ್ಲಿ ಈ ಕಾಲದ ನಾಟಕಕಾರರು ಸೋಲುತ್ತಿದ್ದಾರಾ? ಇವನ್ನೆಲ್ಲ ಹೇಳುವುದಕ್ಕೆ ನಮಗೆ ಮತ್ತೆ ಇತಿಹಾಸ ಮತ್ತು ಪುರಾಣಗಳೇ ಬೇಕಾ? ರಂಗಭೂಮಿಯನ್ನು ಸಮಕಾಲೀನ ಜಗತ್ತಿಗೆ ಕೈಲಾಸಂ ಎಳತಂದು ನೂರು ವರ್ಷಗಳಾದ ನಂತರವೂ ಈ ಬರ ಯಾಕೆ?

ಈ ಪ್ರಶ್ನೆಗಳನ್ನು ಒತ್ತಟ್ಟಿಗಿಟ್ಟು ಕೈಲಾಸಂ ಬರೆದ ಕೆಲವು ಉತ್ಸಾಹಭರಿತ ಗೀತೆಗಳನ್ನು ನೋಡೋಣ. ಅವುಗಳಲ್ಲಿ ಅತ್ಯಂತ ಜನಪ್ರಿಯವಾದದ್ದು

'ತಿಪ್ಪಾರಳ್ಳಿ ಬಲುದೂರ', 'ಕೋಳೀಕೆ ರಂಗ', 'ನೋಡಿದ್ರಾ ನಮ್ ನಂಜೀನಾವ.' ತುಂಬ ತಮಾಷೆಯಾಗಿ ಕೇಳಿಸುತ್ತಿದ್ದ, ಇವತ್ತಿನ ಹುಡುಗರಿಗೆ ಅರ್ಥವೇ ಆಗದ ಮತ್ತೊಂದು ಹಾಡು 'ಕಾಶೀಗ್ ಹೋದ ನಮ್ ಭಾವ, ಕಬ್ಬದ್ ದೋಣೀಲಿ', ನಾಟಕದ ಪ್ರಾರ್ಥನಾ ಗೀತೆಯಾಗಿ ಬಳಸುತ್ತಿದ್ದ 'ಕಲೆಕಶನ ಘನಪಡಿಸಿ, ಕಂಪೆನಿಯ ಬದುಕಿಸೋ, ಕಾಂಪ್ಲಿಮೆಂಟರಿಗಳ ಕಟಾಯಿಸಿ, ಕ್ರೆಡಿಟರುಗಳ ಗುಮಾಯಿಸಿ, ಈ ಕುರಿಗಳನ್ನು ಜಮಾಯಿಸಿ, ಕಲೆಕಶನ ಘನಪಡಿಸಿ, ಕಂಪೆನಿಯ ಬದುಕಿಸೋ' ಎಂಬ ಸಾಲುಗಳು, ಸುಂಡಿಲಿಯು ಸುಳಿಯುತಿರೆ ಎಂಬಿತ್ಯಾದಿ ಕಂದಪದ್ಯ, ಬೀದೀಲೇನಾದ್ರೂ ಬಿಡ್ಗಾಸು ಬಿದ್ದಿದ್ಯಾಂತ ಬಗ್ನೋಡ್ತ ಬರ್ತಿದ್ದೀಯೇನೋ ಬಕವೇ... ಎಂಬ ರೀತಿಯ ಪ್ರಾಸಬದ್ಧ ಸಾಲುಗಳು ಇವೆಲ್ಲ ಕೈಲಾಸಂ ಛಾಪು.

ಪಿಟೀಲು ಚೌಡಯ್ಯನವರಿಗೂ ಗಾಂಧೀಜಿಯವರಿಗೂ ಏನು ವ್ಯತ್ಯಾಸ? ಚೌಡಯ್ಯ ವಯಲನಿಸ್ಟ್, ಗಾಂಧೀಜಿ ನಾನ್ವಯಲನಿಸ್ಟ್. ಕೈಲಾಸಂಗೂ ಬರ್ನಾಡ್ ಷಾಗೂ ಏನು ವ್ಯತ್ಯಾಸ: ಷಾ ಐರಿಷ್, ಕೈಲಾಸಂ ಐಯ್ಯರಿಶ್. ಕೈಲಾಸಂ ಮನೆ ಹೆಸರು ವೈಟ್‌ಹೌಸ್. ಅದರಲ್ಲಿ ತಾನೊಂದು ಬ್ಲಾಕ್‌ಸ್ಪಾಟ್ ಎಂದು ಕರೆದುಕೊಳ್ಳುತ್ತಿದ್ದ ರೀತಿ–ಹೀಗೆ ಕೈಲಾಸಂ ವ್ಯಕ್ತಿತ್ವ ವರ್ಣರಂಜಿತ.

ಕೊನೆಯ ದಿನಗಳಲ್ಲಿ ಮುಂಬೈಗೆ ಹೋಗಿ ಅಲ್ಲಿ ವಂಚಿತರಾಗಿ ವಾಪಸ್ಸು ಬಂದು, ಮನೋವಿಕಲ್ಪಕ್ಕೆ ಗುರಿಯಾಗಿ ತುಂಬ ಸಂಕಟ ಅನುಭವಿಸಿ ತೀರಿಕೊಂಡವರು ಕೈಲಾಸಂ. ಅವರು ಅಷ್ಟು ವರ್ಷ ಬದುಕಿದ್ದೇ ಒಂದು ಸಾಧನೆ ಎಂದು ಅವರ ಅನೇಕ ಗೆಳೆಯರು ಹೇಳುತ್ತಿದ್ದರಂತೆ. ಹಾಗಿತ್ತು ಕೈಲಾಸಂ ಜೀವನ ಶೈಲಿ.

ಆ ಕಾಲದ ಪ್ರತಿಭಾವಂತರು ಇದ್ದದ್ದೇ ಹಾಗೆ ಅನ್ನೋಣವೇ, ಹಾಗಿದ್ದುದರಿಂದಲೇ ಅಲ್ಲೊಂದು ವೈವಿಧ್ಯ, ಲವಲವಿಕೆ ಇತ್ತು ಎಂದು ಭಾವಿಸೋಣವೇ, ಅವರ ಸಹಜ ಶೈಲಿ, ಉಲ್ಲಾಸ, ಬಿಡುಬೀಸು ಜೀವನ, ಗುರಿಯೂ ಮಹತ್ವಾಕಾಂಕ್ಷೆಯೂ ಇಲ್ಲದ ಬದುಕು ನಮಗೆ ಕೊಟ್ಟುಹೋದ ಸಾಹಿತ್ಯ, ಪ್ರೀತಿ, ಒಳ್ಳೆಯ ಓದು–ಇವನ್ನಷ್ಟೇ ಸವಿಯುತ್ತಾ ಸುಮ್ಮಗುಳಿಯೋಣವೇ?

ಮರೆಯಲಾಗದ ಮಾಸ್ತಿ

ಅವನು ಕಾಡಿನಲ್ಲಿದ್ದಾನೆ. ಅವನದೊಂದು ಪುಟ್ಟ ಬಳಗವಿದೆ. ಅಲ್ಲೊಂದು ಪ್ರೇಮಕತೆಯಿದೆ. ತನ್ನ ನೋವು, ದುಗುಡಗಳನ್ನು ಅವನು ತನ್ನ ಬಳಗದ ಮುಂದೆ ತೋರಿಸಿಕೊಳ್ಳುವುದಿಲ್ಲ. ಅವರ ಮುಂದೆ ಕಣ್ಣೀರು ಹಾಕುವುದಿಲ್ಲ. ಅಧಿಕಾರ ಕಳೆದುಕೊಳ್ಳುತ್ತೇನೆಂದು ಕಣ್ಣೀರು ಹಾಕುವ ನಾಯಕ, ಪ್ರೀತಿ ಕಳಕೊಳ್ಳುವ ಭಯದಿಂದ ಕಂಬನಿಗರೆಯುವ ಪ್ರೇಮಿ, ಸಂಪತ್ತನ್ನು ಕಳಕೊಳ್ಳುತ್ತೇನೆಂಬ ಕಾರಣಕ್ಕೆ ಗೋಳು ಕರೆಯುವ ಧನಿಕರಂತಲ್ಲ ಅವನು. ಅವನದು ಗೆಲ್ಲಬೇಕು ಎನ್ನುವ ಹುಮ್ಮಸ್ಸಲ್ಲ. ತಮ್ಮವರಿಗೆ ತುಂಬ ದೊಡ್ಡ ಮಟ್ಟದ ನೆರವು ನೀಡಬಲ್ಲೆ ಎಂದೂ ಅವನು ಹೇಳುವುದಿಲ್ಲ. ವಿಪತ್ತು ಬಂದಾಗ ಅದನ್ನು ಉಪಾಯದಿಂದ ಹಿಮ್ಮೆಟ್ಟಿಸುವುದನ್ನು ಅವನಿಗೆ ಪರಿಸರವೇ ಕಲಿಸಿದೆ.

ಅವನು ಕಾಕನಕೋಟೆಯ ಕಾಚ. ಮಹಾಪ್ರಭುಗಳು ಗುಡ್ಡಗಾಡಿನಲ್ಲಿ ಬದುಕುವ ಅವನ ಜನಾಂಗಕ್ಕೆ ಕರಭಾರ ಹೊರಿಸಿದ್ದಾರೆ. ಅದನ್ನು ವಿರೋಧಿಸುವ ಕಾಚ, ತಮ್ಮನ್ನು ನಿಮ್ಮ ರಾಜಕೀಯ ವ್ಯವಸ್ಥೆಯ ಭಾಗವಾಗಿ ಮಾಡಿಕೊಳ್ಳಬೇಡಿ ಎನ್ನುತ್ತಾನೆ. ಅವನ ಒಳಮನಸ್ಸಿಗೆ ಕೆಲವು ಸತ್ಯಗಳು ಗೊತ್ತು. ಪ್ರಭುತ್ವ ಕಾಡಿಗೆ ಕಾಲಿಟ್ಟೊಡನೆ ಇಡೀ ಪರಿಸರದ ಲಯ ಕಲಕುತ್ತದೆ ಎನ್ನುವುದೂ ಗೊತ್ತು. ಒಮ್ಮೆ ಪ್ರಭುತ್ವ ಕಾಡನ್ನೇ ನಂಬಿ ಬದುಕುವ ಮಂದಿಗೆ ಸುಂಕ ವಿಧಿಸಿದೊಡನೆ, ಆ ಸುಂಕ ಕಟ್ಟುವುದಕ್ಕೋಸ್ಕರ ಅವರು ಹೆಚ್ಚು ಬೇಟೆಯಾಡುತ್ತಾರೆ. ಹೆಚ್ಚು ದುಡಿಯುತ್ತಾರೆ. ಹೆಚ್ಚು ಹೆಚ್ಚು ಕಾಡಿನ ಉತ್ಪನ್ನಗಳನ್ನು ತೆಗೆಯಲು ಆರಂಭಿಸುತ್ತಾರೆ. ಸುಲಿಗೆ ಆರಂಭವಾಗುತ್ತದೆ. ಕಾಡು ಕೂಡ ನಾಡಿನ ಹಾಗಾಗುತ್ತದೆ.

ಪ್ರಭುತ್ವದ ಒಂದು ಭಾಗವಾಗಿದ್ದ, ಸಿವಿಲ್ ಸರ್ವೀಸ್ ಪರೀಕ್ಷೆ ಪಾಸು ಮಾಡಿ ಡಿಸ್ಟ್ರಿಕ್ಟ್ ಕಮಿಷನರ್ ಆಗಿದ್ದ ಮಾಸ್ತಿಯವರಿಗೆ ಈ ಸೂಕ್ಷ್ಮ ಗೊತ್ತಿತ್ತು. ನಾಡಿನ ಮಂದಿ ಕಾಡಿಗೆ ಕಾಲಿಟ್ಟರೆ ಆಗುವ ಅನಾಹುತಗಳ ಅರಿವಿತ್ತು.

'ಕಾಕನಕೋಟೆ'ಯನ್ನು ಹೊರಗಿನ ಶಕ್ತಿಗಳು ನಿಯಂತ್ರಿಸಲು ಆರಂಭಿಸಿದ ತಕ್ಷಣ ಅವರ ಆರ್ಥಿಕತೆಯೊಂದಿಗೆ ನೆಮ್ಮದಿ ಕೂಡ ಕದಡುತ್ತದೆ ಎಂಬುದನ್ನು ಬಲ್ಲವರಾಗಿದ್ದರು.

ಅಂಥ ಒಳನೋಟವನ್ನಿಟ್ಟುಕೊಂಡೇ ಮಾಸ್ತಿ ಬರೆದ 'ಕಾಕನಕೋಟೆ' ನಾಟಕ ಇವತ್ತು ಅನೇಕ ಸಂಗತಿಗಳಿಗೆ ರೂಪಕವಾಗಿದೆ. ಪ್ರಭುತ್ವ ಕಾಲಿಟ್ಟಲ್ಲೆಲ್ಲ ಏನೇನಾಗಿದೆ ಎಂಬುದನ್ನು ನಾವು ನೋಡುತ್ತಿದ್ದೇವೆ. ಪುಟ್ಟ ಹಳ್ಳಿಯಲ್ಲಿ ತಣ್ಣಗೆ ಹರಿಯುವ ಹಳ್ಳದ ದಂಡೆಯಲ್ಲಿರುವ ಮರಳು ಕೂಡ ಇವತ್ತು ರಾಜ್ಯದ ಸಂಪತ್ತು. ಅದನ್ನು ಹಳ್ಳಿಯ ಮಂದಿ ಬಳಸುವಂತಿಲ್ಲ. ಪ್ರಭುತ್ವ ಅದನ್ನು ಹರಾಜು ಹಾಕಿ ಬೊಕ್ಕಸ ತುಂಬಿಸಿಕೊಳ್ಳಬಹುದು.

ಐಕ್ಯತೆ, ಸಮಗ್ರತೆ ಮತ್ತು ಇಡೀ ರಾಷ್ಟ್ರವೇ ಒಂದು ಎಂಬ ಸದ್ಭಾವನೆಯ ಜೊತೆಗೆ, ಪುಟ್ಟ ಹಳ್ಳಿಯ ಮಹತ್ವವನ್ನೂ ಪ್ರಭುತ್ವ ಅರಿತಿರಬೇಕಾಗುತ್ತದೆ. ಅನನ್ಯತೆ, ಅಸ್ಮಿತೆ ಹಾಗೂ ಒಬ್ಬೊಬ್ಬ ವ್ಯಕ್ತಿಗೂ ಇರುವ ಪ್ರತಿಭೆ, ಸಾಮರ್ಥ್ಯ, ವೈಶಿಷ್ಟ್ಯವನ್ನು ರಾಷ್ಟ್ರ ಗುರುತಿಸದೇ ಹೋದರೆ ಅಮೆರಿಕಾದಂಥ ರಾಷ್ಟ್ರ ನಿರ್ಮಾಣವಾಗುತ್ತದೆ. ಏಕತಾನತೆ ಅನ್ನುವುದು ಸಾಹಿತ್ಯದಲ್ಲಿ ಹೇಗೋ, ಕವಿತ್ವದಲ್ಲಿ ಹೇಗೋ, ರಾಗದಲ್ಲಿ ಹೇಗೋ ರಾಜ್ಯಭಾರದಲ್ಲೂ ಕೆಟ್ಟದ್ದು. ಅದನ್ನು ಮೀರುವುದಕ್ಕೆ ಪ್ರತಿಯೊಬ್ಬರು, ಪ್ರತಿದೇಶವೂ ತನ್ನದೇ ಆದ ನೆಲೆಯಲ್ಲಿ ಯತ್ನಿಸುತ್ತಲೇ ಇರಬೇಕಾಗುತ್ತದೆ.

ಮಾಸ್ತಿಗೆ ಆ ಸತ್ಯವೂ ಗೊತ್ತಿತ್ತು ಅನ್ನುವುದು 'ಕಾಕನಕೋಟೆ' ನಾಟಕ ಓದಿದಾಗ ಗೊತ್ತಾಗುತ್ತದೆ. ಪ್ರಭುತ್ವದ ಸಮಸ್ಯೆಯಿರುವುದು ಪ್ರಭುವಿನಲ್ಲಿ ಅಲ್ಲ, ಅವನ ಮಾತುಗಳನ್ನು ಚಾಚೂ ತಪ್ಪದೆ ಅನುಸರಿಸುವ ನೌಕರ ವರ್ಗದಲ್ಲಿ ಅನ್ನುವುದನ್ನೂ ಮಾಸ್ತಿ ಸೂಚಿಸುತ್ತಾರೆ. ನೌಕರ ವರ್ಗ ಯಾವತ್ತೂ ಚಿಂತನಶೀಲವಲ್ಲ. ಅದು ಕಾನೂನನ್ನು ಪಾಲಿಸುವುದಕ್ಕೆ ಇರುವಂಥದ್ದು. ಕಾನೂನಿನ ಸೂಕ್ಷ್ಮಗಳನ್ನು ಮಾತ್ರ ಅದು ಅರ್ಥ ಮಾಡಿಕೊಳ್ಳುತ್ತದೆ, ಜೀವನದ ಸೂಕ್ಷ್ಮಗಳನ್ನಲ್ಲ.

ಇದನ್ನು ಹೇಳುವುದಕ್ಕೆ ಮಾಸ್ತಿ 'ಕಾಕನಕೋಟೆ'ಯನ್ನು ಒಂದು ಸಂಕೇತವನ್ನಾಗಿ ಬಳಸಿಕೊಳ್ಳುತ್ತಾರೆ. ಅಲ್ಲಿ ಕಾಕ ಎಂದರೆ ಮಾದೇಶ್ವರ. ಮಾದೇಶ್ವರನ ಸನ್ನಿಧಿಯಲ್ಲಿ ಬೆಳೆದ ಮಂದಿಗೆ ಅವನೇ ಮಹಾರಾಜ. ಹಾಗಂತ ಕಾಚ ಕೂಡ ನಂಬಿದ್ದಾನೆ. ಆದರೆ ಅವನಿಗೆ ಮಹಾರಾಜನ ಶಕ್ತಿಯ ಬಗ್ಗೆ ಅರಿವಿದೆ. ಆ ಮಹಾಶಕ್ತಿಯನ್ನು ಎದುರಿಸುವ ದಿಟ್ಟತನ ಅವನಿಗೆ ಸ್ವಾಭಾವಿಕವಾದದ್ದು. ಅವನ ಹುಮ್ಮಸ್ಸಿನಿಂದ ಹುಟ್ಟಿದ್ದು.

ತನ್ನ ತುಂಟತನ, ಧಿಮಾಕು, ಕೆಚ್ಚು, ವಿನಯ ಮತ್ತು ಸತ್ಯಸಂಧತೆಯಿಂದ ಗೆಲ್ಲುತ್ತಾ ಹೋಗುವ ಕಾಚ. ಅವನ ಮುಂದೆ ಸೋತು ಕಂಗಾಲಾಗುವ ಕರಣಿಕ, ಮಂತ್ರಿವರ್ಗ. ಗೆಲ್ಲುವುದಕ್ಕೆ ಆತ ತನ್ನವರನ್ನು ಬಳಸಿಕೊಳ್ಳುವ

ರೀತಿ, ಅಲ್ಲಿ ನಡೆದು ಹೋಗುವ ಒಂದು ಮದುವೆ–ಇವೆಲ್ಲವನ್ನು ಹೇಳುತ್ತಲೇ ಮಾಸ್ತಿ, ಈ ನಶ್ವರತೆಯನ್ನು ಮೀರಿದ ಸತ್ಯವೊಂದನ್ನು ನಮಗೆ ಮನದಟ್ಟು ಮಾಡಿಸುತ್ತಾ ಹೋಗುತ್ತಾರೆ. ತೇಜಸ್ವಿಯ ಕಾಡಿನಲ್ಲಿ ಮಂದಣ್ಣನಂಥ ಪ್ರತಿಭಾವಂತ ಮುಗ್ಧರು ಸಿಗುತ್ತಾರೆ. ಮಾಸ್ತಿಯವರ ಜಗತ್ತಿನಲ್ಲಿ ಎದೆಗಾರಿಕೆ ಮತ್ತು ಜಾಣತನ ಎರಡನ್ನೂ ಮೇಳೈಸಿಕೊಂಡ ಕಾಚನಂಥ ಮುಗ್ಧರಿದ್ದಾರೆ. ಅವನ ಪಾಲಿಗೆ ಮುಗ್ಧತೆ ಶಾಪವಲ್ಲ. ಮುಗ್ಧತೆ ನಮ್ಮ ವೈಯಕ್ತಿಕ ಮಟ್ಟದಲ್ಲಿ ಶಕ್ತಿ, ಸಾರ್ವಜನಿಕವಾಗುತ್ತಾ ಹೋದಂತೆ ಮಿತಿ. ಅದನ್ನು ಅರಿತವನು ಮಾತ್ರ ಗೆಲ್ಲಬಲ್ಲ. ಸೂರ್ಯೋದಯವನ್ನು ತನ್ಮಯತೆಯಿಂದ ನೋಡುವವನಿಗೆ ಅದೊಂದು ನಕ್ಷತ್ರ ಎನ್ನುವುದು ಕೂಡ ಗೊತ್ತಿದ್ದಾಗಲೇ, ಅವನು ತನ್ನತನವನ್ನು ಉಳಿಸಿಕೊಳ್ಳಬಲ್ಲ. ಕೇವಲ ಮುಗ್ಧನಷ್ಟೇ ಆಗಿದ್ದರೆ ಸೂರ್ಯ ಅವನಿಗೆ ದೇವರಂತೆ ಕಾಣಿಸುತ್ತಾನೆ. ಕೇವಲ ವಿಜ್ಞಾನಿಯಾದರೆ ಸೂರ್ಯ ಅವನಿಗೆ ಬೆಂಕಿಯ ಉಂಡೆ ಮಾತ್ರ. ಮುಗ್ಧತೆ ಕಳಕೊಂಡ ವಿಜ್ಞಾನಿ ಬರಡಾಗುತ್ತಾ ಹೋದರೆ, ವೈಜ್ಞಾನಿಕ ಅರಿವಿಲ್ಲದ ಮುಗ್ಧ ಬಡವಾಗುತ್ತಾ ಹೋಗುತ್ತಾನೆ.

ಇವೆಲ್ಲವನ್ನೂ ಮಾಸ್ತಿ ಕಾವ್ಯಾತ್ಮಕವಾಗಿ ಹೇಳುತ್ತಾರೆ. ಕತೆ ಬರೆಯುವ ಹೊತ್ತಿಗೆ ಯಾವ ಕಾವ್ಯಾತ್ಮಕತೆಯನ್ನೂ ತೋರದ ಅವರು, ನಾಟಕಕ್ಕೆ ಬರುವ ಹೊತ್ತಿಗೆ ಪಳಗಿದ ಕವಿಯಂತೆ ಕಾಣಿಸುವುದು ವಿಚಿತ್ರ ಕುತೂಹಲ ಹುಟ್ಟಿಸುತ್ತದೆ. ಈ ಪದ್ಯ ಓದಿ:

ಬೆಟ್ಟದ ತುದಿಯಲ್ಲಿ
ಕಾಡುಗಳ ಎದೆಯಲ್ಲಿ
ಕಪಿನಿಯ ನದಿಯಲ್ಲಿ ಉಗುತಿರುವುದಿಲ್ಲಿ
ಎಲ್ಲಿ ನೋಡ ನೋಡ
ಕರ್‍ರ ಕಾರುವ ಮೋಡ
ಪಡೆಗೂಡುವುದು ಗಾಢ ಒಟ್ಟೊಟ್ಟಿ ಅಲ್ಲಿ
ಎಲ್ಲಿ ಕೊಂಬಿನ ಸಲಗ
ಹೆಣ್ಣಾನೆ ಮರಿಬಳಗ
ಬೆಳುತಿಂಗಳಿನ ತಳಗ ನಡೆಯುವುದು ಅಲ್ಲಿ

ಹೀಗೆ ಕಾಕನಕೋಟೆಯ ಕಾಡಿನ ಚಿತ್ರಣ ನಮ್ಮ ಕಣ್ಮುಂದೆ ತರುವ ಮಾಸ್ತಿಯ ಕವಿತ್ವ ಬೆಚ್ಚಿಬೀಳಿಸುವುದು ಈ ಸಾಲುಗಳಲ್ಲಿ.

ಎಲ್ಲಿ ಏಕಾಏಕಿ
ಗಂಡು ನವಿಲಿಯ ಕೇಕಿ
ಬೋರಗಲ್ಲಿಗೆ ತಾಕಿ ಗೆಲ್ಲುವುದೋ ಅಲ್ಲಿ

ನವಿಲಿನ ಕೇಕೆ ದೊಡ್ಡದೊಂದು ಬಂಡೆಗಲ್ಲಿಗೆ ಬಡಿದು ಪ್ರತಿಧ್ವನಿಸುತ್ತದೆ. ಅಂಥ ಪ್ರತಿಧ್ವನಿಯಲ್ಲೂ ಅದು ತನ್ನ ಅನನ್ಯತೆಯನ್ನು ಉಳಿಸಿಕೊಳ್ಳುತ್ತದೆ. ಬೋರಗಲ್ಲಿಗೆ ತಾಕಿ ಗೆಲ್ಲುತ್ತದೆ ಎನ್ನುತ್ತಾರೆ ಮಾಸ್ತಿ. ಕಾಚ ಕೂಡ ಅದನ್ನೇ ಮಾಡುತ್ತಾನೆ. ಅವನ ಹೋರಾಟದ ದನಿ, ಪ್ರಭುತ್ವವೆಂಬ ಬೋರಗಲ್ಲಿಗೆ ತಾಕಿಯೂ ಗೆಲ್ಲುತ್ತದೆ. ಇಂಥ ಸೂಚನೆಗಳನ್ನು ಕೊಡುತ್ತಾ ಸಾಗುವ ಪದ್ಯದಲ್ಲಿ ಮೈ ನವಿರೇಳಿಸುವ ಮತ್ತೊಂದು ಸಾಲಿದೆ:

ದಿನದಿನ ಸಂಪಂಗಿ
ಇರುವಂತಿ ಮಲ್ಲಂಗಿ
ಮೊಲ್ಲೆ ಅದರ ತಂಗಿ ಅರಳುವುದು ಎಲ್ಲಿ

ಕುಮಾರವ್ಯಾಸ ಕಾಡಿನ ವರ್ಣನೆ ಮಾಡುತ್ತಾ ಅಸಂಖ್ಯಾತ ಹೂಗಳ ಹೆಸರನ್ನು ಹೇಳುತ್ತಾನೆ. ಅನೇಕ ಮರಗಳ ಹೆಸರನ್ನು ಕಾವ್ಯದಲ್ಲಿ ತರುತ್ತಾನೆ. ಯಾವ ಕಾಡಲ್ಲಿ ಯಾವ ಮರವಿದೆ, ಯಾವ್ಯಾವ ಹೂವು ಅರಳುತ್ತದೆ ಎನ್ನುವುದೂ ಅವನಿಗೆ ಗೊತ್ತು. ಮಾಸ್ತಿ ಇಲ್ಲಿ ಸಂಪಂಗಿ, ಮಲ್ಲಂಗಿ ಎನ್ನುತ್ತಾ ಮತ್ತೊಂದು ಹೆಸರಿಲ್ಲದ, ಹೆಸರು ಗೊತ್ತಿಲ್ಲದ ಹೂವನ್ನು 'ಮೊಲ್ಲೆ ಹೂವಿನ ತಂಗಿ' ಎಂದು ಕರೆದುಬಿಡುತ್ತಾರೆ. ಅದು ಮೊಲ್ಲೆ ಹೂವಿನಂತೆ ಕಾಣುತ್ತದೆ, ಮೊಲ್ಲೆಹೂವಲ್ಲ.

ಆ ಕಾಡು, ಆ ಮರ, ಆ ಬಳ್ಳಿ, ಆ ಹೂವು ಯಾರ ಸಂತೋಷಕ್ಕೆ? ಯಾರಿಗೆ ಸೇರಿದ್ದು? ಪದ್ಯ ಕೊನೆಯಾಗುವುದು ಆ ವಿವರಗಳಿಂದ:

ಎಲ್ಲಿ ಕರಿ ಸಿರಿಗಂಧ
ಮರ ಬೆಳೆದು ತಾ ಮುಂದ
ಮಾದೇಶ್ವರಗೆ ಚಂದ ಮೆಚ್ಚುವುದು ಅಲ್ಲಿ...

ಹೀಗೆ ಒಳಗುದಿಯಿಲ್ಲದ, ಬೇಗುದಿಯಿಲ್ಲದ ಕಾಡಿನೊಳಗೆ ಪ್ರಭುತ್ವ ಕಾಲಿಡುತ್ತದೆ. ನೆಮ್ಮದಿಯ ಅಡಗುದಾಣದ ಒಳಗೆ ಕಾಡ್ಗಿಚ್ಚಿನ ಹಾಗೆ ದೊಡ್ಡವರ ಆಸೆಗಳು ಪ್ರವೇಶ ಪಡೆಯುತ್ತವೆ. ಆ ಆಸೆಯೆಂಬ ಕಿಚ್ಚು ಯಾವ ಕ್ಷಣದಲ್ಲಿ ಬೇಕಾದರೂ ಕಾಡಿನ ಮಂದಿ ಯನ್ನು ಸುತ್ತುವರಿಯಬಲ್ಲದು ಎಂಬ ಅರಿವು ಕೇವಲ ಕಾಚನೊಬ್ಬನಿಗೇ ಇದೆ. ಅವರೊಳಗೆ ಅಂಥ ಆಸೆಗೆ ಹಂಬಲಿಸುವ, ಕರಗಿಹೋಗುವ ಮಂದಿಯೂ ಇದ್ದಾರೆ. ಅವರನ್ನು ಹೊರಗಿಡದೇ, ಒಳಗೂ ಇಟ್ಟುಕೊಳ್ಳಲಾರದೇ ಅವರ ಅಪನಂಬಿಕೆಗೆ ಬಲಿಯಾಗದೇ, ನಂಬಿಕೆಗಳನ್ನು ಗಳಿಸಲಾರದೇ ಕಾಚ ಹೋರಾಡಬೇಕಿದೆ.

ಇವನ್ನೆಲ್ಲ ಒಂದು ಸ್ಥಿತ್ಯಂತರವೆಂಬಂತೆ ಮಾಸ್ತಿ ಹೇಳುವುದಿಲ್ಲ. ಅಭಿವೃದ್ಧಿಯ ಹಂಬಲ ಅವರನ್ನು ಕಾಡುವುದಿಲ್ಲ. ಪ್ರಭುತ್ವ ಕಾಲಿಟ್ಟೊಡನೆ ಗುಡ್ಡಗಾಡಿನ ಮಂದಿಯ ಬದುಕು ಹೊಸ ಬಣ್ಣ ಬಳಿದುಕೊಂಡು ಉಜ್ವಲವಾಗುತ್ತದೆ ಎಂಬ ನಂಬಿಕೆ ಅವರಿಗಿಲ್ಲ. ಸುಂಕ ಕೊಟ್ಟರೆ ಸಾಕು, ಎಲ್ಲಾ ಸೌಲಭ್ಯಗಳು ನಿಮ್ಮದಾಗುತ್ತವೆ ಎಂಬ ಆಮಿಷವನ್ನು ಸ್ವತಃ ದಂಡಾಧಿಕಾರಿಯಾಗಿದ್ದ ಮಾಸ್ತಿ ವಿರೋಧಿಸುವುದು ಬದುಕಿನ ಕುರಿತು ಅವರಿಗಿರುವ ಸ್ಪಷ್ಟ ನಿಲುವಿಗೆ ಸಾಕ್ಷಿಯಾಗುತ್ತದೆ.

ಇವತ್ತು ನಾಗರಹೊಳೆಯಲ್ಲಿ ಏನಾಗುತ್ತಿದೆ ಎನ್ನುವುದು ನಮಗೆ ಗೊತ್ತು. ಅಲ್ಲಿನ ಮಂದಿಯನ್ನು ಕಾಡಿನಿಂದ ಹೊರಗೆ ತಂದು ಅವರಿಗೆ ಪರ್ಯಾಯ ವ್ಯವಸ್ಥೆ, ಪುನರ್ವಸತಿ ಕಲ್ಪಿಸಿಕೊಡಬೇಕೆಂಬ ಕೂಗು ಪರಿಸರವಾದಿಗಳಿಂದ ಕೇಳಿಬರುತ್ತಿದೆ. ಅವರನ್ನು ಕಾಡಿ ನೊಳಗೇ ಉಳಿಸುವ, ಅವರು ಕಾಡಿನ ಮಕ್ಕಳು, ಅಲ್ಲಿದ್ದರೇ ಅವರಿಗೆ ನೆಮ್ಮದಿ ಎಂದು ನಂಬಿಸುವ ಹುನ್ನಾರವನ್ನು ಅವರಿಂದಾಗಿಯೇ ಅಸ್ತಿತ್ವಕ್ಕೆ ಬಂದಿರುವ ಉಳಿದುಕೊಂಡಿರುವ ಎನ್ಜಿಓ ಪಡೆಗಳು ಮಾಡುತ್ತಿವೆ. ಇವೆರಡೂ ಮೂಲಭೂತವಾಗಿ ಪ್ರಭುತ್ವದ ಪರವಾದ ವಾದಗಳೇ. ಪುನರ್ವಸತಿಯ ಲಾಭ ಪಡೆದವರು ಕಂಗಾಲಾಗಿರುವುದನ್ನು, ಎನ್ಜಿಓಗಳನ್ನು ನಂಬಿದವರು ಕಾಡನ್ನು ನಾಶ ಮಾಡುತ್ತಿರುವುದನ್ನು ನಾವು ನೋಡುತ್ತಲೇ ಇದ್ದೇವೆ.

ಇಂಥ ಹೊತ್ತಲ್ಲಿ 'ಕಾಕನಕೋಟೆ' ಎಂಬ ರೂಪಕ, ನಮ್ಮೆಲ್ಲರ ಪಾಲಿಗೆ ಸಾಂಸ್ಕೃತಿಕ ಅಡಗುತಾಣವಾಗಿ ಕಾಣಿಸದೇ ಹೋದರೆ ನಾವು ದಿಕ್ಕೆಟ್ಟಿದ್ದೇವೆ ಎಂದೇ ಅರ್ಥ.

ಆಲನಹಳ್ಳಿಯ ಶ್ರೀಕೃಷ್ಣ

ಕಾಡಿನಲ್ಲೊಂದು ಶಕುನ ಪಕ್ಷಿ. ಆಳುಕೂಗಿನ ಹಕ್ಕಿ ಎಂದೇ ಅದಕ್ಕೆ ಹೆಸರು. ಆ ಕಾಡಿಗೆ ಯಾರು ಕಾಲಿಟ್ಟರೂ ಅವರ ಹೆಸರು ಹಿಡಿದು ಕೂಗುತ್ತದೆ ಅದು. ತಮ್ಮ ಹೆಸರನ್ನೇ ಕರೆಯಿತೇನೋ ಎಂದು ಓಗೊಟ್ಟವರು ನೆತ್ತರು ಕಾರಿ ಸಾಯುತ್ತಾರೆ. ಕಾಡಿಗೆ ಹೋದ ಅಪ್ಪ ಹಾಗೇ ಸತ್ತಿರಬೇಕು ಎಂದು ಆ ಹುಡುಗನಿಗೆ ಗುಮಾನಿ. ಹೀಗಾಗಿ ಕಾಡಿಗೆ ಹೋದಾಗೆಲ್ಲ ಭಯ. ಎಲ್ಲಿ ತನ್ನ ಹೆಸರನ್ನು ಕೂಗಿ ಕರೆಯುತ್ತದೋ ಎಂದು ಆತಂಕ.

ಅಲ್ಲಿಂದ ಆತ ಬೆಳೆದು ದೊಡ್ಡವನಾಗಿ ನಗರಕ್ಕೆ ಬರುತ್ತಾನೆ. ನಗರದಲ್ಲಿ ಹಕ್ಕಿಯ ಭಯವಿಲ್ಲ. ಆದರೆ ಕೂಗಿ ಕರೆಯುವವರೂ ಇಲ್ಲ. ಯಾರಾದರೂ ಕೂಗಿ ಕರೆಯಲಿ ಎಂದು ಹಂಬಲಿಸುತ್ತಿರುತ್ತಾನೆ. ಆಳುಕೂಗಿನ ಹಕ್ಕಿಗಾಗಿ ಮನಸ್ಸು ಕಾತರಿಸುತ್ತದೆ.

ಈ ಕತೆಯನ್ನು ಹೇಳುತ್ತಿದ್ದದ್ದು ಶ್ರೀಕೃಷ್ಣ ಆಲನಹಳ್ಳಿ. ಇದನ್ನು ಮೊದಲು ಕೇಳಿದಾಗ ನನಗೆ ನೆನಪಾದದ್ದು ಬೇಂದ್ರೆಯ 'ಜೋಗಿ' ಕವಿತೆ. ಅಲ್ಲೂ ಕೂಡ, ಊರ ತುದಿಯ ಮಸಣದಾಚೆಗಿನ ಜೋಡು ಗೂಬೆ ಕೂಗುವ ತೋಪಿನಲ್ಲಿ ಕೋಗಿಲೆಯೊಂದು ಅತ್ತ ಹೋದವನನ್ನು ಕರೆಯುತ್ತಾ ಇರುತ್ತದೆ. ಹೀಗೆ ಅಶರೀರದಿಂದ ಬರುವ ಅನೂಹ್ಯದಿಂದ ಬರುವ ಕರೆಗೆ ಕವಿ ಮಾತ್ರ ಓಗೊಡಬಲ್ಲ. ಹಾಗೆ ಓಗೊಟ್ಟ ತಕ್ಷಣ ಅವನ ಅಹಂಕಾರ ಸತ್ತು, ಕವಿಯಷ್ಟೇ ಉಳಿಯುತ್ತಾನೆ.

ಆಲನಹಳ್ಳಿ ಕೂಡ ಹಾಗೇ ಉಳಿದ ಕತೆಗಾರ. ಗುಂಗುರು ಕೂದಲಿನ, ಮೋಹಕ ಕಣ್ಣುಗಳ, ತುಂಟಮೀಸೆಯ ತರುಣನಾಗಿ ಮಾತ್ರ ಆಲನಹಳ್ಳಿ ಶ್ರೀಕೃಷ್ಣ ಕಣ್ಮುಂದೆ ಸುಳಿಯಬಲ್ಲ. 'ಕಾಡು' ಕಾದಂಬರಿ ಓದುತ್ತಾ ಓದುತ್ತಾ ನಾವೆಲ್ಲ ಕಿಟ್ಟಿಯಾಗಿ ವಿಹರಿಸಿದ್ದುಂಟು. ಆ ಮುಗ್ಧತೆಯನ್ನೂ ಅದನ್ನು ಮೀರಬಲ್ಲ

ಕಾಮುಕತೆಯನ್ನು ಬೆರೆಸಿದಂತೆ ಬರೆಯುತ್ತಿದ್ದ ಆಲನಹಳ್ಳಿ, ಆ ಕಾಲಕ್ಕೆ ನಿಜಕ್ಕೂ ಪ್ರಣಯರಾಜ. ಅವರ ಕುರಿತು ಅಸಂಖ್ಯ ಪ್ರೇಮಕತೆಗಳು. ಜಗಳಗಂಟ, ಹುಂಬ, ಎಲ್ಲವನ್ನೂ ಉಡಾಫೆಯಿಂದ ನೋಡುವ ದಿಟ್ಟ, ಎಲ್ಲರನ್ನೂ ಧಿಕ್ಕರಿಸಬಲ್ಲ ಧೀರ, ಕತೆಗಾರ ಹೇಗಿರಬೇಕು ಎನ್ನುವ ನಮ್ಮ ನಿರಾಕಾರ ಊಹೆಗೆ ಆಲನಹಳ್ಳಿ ಸಾಕಾರಮೂರ್ತಿ.

ಶ್ರೀಕೃಷ್ಣ ಆಲನಹಳ್ಳಿಗೆ ವಯಸ್ಸಾಗಲಿಲ್ಲ. ನಲವತ್ತರ ಮಿಗಿಲರ್ಧದಲ್ಲಿ ಕಣ್ಮರೆಯಾದ ಕೃಷ್ಣನ ಪ್ರಭಾವದಿಂದ ತಪ್ಪಿಸಿಕೊಳ್ಳುವುದು ಅಷ್ಟು ಸುಲಭವೂ ಆಗಿರಲಿಲ್ಲ. ದೇವನೂರು ಮಹಾದೇವ 'ಒಡಲಾಳ' ಬರೆದಾಗ ಅವರು ಆಲನಹಳ್ಳಿಯಿಂದ ಪ್ರಭಾವಿತರಾಗಿರಬಹುದೇ ಎಂಬ ಸಣ್ಣ ಗುಮಾನಿ ನಮ್ಮಲ್ಲಿ. ಮೈಸೂರು, ಹಳೇಮೈಸೂರು, ಹೆಗ್ಗಡದೇವನ ಕೋಟೆ, ಆಲನಹಳ್ಳಿ ಇವೆಲ್ಲವೂ ನಮ್ಮೂರಿನಂತಾಗಿಬಿಟ್ಟಿದ್ದವು. ದೇವನೂರು ಆಪ್ತರಾಗುವುದಕ್ಕೆ ಒಂದರ್ಥದಲ್ಲಿ ಆಲನಹಳ್ಳಿಯೇ ಕಾರಣ.

ಇದು ಕೂಡ ನಮ್ಮ ಕಲ್ಪನೆಯೇ ಇರಬಹುದು. ದೇವನೂರು ಮಹಾದೇವ ಬರೆದ ಹಾಗೆ ಆಲನಹಳ್ಳಿ ಬರೆಯಲಿಲ್ಲ. ನವ್ಯ ಪರದೇಶಗಳ ತಂತ್ರಗಾರಿಕೆ, ಕಥಾ ಸಂವಿಧಾನ, ಸಂಬಂಧಗಳ ಸಂಕೀರ್ಣತೆಯನ್ನು ಒಳಗೊಳ್ಳಲು ಹಪಹಪಿಸುತ್ತಿದ್ದ, ಅದನ್ನು ತನ್ನದಾಗಿಸಿಕೊಳ್ಳುವ ಒದ್ದಾಟದ ಕಾಲದಲ್ಲಿ ಅದನ್ನೆಲ್ಲ ಪಕ್ಕಕ್ಕೆ ಎಸೆದು 'ಮಣ್ಣಿನ ಹಾಡು' ಬರೆದದ್ದು ಆಲನಹಳ್ಳಿ ಪ್ರತಿಭೆ. ಆ ನಂತರವೂ ಅಷ್ಟೇ, ಅವರ ಕತೆಗಳ ಮೇಲೆ ನವ್ಯದ ಪ್ರಭಾವ ಅಷ್ಟಿಷ್ಟು ಬಿದ್ದಿತ್ತೋ ಏನೋ, ಆದರೆ ಕಾದಂಬರಿಗಳೆಲ್ಲ ಆಲನಹಳ್ಳಿಯಲ್ಲೇ ಅರಳಿದಂಥವು. ಅವುಗಳಿಗೆ ಅದೆಂಥ ದೇಸಿ ಸೊಗಡು.

ಬರೆಯುತ್ತಾ ಬರೆಯುತ್ತಾ ಒಂದು ಮಾಂತ್ರಿಕ ಜಗತ್ತನ್ನು ಕಟ್ಟಿಕೊಡಬಲ್ಲ ತಾಕತ್ತಿದ್ದ ಆಲನಹಳ್ಳಿ, ಹೋರಾಟದಲ್ಲಿ ತೊಡಗಿಕೊಂಡದ್ದು, ಎಲ್ಲೋ ಜಗಳ ಆಡಿದ್ದು, ಯಾರನ್ನೋ ತಡವಿಕೊಂಡು ಜಿದ್ದಿಗೆ ಬಿದ್ದದ್ದು, ರಾತ್ರಿಪೂರ ಎಚ್ಚರಿದ್ದು ಬರೆಯುತ್ತಿದ್ದದ್ದು, ಅಸಂಖ್ಯ ಪ್ರೇಯಸಿಯರನ್ನು ಕಟ್ಟಿಕೊಂಡು ಅಲೆಯುತ್ತಿದ್ದದ್ದು, ಅದ್ಯಾವುದೋ ಕಾಡು ಹೊಕ್ಕು ಕೂತಿರುತ್ತಿದ್ದದ್ದು–ಇವೆಲ್ಲ ನಮ್ಮ ಊಹೆಯಲ್ಲೇ ನಿಜವಾಗುತ್ತಿದ್ದ ಸಂಗತಿಗಳು.

ಆಲನಹಳ್ಳಿ ಹಾಗಿರಲಿಲ್ಲ. 'ಕಾಡು' ಕಾದಂಬರಿಯಲ್ಲಿ ಬರುವ ಕಿಟ್ಟಿ, ಇದೇ ಶ್ರೀಕೃಷ್ಣ ಎಂದು ನಾವು ನಂಬಲು ಶುರುಮಾಡಿಕೊಂಡು ಎಲ್ಲ ಗೋಜಲಾಗಿಬಿಟ್ಟಿತು. ನಂತರ ಬಂದ ಗೆಂಡೆತಿಮ್ಮ ಮತ್ತು ಭುಜಂಗಯ್ಯ ಕೂಡ ಆಲನಹಳ್ಳಿಯ ಒಳಗೆ ಅಡಗಿಕೊಂಡಿದ್ದ, ಆಗಷ್ಟೇ ಹೊರಬಂದಿರುವ ಮನುಷ್ಯರಂತೆ ಕಾಣತೊಡಗಿದರು. ನಾವೆಲ್ಲ ನಮ್ಮ ಶಕ್ತಿಮೀರಿ ಆಲನಹಳ್ಳಿಯಂತಾಗಲು ಶ್ರಮಿಸತೊಡಗಿದೆವು. ಹೆಮಿಂಗ್ವೆಯ ಹಾಗೆ ಆಲನಹಳ್ಳಿ ಕೂಡ ಸಾಹಸಿಯಾಗಿ ಕಾಣತೊಡಗಿದರು.

ಬೋದಿಲೇರನಂತೆ ಪರಮ ಸೋಮಾರಿಯೂ, ತೀವ್ರ ವ್ಯಾಮೋಹಿಯೂ, ತನ್ನ ಹಟಮಾರಿತನ, ದಿಗ್ಭ್ರಮೆಗಳನ್ನು ನೀಗಿಕೊಂಡ ಯೇಟ್ಸ್ ಕವಿಯ ಹಾಗೂ ಭಾಸವಾಗತೊಡಗಿದರು. ಆದರೆ ಕೊನೆವರೆಗೂ ನಮ್ಮನ್ನು ಬಿಡದೇ ಕಾಡಿದ್ದು ಆಳುಹಕ್ಕಿಯ ಕೂಗಿಗೆ ಬೆದರುತ್ತಿದ್ದ ಕಿಟ್ಟಿ ಎಂಬ ಆರೆಂಟು ವರುಷದ ಬಾಲಕ, ಅವನು ನೋಡುತ್ತಿದ್ದ ಗೀಜಗನ ಗೂಡು, ಅವನು ಕದ್ದು ನೋಡಿದ ಹಾದರ, ಅವನ ಮಾವ ಕರೆದುಕೊಂಡು ಹೋಗಿ ತೋರಿಸಿದ ಭಯಾನಕ ದೃಶ್ಯ, ಅವನ ಅತ್ತೆಯ ಸೊಂಟದ ನುಣುಪು.

* * *

'ಕಾಡು' ಕಾದಂಬರಿಯ ಕಿಟ್ಟಿ, ಪರಸಂಗದ ಗೆಂಡೆತಿಮ್ಮ, ದಶಾವತಾರದ ಭುಜಂಗಯ್ಯ ಎಲ್ಲರೂ ಒಂದಲ್ಲ ಒಂದು ರೀತಿಯಲ್ಲಿ ಮುಗ್ಧರೇ. ಕಿಟ್ಟಿಯದು ಸಹಜ ಮುಗ್ಧತೆ. ಗೆಂಡೆತಿಮ್ಮ ನಮ್ಮ ಹಳ್ಳಿಯಲ್ಲಿ ಎದುರಾಗುವಂಥ ಎಡವಟ್ಟು ತರುಣ, ಭುಜಂಗಯ್ಯ ಎಲ್ಲದರಲ್ಲೂ ರೇಜಿಗೆ ಹುಟ್ಟಿ, ಮತ್ತೊಂದೇನೋ ಮಾಡಲು ಹೊರಟು ಎಲ್ಲದರಲ್ಲೂ ವಿಫಲನಾಗುವ ನಮ್ಮೊಳಗಿನ ಹುಂಬ.

ಆಲನಹಳ್ಳಿ ಅಷ್ಟು ಮುಗ್ಧರಾಗಿರಲಿಲ್ಲ ಎಂದು ಗೊತ್ತಾಗುವ ಹೊತ್ತಿಗಾಗಲೇ ಕಣ್ಮರೆಯಾಗಿದ್ದರು. ಕೆಲವು ಲೇಖಕರೇ ಹಾಗೆ, ಅವರ ಮಿತಿಗಳು ಸ್ಪಷ್ಟವಾಗುವ ಮುಂಚೆಯೇ ಬರೆಯುವುದನ್ನೂ ಬದುಕುವುದನ್ನೂ ಮುಗಿಸಿರುತ್ತಾರೆ. ಹೀಗಾಗಿ ನಮಗೆ ಅವರ ಕುರಿತು ಅದಮ್ಯವಾದ ಪ್ರೀತಿಯಷ್ಟೇ ಉಳಿಯುವಂತೆ ಮಾಡುತ್ತಾರೆ.

ಆಲನಹಳ್ಳಿ ಮುಗ್ಧನಲ್ಲ ಅನ್ನುವ ಸೂಚನೆ ಸಿಗುತ್ತಿದ್ದದ್ದು ಅವರ ಕತೆಗಳಲ್ಲಿ. ಅಲ್ಲಿ ಬರುವ ನಾಯಕರೆಲ್ಲ ಓದಿದವರು. ವಂಚಿಸಲು ಗೊತ್ತಿದ್ದವರು. ಅವಳನ್ನು ಬಿಟ್ಟು ಮತ್ತೊಬ್ಬಳಿಗಾಗಿ ಹಂಬಲಿಸಿದವರು. ಆದರೆ ಅದ್ಯಾವುದೂ ನಮಗೆ ಮುಖ್ಯ ಅನ್ನಿಸುತ್ತಲೇ ಇರಲಿಲ್ಲ. ಕತೆಯ ವಿವರಗಳಲ್ಲಿ ಆಲನಹಳ್ಳಿ ವಂಚನೆ ಮಾಡಲಿಲ್ಲ. ತನ್ನತನವನ್ನು ಬಿಟ್ಟುಕೊಡಲಿಲ್ಲ. ಅರ್ಧ ಬರೆದು ಮುಗಿಸಿದ ಕತೆಯನ್ನು ಓದುತ್ತಾ ಹೋದರೂ ಅಲ್ಲಿ ಕಾಣಿಸುವುದು ಭ್ರಮನಿರಸನಗೊಳ್ಳದ ಶ್ರೀಕೃಷ್ಣ. ಅವರಿಗಿದ್ದ ಆತ್ಮವಿಶ್ವಾಸ ಅಂಥದ್ದು.

ಶ್ರೀಕೃಷ್ಣ ಆಲನಹಳ್ಳಿಯ ಫಿಲಾಸಫಿ ಏನು ಎಂದು ಯೋಚಿಸಿದರೆ ಮತ್ತೆ ಮನಸ್ಸು ಗೀಜಗನ ಗೂಡಾಗುತ್ತದೆ, ನೆಲಗುಮ್ಮವಾಗುತ್ತದೆ. ಆಗಂತುಕನ ಹಾಗೆ ಅವರು ನಮ್ಮೊಳಗೆ ಹೊಕ್ಕುಬಿಟ್ಟರೆ, ನಾವು ಸುಟ್ಟ ತಿಕದ ದೇವರ ಹಾಗೆ ಓಡಾಡತೊಡಗುತ್ತೇವೆ. ಧಗಧಗಿಸುವ ಬೆಂಕಿ ಆಲನಹಳ್ಳಿಯ ಬಹುತೇಕ ಕತೆಗಳಲ್ಲಿ ರೂಪಕ. 'ನೀರೊಲೆಯಲ್ಲಿ ಬೆಂಕಿ ಧಗಧಗನೆ ಉರಿಯುತ್ತಿತ್ತು. ನನ್ನೊಳಗೆ ಉರಿ, ಬೆಂಕಿ, ಹೊಗೆ. ಗೌರಿ ತಣ್ಣಗೆ ಕೂತು ಸೀಗೆ ಅರೆಯುತ್ತಿದ್ದಳು'

ಎಂದು ಅವರ 'ತಪ್ತ' ಕತೆ ಕೊನೆಯಾಗುತ್ತದೆ. ಆ ಸಾಲುಗಳು ಆ ಜಮಾನದ ಕನ್ನಡ ಕತೆಗಾರರನ್ನು ಎಷ್ಟರ ಮಟ್ಟಿಗೆ ಕಾಡಿತ್ತೆಂದರೆ, ನಂತರ ಬಂದ ಅನೇಕರ ಕತೆಗಳಲ್ಲೂ ಅಗ್ನಿಕುಂಡ. ಕಣ್ಣೊಳಗೆ ಧಗಧಗಿಸುವ ಬೆಂಕಿ, ಮಗುಚಿಕೊಳ್ಳುವ ಮತ್ತೊಂದು ಜಗತ್ತು, ಕಾಡುವ ಹಳವಂಡ, ಕಾಡಿನ ನಡುವೆ ನಿಗೂಢ ಹಾದಿ ಮತ್ತು ಇದ್ದಕ್ಕಿದ್ದ ಹಾಗೆ ಮುಖಾಮುಖಿಯಾಗುವ ಅಕ್ಕನ ಮಗಳು ಮತ್ತು ನಗರದಲ್ಲಿ ಆಪ್ತಳಾದ ಪ್ರೇಯಸಿ. ಕೊನೆಗೂ ನಾಯಕ ಒಲಿಯುವುದು ಯಾರಿಗೆ ಎನ್ನುವುದು ಮಾತ್ರ ನೀಲೀನೀಲಿ.

ಆಲನಹಳ್ಳಿ ಕೂಡ ತನ್ನ ಹಳ್ಳಿ ಮತ್ತು ಮೈಸೂರಿನ ಮಧ್ಯೆ ನೆಲೆ ಕಳಕೊಂಡು ಅಲೆದಾಡುತ್ತಿದ್ದಿರಬಹುದೇ ಎಂಬ ಗುಮಾನಿ. ಅವರು ಎಂ.ಎ. ಮುಗಿಸಿದ್ದರು ಎಂದರೆ ಯಾಕೋ ಅನುಮಾನ. ಮ್ಯಾಥ್ಯೂ ಆರ್ನಾಲ್ಡ್‌ನ 'ಸ್ಕಾಲರ್ ಜಿಪ್ಸಿ'ಯ ಹಾಗೆ ಆಲನಹಳ್ಳಿ ಸುಮ್ಮನೆ ಸುಮ್ಮನೆ ಆಪ್ತವಾಗುತ್ತಿದ್ದ ಪರಿ ಅನನ್ಯ. ಬಹುಶಃ ಆಲನಹಳ್ಳಿಯನ್ನು ಪ್ರೀತಿಸಿದಷ್ಟು ಗಾಢವಾಗಿ ಕನ್ನಡದ ಓದುಗರು ಪ್ರೀತಿಸಿದ ಮತ್ತೊಬ್ಬ ಲೇಖಕ ತೇಜಸ್ವಿ ಮಾತ್ರ. ತೇಜಸ್ವಿ ಪ್ರಕೃತಿಯ ನಿಗೂಢಗಳನ್ನು ಕಂಡು ಬೆರಗಾದರೆ, ಆಲನಹಳ್ಳಿ ಸಂಬಂಧದ ನಿಗೂಢ ಹೆಣಿಗೆಗಳನ್ನು ಕಂಡು ಬೆಚ್ಚಿ ನಿಂತವರು.

* * *

ಅಗ್ರಹಾರ ಕೃಷ್ಣಮೂರ್ತಿ ಜೊತೆ ಆಲನಹಳ್ಳಿ ಹೇಳುತ್ತಿದ್ದರಂತೆ: ನಾನೊಂದು ಆತ್ಮಕತೆ ಬರೆಯುತ್ತಿದ್ದೇನೆ. ಮೂರು ಭಾಗಗಳಲ್ಲಿ. ಮೊದಲ ಭಾಗ 'ನನ್ನ ಬಾಲ್ಯ', ಎರಡನೆಯ ಭಾಗ 'ನನ್ನ ಪ್ರಣಯ ಪ್ರಸಂಗಗಳು', ಹಾಗೆ ಹೇಳುತ್ತಾ ಗಹಗಹಿಸಿ ನಗುತ್ತಾ, ಜಗತ್ತು ಹಾರಿಹೋಗುವಂತೆ ಮಾತಾಡುತ್ತಿದ್ದ ಎಂದು ಅಗ್ರಹಾರ ನೆನಪಿಸಿಕೊಂಡಿದ್ದಾರೆ. ಆಲನಹಳ್ಳಿ ಆತ್ಮಚರಿತ್ರೆಗೆ ಮೂರನೆಯ ಭಾಗವೇ ಇರಲಿಲ್ಲ. ಕತೆಗಳಲ್ಲೂ ಕಾದಂಬರಿಗಳಲ್ಲೂ ಆಲನಹಳ್ಳಿ ಬಾಲ್ಯವನ್ನೂ, ಯೌವನವನ್ನೂ ಬಿಟ್ಟು ಆಚೆ ಬರಲೇ ಇಲ್ಲ. ಬಾಲ್ಯದ ಅನುಭವಗಳನ್ನು ಗ್ರಹಿಸಲು ಕಷ್ಟಪಟ್ಟ ಹಾಗೇ, ಯೌವನದ ತಲ್ಲಣಗಳನ್ನೂ ಅವರು ಹಿಡಿಯಲು ತಡಕಾಡುತ್ತಿದ್ದಂತಿತ್ತು. ಅದನ್ನು ಮೀರಲು ಎಂತೆಂಥದೋ ಸಾಹಸಗಳಲ್ಲಿ ತೊಡಗಿಕೊಂಡ ಬಗ್ಗೆ ಅನೇಕ ದಂತಕತೆಗಳಿದ್ದವು.

ಆಲನಹಳ್ಳಿಯ ಬೆಳಗು ಹೀಗೆ ಶುರು:

ಇರುಳ ಬೆತ್ತಲೆ ತೆಕ್ಕೆ ಬಿಡಿಸಿಕೊಂಡೆದ್ದ
ಸೂರ್ಯ: ಚಿಬರೆಗಣ್ಣೊರೆಸುತ್ತಾ ಕಳಿಸಿ
ಕೊಬ್ಬಿದಾಡು, ಕುರಿ, ಕೋಳಿ ಸಿಗಿದು ಸೀಳಿ

ಕಂದು ನೀಲಿ ಬಿಳಿ ಕೆಂಪು ಖಂಡಗಳ ತೂಗಿಟ್ಟು
ಬಣ್ಣಬಣ್ಣದ ಮೂಡಣದ ಮಾಂಸದಂಗಡಿ ತೆರೆದಾಗ
ನಮ್ನೂರಿನಲ್ಲಿ ಬೆಳಗಾಯಿತು.

ಮೂಡಲ ಮನೆಯನ್ನು ಮಾಂಸದಂಗಡಿ ಎಂದ ಆಘಾತದಿಂದ ಚೇತರಿಸಿಕೊಳ್ಳುವ ಮೊದಲೇ, ಪ್ರಣಯಾಸಕ್ತ ಕಿಟ್ಟಿ ಹಾಜರು:

'ಮೈನೆರೆದೇಳು ವರ್ಷವಾದರಿನ್ನೂ ಒಬ್ಬಂಟಿ
ಕತ್ತಲ ಸೆರೆಯೊಳಗೆ ಕೀಲು ನೋವಿಗತ್ತು ನರಳುವ
ನಮ್ಮೂರ ವೈದಿಕರ ಮಗಳ
ಬಿಡುಗಡೆಗೆಂದು ಕಾದಿದ್ದ ಗಾಳಿ
ಹಿತ್ತಲ ಕದ ತಟ್ಟಿ, ಪಿಸುಪಿಸುಗುಟ್ಟಿ ಕದ್ದು ನಡೆದಾಗ
ನಮ್ನೂರಿನಲ್ಲಿ ಬೆಳಗಾಯಿತು.'

ಇದನ್ನೆಲ್ಲ ಆಲನಹಳ್ಳಿ ಬೆಚ್ಚಿ ಬೀಳಿಸುವುದಕ್ಕೇ ಬರೆಯುತ್ತಿದ್ದರೇನೋ ಎಂದುಕೊಂಡು ಅವರ ಕಾವ್ಯಶಕ್ತಿಯನ್ನು ನಿರ್ಲಕ್ಷಿಸಲು ಹೊರಟರೆ, ಸೊಗಸಾದ ಸಾಲುಗಳು ಎದುರಾಗುತ್ತವೆ. 'ಊರ್ವಶಿ' ಪದ್ಯದಲ್ಲಿ

'ಕ್ರೌರ್ಯದಲಿ ಕೆಂಡಗಳ ಮುಕ್ಕಳಿಸಿದಳು,
ಧಗಧಗ ಬೆಂಕಿ ಅಲೆ, ಎದೆಗೊಟ್ಟು ನಿಲಲೆ? ಇಲ್ಲ,
ದಡದಡ ಬಿಟ್ಟೋಡಲೆ?'

ಇಲ್ಲಿ ಒಂದಕ್ಕೊಂದು ಸಂಬಂಧ ಹೇಗಿದೆ ನೋಡಿ: ಕೆಂಡಗಳ ಮುಕ್ಕಳಿಸು, ಬೆಂಕಿ ಅಲೆ, ಎದೆಗೊಟ್ಟು ನಿಲಲೆ, ದಡ ದಡ ಬಿಟ್ಟೋಡಲೆ. ಅಲೆ, ದಡ... ಅದು ಆಲನಹಳ್ಳಿ ರೂಪಕಶಕ್ತಿ.

ಕೊನೆಗೂ ನೆನಪಾಗುವುದು ಭುಜಂಗಯ್ಯ ಮತ್ತು ಗೆಂಡೆತಿಮ್ಮ. ಕಿಟ್ಟಿ ಬೆಳೆದು ಭುಜಂಗಯ್ಯನಾಗುತ್ತಾನೋ ಗೆಂಡೆತಿಮ್ಮನೋ ಎಂಬ ಕುತೂಹಲ.

ಜೊತೆಗೇ ಮತ್ತೊಂದು ಪ್ರಶ್ನೆ: ಕೊನೆಗೂ ಆಳುಕೂಗಿನ ಹಕ್ಕಿಯ ಕರೆಗೆ ಆಲನಹಳ್ಳಿ ಓಗೊಟ್ಟಿರಬಹುದೇ? ಆ ಹಕ್ಕಿ ನಮ್ಮ ಹೆಸರನ್ನೂ ಕೂಗಿ ಕರೆಯುತ್ತಿರಬಹುದೇ? ಅಥವಾ ನಾವು ಆಳುಕೂಗಿನ ಹಕ್ಕಿಗೆ ಹೆದರಿ, ಯಾವ ಹಕ್ಕಿ ದನಿಯನ್ನೂ ಕೇಳಿಸಿಕೊಳ್ಳಲಾರದಷ್ಟು ಕಿವುಡಾಗಿ ಬಿಟ್ಟಿದ್ದೇವಾ?

ಬೆಳಕಿನ ಸಿರಿ ಬಿಳಿಗಿರಿ

ಒಂದೊಂದು ವಯಸ್ಸಿಗೆ ಒಂದೊಂದು ಶೈಲಿಯ, ಮನೋಧರ್ಮದ ಬರಹ, ಸಿನಿಮಾ, ನಾಟಕ, ಪದ್ಯ ನಮಗಿಷ್ಟವಾಗುತ್ತಾ ಹೋಗುತ್ತದೆ. ಒಳ್ಳೆಯ ಗುರು ಸಿಕ್ಕರೆ, ಇದನ್ನು ಓದು ಎಂದು ಹೇಳುವವರು ಸರಿಯಾದ ವಯಸ್ಸಿನಲ್ಲಿ ಜೊತೆಯಾದರೆ ನಮ್ಮೊಳಗಿನ ಬದಲಾವಣೆ ಕೊಂಚ ತ್ವರಿತಗತಿಯಲ್ಲಿ ಆಗಬಹುದೇ ವಿನಾ, ಅಭಿರುಚಿಯಲ್ಲಿ ಇದ್ದಕ್ಕಿದ್ದ ಹಾಗೆ ಬದಲಾವಣೆ ಆಗುತ್ತದೆ ಎಂದು ಹೇಳುವುದಕ್ಕಾಗದು. 'ಲಹರಿ'ಯ ಮಿತ್ರ ವೇಲು ಕಳುಹಿಸಿಕೊಟ್ಟ ಕಾಳಿಂಗರಾಯರು ಹಾಡಿದ ಹಾಡುಗಳನ್ನು ಕೇಳಿಸಿಕೊಳ್ಳುತ್ತಿದ್ದೆ. ಒಂದು ಕಾಲದಲ್ಲಿ ತುಂಬಾ ಮೆಚ್ಚಿಕೊಂಡ ಹಾಡುಗಳೆಲ್ಲ ಮತ್ತೆ ಸಿಗುತ್ತಿವೆ ಎಂಬ ಸಂತೋಷದಿಂದಲೇ ಆ ತೊಂಬತ್ತು ಹಾಡುಗಳ ಗುಚ್ಛವನ್ನು ಕೇಳಲು ಯತ್ನಿಸಿದೆ. ಹದಿನೆಂಟು ಹಾಡುಗಳನ್ನು ಕೇಳುವ ಹೊತ್ತಿಗೇ ಸಾಕುಬೇಕಾಯಿತು. ಉಳಿದ ಹಾಡುಗಳನ್ನೆಲ್ಲ ನಾನು ಎಂದೋ ಕೇಳಿ ಮೆಚ್ಚಿದ ನೆನಪಿಗೆ ಮರಳಿ ಕೇಳಿಸಿಕೊಳ್ಳಬೇಕಾಗಿ ಬಂತು.

ಹಾಗಿದ್ದರೆ ಕಾಳಿಂಗರಾಯರು ಇಷ್ಟವಾಗಿದ್ದರು ಅನ್ನುವುದು ಸುಳ್ಳೇ? ಈಗ ಇಷ್ಟವಾಗುತ್ತಿಲ್ಲ ಅನ್ನುವುದು ಸುಳ್ಳೇ? ಒಂದು ಕಾಲದಲ್ಲಿ ಟಿ.ಕೆ. ರಾಮರಾವ್ ಕಾದಂಬರಿಗಳೆಂದರೆ ಮುಗಿಬಿದ್ದು ಓದುತ್ತಿದ್ದವರಿಗೂ, ಈಗ ಅದು ಸಾಮಾನ್ಯ ಶೈಲಿಯ ಬರಹ ಅನ್ನಿಸುತ್ತದೆ. ಅದರಲ್ಲಿ ತಪ್ಪೊಪ್ಪುಗಳು ಕಾಣಿಸತೊಡಗುತ್ತವೆ. ಮುಸ್ಸಂಜೆಯ ಕಥಾಪ್ರಸಂಗದಂಥ ಕಾದಂಬರಿ ಕೂಡ ಈಗ ಕೈಗೆತ್ತಿಕೊಂಡರೆ ಜಾಳಾಗಿ ಕಾಣಿಸುತ್ತದೆ.

ವೈಯೆನ್ಕೆ ಹೇಳುತ್ತಿದ್ದರು: ಏಳು ವರ್ಷಕ್ಕೊಮ್ಮೆ ಎಲ್ಲರ ರುಚಿ, ಅಭಿರುಚಿ ಬದಲಾಗುತ್ತಿರುತ್ತೆ. ಸಿಹಿಯನ್ನು ಅಪಾರವಾಗಿ ಇಷ್ಟಪಡುತ್ತಿದ್ದವನಿಗೆ ಸ್ವಲ್ಪ ವರ್ಷಗಳ ನಂತರ ಸಿಹಿ ಅಷ್ಟೇನೂ ಪ್ರಿಯ ಅನ್ನಿಸುವುದಿಲ್ಲ. ಇಂಗ್ಲಿಷಿನಲ್ಲಿ ಅದನ್ನು ಸೆವೆನ್ ಇಯರ್ ಇಚ್ ಎನ್ನುತ್ತಾರೆ.

ಹಾಗೆ, ಅಭಿರುಚಿ ಬದಲಾಗುತ್ತಿದ್ದ ವರ್ಷಗಳಲ್ಲಿ ನನಗಿಷ್ಟವಾದವರು ಬಿಳಿಗಿರಿ. ಎಚ್.ಎಸ್. ಬಿಳಿಗಿರಿ ಮಹಾ ತುಂಟ ಮತ್ತು ಪ್ರತಿಭಾವಂತ ಎಂದು ವೈಯೆನ್ಕೆ ಹೇಳುತ್ತಿದ್ದರು. ಅಡಿಗರಿಗೂ ಅವರ ಪದ್ಯಗಳು ಮೆಚ್ಚುಗೆಯಾಗಿದ್ದವು. ಆದರೆ ಅವರನ್ನು ಓದಲು ಕುಳಿತಾಗೆಲ್ಲ, ಅದರಲ್ಲಿ ಅಂಥದ್ದೇನಿಲ್ಲ ಅನ್ನಿಸುತ್ತಿತ್ತು. ನಮ್ಮ ನಿರೀಕ್ಷೆಗೆ ತಕ್ಕಂಥ ಕವಿತೆಗಳು ಅಲ್ಲಿಲ್ಲವಲ್ಲ, ಏನನ್ನು ಇವರೆಲ್ಲ ಇಷ್ಟಪಡುತ್ತಿದ್ದಾರೆ ಎಂದು ಗೊತ್ತೇ ಆಗುತ್ತಿರಲಿಲ್ಲ. ಅಂಥ ಹೊತ್ತಲ್ಲಿ ಲಂಕೇಶರು ಬೇರೆ, 'ಅಡಿಗರ ಪುಷ್ಪಕವಿಯ ಪರಾಕು ಕವನಗಳಲ್ಲಿ ಕಾಣುವ ವ್ಯಂಗ್ಯಕ್ಕಿಂತ, ಬಿಳಿಗಿರಿಯ ಕವನಗಳಲ್ಲಿದ್ದ ಕಾವ್ಯ, ಲವಲವಿಕೆ, ಭಾವುಕತೆ, ಜಾಣತನ ನವ್ಯ ಚಳವಳಿಗೆ ಹೆಚ್ಚು ಉಪಯುಕ್ತ ಎಂದು ನನಗೆ ಅನ್ನಿಸಿತ್ತು' ಎಂದು ಬರೆದು ನಮ್ಮ ಓದುವ ಕ್ರಮವನ್ನೇ ತಳ್ಳಿಹಾಕಿದ್ದರು. ಲಂಕೇಶರ ಮೆಚ್ಚುಗೆಯನ್ನು ನಾವು ನಿರಾಕರಿಸುವ ಸ್ಥಿತಿಯಲ್ಲಿ ಆಗ ಇರಲಿಲ್ಲ.

ಅದಾಗಿ ಎಷ್ಟೋ ವರ್ಷಗಳ ನಂತರ ಬಿಳಿಗಿರಿಯವರ ಕವಿತೆಗಳು ಮತ್ತೆ ಓದಲು ಸಿಕ್ಕವು. ಮತ್ತದೇ ನಿರಾಸಕ್ತಿಯಿಂದ ಕೈಗೆತ್ತಿಕೊಂಡಾಗ ಥಟ್ಟನೆ ಎದುರಾದದ್ದು ಈ ಸಾಲು:

ಒಬ್ಬನಿದ್ದನು ಮುದುಕ, ಪಕ್ಕಾ ಕಿಲಾಡಿ
'ತಾತ, ನಿನಗೇನಿಷ್ಟ?' ಎಂದವರ ನೋಡಿ
'ತಾತಾ ಆಮೇಲೇನು?
ತೀತಿ ಆಮೇಲೇನು
'ಹೇಳಿ' ಎನ್ನುತ ಕಣ್ಣ ಹೊಡೆಯುವನು ಕೇಡಿ.

ಹೀಗೆ ತುಂಟತನ ಮತ್ತು ಪೋಲಿ ಪದ್ಯಗಳಿಂದ ನಾನು ಬಿಳಿಗಿರಿಯವರ ಕಾವ್ಯದೊಳಗೆ ಪ್ರವೇಶ ಪಡೆಯಬೇಕಾಗಿ ಬಂತು. ಅಷ್ಟು ಹೊತ್ತಿಗಾಗಲೇ ನಾವೆಲ್ಲ ವಿ.ಜಿ. ಭಟ್ಟರ ಪೋಲಿ ಕವಿತೆಗಳನ್ನು ಓದಿ ರೋಮಾಂಚನಗೊಂಡಾಗಿತ್ತು. ಆ ಗುಂಗಿನಲ್ಲಿ ರಾಮಚಂದ್ರ ಶರ್ಮರ

'ಏಳು ಸುತ್ತಿನ ಕೋಟೆ, ಸರ್ಪಕಾವಲು
ಅದಕೆ, ನಡುವಿನರಮನೆ ಕೆಳಗೆ ನೆಲಮಾಳಿಗೆ'

ಎಂಬ ಸಾಲು ಕೂಡ ಪೋಲಿ ಪೋಲಿಯಾಗಿ ಕೇಳಿಸುತ್ತಿತ್ತು.

ಬಿಳಿಗಿರಿಯವರನ್ನು ನಮಗೆ ಮತ್ತಷ್ಟು ಇಷ್ಟವಾಗುವಂತೆ ಮಾಡಿದ್ದು ವೈಯೆನ್ಕೆ ಆಡಿದ ಮಾತುಗಳ ನೆನಪು ಮತ್ತು ಲಂಕೇಶರು ಬರೆದ ಒಂದು ಲೇಖನ. ಅದರಲ್ಲಿ ಲಂಕೇಶರು ಬಿಳಿಗಿರಿ ವ್ಯಕ್ತಿತ್ವವನ್ನು ಕಟ್ಟಿಕೊಟ್ಟಿದ್ದರು. 'ರಾಮಾನುಜನ್ ಅವರಿಗಿಂತ ಒರಟಾದ, ಬೇರುಬಿಟ್ಟ, ಪೋಲಿಯಾಗಲು ನಾಚಿಕೆ ಪಡದ ರಸಿಕತೆಯ ಬಿಳಿಗಿರಿ ನನಗೆ ತುಂಬ ಪ್ರಿಯರು. ಬೇಸರವಾದಾಗ

ನಾನು ಕಾತರದಿಂದ ಓದುವುದು ಬಿಳಿಗಿರಿಯವರನ್ನು' ಎಂದು ಲಂಕೇಶರು ಬರೆದ ಮೇಲಂತೂ ನಮಗೆ ಬಿಳಿಗಿರಿಯ ಗೀಳು ಹತ್ತಿತು.

ನಮ್ಮ ಯೌವನದ ನಿರೀಕ್ಷೆಗಳನ್ನು ಬಿಳಿಗಿರಿ ಸುಳ್ಳು ಮಾಡಲಿಲ್ಲ. ತಮ್ಮ ಇಳಿ ವಯಸ್ಸಿನಲ್ಲಿ ವಿಚಿತ್ರ ಭಾವಗಳನ್ನು ಸುರಿಸಬಲ್ಲ, ಕೊಂಚ ಪೋಲಿಯಾಗಿಯೂ ಇದೆ ಅನ್ನಿಸುವ ಶೀರ್ಷಿಕೆಯೊಂದನ್ನು ತಮ್ಮ ಕವನ ಸಂಕಲನಕ್ಕಿಟ್ಟಿದ್ದರು ಬಿಳಿಗಿರಿ. ಆ ಸಂಕಲನದ ಹೆಸರು 'ನಿಗುರಿ ನಿಂತರೆ ನಾಲಿಗೆ.' ಅದರೊಳಗೆ ನಕ್ಕುನಲಿಸುವ ಪದ್ಯಗಳಿದ್ದವು:

ಮೊದಲು ನಮೋ ದುರ್ಜನರಿಗೆ
ಬಳಿಕ ಸಜ್ಜನರಿಗೆ–
ತೊಳೆವ ಮುನ್ನ ಮುಖವನು
ತೊಳೆಯುವಂತೆ ತಿಕವನು.

ಇದು ಸಂಸ್ಕೃತ ಕಾವ್ಯದ ಅನುವಾದ ಅನ್ನುತ್ತಾರೆ ಬಿಳಿಗಿರಿ. ಇಂಥ ಅನೇಕ ಪೋಲಿಪದ್ಯಗಳು ಆ ಸಂಕಲನದ ತುಂಬ ಇದ್ದವು:

ಗಾದೆ ಹೇಳುವುದಿದು:
ದೂರದ ಬೆಟ್ಟ ಕಣ್ಣಿಗೆ ನುಣ್ಣಗೆ
ಅನುಭವ ಕಲಿಸುವುದಿದು:
ಹತ್ತಿರದ ಬೆಟ್ಟ ಕೈಗೂ ನುಣ್ಣಗೆ.

ಟಿ. ನರಸೀಪುರ ತಾಲೂಕಿನ ಹೆಮ್ಮಿಗೆಯವರಾದ ಬಿಳಿಗಿರಿ ಮಹಾನ್ ಪಾಂಡಿತ್ಯದ ಭಾಷಾತಜ್ಞರೂ ಆಗಿದ್ದರು. ರಾಕ್ಫೆಲ್ಲರ್ ಫೌಂಡೇಷನ್ನಿನ ಸ್ಕಾಲರ್ಶಿಪ್ ಪಡೆದು ಕ್ಯಾಲಿಫೋರ್ನಿಯಾ ವಿಶ್ವವಿದ್ಯಾಲಯದಲ್ಲಿ ಭಾಷಾವಿಜ್ಞಾನದಲ್ಲಿ ಉನ್ನತ ಶಿಕ್ಷಣ ಪಡೆದವರು ಅವರು. ಪುಣೆ ವಿಶ್ವವಿದ್ಯಾಲಯದಿಂದ ಪಿಎಚ್.ಡಿ ಪಡೆದು, ಭಾಷಾ ವಿಜ್ಞಾನದ ಪ್ರೊಫೆಸರ್ ಆಗಿ ಮುಂಬಯಿ ವಿಶ್ವವಿದ್ಯಾಲಯದಲ್ಲೂ ಕೆಲಸ ಮಾಡಿದ್ದರು. ಕೇಶಿರಾಜನ ಶಬ್ದಮಣಿ ದರ್ಪಣಕ್ಕೆ ವ್ಯಾಖ್ಯಾನ ಬರೆದವರು. ವರ್ಣನಾತ್ಮಕ ವ್ಯಾಕರಣದ ಮೂಲತತ್ವಗಳು ಎಂಬ ಮಹತ್ವದ ಕೃತಿ ಪ್ರಕಟಿಸಿದ್ದರು.

ಇದೆಲ್ಲದರ ಆಚೆಗೆ ಅವರು ಇಷ್ಟವಾಗುತ್ತಿದ್ದದ್ದು ಲಿಮೆರಿಕ್ ಶೈಲಿಯ ಕವಿತೆಗಳಿಂದಲೇ. ಅವುಗಳಲ್ಲಿ ಅಪೂರ್ವ ಭಾಷೆ ಬಳಕೆ ಮತ್ತು ಅನನ್ಯ ತುಂಟತನ ಕವಿತ್ವವಾಗಿ ಹೊರಹೊಮ್ಮುತ್ತಿತ್ತು. ಅವರ ಸೋಮಾರಿ ಪದ್ಯ ಕೊನೆಗೊಳ್ಳುವುದು ಹೀಗೆ:

ಇನ್ನೇತಕೆ ಬರಿ ಚರ್ಚೆಯು ಸಾಕು,
ಓಡುವಿಳೆಗೆ ಸೋಮಾರಿಯೇ ಬ್ರೇಕು.

ಇಲ್ಲಿ ನಾವು ನೀರೀಕ್ಷಿಸು ವುದು ಬೇಕು ಎಂಬ ಪದವನ್ನು. ಬಿಳಿಗಿರಿ ಪ್ರತಿಭೆಯಲ್ಲಿ ಮೂಡಿರುವುದು 'ಬ್ರೇಕು.' ಅಲ್ಲಿಗೆ ಕವಿತೆ ಸಾರ್ಥಕ.

ಬಿಳಿಗಿರಿಯವರ ವ್ಯಂಗ್ಯ ಮತ್ತು ತುಂಟತನ ಅರ್ಥವಾಗಬೇಕಿದ್ದರೆ, ಅವರ 'ತುಂತುರುಗಳು' ಹನಿಕವಿತೆಗಳನ್ನು ಓದಬೇಕು. ಭದ್ರಾವತಿ ಉಕ್ಕು ಕಾರ್ಖಾನೆಯ ಚಿಮಿಣಿಯ ಕುರಿತು ಹೇಳಲು ಅವರು ಹಿಟ್ಲರ್‌ನಿಂದ ಶುರುಮಾಡುತ್ತಾರೆ:

ಪೋಪೋಪೆಡೆ ಹಿಟ್ಲರ್ ಪಡೆ
ಹಾಕಿದರೂ ಮಟ್ಟ
ಧೃತಿಗೆಡದೆಲೆ ಹೊಗೆಯುಗುಳುವ
ಚರ್ಚಿಲ್ಲನ ಚುಟ್ಟ
ಜಡಿದರು ಮಳೆ ಪೊತ್ತರು ಇಳೆ
ಉರಿಬಿಸಿಲಿನ ಕಾಟ
ವಿರಮಿಸುತಲಿ ಮಲಗುವ ಸೋ–
ಮಾರಿಯ ಸಿಗರೇಟ
ಜ್ಞಾಪಿಸುವೊಲು ನಿಂತಿದೆ ಭ–
ದ್ರಾವತಿಯೊಳು ರಮಣಿ
ಗಗನವನೇ ತಿವಿಯುವವೋಲ್
ಹೊಗೆಯುಗುಳುವ ಚಿಮಣಿ

ಇಂಥ ಅನಿರೀಕ್ಷಿತತೆಯಲ್ಲೇ ಬಿಳಿಗಿರಿ ಆಪ್ತರಾಗುತ್ತಾರೆ:

ಕರಿಯ ಹುಡುಗಿಯು ನಗಲು
ಕಾಣುವ ಬಿಳಿಯ ಹಲ್ಲಿನ ಮಿಂಚೊಲು,
ಬೆಂಗಳೂರಿನ ಟಾರು ರೋಡೊಳು
ಬೆಣಚು ಕಲ್ಲಿನ ಗೊಂಚಲು

ಎಂಬಲ್ಲಿ ಬಿಳಿಗಿರಿ ಏನನ್ನು ಹೇಳಲು ಹೊರಟಿದ್ದಾರೆ ಎಂಬುದು ಗೊತ್ತಾಗುವುದು ಕೊನೆಗೆ.

ಭದ್ರಾವತಿಯನ್ನು ಇನ್ನಿಲ್ಲದಂತೆ ಹಚ್ಚಿಕೊಂಡಿದ್ದವರು ಬಿಳಿಗಿರಿ. ಭದ್ರಾವತಿಯ ಕುರಿತೇ ಅವರು ಹತ್ತಾರು ಕವಿತೆಗಳನ್ನು ಬರೆದಿದ್ದಾರೆ. ಒಂದು ಕವಿತೆಯನ್ನು ಸ್ವತಃ ತಮ್ಮನ್ನು ಕುರಿತೇ ಬರಕೊಂಡಿದ್ದಾರೆ:

ನನ್ನಯ ಹೆಸರೇ? ಎಚ್ ಎಸ್ ಬಿಳಿಗಿರಿ
ಕೇಳಿಲ್ಲವೇ? ಈಗಾದರೂ ಕೇಳಿರಿ.
ಬಿ ಐ ಎಲ್ ಐ ಜಿ ಐ ಆರ್ ಐ
ಶಿವನಿಗೋ ಮೂರ್ಕೈ, ನನಗೋ ನಾಲ್ಕ್–ಐ

ಐಗಳೆ ನನ್ನಯ ಹೆಸರಿನ ತುಂಬ
ಆದುದರಿಂದಲೇ ನನಗೀ ಜಂಭ

ಅನುಭಾವಿ ಕವಿ, ಕಾಮ್ರೇಡ್ ವಿಮರ್ಶಕ ಮುಂತಾದ ಕವಿತೆಗಳಲ್ಲಿ ಬಿಳಿಗಿರಿ ತುಂಟತನಕ್ಕಿಂತ ಹೆಚ್ಚಾಗಿ ಧೈರ್ಯ ವ್ಯಕ್ತವಾಗುತ್ತದೆ. ಈಗ ಗಂಭೀರವಾಗಿ ಬರೆಯುತ್ತಿರುವ ಅನೇಕ ವಿಮರ್ಶಕರನ್ನೂ ಈ ಸಾಲುಗಳು ಕಣ್ಮುಂದೆ ತಂದು ನಿಲ್ಲಿಸುತ್ತವೆ. ವಿಮರ್ಶಕನನ್ನು ಅವರು ಹೀಗೆ ಲೇವಡಿ ಮಾಡುತ್ತಾರೆ:

ಸ್ನೇಹಿತರಿಬ್ಬರು ಬರೆದ ಕೃತಿಗಳಲಿ
ಬಾಲವಾಡಿಸುವ ಒಂದನು ಹೊಗಳಿ
ಮತ್ತೊಂದಕ್ಕೆ ಬೊಗಳುವ ನಾಯಿ
ಸ್ನೇಹದ ಜಿಡ್ಡಿಗೆ ಸೀಗೆಕಾಯಿ
ಈತನು ಕವಿತೆಗೆ ಮಂಡರಗಪ್ಪೆ
ಕಾವ್ಯಪುರುಷ ಗುದ ಹಾಕಿದ ತೊಪ್ಪೆ.

ಪೋಲೀತನ ಕೊಂಚ ಅತಿಯಾಯಿತೇನೋ ಅನ್ನಿಸುವಂತೆ ಬರೆಯುತ್ತಿದ್ದ ಬಿಳಿಗಿರಿ, ತಮ್ಮಲ್ಲಿನ ಕಾವ್ಯಪ್ರತಿಭೆ ಮತ್ತು ಗಾಂಭೀರ್ಯವನ್ನು ಕವಿತೆಗಳಲ್ಲಿ ತುಂಬಲು ಹೋಗಿಲ್ಲ ಅನ್ನುವವರಿದ್ದಾರೆ. ಹಾಗೇನಾದರೂ ಮಾಡಿದ್ದರೆ, ಮತ್ತೊಂದು ಅದೇ ನವ್ಯ ಜಾಡಿನ ಕವಿತೆಗಳು ಹೊರಹೊಮ್ಮುತ್ತಿದ್ದುವೇನೋ? ಹುಸಿ ಗಾಂಭೀರ್ಯ ಮತ್ತು ಅನಗತ್ಯವಾಗಿ ಕ್ಲಿಷ್ಟವಾಗುವುದನ್ನು ನಿರಾಕರಿಸುತ್ತಾ, ಕೇವಲ ಜೀವನಪ್ರೀತಿ, ತುಂಟತನ, ಲವಲವಿಕೆ, ಉಲ್ಲಾಸಗಳು ಬೌದ್ಧಿಕತೆಯನ್ನು ಮೀರಿದ್ದು ಎಂದು ತೋರಿಸಿಕೊಟ್ಟವರು ಅವರು.

ಇಂಗ್ಲಿಷಿನ ಲಿಮೆರಿಕ್ಕುಗಳನ್ನು ಓದಿದವರಿಗೆ, ರಗ್ಬಿ ಹಾಡುಗಳನ್ನು ಮೆಚ್ಚಿದವರಿಗೆ ಬಿಳಿಗಿರಿ ಖಂಡಿತ ಇಷ್ಟವಾಗುತ್ತಾರೆ. ಅವನ್ನೆಲ್ಲ ಓದದವರಿಗೆ ಹೊಸಹಾದಿ ತೋರುತ್ತಾರೆ. ಮುಗಿಸುವ ಮುನ್ನ ಬಿಳಿಗಿರಿಯವರ ಮತ್ತೊಂದು ತುಂಟ ಸಾಲು:

ಭೋರ್ಗರೆಯುವ ಕಾಮಮಹಾಪೂರಕೆ
ಸಮಾಜ ಕಟ್ಟುವ ಕಟ್ಟೆಗಳ
ಆ ಕಡೆ ಜಿನುಗುವ ತೂತುಗಳು
ಪೋಲೀ ಮಾತುಗಳು.

ಬಿಳಿಗಿರಿ ಕವಿತೆಗಳು ಅಣೆಕಟ್ಟಿನಾಚೆಗೆ ಜಿನುಗುತ್ತಲೇ ಇರಲಿ, ಸತತ.

ಪ್ರೇಮದ ಕೈಗನ್ನಡಿ ಕೆ.ಎಸ್. ನರಸಿಂಹಸ್ವಾಮಿ

ಮನೆಯ ಜಗಲಿಯಲ್ಲೊಂದು ಬೆತ್ತದ ಕುರ್ಚಿ. ಅದರ ಮೇಲೆ ಆಸೀನರಾದ ಕವಿ. ಅವರ ಕಣ್ಣು ನಮಗೆ ಕಾಣದಷ್ಟು ದಪ್ಪದ ಕನ್ನಡಕ. ಪಕ್ಕದಲ್ಲಿ ಅಕ್ಕಿ ಆರಿಸುತ್ತಾ ಕೂತ ಕವಿಪತ್ನಿ ವೆಂಕಮ್ಮ.

ಕಾಲದ ರಬ್ಬರು ಎಷ್ಟು ಬಾರಿ ಅಳಿಸಿದರೂ ಕಣ್ಮುಂದೆ ಇರುವ ದೃಶ್ಯ ಇದು. ಬನಶಂಕರಿ ಮೂರನೇ ಹಂತದ ಅವರ ಮನೆಗೆ ಹೋದಾಗ ಇದನ್ನು ಬಿಟ್ಟು ಬೇರೆ ದೃಶ್ಯ ಕಣ್ಣಿಗೆ ಬಿದ್ದದ್ದಿಲ್ಲ. ಬೆಳಗಾಗಲೀ ಬೈಗಾಗಲೀ ಕವಿಯ ಕೈಯಲ್ಲಿ ನಶ್ಯ, ಶೂನ್ಯದತ್ತ ನೋಟ. ಕವಿಪತ್ನಿಯ ಕಣ್ಣಲ್ಲಿ ಅಕ್ಕರೆ.

ಕವಿ ಕೆಎಸ್‌ನ, ಕವಿಪತ್ನಿ ವೆಂಕಮ್ಮ.

ಯಾರ ಹಂಗೂ ಇಲ್ಲದೇ ಅರ್ಥವಾದವರು ಕೆ.ಎಸ್. ನರಸಿಂಹಸ್ವಾಮಿ. ಸುಮಾರು ಇಪ್ಪತ್ತಾರು ವರ್ಷಗಳ ಹಿಂದೆ ಕೊಪ್ಪ ಸಮೀಪದ ಬಸರೀಕಟ್ಟೆ ಎಂಬ ಪುಟ್ಟ ಊರಿನಲ್ಲಿರುವ ಗೆಳೆಯರಾದ ನಾಗಭೂಷಣ್ ಮನೆಗೆ ಹೋಗುತ್ತಿದ್ದ ಹಾದಿಯಲ್ಲೊಂದು ಪುಟ್ಟ ಹೋಟೆಲ್ಲು. ಮುಂಜಾನೆ ಎಂಟಕ್ಕೆಲ್ಲ ಆ ಹೋಟೆಲಿಗೆ ಕಾಲಿಟ್ಟರೆ ಅವಲಕ್ಕಿ ಮೊಸರು ಮತ್ತು ಹಿನ್ನೆಲೆಯಲ್ಲಿ

'ಅಲೆ ಬಂದು ಕರೆಯುವುದು ನಿನ್ನೊಲುಮೆ ಅರಮನೆಗೆ,
ಒಳಗಡಲ ರತ್ನಪುರಿಗೆ'

ಎಂಬ ನವಿರು ದನಿ. ದನಿಗಿಂತ ಸೆಳೆದದ್ದು ಆ ಸಾಲು:

'ಅಲೆಯಿಡುವ ಮುತ್ತಿನಲೆ ಕಾಣುವುದು ನಿನ್ನೊಲುಮೆ,
ಒಳಗುಡಿಯ ಮೂರ್ತಿಮಹಿಮೆ.'

ಅದನ್ನು ಕೇಳುತ್ತಾ ಮೈಮರೆತು ಮಾಲೀಕರನ್ನು ಕೇಳಿದರೆ ಅವರು ತೋರಿಸಿದ್ದು 'ಮೈಸೂರು ಮಲ್ಲಿಗೆ' ಕೆಸೆಟ್ಟು. ಊರಿಗೆ ಬಂದ ತಕ್ಷಣ ಕೊಂಡದ್ದು

ಆ ಕೆಸೆಟ್ಟು. ಅದನ್ನು ಕೊಂಡೊಯ್ದು ಪಕ್ಕದ ಮನೆಯಲ್ಲಿ ಹಾಕಿ ಕೇಳಿದರೆ 'ಹೊಂಬಾಳೆ ಹೂವಿನಲಿ ಹೊರಟ ಪರಿಮಳದಲ್ಲಿ ಉಯ್ಯಾಲೆ' ಅವರ ಹೆಸರು.

ಆ ಕ್ಷಣದಿಂದ ಕೆ.ಎಸ್. ನರಸಿಂಹಸ್ವಾಮಿ ಅವರನ್ನು ನೋಡಬೇಕು ಅನ್ನುವ ಆಸೆ. ಅವರು ಮಂಡ್ಯದವರು, ಕಿಕ್ಕೇರಿಯವರು ಎಂದು ಗೊತ್ತಾಗಿದ್ದು ತೀರ ತಡವಾಗಿ. ಅದಕ್ಕೂ ಮುಂಚೆ ಅವರ ಮೈಸೂರ ಮಲ್ಲಿಗೆ, ದೀಪದ ಮಲ್ಲಿ, ಐರಾವತ, ಉಂಗುರ, ಇರುವಂತಿಗೆ ಎಲ್ಲವನ್ನೂ ಓದಿಯಾಗಿತ್ತು. ಆ ಗುಂಗಿನಲ್ಲಿ ಮದುವೆಯಾಗದ ಹೆಣ್ಣುಮಕ್ಕಳ ಕಷ್ಟ ನಮಗೆ ಅರ್ಥವೇ ಆಗುತ್ತಿರಲಿಲ್ಲ. 'ಸರಿಯಾದ ಗಂಡೊದಗಿ ಹೆಣ್ಣು ಸುಖವಾಗಿರಲಿ, ತಡವಾದರೇನಂತೆ ನಷ್ಟವಿಲ್ಲ' ಎಂದು ನಮ್ಮೂರ ಬಯಲಲ್ಲಿ ನಾವು ಗುನುಗಿಕೊಳ್ಳುತ್ತಾ ಓಡಾಡುತ್ತಿದ್ದೆವು. ನಮ್ಮೂರಲ್ಲಿ ಏನೇ ಶುಭಕಾರ್ಯ ನಡೆದರೂ ಉಸುರುವುದಕ್ಕೊಂದು ನರಸಿಂಹಸ್ವಾಮಿ ಸಾಲು ಸಿಗುತ್ತಿತ್ತು.

'ದಿನವಾದ ಬಸುರಿ ಉಸ್ಸೆಂದು ನಿಟ್ಟುಸಿರೆಳೆದು
ನಲುಗಬಾರದು ನನ್ನ ದೊರೆಯೇ'

'ಚಿತ್ರದುರ್ಗದ ರೈಲು ನಿತ್ಯವೂ
ಓಡೋಡಿ ಮೈಸೂರ ಸೇರುವುದು ನಾನು ಬಲ್ಲೆ'

'ಕೆರೆಯ ದಾರಿಯಲಿ ನೀರ ತರುತಿರಲು
ಹೆಸರು ಕೇಳಿದನು ಗೊಲ್ಲನು,
ಒಸಗೆಯಾಯಿತೇ ಎಂದನು'...

ಒಸಗೆಯಾಗುವುದು ಎಂದರೇನು ಅನ್ನುವುದರ ಕಲ್ಪನೆಯೂ ಇರಲಿಲ್ಲ.

ಅಷ್ಟು ಹೊತ್ತಿಗೆಲ್ಲ ಅಡಿಗರ ಕಾವ್ಯದ ರುಚಿಯನ್ನು ನಮ್ಮ ಮೇಷ್ಟರುಗಳು ತೋರಿಸಿ ಕೊಟ್ಟಿದ್ದರು. ಅಡಿಗರು 'ಪುಷ್ಪಕವಿಯ ಪರಾಕು' ಕವಿತೆ ಬರೆದದ್ದು ಕೆಎಸ್‌ನ ಕುರಿತೇ ಎಂದೆಲ್ಲ ಮಾತಾಡತೊಡಗಿದ್ದರು. ಅದೇ ಹೊತ್ತಿಗೆ ಕೆಎಸ್‌ನ ಕೂಡ ಅವರನ್ನು ಸರಿಗಟ್ಟುವಂತೆ ಬರೆಯಲು ಹೊರಟಂತೆ ಕಾಣುತ್ತಿದ್ದರು. 'ಅಗೆವಾಗ ಸಿಕ್ಕದ್ದು ನುಣುಪು ಕುಂಕುಮ ಭೂಮಿ, ಗುದ್ದಲಿಯ ಕೆಲಸ ಅಲ್ಲಿಗೆ ನಿಂತಿದೆ' ಎಂಬ ಸಾಲುಗಳು ನವ್ಯಕವಿಗಳ ಕುರಿತ ವ್ಯಂಗ್ಯ ಎಂದು ನಾವು ನಮ್ಮಷ್ಟಕ್ಕೇ ಭಾವಿಸಿಕೊಂಡಿರಬೇಕಾದರೆ,

'ಬತ್ತಿದ ಹೊಳೆ, ಅದರಾಚೆಗೆ ತಿರುಗುತ್ತಿದೆ ಗಾಣ,
ಮೇಲೆತ್ತಿದ ಚಾಟಿಯಲಿದೆ ಮುದಿಯೆತ್ತಿನ ಪ್ರಾಣ'

ಎಂದು ಬರೆದು ಕೆಎಸ್‌ನ ಬೆಚ್ಚಿಬೀಳಿಸಿದರು.

‘ನಡೆದು ಬಂದ ಕಡೆಗೆ ತಿರುಗಿಸಬೇಡ,
ಕಣ್ಣ ಹೊರಳಿಸಬೇಡ’

ಎಂಬ ಅಡಿಗರ ಸಾಲುಗಳಿಗೆ ಸಂವಾದಿಯಾಗಿ

‘ನಡೆದ ದಾರಿಯ ತಿರುಗಿ ನೋಡಬಾರದು ಏಕೆ?’

ಎಂದು ಕೆಎಸ್‌ನ ಕೇಳಿದರು ಎಂದುಕೊಂಡು ನಾವೊಂದಷ್ಟು ಮಂದಿ ಈ ಜಗಳದಲ್ಲಿ ಪರ ವಿರೋಧ ವಹಿಸಿಕೊಂಡು ಕಿತ್ತಾಡಿದೆವು.

ಕೆಎಸ್‌ನ ಪರಿಚಯವಾದದ್ದು ಆಮೇಲೆ. ಅವರ ಮನೆಗೆ ದೀಪಾವಳಿ ವಿಶೇಷಾಂಕಕ್ಕೆ ಕವಿತೆ ಕೇಳಲು ಹೋಗಲು ಆರಂಭಿಸಿದ ಮೇಲೆ. ಅವರು ಬರೆಯುವುದನ್ನು ಬಿಟ್ಟು, ಕವಿತೆ ಹೇಳಲು ಆರಂಭಿಸಿದ್ದರು. ಅವರ ಕವಿತೆಗಳನ್ನು ಬರೆದುಕೊಳ್ಳಲು ಅವರ ಕಿರಿಯ ಮಿತ್ರರಾದ ಎಂ.ವಿ. ವೆಂಕಟೇಶಮೂರ್ತಿ ಬರುತ್ತಿದ್ದರು. ಆದರೆ ನಾನು ಕೇಳಿದ ಕವಿತೆಗಳನ್ನು ಅವರು ನನಗೇ ಬರೆದುಕೊಳ್ಳಲು ಹೇಳುತ್ತಿದ್ದರು. ಹಾಗೆ ಬರೆಸುವ ಹೊತ್ತಿಗೆ ಅವರ ಮನಸ್ಸಿನಲ್ಲಿ ಆ ಕವನ ರೂಪುಗೊಂಡಿತ್ತೆಂದು ಕಾಣುತ್ತದೆ. ಹೀಗಾಗಿ ಒಂದಿಷ್ಟೂ ಯೋಚಿಸದೇ, ಸರಾಗವಾಗಿ ಕವಿತೆಯನ್ನು ‘ಡಿಕ್ಟೇಟ್’ ಮಾಡುತ್ತಿದ್ದರು. ಅಷ್ಟು ಸೊಗಸಾಗಿ ಹೇಳಿ ಬರೆಸುವ ಮತ್ತೊಬ್ಬರೆಂದರೆ ಯು.ಆರ್. ಅನಂತಮೂರ್ತಿ. ಅವರು ಸುದೀರ್ಘ ಲೇಖನಗಳನ್ನು ಕೂಡ ಸರಾಗವಾಗಿ ಹೇಳುತ್ತಾ ಹೋಗುತ್ತಾರೆ. ಆಮೇಲೆ ಓದಿದರೆ, ಒಂದಕ್ಷರ ಕೂಡ ಬದಲಾಯಿಸುವ ಅಗತ್ಯ ಕಾಣಿಸುವುದಿಲ್ಲ. ಅಷ್ಟು ಕರಾರುವಾಕ್ಕು.

ವೈಎನ್ಕೆ ಬರೆದ ಒಂದು ಪದ್ಯ ಕೆ.ಎಸ್. ನರಸಿಂಹಸ್ವಾಮಿ ಅವರ ಕುರಿತೇ ಎಂದು ನನ್ನ ಊಹೆ. ಅವರ ಸಹಜ ತಮಾಷೆಯಲ್ಲಿ ಕವಿತೆ ಹೀಗೆ:

ನರಸಿಂಹರಾಯರು ಹೆಸರಾಂತ ಕವಿಗಳು
ನಾವು ಬಂದಿದ್ದೇವೆ ನಾಲ್ಕು ಜೊತೆ ಕಿವಿಗಳು.
ಕೊಟ್ಟರೆ ಒಳ್ಳೆಯ ಕಾಫಿ
ಎಂಥ ಪದ್ಯಕ್ಕೂ ಮಾಫಿ.

ಹೀಗೆ ಬರೆದ ವೈಯೆನ್ಕೆ ಅವರಿಗೆ ಕೆಎಸ್‌ನ ಅನೇಕ ಸಾಲುಗಳು ಕಂಠಪಾಠ. ಅದರಲ್ಲಿ ಅವರಿಗೆ ತುಂಬ ಇಷ್ಟವಾದದ್ದು:

‘ಸಂಜೆಗೊಬ್ಬಳು ಮುದುಕಿ,
ಕೊನೆಯ ಕೆಂಡವ ಕೆದಕಿ,
ಎತ್ತಿ ಮುಡಿದಳು ತನ್ನ ಗಂಟುಜಡೆಗೆ’

ಎಂಬ ರೂಪಕ. ಹಾಗೇ, ಸಿಟ್ಟು ಬಂದಾಗಲೂ ಕೆಎಸ್‌ನ ಎಷ್ಟು ಸಂಯಮಿ ಎನ್ನುವುದನ್ನೂ ವೈಯೆನ್ಕೆ ಹೇಳಿದ್ದರು: 'ಜಗಳವಾಗಿ ಯಾರನ್ನಾದರೂ ಬೈದಾಗ ಕೆಎಸ್‌ನ ಹೇಳುತ್ತಿದ್ದರಂತೆ; 'ಅವನಿಗೊಂದು ಶವರ್‌ಬಾತ್ ಕೊಟ್ಟೆ.' ಹಾಗೆಂದರೆ ಆಡುಭಾಷೆಯಲ್ಲಿ 'ಉಗಿದೆ' ಎಂದು ಅರ್ಥವಂತೆ.

ಅಡಿಗರ ಮೇಲಿನ ಸಿಟ್ಟನ್ನು ಕೆಎಸ್‌ನ ಕೊನೆತನಕವೂ ಬಿಟ್ಟುಕೊಟ್ಟಿರಲಿಲ್ಲ. ಸಂಜೆ ಹಾಡು ಸಂಕಲನದ ಒಂದು ಕವಿತೆಯಲ್ಲಿ ಅವರು ಅಡಿಗ ಹಾಗೂ ತಮ್ಮ ಕಾವ್ಯವನ್ನು ತಾವೇ ವಿಶ್ಲೇಷಿಸಿಕೊಂಡಿದ್ದಾರೆ, ಅಡಿಗರ ಪ್ರಸ್ತಾಪದೊಂದಿಗೆ:

'ಗೋಪಾಲಕೃಷ್ಣ ಅಡಿಗರು ಒಮ್ಮೆ ಹೇಳಿದರು
ನನ್ನ ಅನುಭವವೆ ತೆಳುವೆಂದು; ಒಪ್ಪುತ್ತೇನೆ.
ಅವರ ದನಿ ಯಕ್ಷಗಾನದ ರೀತಿ; ನನ್ನ ದನಿ
ತಂಪಾದ ಸಂಜೆಯಲಿ ಗೆಳೆಯರಿಬ್ಬರು ಕೂತು
ಎತ್ತರಕ್ಕೇರದೆಯೇ ಮಾತನಾಡುವ ರೀತಿ.
ಕವಿತೆಗಿಂತಲೂ ಬದುಕು ಜಟಿಲ, ಇಲ್ಲಿ ಉಟ್ಟರೂ
ಬೆತ್ತಲೆ, ಉಂಡರೂ ಹಸಿವು.

* * *

ಮಲ್ಲಿಗೆ ಕವಿ ಪರಿಮಳವ ಬೀರಿದರೂ ಒಳಗೊಳಗೇ ನೋವುಂಡರೇ? ಅದನ್ನು ವಿಸ್ತರಿಸುವುದು ಕೊಂಚ ಅಧಿಕಪ್ರಸಂಗತನ. ಹಾಗಿದ್ದರೂ ಅವರ ಕವಿತೆಯೊಂದರ ಸಾಲು ಮತ್ತೆ ಮತ್ತೆ ನೆನಪಾಗುತ್ತದೆ.

'ನೊಂದ ಹಾಡನ್ನಷ್ಟೆ ಹಾಡಬೇಕೇನು?
ಬೇಡವೇ ಯಾರಿಗೂ ಸಿರಿಮಲ್ಲಿಗೆ?'

ಎಂದು ಕೇಳಿದವರೇ ಮತ್ತೊಮ್ಮೆ ನುಡಿಯುತ್ತಾರೆ:

ಹೊಳೆ ಬೆಟ್ಟ ಕಾನು ಹೂಬನವ ಸುತ್ತಾಡಿದೆನು
ಹಣತೆಯಾರುವ ತನಕ ಹಾಡು ಹಾಡಿ.
ಶಾಂತಿ ಸಿಕ್ಕಲೆ ಇಲ್ಲ ನನಗೆ ಜೀವನದಲ್ಲಿ
ನಿಮಗೆ ಗೊತ್ತೆ ವಿಳಾಸ, ನನಗೆ ಹೇಳಿ.

ಕೆಎಸ್‌ನ ಅವರನ್ನು ತುಂಬಾ ಹಚ್ಚಿಕೊಂಡವರು ರವಿ ಬೆಳಗೆರೆ. ನಾನು ಅವರ ಜೊತೆಗಿದ್ದಾಗಲೆಲ್ಲ ಕೆಎಸ್‌ನ ಕವಿತೆಯ ಸಾಲುಗಳನ್ನು ಒಂದರ ಮೇಲೊಂದರಂತೆ ಹೇಳುತ್ತಿದ್ದರು. ಎಸ್. ದಿವಾಕರ್ ಕೂಡ ಕೆಎಸ್‌ನ ಕವಿತೆಗಳನ್ನು ಪುಸ್ತಕದ ನೆರವಿಲ್ಲದೇ ಹೇಳುವುದನ್ನು ನಾನು ಕೇಳಿದ್ದೇನೆ.

‘ಒಲವು ತುಂಬುವುದಿಲ್ಲ,
ತುಂಬಿದರೆ ಒಲವಲ್ಲ,
ಎಲ್ಲಿ ಹೋಯಿತು ಹಾಲು ಪಾತ್ರೆ ಬರಿದು’

ಕವಿತೆ ಆಪ್ತವಾದದ್ದು ದಿವಾಕರ್ ಬಾಯಿಂದ ಕೇಳಿದ ನಂತರವೇ. ಹಾಯ್ ಬೆಂಗಳೂರು ಪತ್ರಿಕೆಯ ವಾರ್ಷಿಕೋತ್ಸವದ ಸಂದರ್ಭದಲ್ಲಿ ಕೆಎಸ್‌ನ ದಂಪತಿಗಳನ್ನು ಕರೆಸಿಕೊಂಡು ಬಾಗಿನ ಕೊಟ್ಟು ಸನ್ಮಾನಿಸಿದ ಕ್ಷಣ ಅಮರ. ನಾನು ಅವರನ್ನು ವೇದಿಕೆಯ ಮೇಲೆ ನೋಡಿದ್ದು ಅದೇ ಮೊದಲು. ಬಿಡುಗಡೆ ಸಮಾರಂಭ ಮಾಡದೇ ಹೋದರೂ, ಅವರ ಕವನ ಸಂಕಲನಗಳು ಮಾರುಕಟ್ಟೆಗೆ ಬಂದ ತಕ್ಷಣ ಅದು ಹೇಗೋ ಏನೋ ಅವರನ್ನು ಮೆಚ್ಚುವವರಿಗೆ ಗೊತ್ತಾಗುತ್ತಿತ್ತು. ಕೆಲವೇ ದಿನಗಳಲ್ಲಿ ಅವು ಖರ್ಚಾಗುತ್ತಿದ್ದವು. ‘ಮೈಸೂರ ಮಲ್ಲಿಗೆ’ ಸಂಕಲನದ ಹಕ್ಕನ್ನು ಪ್ರಕಾಶಕರಿಗೆ ಕೊಟ್ಟು ಬರಿಗೈಯಲ್ಲಿ ನಿಂತ ಕವಿ ಅವರು ಎಂದು ಜಿಎಸ್ ಸದಾಶಿವ ಆಗಾಗ ಹೇಳುತ್ತಿದ್ದರು. ಅತ್ಯಂತ ಹೆಚ್ಚು ಮುದ್ರಣ ಕಂಡ ಕವನ ಸಂಕಲನ ಅದೇ ಇರಬೇಕು. ಇನ್ನೊಂದು; ಡಿವಿಜಿಯವರ ಮಂಕುತಿಮ್ಮನ ಕಗ್ಗ.

ಕೆಎಸ್‌ನ ಲಹರಿ ಕೆಲವೊಮ್ಮೆ ಬೆರಗಾಗಿಸುವ ಹಾಗೆ, ಕವಿತೆಯಾಚೆಗೂ ಜಿಗಿಯುತ್ತದೆ. ತುಂಬ ಖುಷಿಯಾದಾಗ ಅವರು ಇಂಥ ಕವಿತೆಗಳನ್ನೂ ಬರೆದಿದ್ದಾರೆ:

‘ಏನೋ ಬಂದಳು, ಏನೋ ಅಂದಳು.
ಹೊಸಕೆರೆಹಳ್ಳಿಯ ಹುಡುಗಿ;
ಕಂಕುಳಲ್ಲಿ ಹೂಗೊಂಚಲ ತಂದಳು,
ಕೊಡವನು ಆ ಕಡೆ ಮಡಗಿ.’

ಇದಕ್ಕಿಂತ ನಗೆಯುಕ್ಕಿಸುವ ಮತ್ತೊಂದು ಕವಿತೆ ‘ನವಿಲ ದನಿ’ ಸಂಕಲನದಲ್ಲಿದೆ:

‘ಬೆಟ್ಟಗಳಿರುವುದು ಹತ್ತುವುದಕ್ಕೆ
ಹೊಳೆಗಳು ಇರುವುದು ದಾಟುವುದಕ್ಕೆ
ಆಗಸವಿರುವುದು ಹಾರುವುದಕ್ಕೆ
ಕಮಲ, ಓ ಕಮಲ!’

ಆರಂಭದ ಕವಿತೆಗಳಲ್ಲೂ ಕೆಎಸ್‌ನ ತುಂಟತನ ಜೋರಾಗಿದೆ:

ನವಿಲೂರಿನೊಳಗೆಲ್ಲ ನೀನೇ ಬಲು ಚೆಲುವೆ,
ಅದಕೆ ನಮಗಿಬ್ಬರಿಗೆ ನಾಳೆಯೇ ಮದುವೆ.
ಒಬ್ಬಳೇ ಮಗಳೆಂದು ನೀವೇಕೆ ಕೊರಗುವಿರಿ
ಒಬ್ಬಳೇ ಮಡದಿಯೆನಗೆ,
ಒಳಗೆ ಬರಲಪ್ಪಣೆಯೆ ದೊರೆಯೆ,
ಬಳೆಯ ತೊಡಿಸುವುದಿಲ್ಲ ನಿಮಗೆ...

ಹೀಗೆ ಕವಿತೆಯ ನಡುವೆಯೂ ನಗೆಯುಕ್ಕಿಸುವ ಸಾಲುಗಳು ಮಿನುಗುತ್ತವೆ.

ಕೆಎಸ್‌ನ ಕುರಿತ 'ಮೈಸೂರು ಮಲ್ಲಿಗೆ' ನಾಟಕ, ಅವರ ಅಭಿನಂದನಾ ಗ್ರಂಥ 'ಚಂದನ', ಬಾಕಿನ ಹೊರತಂದ ಅವರ ಸಮಗ್ರ ಕವಿತೆಗಳ ಸಂಕಲನ 'ಮಲ್ಲಿಗೆಯ ಮಾಲೆ', ನಾಗಾಭರಣ ನಿರ್ದೇಶನದ 'ಮೈಸೂರು ಮಲ್ಲಿಗೆ' ಸಿನಿಮಾ, ಅಶ್ವತ್ಥರು ಸಂಗೀತ ನೀಡಿದ ಮೂವತ್ತೋ ನಲವತ್ತೋ ಕೆಸೆಟ್ಟುಗಳು– ಹೀಗೆ ಕೆಎಸ್‌ನ ಪ್ರತಿಭೆಗೆ ನೂರು ಕನ್ನಡಿ.

ಕವಿತೆಯಾಚೆಗೆ ತುಳುಕಲು ಇಷ್ಟಪಡದ ತುಂಬಿದ ಕೊಡದಂತಿದ್ದ ಕೆಎಸ್‌ನ ಮನೆಮುಂದೆ ಹಾದುಹೋಗುವಾಗೆಲ್ಲ ಮತ್ತದೇ ಹಳೆಯ ಚಿತ್ರಕ್ಕೆ ಕಣ್ಣು ಹಾಯುತ್ತದೆ.

'ತುಂಬಿದಿರುಳಿನ ನಡುವೆ ನಾನು ಕಿರುದೋಣಿಯಲಿ
ಈಗಲೇ ಹೊರಟಿರುವೆ ಆಚೆ ದಡಕೆ,
ಬದುಕಿ ಬಾಳುವ ಮಂದಿಗೆ ಅರ್ಥವಾಯಿತು ಕವಿತೆ,
ಅನುಭವಗಳಾಚೆಗಿದೆ ನನ್ನ ಬದುಕೆ'

ಎಂಬ ಸಾಲು ಸುಮ್ಮನೆ ನೆನಪಾಗುತ್ತದೆ.

ದೇವರು

*

ದೇವರು ಎಲ್ಲೋ ದೂರದಲಿಲ್ಲ
ಎದುರಲ್ಲೇ ಇರುವ
ಗುಡಿಯಲಿ ಅವನು ಕಲ್ಲಾಗಿಲ್ಲ
ಕಣ್ಣೆದುರೇ ಇರುವ.

–ಚಿ. ಉದಯಶಂಕರ್

ಇಲ್ಲದೇ ಇರುವ ದೇವರು

ನಮಗೆ ಈ ದೇವರು ಬೇಕಾಗಿಲ್ಲ. ಹೊಸ ದೇವರು ಬೇಕು.

ಹಾಗಂತ ಜನ ನಿರ್ಧಾರ ಮಾಡಿಬಿಟ್ಟಿದ್ದರು. ಈಗಿರುವ ದೇವರು ಉಪಯೋಗಕ್ಕಿಲ್ಲ. ಯಾವತ್ತೂ ಮಾತಾಡದ ದೇವರನ್ನು ಇಟ್ಟುಕೊಂಡು ಮಾಡುವುದಾದರೂ ಏನು? ನಾವು ಕೇಳಿದ್ದನ್ನು ಕರುಣಿಸದ ದೇವರು, ಸದಾ ಕಷ್ಟಗಳನ್ನು ಕೊಡುವ ದೇವರು, ತನ್ನ ದೇವಿಯ ಜೊತೆಗೇ ಕಾಲ ಕಳೆಯುವ ದೇವರು, ಜಗತ್ತಿನತ್ತ ತಿರುಗಿಯೂ ನೋಡದ ದೇವರು ಯಾಕಾದರೂ ಬೇಕು. ನಮಗೆ ನಮ್ಮೊಡನೆ ಬೆರೆಯುವ ದೇವರು ಬೇಕು. ನಮ್ಮನ್ನು ಅರ್ಥಮಾಡಿಕೊಳ್ಳಬಲ್ಲ ದೇವರು ಬೇಕು. ಯಾರ ಕುರಿತೂ ಪಕ್ಷಪಾತ ತೋರದ ದೇವರು ಬೇಕು. ದೇವರ ಸೃಷ್ಟಿಯಲ್ಲಿ ಎಲ್ಲರೂ ಸಮಾನರೇ ಆಗಿರುವಾಗ, ಕೆಲವರಿಗೆ ಈ ದೇವರು ಯಾಕೆ ಹೆಚ್ಚಿನ ಸೌಲಭ್ಯ ಕೊಡುತ್ತಾನೆ. ತಮಗೆ ದೇವರ ಬೆಂಬಲ ಇದೆ ಅಂತ ಅವರೂ ಅಹಂಕಾರಿಗಳಾಗುತ್ತಿದ್ದಾರೆ. ಅವರು ಮಾಡಿದ ತಪ್ಪುಗಳನ್ನು ಕ್ಷಮಿಸಲಾಗುತ್ತದೆ. ದೇವರೇ ಹೀಗೆ ಒಂದು ಕಣ್ಣಿಗೆ ಸುಣ್ಣ ಮತ್ತೊಂದು ಕಣ್ಣಿಗೆ ಬೆಣ್ಣೆ ಹಾಕುವುದು ಸರಿಯಾ? ಇದಕ್ಕೆಲ್ಲ ಒಂದೇ ಒಂದು ಪರಿಹಾರ ಎಂದರೆ ದೇವರನ್ನೇ ಬದಲಾಯಿಸುವುದು.

ಹಾಗಂತ ಅವರು ನಿರ್ಧಾರ ಮಾಡಿದರು. ಅದು ಒಬ್ಬರಿಂದ ಇನ್ನೊಬ್ಬರಿಗೆ ಹಬ್ಬುತ್ತಾ ಹೋಯಿತು. ಎಲ್ಲರೂ ದೇವರು ಬದಲಾಗಬೇಕೆಂದು ಒತ್ತಾಯಿಸತೊಡಗಿದರು. ದೇವರನ್ನು ಹೇಗೆ ಬದಲಾಯಿಸುವುದು ಅನ್ನುವ ಪ್ರಶ್ನೆ ಬಂದಾಗ ಮಾತ್ರ, ಎಲ್ಲರೂ ಅರೆಕ್ಷಣ ಸ್ತಬ್ಧರಾದರು. ದೇವರನ್ನು ಸೃಷ್ಟಿ ಮಾಡಿದವರು, ಆ ಸ್ಥಾನದಲ್ಲಿ ಕೂರಿಸಿದವರು ಯಾರು ಅನ್ನುವುದು ಸ್ಪಷ್ಟವಿರಲಿಲ್ಲ. ಕೆಲವರ ಪ್ರಕಾರ ದೇವರು ಸ್ವಾತಂತ್ರ್ಯದ ಜೊತೆಗೇ ಸೃಷ್ಟಿಯಾಗಿದ್ದ. ಮತ್ತೆ ಕೆಲವರ ಪ್ರಕಾರ ಹೋರಾಟಗಾರರೆಲ್ಲ ಸೇರಿ, ದೇವರನ್ನು ಸೃಷ್ಟಿ

ಮಾಡಿದ್ದರು. ದೇವರು ತಾನಾಗಿಯೇ ಉದ್ಭವವಾಗಿದ್ದಾನೆ ಅಂತ ಇನ್ನೊಂದಷ್ಟು ಮಂದಿ ಭಾವಿಸಿದ್ದರು. ಹೀಗಾಗಿ ದೇವರನ್ನು ಬದಲಾಯಿಸುವುದು ಅಷ್ಟೇನೂ ಸುಲಭವಲ್ಲ ಅಂತ ಎಲ್ಲರೂ ಮಾತಾಡಿಕೊಂಡರು.

ಕೊನೆಗೂ ಅದಕ್ಕೊಂದು ಪರಿಹಾರ ಕಂಡುಕೊಳ್ಳಲಾಯಿತು. ನಾವೆಲ್ಲ ಸೇರಿ ನಮಗೊಪ್ಪುವ ದೇವರನ್ನು ಸೃಷ್ಟಿಸೋಣ ಅಂತ ಒಪ್ಪಂದವಾಯಿತು. ಇರುವ ದೇವರೂ, ದೇವರಾಗುವ ಆಕಾಂಕ್ಷಿಗಳೂ ಜನರ ಮುಂದೆ ಬಂದು ಕೈ ಮುಗಿದು ನನ್ನನ್ನು ದೇವರನ್ನಾಗಿ ಮಾಡಿ ಎಂದು ಕೇಳಿಕೊಳ್ಳುತ್ತಿದ್ದರು. ಇಷ್ಟು ದಿನ ತಾವು ಕೈ ಮುಗಿಯುತ್ತಿದ್ದ ದೇವರು, ಈಗ ನಮಗೇ ಕೈ ಮುಗಿಯುತ್ತಿದ್ದಾನಲ್ಲ, ದೇವರು ಎಷ್ಟು ದುರ್ಬಲ. ಅವನನ್ನು ದುರ್ಬಲನನ್ನಾಗಿ ಮಾಡುವ ಶಕ್ತಿ ಭಕ್ತರಾದ ನಮಗಿದೆಯಲ್ಲ ಅಂತ ಎಲ್ಲರಿಗೂ ಒಳಗೊಳಗೇ ಖುಷಿಯೂ ಆಯಿತು.

ಕೊನೆಗೂ ಜನರೆಲ್ಲ ಸೇರಿ ದೇವರನ್ನು ಆಯ್ಕೆ ಮಾಡಿದರು. ದೇವರ ಪಟ್ಟಾಭಿಷೇಕವೂ ನಡೆಯಿತು. ಇನ್ನು ಎಲ್ಲವೂ ನಿರಾತಂಕ ಅಂತ ಎಲ್ಲರೂ ಅಂದುಕೊಂಡರು.

ಇದೆಲ್ಲ ಮುಗಿಯುತ್ತಿದ್ದಂತೆ ಒಬ್ಬ ದೇವರನ್ನು ಭೇಟಿಯಾಗಿ ತನ್ನ ಕಷ್ಟ ಹೇಳಿಕೊಳ್ಳಬೇಕು ಎಂದು ಬಯಸಿದ. ಮತ್ತೊಬ್ಬ ಏನೂ ಬದಲಾಗಿಲ್ಲ. ಕೊಲೆ, ದರೋಡೆ, ಬಡತನ, ಹಿಂಸೆ, ಅಸಮಾನತೆ ಎಲ್ಲವೂ ಹಾಗೇ ಇದೆ ಅನ್ನುವುದನ್ನು ಗಮನಿಸಿ, ದೇವರನ್ನು ತರಾಟೆಗೆ ತೆಗೆದುಕೊಳ್ಳಲು ನಿರ್ಧರಿಸಿದ. ಬಹಳಷ್ಟು ಮಂದಿಗೆ ಏನೇನೂ ಬದಲಾಗಿಲ್ಲ ಅನ್ನುವುದು ಗೊತ್ತಾಗುತ್ತಾ ಹೋಯಿತು. ಎಲ್ಲರೂ ಸೇರಿ ಹೊಸ ದೇವರನ್ನು ಭೇಟಿ ಮಾಡಲು ನಿರ್ಧರಿಸಿದರು.

ಅದು ಸಾಧ್ಯವೇ ಆಗಲಿಲ್ಲ. ದ್ವಾರಪಾಲಕರು ಇವರನ್ನು ಒಳಗೆ ಬಿಡೋದಿಲ್ಲ ಅಂದರು. ದೇವರನ್ನು ನೋಡುವುದಕ್ಕೆ ಸಾಧ್ಯವಿಲ್ಲ. ನಿಮ್ಮ ಕಷ್ಟಗಳು ಪರಿಹರಿಸಿಕೊಳ್ಳಲಾರದಷ್ಟು ತೀವ್ರವಾದಾಗ ದೇವರೇ ಅವತಾರ ಎತ್ತಿ ಬರುತ್ತಾರೆ. ನೀವೀಗ ಹೊರಡಿ ಎಂದು ಅವರನ್ನು ವಾಪಸ್ಸು ಕಳಿಸಿದರು. ಅವರು ವಾಪಸ್ಸು ಬರುವ ದಾರಿಯಲ್ಲಿ ಯಾವ ಕಷ್ಟವೂ ಇಲ್ಲದ ಸುಖಪುರುಷರೆಲ್ಲ ದೇವರನ್ನು ಭೇಟಿಯಾಗಲು ಸಲೀಸಾಗಿ ಹೋಗಿ ಬರುತ್ತಿರುವುದನ್ನೂ ಕಂಡರು.

ದೇವರು ಅವತಾರ ಎತ್ತಬಹುದೆಂದು ಕಷ್ಟಜೀವಿಗಳೂ ಬಡವರೂ ಕಾದರು. ದೇವರು ಅವತಾರ ಎತ್ತುವ ಸೂಚನೆ ಕಾಣಲಿಲ್ಲ. ಎಲ್ಲರೂ ಕಂಗೆಟ್ಟು ಹೋಗಿ ತಮ್ಮ ದುರದೃಷ್ಟಕ್ಕೆ ಮರುಗುತ್ತಿರುವ ಹೊತ್ತಿಗೆ, ದೇವರು ಪ್ರತಿ ಊರಲ್ಲೂ ಪ್ರತಿ ಹಳ್ಳಿಯಲ್ಲೂ ಕಾಣಿಸಿಕೊಳ್ಳುತ್ತಾನೆ. ಅವನನ್ನು ದೇವಸ್ಥಾನಗಳಲ್ಲಿ ನೋಡಬಹುದು ಎಂದು ದೇವರೇ ಪ್ರಕಟಣೆ ಹೊರಡಿಸಿದರು.

ಕಷ್ಟಜೀವಿಗಳೆಲ್ಲ ದೇವಸ್ಥಾನಕ್ಕೆ ಹೋಗಿ ಕಲ್ಲು ದೇವರನ್ನು ನೋಡಿಕೊಂಡು ಬಂದರು. ದೇವರ ಮುಂದೆ ತಮ್ಮ ಕಷ್ಟ ಹೇಳಿಕೊಂಡರು. ಹಾಗೆ ಕಷ್ಟ ಹೇಳಿಕೊಳ್ಳಲಿಕ್ಕೆ ಇಂತಿಷ್ಟು ದುಡ್ಡು ಕೊಡಬೇಕೆಂದು ನಿಗದಿ ಮಾಡಿದ್ದರು. ಬಡವರೂ, ರೋಗಿಷ್ಟರೂ, ನೊಂದವರೂ ದುಡ್ಡುಕೊಟ್ಟು ಕಲ್ಲು ದೇವರ ಮುಂದೆ ಕಷ್ಟ ಹೇಳಿಕೊಂಡು ವಾಪಸ್ಸಾಗುತ್ತಿದ್ದರು.

ಕನಿಷ್ಠ ಹೇಳಿಕೊಳ್ಳುವ ಸುಖವಾದರೂ ಸಿಕ್ಕಿತಲ್ಲ ಅನ್ನುವ ಸಂತೋಷದಲ್ಲಿ ಅವರೆಲ್ಲ ಇದ್ದಂತಿತ್ತು.

ಕುಂತಿ ತೊರೆದ ಕರ್ಣ

ಸುಮ್ಮನೆ, ಸುಮ್ಸುಮ್ಮನೆ ಕರ್ಣ ಕಣ್ಮುಂದೆ ಸುಳಿಯುತ್ತಾನೆ. ಕುಂತಿಯೊಡನೆ ಕೂಡಿದ ಸೂರ್ಯ ಕರ್ಣನ ತಂದೆ. ಸೂರ್ಯ ಸುಡುತ್ತಾನೆ. ಮಗನನ್ನೂ ಸುಟ್ಟಾನು. ಕುಂತಿಗೋ ಅದು ಬೇಡದ ಕೂಸು. ಕುತೂಹಲಕ್ಕೆ ಹುಟ್ಟಿದ ಕಂದ. ಅಂಥ ಕುತೂಹಲವನ್ನು ಅವಳು ತೇಲಿ ಬಿಟ್ಟದ್ದು ಗಂಗೆಯಲ್ಲಿ. ಗಂಗೆ ಬದುಕಿದವರನ್ನು ಮುಳುಗಿಸುವುದಿಲ್ಲ ಎಂದು ಹೆಸರಾದವಳು. ಅವಳು ತೇಲಿಸಿದ ಕರ್ಣನಿಗೆ ಕೊನೆಗೂ ದಕ್ಕಿದ್ದು ಕೌಂತೇಯ, ರಾಧೇಯ, ಸೂತಪುತ್ರ ಎಂಬ ಹೆಸರು ಮಾತ್ರ.

ಎಂಥ ವಿಚಿತ್ರ ಸನ್ನಿವೇಶದಲ್ಲಿ ಕರ್ಣ ಸಿಲುಕಿಹಾಕಿಕೊಂಡ ಎನ್ನುವುದನ್ನು ನೆನೆಯಿರಿ. ಕುಂತಿ ನಿರ್ಭಾವದಿಂದ ತೊರೆದ ಕರ್ಣ, ರಥಿಕನೊಬ್ಬನ ಕೈಸೇರಿ, ತನ್ನ ಉತ್ಸಾಹ ಮತ್ತು ತೀವ್ರತೆಗೋಸ್ಕರ ಬಿಲ್ವಿದ್ಯೆ ಕಲಿತು, ದ್ರೋಣರಿಂದ ಶಾಪಗ್ರಸ್ತನಾಗಿ ಆ ಶಾಪವನ್ನು ಮೀರಬಲ್ಲೆ ಎಂಬ ಹುಮ್ಮಸ್ಸಿನಲ್ಲಿ ಬದುಕಿ, ಕೌರವನ ಆಸ್ಥಾನ ಸೇರಿ, ಅವನಿಗೂ ಪ್ರಿಯಮಿತ್ರನಾಗಿ ಬದುಕಿನಲ್ಲಿ ನೆಲೆ ಕಂಡುಕೊಂಡದ್ದು ಒಂದು ರೋಚಕ ಕತೆ. ಅವನ ಬಾಲ್ಯದ ಬಗ್ಗೆ ವಿವರಗಳೇ ಇಲ್ಲ. ಅಂಥವನನ್ನು ಆ ಬಡವ ಹೇಗೆ ಬೆಳೆಸಿದ, ಕರ್ಣ ಏನೇನು ಕೇಳುತ್ತಿದ್ದ, ಏನು ಬೇಡುತ್ತಿದ್ದ, ಹೇಗೆ ಮಾತಾಡುತ್ತಿದ್ದ, ತನ್ನ ತಂದೆ ತಾಯಿ ಯಾರೆಂದು ಅವನು ಕೇಳಲೇ ಇಲ್ಲವೇ, ಅವನ ಕರ್ಣಕುಂಡಲ ಮತ್ತು ಕವಚದ ಬಗ್ಗೆ ಅವನಿಗೆ ಬೆರಗು ಮತ್ತು ಹೆಮ್ಮೆ ಇತ್ತಾ, ಅದನ್ನು ನೋಡಿದಾಗಲಾದರೂ ದ್ರೋಣನಿಗೆ ಅನುಮಾನ ಬರಲಿಲ್ಲವಾ?

ಮತ್ತೆ ನೆನಪಾಗುತ್ತಾನೆ ಭಗ್ನಪ್ರೇಮಿ ಕರ್ಣ. ಅವನು ಯಾರನ್ನು ಪ್ರೀತಿಸಿದ್ದ? ಭಾನುಮತಿಯ ಜೊತೆ ಪಗಡೆಯಾಡುತ್ತಾ ಅವಳ ಕೊರಳಹಾರಕ್ಕೆ ಕೈ ಹಾಕಿದ ಕರ್ಣನನ್ನು ಕೌರವ ಗೆಳೆಯನಂತೆ ಸ್ವೀಕರಿಸಿದ್ದು ಯಾಕೆ? ಕೌರವನಂಥ ಕೌರವನಿಗೆ ಕರ್ಣನ ಸ್ನೇಹ ಯಾತಕ್ಕೆ ಬೇಕಿತ್ತು? ಕರ್ಣನ ಶೌರ್ಯವನ್ನು ನೋಡಿ

ಕೌರವ ಅವನನ್ನು ಮೆಚ್ಚಿಕೊಂಡಿದ್ದನಾ? ಸ್ನೇಹ ಹುಟ್ಟುವುದು ಮೆಚ್ಚುಗೆಯಿಂದ ಅಲ್ಲ. ಅಭಿಮಾನಿಯಾಗಿದ್ದವನು ಗೆಳೆಯನಾಗಲಾರ. ಮೆಚ್ಚಿಕೊಳ್ಳುವವರು ಎತ್ತರದಲ್ಲಿರುತ್ತಾರೆ, ಮೆಚ್ಚಿಕೆಗೆ ಒಳಗಾದವರು ಕೊನೆಯ ಮೆಟ್ಟಿಲಲ್ಲಿ ನಿಂತಿರುತ್ತಾರೆ. ಗೆಳೆಯರ ನಡುವಿನ ಮೆಚ್ಚುಗೆಯಲ್ಲಿ ಮೆಚ್ಚಿಸಲೇಬೇಕೆಂಬ ಹಟವಿಲ್ಲ. ಮೆಚ್ಚಿಸುವುದು ಅನಿವಾರ್ಯವೂ ಅಲ್ಲ.

ಕರ್ಣನ ಕುರಿತು ಪ್ರೇಮ ಕತೆಗಳಿಲ್ಲ. ಹಾಗಿದ್ದರೂ ಅವನೊಬ್ಬ ಭಗ್ನಪ್ರೇಮಿಯಾಗಿದ್ದನೇನೋ ಅನ್ನಿಸುತ್ತದೆ. ಹಸ್ತಿನಾವತಿಯ ಅರಮನೆಯ ಆವರಣದಲ್ಲಿ ಏಕಾಂಗಿಯಾಗಿ ಅಡ್ಡಾಡುತ್ತಿದ್ದ ಕರ್ಣ ಬೇರೊಬ್ಬರ ಜೊತೆ ಆಪ್ತವಾಗಿ ಮಾತಾಡಿದ ಪ್ರಸ್ತಾಪ ಕೂಡ ಮಹಾಭಾರತದಲ್ಲಿ ಇಲ್ಲ. ಅವನದೇನಿದ್ದರೂ ಏಕಾಂತವಾಸ. ಕೌರವ ಬಿಟ್ಟರೆ ಮತ್ಯಾರೂ ತನ್ನವರಲ್ಲ ಎಂದು ನಂಬಿದವನಂತೆ ಬಾಳಿ ಕರ್ಣ ಎಲ್ಲ ಸೈನಿಕರ ಹಾಗೆ ಬಾಳುತ್ತಿದ್ದ. ಅವನಿಗೂ ಮದುವೆಯಾಗಿ, ಮಕ್ಕಳಾದರು. ಕರ್ಣನಿಗೆ ಹಳೆಯದರ ನೆನಪಿರಲಿಲ್ಲ. ತನ್ನ ಹುಟ್ಟಿನ ಕುರಿತು ಜಿಜ್ಞಾಸೆಯೂ ಇರಲಿಲ್ಲ. ಅಪರಾತ್ರಿಗಳಲ್ಲಿ ಅವನು ಹಾಸಿಗೆಯಲ್ಲಿ ಎದ್ದು ಕೂತು ಏನನ್ನೋ ಹಂಬಲಿಸುವವನಂತೆ ಆಕಾಶದತ್ತ ನೋಡುತ್ತಿದ್ದ ಎಂಬುದು ಕರ್ಣನನ್ನು ಪ್ರೀತಿಸುವ ನನ್ನ ಊಹೆ ಮಾತ್ರ.

ಸೂರ್ಯ ಇದನ್ನೆಲ್ಲ ನೋಡುತ್ತಿದ್ದ. ಅವನಿಗೆ ಯಾವತ್ತೂ ಕರ್ಣನನ್ನು ಮಗನೆಂದು ಒಪ್ಪಿಕೊಳ್ಳುವ ಅಗತ್ಯ ಬರಲಿಲ್ಲ. ಅವನ ಪಾಲಿಗೆ ಕರ್ಣ ಮಗನಾದರೂ ಮಗನಲ್ಲ. ಅವನು ತಾನು ಕೊಟ್ಟ ವರ. ತನ್ನನ್ನು ಓಲೈಸಿದ, ಆರಾಧಿಸಿದ, ಸಂತೋಷಪಡಿಸಿದ ಕಾರಣಕ್ಕೆ ಮುನಿ ಕುಮಾರಿ ಕುಂತಿಗೆ ಕೊಟ್ಟ ಮಂತ್ರಕ್ಕಷ್ಟೇ ಅವನು ಬಂಧಿ. ಮಂತ್ರದ ಅಪ್ಪಣೆ ಇಷ್ಟೇ: ಕೇಳಿದಾಗ ಈ ಕುಮಾರಿಗೆ ವರ ಕರುಣಿಸು. ಅದರಾಚೆಗಿನ ಹೊರೆ, ಹೊಣೆ, ಅನುಕಂಪ ಮತ್ತು ಅಕ್ಕರೆಗೆ ಅಲ್ಲಿ ಜಾಗವಿಲ್ಲ. ಮುಂದಿನ ಮಾತುಗಳಿಗೆ ಅವನು ಕಿವುಡ. ಹೀಗಾಗಿ ಕರ್ಣ ಏನು ಮಾಡಿದರೂ ಅದು ಅವನದೇ ಜವಾಬ್ದಾರಿ. ಕುಂತಿ ಅವನನ್ನು ಗಂಗೆಯಲ್ಲಿ ತೇಲಿ ಬಿಟ್ಟಾಗಲೂ ಸೂರ್ಯ ಮೂಕಪ್ರೇಕ್ಷಕ.

ಇಂಥ ಕರ್ಣನನ್ನು ಸಂದಿಗ್ಧ ಕಾಡುವುದು ಕೇವಲ ಒಮ್ಮೆ. ಕೌರವರ ಪರವಾಗಿ ಹೋರಾಡಲು ಹೊರಟ ಕರ್ಣನನ್ನು ಕೃಷ್ಣ ಭೇಟಿಯಾಗುತ್ತಾನೆ. ಅವನಿಗೆ ಜನ್ಮರಹಸ್ಯ ಗೊತ್ತು. ಹುಟ್ಟಿನ ಗುಟ್ಟು ಬಲ್ಲವನು ಏನು ಬೇಕಾದರೂ ಮಾಡಬಲ್ಲ ಎಂದು ನಂಬಿದ್ದ ಕಾಲವಿರಬೇಕು ಅದು. ಆ ಗುಟ್ಟನ್ನು ಬಿಚ್ಚಿಟ್ಟು ಅವನು ಕರ್ಣನನ್ನು ಕಾಣುತ್ತಾನೆ.

ಕರ್ಣ ಆಗೇನು ಮಾಡಬೇಕಾಗಿತ್ತು?

ಯಾಕೋ ಕರ್ಣ ಕೊಂಚ ಮೆದುವಾದನೇನೋ ಅನ್ನಿಸುತ್ತದೆ. ಕರ್ಣ–ಕೃಷ್ಣರ ನಡುವೆ ಏನೇನು ಮಾತಾಯಿತು ಎನ್ನುವುದು ನಿಗೂಢ.

ಕವಿ ಹೇಳಿದ್ದರೂ ಅದು ಅನೂಹ್ಯವೇ. ಅವರಿಬ್ಬರೂ ಏನೇನು ಮಾತಾಡಿರಬಹುದು ಎಂದು ಯೋಚಿಸುತ್ತಾ ಕೂತರೆ ನಮ್ಮ ನಮ್ಮ ಅನುಭವ ಮತ್ತು ಭಾವನೆಗೆ ತಕ್ಕಂತೆ ಉತ್ತರಗಳು ಹೊಳೆಯುತ್ತಾ ಹೋಗುತ್ತವೆ. ಕೃಷ್ಣ ನೀನೇ ಪಾಂಡವರಲ್ಲಿ ಹಿರಿಯವನು. ರಾಜ್ಯ ನಿನ್ನದೇ ಎಂದು ಕರೆಯುತ್ತಾನೆ. ಕರ್ಣ ಹೋಗಿದ್ದರೆ ಅವನಿಗೆ ರಾಜ್ಯ ಸಿಗುತ್ತಿತ್ತಾ? ಆ ಕ್ಷಣವೇ ಕರ್ಣ ಸೋಲುತ್ತಿದ್ದ. ಹೋಗದೇ ಸತ್ತ ಕರ್ಣ ಗೆದ್ದವನಂತೆ ಕಾಣುತ್ತಾನೆ. ಈ ಜಗತ್ತಿನಲ್ಲಿ ಆಮಿಷಗಳಿಗೆ ಬಲಿಯಾಗದವರೇ ನಮಗೆ ದೇವರಂತೆ ಕಾಣಿಸುತ್ತಾರೆ. ಟೆಂಪ್ಟೇಷನ್‌ಗಳನ್ನು ಮೆಟ್ಟಿನಿಲ್ಲುವುದೇ ಸಾಧನೆಯಾದರೆ, ಅಂಥ ಟೆಂಪ್ಟೇಷನ್ನುಗಳನ್ನು ಹುಟ್ಟುಹಾಕುವ ನಮ್ಮ ಮನಸ್ಸಿಗೇನು ಹೇಳೋಣ. ಆಮಿಷಗಳನ್ನು ಸೃಷ್ಟಿಸುವುದು ಮನಸ್ಸು, ಮೀರಲೆತ್ನಿಸುವುದೂ ಮನಸ್ಸು. ಮನಸೇ ಮನಸಿನ ಮನಸ ನಿಲ್ಲಿಸುವುದು.

ಕರ್ಣನನ್ನು ಕೃಷ್ಣ ಒಲಿಸುವ ರೀತಿ ವಿಚಿತ್ರವಾಗಿದೆ. ಅವನಿಗೆ ರಾಜ್ಯದ ಆಮಿಷ ಒಡ್ಡುತ್ತಾನೆ ಅವನು. ಜೊತೆಗೇ, ಧರ್ಮರಾಯ, ಭೀಮ, ಅರ್ಜುನರಂಥವರು ಸೇವೆಗೆ ನಿಲ್ಲುತ್ತಾರೆ ಎನ್ನುತ್ತಾನೆ. ಕರ್ಣನ ಮನಸ್ಸಿನಲ್ಲಿ ದ್ರೌಪದಿ ಸುಳಿದುಹೋಗಿರಬಹುದೇ ಎಂಬ ತುಂಟ ಅನುಮಾನವೊಂದು ಸುಮ್ಮನೆ ಸುಳಿಯುತ್ತದೆ; ದ್ರೌಪದಿಯ ಮನಸ್ಸಿನಲ್ಲಿ ಕರ್ಣನ ನೆರಳು ಹಾದು ಹೋದಹಾಗೆ. ಕರ್ಣನಿಗೆ ಅವೆಲ್ಲವನ್ನೂ ಧಿಕ್ಕರಿಸುವಂಥ ಧೀಮಂತ ಶಕ್ತಿ ಬಂದದ್ದಾದರೂ ಎಲ್ಲಿಂದ? ಕೌರವನ ಸ್ನೇಹದ ಬಲದಿಂದಲೇ? ಅಥವಾ ತಾನು ಕೌಂತೇಯ, ಕುಂತಿಯ ಮಗ, ಸೂರ್ಯನ ಮಗ ಎಂದು ಗೊತ್ತಾದ ನಂತರ ಕರ್ಣ ಗಟ್ಟಿಯಾಗುತ್ತಾ ಹೋದನೇ?

ಕೊನೆಗೂ ಕರ್ಣ ಅವನಿಗೊಂದು ಮಾತು ಕೊಡುತ್ತಾನೆ: ನಿನ್ನಯ ವೀರರೈವರ ನೋಯಿಸೆನು. ಈ ಮಾತನ್ನು ಕರ್ಣನಿಂದ ಹೊರಡಿಸುವಷ್ಟರ ಮಟ್ಟಿಗೆ ಯಶಸ್ವಿಯಾಗುತ್ತಾನೆ ಕೃಷ್ಣ. ಅಲ್ಲಿಗೆ ಕೌರವರ ಪಾಲಿಗೆ ಕರ್ಣ ನಿರುಪಯೋಗಿ. ಸೈನಿಕರನ್ನಷ್ಟೇ ಕೊಲ್ಲುತ್ತೇನೆ, ಪಾಂಡವರನ್ನು ಮುಟ್ಟುವುದಿಲ್ಲ ಎಂದು ಮಾತುಕೊಟ್ಟರೂ ಕೃಷ್ಣನಿಗೆ ಸಮಾಧಾನ ಇಲ್ಲ. ಅವನು ಮತ್ತೆ ಕುಂತಿಯನ್ನು ಕರ್ಣನೆಡೆಗೆ ಕಳುಹಿಸುತ್ತಾನೆ. ಕರ್ಣ ಜೀವನದ ಕರುಣಾಜನಕ ಸನ್ನಿವೇಶ ಅದು.

ಕುಮಾರವ್ಯಾಸ ನುರಿತ ಚಿತ್ರಕತೆಗಾರನಂತೆ ಆ ದೃಶ್ಯವನ್ನು ವರ್ಣಿಸುತ್ತಾನೆ. ಗಂಗಾತೀರದಲ್ಲಿ ಕರ್ಣ, ತಂದೆ ಸೂರ್ಯನ ಉಪಾಸನೆಯಲ್ಲಿರುವ ಹೊತ್ತಿಗೆ ಔದಾರ್ಯದ ಕಲ್ಪವೃಕ್ಷದಂತಿದ್ದ ಕುಂತಿ ಅಲ್ಲಿಗೆ ಬರುತ್ತಾಳೆ ಎನ್ನುವಲ್ಲಿ ಕುಮಾರವ್ಯಾಸನ ವ್ಯಂಗ್ಯ ಮೆರೆಯುತ್ತದೆ. ಕುಂತಿ ಬಂದದ್ದು ತಾನು ಹುಟ್ಟಿದ ತಕ್ಷಣವೇ ನೀರಲ್ಲಿ ತೇಲಿಬಿಟ್ಟ ಕರ್ಣನನ್ನು ಕೊಲಿಸುವುದಕ್ಕಲ್ಲವೇ?

ಅಲ್ಲಿ ಮತ್ತೊಂದು ವಿಚಿತ್ರವೂ ನಡೆಯುತ್ತದೆ. ಕುಂತಿಯನ್ನು ಕಂಡದ್ದೇ ತಡ, ಗಂಗೆ ನೀರಿನಿಂದೆದ್ದು ಬಂದು ನಿನ್ನ ಮಗನನ್ನು ನಾನು ಇಷ್ಟು ದಿನ ಕಾಪಾಡಿದೆ. ಈಗ ನಿನಗೆ ಒಪ್ಪಿಸುತ್ತಿದ್ದೇನೆ. ನೀನು ನನಗೆ ಕೊಟ್ಟ ಭಾಷೆಯನ್ನು ಉಳಿಸಿಕೊಂಡಿದ್ದೇನೆ ಎಂದು ಕರ್ಣನನ್ನು ಕುಂತಿಗೆ ಒಪ್ಪಿಸಿಹೋಗುತ್ತಾಳೆ. ಹೆತ್ತತಾಯಿ, ಪೊರೆದ ತಾಯಿ ಮತ್ತು ಆಕಾಶದಲ್ಲಿ ಹುಟ್ಟಿಸಿದ ತಂದೆ. ಈ ತ್ರಿಕೋನದ ನಡುವೆ ಏಕಾಂಗಿ ಕರ್ಣ. ಸೂರ್ಯನೂ ಆ ಕ್ಷಣ ಕರ್ಣನ ಬಳಿಗೆ ಬಂದು, ನಿಮ್ಮಮ್ಮನನ್ನು ನಂಬಬೇಡ, ಆಕೆ ಬಂದದ್ದು ನಿನ್ನ ಅಳಿವಿಗಾಗಿಯೇ ಹೊರತು, ಪ್ರೀತಿಯಿಂದಲ್ಲ ಅನ್ನುತ್ತಾನೆ. ಕರ್ಣನಿಗೆ ಪ್ರತಿಯೊಂದು ಮಾತೂ ಕರ್ಣಕಠೋರ.

ಕುಂತಿ ಕರ್ಣನನ್ನು ತನ್ನ ಜೊತೆಗೆ ಬಾ ಎಂದು ಕರೆದಾಗ ಕರ್ಣ ಹೇಳುವ ಮಾತು ಮಾರ್ಮಿಕವಾಗಿದೆ: ಇಂದೇನೋ ನಾನು ನಿನ್ನ ಮಗ ಎಂದು ನನಗೆ ಗೊತ್ತಾಯಿತು. ಆದರೆ ಇದ್ಯಾವುದೂ ಗೊತ್ತಿಲ್ಲದ ದಿನಗಳಲ್ಲಿ ನನ್ನನ್ನು ಕೌರವ ಸಲಹಿದ್ದಾನೆ. ಸ್ನೇಹಹಸ್ತ ಚಾಚಿದ್ದಾನೆ. ಅವನು ನನ್ನ ಕುಲ ನೋಡಲಿಲ್ಲ. ಅವನನ್ನು ನಾನು ಬಿಟ್ಟು ಬರುವುದಿಲ್ಲ ಎನ್ನುತ್ತಾನೆ.

ಕುಂತಿ ಕೊನೆಗೂ ಕರ್ಣನಿಗೆ 'ಹೋದ ಬಾಣವ ಮರಳಿ ತೊಡದಿರು, ನನ್ನ ಐವರು ಮಕ್ಕಳನ್ನು ಕಾಪಾಡು' ಎಂದು ಕೇಳಿಕೊಳ್ಳುತ್ತಾಳೆ. ಆರನೆಯ ಮಗನ ಹತ್ತಿರ ಐವರು ಮಕ್ಕಳನ್ನು ಕಾಪಾಡು ಎನ್ನುವ ಕುಂತಿಯ ಕ್ರೌರ್ಯವನ್ನು ಕೂಡ ಕರ್ಣ ಅನುಮಾನದಿಂದ ನೋಡುವುದಿಲ್ಲ. ಕರ್ಣ ನಿಜಕ್ಕೂ ನಿಷ್ಠುರನಾಗಿದ್ದರೆ? ಅವನಿಗೆ ದಾನಶೂರ ಎನ್ನಿಸಿಕೊಳ್ಳುವ ಹಂಬಲವೇ ಬಲವಾಗಿತ್ತಾ? ಕೇಳಿದ್ದನ್ನೆಲ್ಲ ಕೊಡುವುದು ಸದ್ಗುಣ ನಿಜ. ಅದು ಸದ್ಗುಣ ಎನ್ನಿಸಿಕೊಳ್ಳುವುದು ಕೇಳುವವರು ಯೋಗ್ಯರಾಗಿರುವ ತನಕ ಮಾತ್ರ. ಹಾಗಿಲ್ಲದೇ ಹೋದಾಗ ಕೊಡುವುದು ಕೊಡದಿರುವುದಕ್ಕಿಂತ ದೊಡ್ಡ ತಪ್ಪು.

ಒಮ್ಮೊಮ್ಮೆ ಹುಂಬನಂತೆ, ಮತ್ತೊಮ್ಮೆ ದಾರಿ ತಪ್ಪಿದವನಂತೆ, ಕೆಲವೊಮ್ಮೆ ಸೊರಗಿದವನಂತೆ, ಪ್ರೀತಿಗಾಗಿ ಕಾತರಿಸಿದವನಂತೆ, ಅಸಹಾಯಕನಂತೆ, ಅಬ್ಬೇಪಾರಿಯಂತೆ, ಒಳ್ಳೆಯ ಗೆಳೆಯನಂತೆ ಕಾಣಿಸುವ ಕರ್ಣ ಉದ್ದಕ್ಕೂ ತಪ್ಪುಗಳನ್ನು ಮಾಡುತ್ತಲೇ ಹೋದ. ನಿರಾಕರಿಸುವ ಶಕ್ತಿ ಕಳಕೊಂಡವನು ನಿರುಪಯುಕ್ತ ಅನ್ನಿಸುವುದು ಹೀಗೆ.

ವ್ಯಾಸರು ಸೃಷ್ಟಿಸಿದ ಪಾತ್ರಗಳ ಪೈಕಿ ಜಾಣತನ, ಕುಯುಕ್ತಿ ಇಲ್ಲದ ಬೋಳೇಸ್ವಭಾವದ ವ್ಯಕ್ತಿ ಕರ್ಣ. ಒಮ್ಮೊಮ್ಮೆ ಧರ್ಮರಾಯ ಕೂಡ ಅಧರ್ಮಿಯಂತೆ, ಸುಳ್ಳುಗಾರನಂತೆ ವರ್ತಿಸುತ್ತಾನೆ. ಕರ್ಣನೊಬ್ಬನೇ ನಮ್ಮಲ್ಲಿ ಅನುಕಂಪ ಮತ್ತು ಪ್ರೀತಿ ಉಕ್ಕಿಸುತ್ತಾನೆ.

ಊರಿಗೊಬ್ಬಳೇ ಊರ್ವಶಿ

ಪರಿಮಳದ ಪುತ್ಥಳಿಯೊ ಚೆಲುವಿನ
ಕರುವಿನೆರಕವೊ ವಿಟರ ಪುಣ್ಯದ
ಪರಿಣತೆಯೊ ಕಾಮುಕರ ಭಾಗ್ಯದ ಕಲ್ಪತರು ಫಲವೋ
ಸ್ಮರನ ವಿಜಯಧ್ವಜವೊ ಮನ್ಮಥ
ಪರಮ ಶಾಸ್ತ್ರದ ಮೂಲಮಂತ್ರವೊ
ಸುರಸತಿಯರಧಿದೇವತೆಯೋ ವರ್ಣಿಸುವೊಡರಿದೆಂದ

ಕುಮಾರವ್ಯಾಸ ಶೃಂಗಾರರಸಕ್ಕೆ ಇಳಿದನೆಂದರೆ ಅವನದು ನಿಜಕ್ಕೂ ಕಂಠಪತ್ರದ ಉಲುಹುಗೆದಗ್ಗಳಿಕೆಯೇ! ಚೆಲುವೆಯರ ರೂಪವನ್ನು ಹಾಗೆ ಮನಸ್ಸಿನ ಮುಂದೆ ಸಾಕಾರಗೊಳ್ಳುವಂತೆ ವರ್ಣಿಸುತ್ತಾನೆ ಅವನು. ದ್ರೌಪದಿಯ ವರ್ಣನೆಯೇ ಇರಬಹುದು. ಅರಣ್ಯ ಪರ್ವದಲ್ಲಿ ಬರುವ ಊರ್ವಶಿಯ ಸೊಬಗಿನ ವರ್ಣನೆಯೇ ಇರಬಹುದು. ಅವನದ್ದು ಅಖಂಡ ರಸಿಕತೆ. ಶೃಂಗಾರಕ್ಕಿಳಿದರೆ ಅವನಿಗೆ ಅಲ್ಲಿ ಯಾವ ಸಂಕೋಚವೂ ಇಲ್ಲ. ಏನು ಮಾಡಿದರೂ ಮಾಫಿ. ಏನು ನೋಡಿದರೂ ಮಾಫಿ!

ಕುಮಾರವ್ಯಾಸನ ವರ್ಣನೆಗೆ ಊರ್ವಶಿಯೇ ಆಗಬೇಕು ಅಂತೇನಿಲ್ಲ. ಅದು ದ್ರೌಪದಿಯಾದರೂ ಸರಿಯೇ. ಕಥಾ ನಾಯಕಿಯನ್ನೂ ಕುಮಾರವ್ಯಾಸ ಅಪ್ಪಟ ರಸಿಕತೆಯಿಂದ ವರ್ಣಿಸುತ್ತಾನೆ;

ಮೊಲೆಗಳಲಿ ಸಿಲುಕಿದೊಡೆ ನೋಟಕೆ
ಬಳಿಕ ಪುನರಾವರ್ತಿಯೇ ಕಂ
ಗಳಿಗೆ ಕಾಮಿಸಿದರೆಯು ನಿಮಿಷಕೆ ಸಮಯವೆಲ್ಲಿಹುದು
ಲಲಿತ ಮೈಕಾಂತಿಗಳೊಳಗಿದ್ದರೆ
ಮುಳುಗಿ ತೆಗೆವವರಾರು ಜಘನ
ಸ್ಥಳಕೆ ಮುರಿದರೆ ಮರಳದಲೆ ಕಂಗಳಿಗೆ ಹುಸಿಯೆಂದ

ಇದನ್ನು ವಿವರಿಸುವ ಅಗತ್ಯವಿಲ್ಲ. ಇದರ ಮುಂದಿನ ಸಾಲಲ್ಲಿ ಕುಮಾರವ್ಯಾಸ ಮತ್ತೂ ರಸಿಕನಾಗುತ್ತಾನೆ; ಹೊಲಬುಗೆಡದೇ ಹೊಳೆವ ವಕ್ಷಸ್ಥಳದೊಳಗೆ ಜನದೃಷ್ಟಿ. ಅವಳ ಹೊಳೆವ ಎದೆಯೊಳಗೆ ಸಿಲುಕಿದ ದೃಷ್ಟಿ ದಾರಿತಪ್ಪುತ್ತದಂತೆ. ಹೆಣ್ಣು ಹೇಗಿರಬೇಕು ಅನ್ನುವ ವಿವರವನ್ನೂ ಅವನು ಕೊಡುತ್ತಾನೆ.

ಅಸಿಯ ನಡುವಿನ ನಿಮ್ನನಾಭಿಯ
ಮಸುಳ ಬಾಸೆಯ ತೋರ ಮೊಲೆಗಳ ಚರಣ ಪಲ್ಲವದ
ಎಸಳುಗಂಗಳ ತೊಳಗಿ ಬೆಳಗುವ
ಮುಸುಡ ಕಾಂತಿಯ ಮುರಿದ ಕುರುಳಿನ
ಬಿಸಜ ಗಂಧಿಯ ರೂಪ...

ಸಪೂರ ಸೊಂಟ. ಗುಳಿಬಿದ್ದ ಹೊಕ್ಕಳು, ಎದೆಯ ನಡುವಿನಿಂದ ಹೊಕ್ಕಳಿನ ತನಕ ರೇಖಾಕೃತಿಯಲ್ಲಿರುವ ಕಂಡೂ ಕಾಣದಂತಿರುವ ತೆಳುಕೂದಲಸಾಲು. ತುಂಬು ಸ್ತನ, ಹೊಳೆಯುವ ತೊಡೆ, ಮಿನುಗುವ ಮೀನಖಂಡ... ಹೀಗೆ ವರ್ಣನೆ ಸಾಗುತ್ತದೆ. ಸಣ್ಣ ಸಣ್ಣ ವಿವರಗಳನ್ನು ಕೂಡ ಕಣ್ಣಿಗೆ ಕಟ್ಟುವಂತೆ ವಿವರಿಸುತ್ತಾನೆ ಅವನು. ಗಂಡಸಿನ ಸೌಂದರ್ಯವನ್ನು ಭರತೇಶ ವೈಭವದಲ್ಲಿ ವರ್ಣಿಸಿದಷ್ಟೇ ಸೊಗಸಾಗಿ ಇಲ್ಲಿ ಹೆಣ್ಣಿನ ಸೌಂದರ್ಯದ ವಿವರಗಳು ಬರುತ್ತವೆ.

ಆದರೆ ಊರ್ವಶಿ ಮತ್ತು ಅರ್ಜುನರ ಪ್ರೇಮ ಪ್ರಕರಣವನ್ನು ವರ್ಣಿಸುವ ರೀತಿಯೇ ಬೇರೆ.

ಬಂದಳೂರ್ವಶಿ ಬಳ್ಳಿ ಮಿಂಚಿನ
ಮಂದಿಯಲಿ ಮುರಿದಿಳಿವ ಮರಿ ಮುಗಿ
ಲಂದದಲಿ ದಂಡಿಗೆಯನಿಳಿದಳು ರಾಜ ಭವನದಲಿ
ಮುಂದೆ ಪಾಯವಧಾರು ಸತಿಯರ
ಸಂದಣಿಯ ಸಿಂಜಾರವದ ಸೊಗ
ಸಿಂದ ಶಬ್ದ ಬ್ರಹ್ಮ ಸೋತುದು ಸೊರಹಲೇನೆಂದ

ಸುಳಿ ಮಿಂಚ ಬಳ್ಳಿಯ ನಡುವೆ ಮರಿಮುಗಿಲೊಂದು ಇಳಿದ ಹಾಗೆ ಪಲ್ಲಕ್ಕಿಯಿಂದ ಊರ್ವಶಿ ಇಳಿದು ಬಂದಳು ಅನ್ನುತ್ತಾನೆ ಕುಮಾರವ್ಯಾಸ. ಹೆಣ್ಣನ್ನು ಹೋಲಿಸುವ ಹೊತ್ತಿಗೆ ಅವನು ಆಶ್ಚರ್ಯಕರವಾಗಿ ಮುಗಿಲನ್ನು ಹೋಲಿಕೆಯಾಗಿ ತೆಗೆದುಕೊಳ್ಳುತ್ತಾನೆ. ಸಾಮಾನ್ಯವಾಗಿ ಎಲ್ಲರೂ ಮುಗಿಲನ್ನು ಹೋಲಿಕೆಯಾಗಿ ತೆಗೆದುಕೊಳುವುದು ಮುಂಗುರುಳಿಗೆ. ಕುಮಾರವ್ಯಾಸ ಅದಕ್ಕೇ ವಿಶಿಷ್ಟ.

ಈ ಕತೆಯನ್ನು ನಾವು ಅರ್ಥ ಮಾಡಿಕೊಳ್ಳಬೇಕು. ದೇವತೆಗಳ ಶತ್ರುಗಳನ್ನು ಗೆದ್ದ ಅರ್ಜುನನನ್ನು ಇಂದ್ರ ಕರೆಸಿಕೊಂಡಿದ್ದಾನೆ. ಅವನಿಗೆ ಸನ್ಮಾನ ಗೌರವ ನಡೆಯುತ್ತದೆ. ಇಂದ್ರನ ಮಗನೂ ಆಗಿದ್ದರಿಂದ ಅರ್ಜುನನಿಗೆ ವಿಶೇಷ ಮರ್ಯಾದೆಯಿದೆ.

ಆಮೇಲೆ ಅರ್ಜುನನಿಗೆ ಜೊತೆಯಾಗಲು ಊರ್ವಶಿಯನ್ನು ಕಳುಹಿಸಿ ಕೊಡುತ್ತಾನೆ ಇಂದ್ರ. ಊರ್ವಶಿ ಅತೀವ ಸಂತೋಷದಿಂದ ಅರ್ಜುನನನ್ನು ನೋಡಲು ಬರುತ್ತಾಳೆ. ಅರ್ಜುನ ಉಳಿದುಕೊಂಡಿದ್ದ ಮನೆಯ ಮುಂದೆ ಅವಳು ಮೇನೆಯಿಂದ ಇಳಿಯುವುದು ಹೀಗೆ;

ಬಾಗಿಲಲಿ ಬಾಗಿಲಲಿ ನಿಂದರು
ಸೋಗೆಗಣ್ಣ ಬಲೆಯರು ಸೆಜ್ಜೆಯ
ಬಾಗಿಲಲಿ ಚಾಮರದ ಹಡಪದ ಚಪಲೆಯರು ಸಹಿತ
ಆ ಗರುವೆ ಹೊಕ್ಕಳು
ಮಹಾಹಿಯ ಭೋಗತಲ್ಪದ ಹರಿಯೊಲಿಹ ಶತಯಾಗ ಸುತನನು
ಕಂಡಳಂಗನೆ ಮಣಿಯ ಮಂಚದಲಿ

ನವಿಲುಗಣ್ಣಿನ ಹೆಣ್ಣುಗಳು ಬಾಗಿಲು ಬಾಗಿಲಲ್ಲಿ ನಿಂತಿದ್ದರು. ಅಂತಃಪುರದ ಬಾಗಿಲಲ್ಲಿ ಚಾಮರದ ಜೊತೆ ಚಪಲೆಯರಿದ್ದರು. ಹೆಣ್ಣನ್ನು ಚಂಚಲೆ ಅನ್ನುವ ಬದಲು ಚಪಲೆ ಅನ್ನುತ್ತಾನೆ ಕುಮಾರವ್ಯಾಸ. ಅವರ ನಡುವೆ ಆ 'ಗರುವೆ' ಶತಯಾಗ ಸುತನನ್ನು ಮಣಿಯ ಮಂಚದಲ್ಲಿ ನೋಡುತ್ತಾಳಂತೆ. ಶತಯಾಗ ಅಂದರೆ ಇಂದ್ರ. ನೂರು ಅಶ್ವಮೇಧ ಯಾಗಗಳನ್ನು ಮಾಡಿದವನು ಇಂದ್ರ. ಅರ್ಜುನ ಇಂದ್ರನ ಮಗ ಅನ್ನುವುದನ್ನು ಉದ್ದಕ್ಕೂ ಹೇಳುತ್ತಲೇ ಬರುತ್ತಾನೆ ಕವಿ. ಅದಕ್ಕೆ ಕಾರಣ ಮುಂದೆ ಸಿಗುತ್ತದೆ.

ಆಕೆ ಒಳಗೆ ಬರುತ್ತಾಳೆ. ಅವಳ ಕುಡಿನೋಟದಲ್ಲಿ ಬೆಳಕು ಸೂಸುತ್ತದೆ. ತನ್ನ ಗೆಳತಿಯರ ಕೊರಳಿನ ಸುತ್ತ ಕೈ ಹಾಕಿಕೊಂಡು ಆಕೆ ಅವನ ಮುಂದೆ ನಿಲ್ಲುತ್ತಾಳೆ. ತರುಣಿನಿಂದಳು ನೃಪಕುಲತಿಲಕನ ಅಂಗೋಪಾಂಗದಲಿ ಹರಹಿದಳು ಕಣ್ಮನವಾ...

ಅಷ್ಟು ಹೊತ್ತಿಗೆ ಅರ್ಜುನ ಮಲಗಿದ್ದ. ಆಕೆಯ ಆಗಮನದಿಂದ ಮಲಗಿದ್ದವನ ಎದೆಯೊಳಗೂ ನದಿಯೊಂದು ಓಡಿದಂತಾಗುತ್ತದೆ. ಆತ ಎದ್ದು ನೋಡುತ್ತಾನೆ; ಮೈ ಮುರಿದು ಕಂಡನಪೂರ್ವ ಪರಿಮಳ ಸಾರ್ಥದಲಿ ಪಾರ್ಥ, ಕರಣ ಲಹರಿಯ ದಿವ್ಯ ರತ್ನಾಭರಣ ರುಚಿರತರ ಪ್ರಭಾಪಂಜರದೊಳಗೆ ಹೊಳೆಹೊಳೆವ ಮದನಾಲಸೆಯ ನೂರ್ವಶಿಯ...

ಆಗ ಎಚ್ಚರಾಗುತ್ತದೆ ಅವನ ವಿವೇಕ. ಆ ಸೌಂದರ್ಯವನ್ನು ನೋಡಿಯೂ ಆತ ಸ್ಥಿಮಿತ ಕಳಕೊಳ್ಳುವುದಿಲ್ಲ ಅನ್ನುವುದನ್ನು ಸೂಚಿಸುತ್ತಾನೆ ಕುಮಾರವ್ಯಾಸ. ಬಂದವಳು ಊರ್ವಶಿ. ಇಂದ್ರನ ರಾಣಿ. ಇಂದ್ರ ತನಗೆ ತಂದೆ. ಅವನ ಅಂತಃಪುರದೊಳಗೆ ಇರುವ ಊರ್ವಶಿ ತನಗೆ ತಾಯಿ ಸಮಾನ. ಆತ ಥಟ್ಟನೆ ಯಾವ ತಪ್ಪು ಅಭಿಪ್ರಾಯಕ್ಕೂ ಅವಕಾಶ ಕೊಡದೇ ಕೇಳುತ್ತಾನೆ; ಈ ಮಗನಿಂದ ಏನಾಗಬೇಕಿತ್ತು ಹೇಳಿ?

ಊರ್ವಶಿ ಅದನ್ನು ನಿರೀಕ್ಷಿಸಿರಲೇ ಇಲ್ಲ.

ನುಡಿಗೆ ಬೆರಗಾದಳು. ಮನೋಜನ ಸಡಗರಕೆ ತೆಕ್ಕಿದಳು. ಪಾರ್ಥನ ನಡವಳಿಗೆ ಮೆಚ್ಚಿದಳು.

ಬೆಚ್ಚಿದಳಂಗಜಾಸ್ತ್ರದಲಿ, ಕಡುಗಿದಳು ಖಾತಿಯಲಿ
ಲಜ್ಜೆಯ ಬಿಡೆಯದಲಿ ಭಯಗೊಂಡಳಂಗನೆ
ಮಿಡುಕಿದಳು ವಿವಿಧಾನುಭಾವದ ರಸದ ಭಂಗಿಯಲಿ.

ಅವಳಿಗೆ ಆಗ ಅನ್ನಿಸಿದ್ದಿಷ್ಟು; ಇವನು ವಿಕಲಮತಿಯೋ, ನಪುಂಸಕನೋ, ಜಡಭರತನೋ ಶ್ರೋತ್ರಿಯನೋ, ರೋಗಗ್ರಸ್ತನೋ, ಖಳನೋ, ಖೂಳನೋ ಅಥವಾ ಇದೊಂದು ಮಾನವ ವಿಕಾರವೇ? ತನ್ನ ಎಡಗಾಲಿನಿಂದ ವಿಕಟ ತಪಸಿನ ದೇವ ದಾನವರ ಕೀರೀಟವನ್ನೇ ಒದ್ದಂಥ ಈ ಸುಂದರಿಗೆ ಇಂಥ ಅಪಮಾನವೇ...

ಅಲ್ಲಿ ಅವರಿಬ್ಬರ ಮಧ್ಯೆ ವಾಗ್ವಾದ ನಡೆಯುತ್ತದೆ. ಹೇಗಾದರೂ ಅರ್ಜುನನನ್ನು ಪಡೆದೇ ತೀರುತ್ತೇನೆ ಎಂಬಂತೆ ಊರ್ವಶಿ ಮುನ್ನುಗ್ಗುತ್ತಾಳೆ. ಆತನ ನಿರಾಕರಣೆ ತನ್ನ ಸೌಂದರ್ಯಕ್ಕೇ ಒಡ್ಡಿದ ಸವಾಲು ಎಂದು ನಿರ್ಧರಿಸುತ್ತಾಳೆ. ಅರ್ಜುನ ತರ್ಕಬದ್ಧವಾಗಿಯೇ ತನ್ನ ವಾದ ಮಂಡಿಸುತ್ತಾನೆ: ನೋಡಮ್ಮಾ ನೀನು ಬಹಳ ಹಿಂದೆ ನಮ್ಮ ಕುಲದ ಹಿರಿಯನಾದ ಪುರೂರವನ ಹೆಂಡತಿಯಾಗಿದ್ದೆ. ಅವನ ಮಗ ಆಯು. ಅವನ ಮಗ ನಹುಷ. ಆಮೇಲೆ ನಹುಷನಿಂದ ನಮ್ಮ ರಾಜಪರಂಪರೆ ಹುಟ್ಟಿತು. ಹೀಗಾಗಿ ನೀವು ನಮ್ಮ ಹಿರಿಯಜ್ಜಿ ಅನ್ನುತ್ತಾನೆ. ಅದಕ್ಕೆ ಆಕೆ ಹೇಳುತ್ತಾಳೆ: ಇಂಥ ಲೆಕ್ಕಾಚಾರವೆಲ್ಲ ಪಕ್ಕಕ್ಕಿಡು. ಅದೇನಿದ್ದರೂ ನಿಮ್ಮ ಜಗತ್ತಿನದು. ಇಲ್ಲಿ ಅದೆಲ್ಲ ಇಲ್ಲ. ತಾತ ಮುತ್ತಾತ ಮರಿತಾತ ಎಲ್ಲರಿಗೂ ನಾನೊಬ್ಬಳೇ. ಸುಮ್ಮನೆ ಬಂದು ನನ್ನನ್ನು ಸ್ವೀಕರಿಸು ಅಂತಾಳೆ ಆಕೆ. ಅರ್ಜುನ ಅದಕ್ಕೊಂದು ವಾದ ಮಂಡಿಸುತ್ತಾನೆ. ನಿಮ್ಮ ರೀತಿ ನೀತಿ ಬೇರೆ ಅಂತೀರಿ ಒಪ್ಪಿಕೊಳ್ಳೋಣ. ಆದರೆ ನಾನು ಮನುಷ್ಯ. ಈ ಜನ್ಮದಲ್ಲಿ ಅದರ ಧರ್ಮಪಾಲಿಸುತ್ತೇನೆ. ಸತ್ತು ದೇವಲೋಕಕ್ಕೆ ಬಂದ ಮೇಲೆ ಮುಂದಿನ ಮಾತು.

ಊರ್ವಶಿ ಅದಕ್ಕೆ ಗೇಲಿ ಮಾಡುತ್ತಾಳೆ:

ಅಹುದಹುದಲೇ ಶ್ರೌತಪಥದಲಿ
ಬಹಿರಿ ನೀವೇ ಸ್ಮಾರ್ತವಿಧಿಸ
ನ್ನಿಹಿತರೆಂಬುದನರಿಯದೇ ಮೂಜಗದ ಜನವೆಲ್ಲ
ಮಹಿಳೆಯೊಬ್ಬಳೊಳೈವರೊಡಗೂ
ಡಿಹರು ನೀವೇನಲ್ಲಲೇ ನಿಸ್ಪೃಹರು...

ಒಂದು ಹೆಣ್ಣನ್ನು ಐದು ಮಂದಿ ಅನುಭವಿಸ್ತಾ ಇರೋ ನೀವು ಬಲು ಪ್ರಾಮಾಣಿಕರು ಬಿಡಿ ಅಂತ ಗೇಲಿ ಮಾಡುತ್ತಾಳೆ ಊರ್ವಶಿ. ಏನು ಹೇಳಿದರೂ ಆತ ಒಪ್ಪದೇ ಇರುವಾಗ ಊರ್ವಶಿ ಸಿಟ್ಟಾಗುತ್ತಾಳೆ. ಅವಳು ಬೈಯುವ ಭಾಷೆ ಕೂಡ ಅಷ್ಟೇ ಕಟುವಾಗಿದೆ. ಅವಳ ಸೌಂದರ್ಯಕ್ಕೂ ಆ ಭಾಷೆಗೂ ಸಂಬಂಧವೇ ಇಲ್ಲವೇನೋ ಅನ್ನುವಂತಿದೆ.

ಎಲವೋ ಭಂಡರ ಭಾವ, ಖೂಳರ ನಿಳಯ, ಖಳರಧಿನಾಥ, ವಂಚಕ ತಿಲಕ, ಗಾವಿಲರೊಡೆಯ, ದುಷ್ಟನಾಯಕರ ಬಂಧು... ಹಾಗಂತ ಬೈದು ಆಕೆ ಶಪಿಸುತ್ತಾಳೆ;

ನರಮೃಗಾಧಮ ನಿಮ್ಮ ಭಾರತ ವರುಷ ಭೂಮಿಯಳೊಂದು ವರುಷಾಂತರ ನಪುಂಸಕನಾಗಿ ಚರಿಸು, ಹೋಗಿ ಯಾರ ಹತ್ರ ಬೇಕಾದ್ರೂ ಹೇಳಿಕೋ ಆದರೆ ಈ ಶಿಕ್ಷೆ ನಿನಗೆ ತಪ್ಪದು.

ಅರ್ಜುನ ಅಂದುಕೊಳ್ಳುತ್ತಾನೆ;

ತಪಸ್ಸು ಮಾಡಿದಾಗ ಪಾಶುಪತ ಸಿಕ್ಕಿತು. ಧರ್ಮವೇ ತಪಸ್ಸು ಎಂದು ಆಚರಿಸಿದ್ದಕ್ಕೆ ಸಿಕ್ಕಿದ್ದು ಈ ಷಂಡತನದ ಶಾಪ! ಇಂಥ ನಾಟಕೀಯ ಕತೆಯೊಳಗಿನ ರೋಚಕತೆ, ಶೃಂಗಾರ ಮತ್ತು ಊರ್ವಶಿಯ ವ್ಯಾಮೋಹವನ್ನೂ ಮೀರುವ ಅರ್ಜುನನ ನಿಲುವು ಗಮನಾರ್ಹ.

ರಮಣೀಯ ರಂಭೆ

ತುಂಬು ಸುಂದರಿಯನ್ನು ಸಂಸಾರಸ್ಥರು ಮಹಾಲಕ್ಷ್ಮಿ ಹಾಗಿದ್ದೀಯ ಅಂತಲೂ ಸೌಂದರ್ಯದ ಜೊತೆ ಸ್ವಲ್ಪ ಮಟ್ಟಿಗಿನ ಚಾಂಚಲ್ಯ ಕೂಡ ಬೆರೆತಿದ್ದರೆ ಅಂಥವರನ್ನು ರಸಿಕರು ರಂಭೆ ಅಂತಲೂ ಕರೆಯುವುದು ಆಡುಮಾತಿನ ಜೊತೆ ಬಂದಿದೆ. ಇನ್ನೂ ಸ್ಪಷ್ಟವಾಗಿ ಹೇಳುವುದಾದರೆ ಹೆಣ್ಣು ಗಂಡನ ಪಾಲಿಗೆ; ಶಯನೇಶು ರಂಭಾ. ಅಂತಃಪುರದಲ್ಲಿ ರಂಭೆಯಂತಿರಬೇಕು.

ಯಾರು ಆ ರಂಭೆ?

ದೇವಲೋಕದ ವಿಲಾಸಿನಿಯರ ಪೈಕಿ ಮೊದಲ ಸ್ಥಾನದಲ್ಲಿರುವಾಕೆ ರಂಭಾ. ಅಪ್ಸರೆ. ಕಶ್ಯಪ ಮುನಿಗೆ ಪ್ರಾಥೆ ಎಂಬಾಕೆಯಿಂದ ಹುಟ್ಟಿದ ರಂಭಾ ತುಂಬುರನೆಂಬ ಗಂಧರ್ವನ ಹೆಂಡತಿ.

ಈ ತುಂಬುರನ ಕತೆಯೂ ಆಸಕ್ತಿ ಹುಟ್ಟಿಸುವಂತಿದೆ. ಈತ ಕೂಡ ಕಶ್ಯಪ ಮುನಿಯ ಮಗನೇ. ಆದರೆ ಈತನ ತಾಯಿ ಅರಿಷ್ಟೆ. ಈ ಕಶ್ಯಪನೆಂಬ ಮುನಿಗೆ ಅದೆಷ್ಟು ಮಂದಿ ಪತ್ನಿಯರಿದ್ದರು ಅನ್ನುವುದು ಅಧ್ಯಯನ ಯೋಗ್ಯ ಸಂಗತಿ. ಅದಕ್ಕಿಂತ ಕುತೂಹಲಕರವಾದದ್ದು ತುಂಬುರ ಮತ್ತು ರಂಭಾ ಮದುವೆಯಾಗಿದ್ದರು ಅನ್ನುವ ವಿಚಾರ. ಯಾಕೆಂದರೆ ಇಬ್ಬರೂ ಒಂದೇ ತಂದೆಯ ಮಕ್ಕಳು.

ಅವರಿಬ್ಬರೂ ಮದುವೆಯಾಗಿದ್ದರು ಅನ್ನುವುದೇ ಅನುಮಾನಾಸ್ಪದ ಕೂಡ. ಯಾಕೆಂದರೆ ಒಮ್ಮೆ ರಂಭೆ ಸ್ವರ್ಗ ಲೋಕದಿಂದ ಕುಬೇರನ ಮನೆಗೆ ಹೋಗುತ್ತಿದ್ದಾಗ ದಾರಿಯಲ್ಲಿ ಆಕೆಯನ್ನು ತಡೆದು ಬಲಾತ್ಕಾರವಾಗಿ ಮಾನಭಂಗ ಮಾಡುತ್ತಾನೆ ತುಂಬುರ. ಅದು ಬಲಾತ್ಕಾರವೋ ಅಥವಾ ಅದಕ್ಕೆ ರಂಭೆಯ ಸಮ್ಮತಿ ಇತ್ತೋ ಎನ್ನುವುದೂ ಪ್ರಶ್ನಾರ್ಹವೇ. ಯಾಕೆಂದರೆ ಆಮೇಲೆ ಆಕೆ ಕುಬೇರನ ಮನೆಗೆ ಹೋದಾಗ–ಕುಬೇರ, ರಂಭೆಯ ವರ್ತನೆಯನ್ನು

ಸಂಶಯದಿಂದ ನೋಡುತ್ತಾನೆ. ಆಗಷ್ಟೇ ಸುಖಿಸಿ ಬಂದ ಲೋಲುಪ ಕಳೆ ಮತ್ತು ತೃಪ್ತಿ ಅವಳಲ್ಲಿರುವುದನ್ನು ಕಂಡು ಅವನಿಗೆ ಅನುಮಾನ ಬರುತ್ತದೆ. ಆತ ಪ್ರಶ್ನಿಸಿದಾಗ ರಂಭೆ ದಾರಿಯಲ್ಲಿ ನಡೆದ ಸಂಗತಿಯನ್ನೆಲ್ಲ ಹೇಳುತ್ತಾಳೆ. ಕುಬೇರ ಸಿಟ್ಟಾಗಿ ತುಂಬುರನಿಗೆ ರಾಕ್ಷಸನಾಗಿ ಹುಟ್ಟುವಂತೆ ಶಾಪ ಕೊಡುತ್ತಾನೆ.

ಹಿಂದಿನ ಕಾಲದ ಶಾಪಗಳನ್ನೇ ನೋಡಿ. ಮೇಲಿನ ಸ್ಥಾನದಲ್ಲಿರುವವರನ್ನು ಅದಕ್ಕಿಂತ ಕೆಳಗಿನ ಸ್ಥಾನದಲ್ಲೋ ಜಾತಿಯಲ್ಲೋ ಹುಟ್ಟುವಂತೆ ಹೇಳುವುದೇ ಆಗ ದೊಡ್ಡ ಶಿಕ್ಷೆಯಾಗಿತ್ತು. ಗಂಧರ್ವನೊಬ್ಬನನ್ನು ರಾಕ್ಷಸನಾಗಿ ಹುಟ್ಟುವಂತೆ, ದೇವತೆಯನ್ನು ಮನುಷ್ಯನಾಗಿ ಹುಟ್ಟುವಂತೆ ಶಪಿಸುವವರಿದ್ದರು. ಹಾಗೆ ಶಪಿಸಿಕೊಂಡವರೂ ಆ ಶಿಕ್ಷೆಯಿಂದ ಥರ ಥರ ನಡುಗಿ ಅದಕ್ಕೊಂದು ಉಃಶಾಪ ಕೇಳುತ್ತಿದ್ದರು. ತಕ್ಷಣವೇ ಅದಕ್ಕೊಂದು ಪರಿಹಾರವೂ ಸಿಗುತ್ತಿತ್ತು.

ಹಾಗೆ ಪರಿಹಾರ ಸಿಗಬೇಕಿದ್ದರೆ ಶಾಪ ಕೊಟ್ಟವರಿಗೆ ಮುಂಬರುವ ವರುಷಗಳಲ್ಲಿ ಏನು ನಡೆಯುತ್ತದೆ ಅನ್ನುವುದು ಗೊತ್ತಿರಬೇಕಿತ್ತು. ಉದಾಹರಣೆಗೆ ಕುಬೇರನಿಂದ ಶಾಪಗ್ರಸ್ತನಾದ ತುಂಬುರ ಕಂಗೆಟ್ಟು ತನ್ನನ್ನು ಶಾಪವಿಮುಕ್ತನನ್ನಾಗಿಸುವ ಬಗೆಯನ್ನು ತಿಳಿಸಬೇಕೆಂದು ಕೇಳಿಕೊಂಡಾಗ ಕುಬೇರ ಹೇಳುತ್ತಾನೆ; ರಾಮಲಕ್ಷ್ಮಣರು ಸೀತಾಸಮೇತರಾಗಿ ಅರಣ್ಯಕ್ಕೆ ಬಂದಾಗ ನೀನು ಅವರನ್ನು ಅಡ್ಡಗಟ್ಟಿ ಸೀತೆಯನ್ನು ಅಪಹರಿಸಲು ಹೋಗಿ, ರಾಮನಿಂದ ಹತನಾಗಿ ನಿನ್ನ ಮೊದಲಿನ ರೂಪವನ್ನು ಹೊಂದುವೆ.

ಇಷ್ಟು ಹೇಳಬೇಕಿದ್ದರೆ ಕುಬೇರನಿಗೆ ರಾಮಲಕ್ಷ್ಮಣ ಸೀತೆಯರು ಕಾಡಿಗೆ ಹೋಗುತ್ತಾರೆ ಅನ್ನುವುದು ಮೊದಲೇ ಗೊತ್ತಿದ್ದಿರಬೇಕು. ಕುಬೇರನಿಗೆ ಗೊತ್ತಿಲ್ಲದೇ ಹೋದರೂ ತುಂಬುರನ ಕತೆ ಬರೆದವನಿಗೆ ವಾಲ್ಮೀಕಿ ಇಂಥದ್ದೊಂದು ಕಾವ್ಯ ಬರೆಯುತ್ತಾನೆ ಅನ್ನುವುದು ಅದರ ಕತೆ ಹೀಗಿರುತ್ತದೆ ಅನ್ನುವುದೂ ಗೊತ್ತಿರಬೇಕು. ಒಂದು ಪುರಾಣದ ಜೊತೆಗೆ ಇನ್ನೊಂದು ಪುರಾಣ ತಳಕು ಹಾಕಿಕೊಳ್ಳುವುದೆಂದರೆ ಇದೇ. ಇದನ್ನು ಯಾರೇ ಬರೆದಿರಬಹುದು. ಆದರೆ ಒಂದು ಪುರಾಣದಲ್ಲಿ ಇನ್ನೊಂದು ಪುರಾಣದ ಉಲ್ಲೇಖವಂತೂ ಇದ್ದೇ ಇರುತ್ತದೆ. ಹೀಗಾಗಿ ಪುರಾಣಕ್ಕೆ ಅಷ್ಟೊಂದು ಅಥೆಂಟಿಸಿಟಿ ಸಾಧ್ಯವಾಗಿದೆ.

ಮತ್ತೆ ವಿರಾಧನೆಂಬ ರಾಕ್ಷಸನಾಗಿ ಹುಟ್ಟುವ ಶಾಪ ಪಡೆದ ತುಂಬುರನ ಮಾತಿಗೆ ಬಂದರೆ, ಆತ ದಂಡಕಾರಣ್ಯವನ್ನು ತನ್ನ ಕಾರ್ಯಕ್ಷೇತ್ರ ಮಾಡಿಕೊಂಡು ಸಾಕಷ್ಟು ಹಿಂಸೆ ಮಾಡುತ್ತಿರುತ್ತಾನೆ. ದಂಡಕಾರಣ್ಯಕ್ಕೆ ರಾಮಸೀತೆ ಲಕ್ಷ್ಮಣರು ಬಂದ ಸಂಗತಿ ಗೊತ್ತಾಗಿ ಸೀತೆಯನ್ನು ಅಪಹರಿಸಲು ಯತ್ನಿಸುತ್ತಾನೆ. ರಾಮಲಕ್ಷ್ಮಣರಿಂದ ಎರಡೂ ಭುಜಗಳನ್ನು ಕಳೆದುಕೊಂಡು ಸಾಯುತ್ತಾನೆ. ತನ್ನ ಮೊದಲಿನ ರೂಪವನ್ನು ಪಡೆಯುತ್ತಾನೆ.

ಇಲ್ಲಿ ಗಮನಿಸಬೇಕಾದ ಮತ್ತೊಂದು ಅಂಶವಿದೆ; ನಾನು ತುಂಬುರ ಅನ್ನುವ ಗಂಧರ್ವ ಎನ್ನುವುದೂ, ಸೀತೆಯನ್ನು ಅಪಹರಿಸಿ ರಾಮನಿಂದ ಹತನಾಗಬೇಕು ಅನ್ನುವುದೂ ವಿರಾಧ ನಾಗಿರುವಾಗ ಆತನಿಗೆ ನೆನಪಿರುತ್ತದೆಯೇ? ಸತ್ತು ಮತ್ತೆ ಹಳೆಯ ರೂಪ ತಾಳುವುದಕ್ಕಾಗಿಯೇ ಆತ ಅಪಹರಣ ಮಾಡುತ್ತಾನಾ?

ಸಾಮಾನ್ಯವಾಗಿ ಮತ್ತೊಂದು ಜನ್ಮ ಎತ್ತಿದಾಗ ಹಿಂದಿನ ಜನ್ಮದ ನೆನಪೂ ಇರುವುದಿಲ್ಲ ಅನ್ನುತ್ತದೆ, ಪುರಾಣ. ಯಾಕೆಂದರೆ ಹಿಂದಿನ ಜನ್ಮದ ನೆನಪಿದ್ದರೆ ವಿರಾಧ ಬೇರೆಯವರನ್ನು ಹಿಂಸಿಸುತ್ತಿರಲಿಲ್ಲ. ಸೀತೆಯನ್ನು ಅಪಹರಿಸಿ ರಾಮನಿಂದ ಕೊಲ್ಲಲ್ಪಡುವುದು ಕೂಡ ಒಂದು ನಾಟಕದಂತೆ ಭಾಸವಾಗುತ್ತಿತ್ತು. ಆ ಅಪಹರಣಕ್ಕಾಗಲೀ ಯುದ್ಧಕ್ಕಾಗಲೀ ತೀವ್ರತೆ ಇರುತ್ತಿರಲಿಲ್ಲ.

ಇಲ್ಲಿ ಪುನರ್ಜನ್ಮವನ್ನೂ ಕರ್ಮಸಿದ್ಧಾಂತವನ್ನೂ ನಂಬುವವರಿಗೊಂದು ಪ್ರಶ್ನೆ. ರಾಕ್ಷಸ ರೂಪದಲ್ಲಿದ್ದಾಗ ತುಂಬುರ ಮಾಡಿದ ಪಾಪಗಳು ಯಾರ ಲೆಕ್ಕಕ್ಕೆ ಜಮಾ ಆಗುತ್ತವೆ? ಅವುಗಳಿಗೆ ಯಾರು ಹೊಣೆ? ವಿರಾಧನಿಗೆ ಪುನರ್ಜನ್ಮ ಇಲ್ಲ. ಹೀಗಾಗಿ ಆತ ತನ್ನ ಪಾಪದ ಫಲವನ್ನು ಮುಂದಿನ ಜನ್ಮದಲ್ಲಿ ಅನುಭವಿಸುವಂತಿಲ್ಲ. ತುಂಬುರನ ಪಾಲಿಗೆ ವಿರಾಧನ ಜನ್ಮವೇ ಒಂದು ಶಿಕ್ಷೆ. ಹೀಗಾಗಿ ಶಿಕ್ಷೆಯ ಅವಧಿಯ ಪಾಪ ಅವನನ್ನು ಅಂಟಿಕೊಳ್ಳುವುದಿಲ್ಲ. ಹಾಗಿದ್ದರೆ ಆ ಪಾಪ ಯಾರದು?

ಅದಿರಲಿ, ಮತ್ತೆ ರಂಭೆಯ ಸಂಗಕ್ಕೆ ಬಂದರೆ;

ದೇವಲೋಕದ ವೇಶ್ಯೆಯರ ಪೈಕಿ ಅತ್ಯಂತ ಜನಪ್ರಿಯಳಾದ ಈಕೆ ಕುಬೇರನ ಕೊನೆಯ ಮಗನಾದ ನಳಕೂಬರನ ಪ್ರೇಯಸಿಯೂ ಆಗಿದ್ದಳು. ತಂದೆ ಮತ್ತು ಮಗನನ್ನು ಏಕಕಾಲಕ್ಕೆ ಪ್ರೇಮಿಸುವುದು ಪುರಾಣದ ಪೈಕಿ ಅಧರ್ಮವೂ ಅಲ್ಲ. ಪಾಪವೂ ಅಲ್ಲ. ಅಷ್ಟಕ್ಕೂ ಇದು ನಡೆದದ್ದು ದೇವಲೋಕದಲ್ಲಿ. ಅಲ್ಲಿ ಕಟ್ಟುಪಾಡುಗಳೇ ಇಲ್ಲ.

ರಂಭೆ ಅಪ್ರತಿಮ ಸುಂದರಿಯೂ, ಅಸೀಮ ವಿಲಾಸಿನಿಯೂ ಆಗಿದ್ದಳೆಂಬುದರ ಬಗ್ಗೆ ಅನೇಕ ಪ್ರಸ್ತಾಪಗಳು ಪುರಾಣದ ಕತೆಗಳಲ್ಲಿ ಸಿಗುತ್ತವೆ. ಆದರೆ ಈಕೆ ಯಾರ ತಪಸ್ಸನ್ನೂ ಕೆಡಿಸಿದ ಉದಾಹರಣೆಯಿಲ್ಲ. ಹಾಗೆ ನೋಡಿದರೆ ವಿಶ್ವಾಮಿತ್ರನ ತಪಸ್ಸನ್ನು ಕೆಡಿಸುವುದಕ್ಕೆ ಮೊದಲು ನಿಯೋಜಿತಳಾದವಳು ಇದೇ ರಂಭೆ. ಆದರೆ ಆಕೆ ಅದರಲ್ಲಿ ವಿಫಲಳಾದಳು. ವಿಶ್ವಾಮಿತ್ರ ಆಕೆಗೆ ಕಲ್ಲಾಗುವಂತೆ ಶಪಿಸಿದ.

'ಕಲ್ಲಾಗು' ಅನ್ನುವ ಶಾಪ ಕೂಡ ಸಾಂಕೇತಿಕ. ಋಷಿಮುನಿಗಳು ಸಾಮಾನ್ಯವಾಗಿ ಕಲ್ಲಾಗಿರುತ್ತಾರೆ. ಅವರು ಯಾವುದಕ್ಕೂ ಕರಗುವುದಿಲ್ಲ. ಅವರು 'ಮುನಿ'ಯುತ್ತಾರೆ ಅನ್ನುವುದನ್ನು ಬಿಟ್ಟರೆ ಉಳಿದಂಥ ಕಾಮ, ಲೋಭ, ಮೋಹ, ಮಾತ್ಸರ್ಯಗಳು ಅವರಲ್ಲಿ ಜಾಗೃತವಾಗಿರುವುದಿಲ್ಲ. ಅವರು ಜಗತ್ತಿನ

ಸಕಲ ವ್ಯಾಪಾರಗಳ ಪಾಲಿಗೆ ಕಲ್ಲು. ಆ ಸ್ಥಿತಿ ಅತ್ಯಂತ ಕಷ್ಟದ್ದು ಅನ್ನುವುದು ಅವರಿಗೆ ಗೊತ್ತಿರುತ್ತದೋ ಏನೋ, ಅದಕ್ಕೆ ಅವರು ಬೇರೆಯವರನ್ನೂ ಕಲ್ಲಾಗುವಂತೆ ಶಪಿಸುತ್ತಾರೆ. ಅಂಥ ಶಾಪ ಪಡೆದವರು ನಿಂತ ಜಾಗದಲ್ಲೇ 'ಕಲ್ಲಿನ ಮೂರ್ತಿ'ಯಾಗಿ ರೂಪಾಂತರ ಹೊಂದುತ್ತಾರೋ ಅಥವಾ ಭಾವನೆಗಳು ಸತ್ತವರಂತೆ ನಿರ್ಜೀವವಾಗಿ ಇದ್ದುಬಿಡುತ್ತಾರೋ ಅನ್ನುವುದು ಕುತೂಹಲಕಾರಿ. ಆದರೆ ಅಹಲ್ಯೆ ನಿಜಕ್ಕೂ ಕಲ್ಲಾಗಿದ್ದಳು ಅಂತ ರಾಮಾಯಣ ಹೇಳುತ್ತದೆ. ಯಾಕೆಂದರೆ ರಾಮ ಆ ಕಲ್ಲನ್ನು ಮೆಟ್ಟಿ ಅಹಲ್ಯೆಯನ್ನು ಹೆಣ್ಣಾಗಿ ಮಾಡಿದ ಕತೆ ರಾಮಾಯಣದಲ್ಲಿದೆ.

ಹಾಗೆ ನೋಡಿದರೆ ರಸಋಷಿ ಅನ್ನುವ ಕುವೆಂಪು ಅವರ ಕಲ್ಪನೆ ನಿಜಕ್ಕೂ ಹೊಸದಿರಬೇಕು. ಕಾಡಿನಲ್ಲಿದ್ದ ಋಷಿಗಳು ಕಾಡಿನ ಸೌಂದರ್ಯಕ್ಕೆ ಯಾವತ್ತೂ ಕರಗಿದವರೇ ಅಲ್ಲ. ಅವರು ರಸರ್ಷಿಗಳಂತೂ ಆಗಿರಲಿಲ್ಲ. ರಾಜರ್ಷಿ, ಬ್ರಹ್ಮರ್ಷಿ ಮುಂತಾದ ಪಟ್ಟಗಳಿದ್ದವೇ ಹೊರತು ಯಾರೂ ರಸರ್ಷಿ ಎಂದು ಕರೆಸಿಕೊಂಡಿದ್ದಿಲ್ಲ.

ಈ ಮಧ್ಯೆ ರಂಭೆಯ ಸೌಂದರ್ಯಕ್ಕೆ ಕಲ್ಲಾಗಿದ್ದ ವಿಶ್ವಾಮಿತ್ರ ರಂಭೆಯನ್ನು ತುಂಬ ಸುದೀರ್ಘಕಾಲ ಕಲ್ಲಾಗಿರುವಂತೆ ಶಪಿಸಿದ ನಂತರ ಆ ಕಾರ್ಯಕ್ಕೆ ನೇಮಕವಾದಾಕೆ ಮೇನಕೆ. ಈ ಹೊತ್ತಲ್ಲಿ ದೇವಲೋಕ ನಿಜಕ್ಕೂ ತನ್ನ ರೋಚಕತೆ ಕಳಕೊಂಡಿರಬೇಕು. ಯಾಕೆಂದರೆ ಇಬ್ಬರು ನರ್ತಕಿಯರು ದೇವಲೋಕದಿಂದ ಹೊರಗೆ ಉಳಿಯಬೇಕಾಗಿ ಬಂದ ಸಂದರ್ಭ ಅದು.

ರಂಭೆ ಇಲ್ಲಷ್ಟೇ ಅಲ್ಲ, ಮತ್ತೊಂದು ಸಾರಿಯೂ ವಿಫಲಳಾಗಿದ್ದುಂಟು. ಶುಕಮುನಿಯ ತಪಸ್ಸನ್ನು ಭಂಗಗೊಳಿಸುವುದಕ್ಕೆ ಕೂಡ ರಂಭೆಯನ್ನು ದೇವೇಂದ್ರ ಕಳುಹಿಸಿಕೊಟ್ಟಿದ್ದ. ಆ ಪ್ರಯತ್ನದಲ್ಲೂ ರಂಭೆಗೆ ಗೆಲುವು ಸಿಗಲಿಲ್ಲ. ತನ್ನ ಸೌಂದರ್ಯದ ಬಗ್ಗೆ ರಂಭೆಗೆ ಆಗ ನಿಜಕ್ಕೂ ಬೇಸರವಾಗಿರಬೇಕು.

ರಂಭೆಯ ಸಾಹಸದ ಕತೆಗಳಲ್ಲಿ ಮತ್ತೊಂದು ಪ್ರಸ್ತಾಪವೂ ಬರುತ್ತದೆ. ಅಲ್ಲಿ ಬರುವ ರಂಭೆ ದೇವಲೋಕದ ರಂಭೆ ಹೌದಾ ಅನ್ನುವುದು ಖಚಿತವಿಲ್ಲ. ಕೆಲವರು ಅವರಿಬ್ಬರೂ ಒಬ್ಬರೇ ಅನ್ನುತ್ತಾರೆ. ಕೆಲವರು ಆ ರಂಭೆ ಬೇರೆ, ಈಕೆ ಅಪ್ಸರೆಯರ ಕುಲಕ್ಕೆ ಸೇರಿದಾಕೆ ಅನ್ನುತ್ತಾರೆ. ಅದೇನೇ ಇರಲಿ, ಕತೆ ಕೇಳಿ;

ಈ ರಂಭೆ ಒಮ್ಮೆ ಸರಯೂ ನದಿಯಲ್ಲಿ ಸ್ನಾನ ಮಾಡಿ, ಸುವರ್ಣಕಲಶದಲ್ಲಿ ನೀರು ತುಂಬಿಕೊಂಡು ರಾಮೇಶ್ವರದ ಕಡೆಗೆ ಪ್ರಯಾಣ ಮಾಡುತ್ತಿದ್ದಳಂತೆ. ಆಗ ಆಕೆಯ ಸೀರೆಯ ಸೆರಗು ಆ ದಾರಿಯಲ್ಲಿ ಕಾಯುತ್ತಾ ಕೂತಿದ್ದ ಮೂರು ಪಿಶಾಚಿಗಳಿಗೆ ತಗುಲಿತು. ಆಗ ಆ ಪಿಶಾಚಿಗಳಿಗೆ ಪೂರ್ವಜನ್ಮದ ಸ್ಮರಣೆ ಬಂತು.

ಅವುಗಳ ಕತೆಯೇನಪ್ಪಾ ಅಂದರೆ, ಆ ಪಿಶಾಚಿಗಳು ಒಬ್ಬ ಗುರುವಿನ ಹತ್ತಿರ ವಿದ್ಯೆ ಕಲಿಯುತ್ತಿದ್ದವರು. ಆ ಗುರುವಿನೊಬ್ಬ ಸುಂದರಿಯಾದ ಮಗಳಿದ್ದಳು. ಈ

ವಿದ್ಯಾರ್ಥಿಗಳು ಆಕೆಯನ್ನು ಮೋಹಿಸಿ, ಆಕೆಯ ಜೊತೆ ಪ್ರೀತಿ ಮಾಡುತ್ತಾರೆ. ಈ ಸಂಗತಿ ಗುರುವಿಗೆ ಗೊತ್ತಾಗಿ ಆತ ಅವರಿಗೆ ಪಿಶಾಚಿಗಳಾಗುವಂತೆ ಶಾಪ ಕೊಡುತ್ತಾನೆ. ವಿದ್ಯಾರ್ಥಿಗಳು ಕಾಲಿಗೆ ಬಿದ್ದು ಬೇಡಿಕೊಂಡಾಗ ಅದಕ್ಕೆ ಕರಗಿ ಅವರಿಗೆ ಬಿಡುಗಡೆಯ ಮಾರ್ಗವನ್ನೂ ಹೇಳುತ್ತಾನೆ;

ಚೈತ್ರಮಾಸದಲ್ಲಿ ರಾಮತೀರ್ಥದಲ್ಲಿ ಸ್ನಾನ ಮಾಡಿದ ಒಬ್ಬನು ತನ್ನ ಚೈತ್ರಮಾಸದ ಸ್ನಾನದ ಫಲವನ್ನು ನಿಮಗೆ ಕೊಟ್ಟು ನಿಮ್ಮನ್ನು ಉದ್ಧರಿಸುತ್ತಾನೆ ಅನ್ನುವುದು ಅವರಿಗೆ ನೀಡಲಾದ ಪರಿಹಾರ. ಅದನ್ನು ಆ ಪಿಶಾಚಿಗಳು ರಂಭೆಯ ಸೆರಗಿನ ಸ್ಪರ್ಶದಿಂದ ನೆನಪಿಸಿಕೊಳ್ಳುತ್ತವೆ.

ರಂಭೆಯ ಕುರಿತು ಕಿಟೆಲ್ ತುಂಬ ಕುತೂಹಲಕಾರಿ ಗಾದೆಯೊಂದನ್ನು ಸಂಗ್ರಹಿಸಿದ್ದಾರೆ; ಅಂಬೆಗಾಲು ಹಾಕಿದರೆ ರಂಭೆ ಸಿಕ್ಕಾಳೆ?

ದೇವಲೋಕದ ಸ್ತ್ರೀಯರಿಗೆ ಭೂಮಿಗೆ ಬಂದು ಬದುಕುವುದೇ ಅತ್ಯಂತ ರೋಚಕವಾದ ಸಂಗತಿಯಾಗಿದ್ದಂತೆ ತೋರುತ್ತದೆ. ಯಾಕೆಂದರೆ ಅವರೆಲ್ಲ ಪದೇಪದೇ ಶಾಪಗ್ರಸ್ತರಾಗಿ ಭೂಲೋಕಕ್ಕೆ ಬರುತ್ತಲೇ ಇರುತ್ತಾರೆ. ಹುಟ್ಟಿಲ್ಲದ, ಸಾವಿಲ್ಲದ, ವೃದ್ಧಾಪ್ಯ, ಯೌವನಗಳ ವ್ಯತ್ಯಾಸಗಳಿಲ್ಲದ ದೇವಲೋಕ, ಈ ಸುಂದರಿಯನ್ನು ಎಷ್ಟು ಹತಾಶೆಗೆ ತಳ್ಳಿರಬಹುದು ಊಹಿಸಿ.

ಅಲ್ಲಿರುವವರೆಲ್ಲ ಅಷ್ಟೇ ದೇವತೆಗಳು. ಅವರ ಪೈಕಿ ಹಿರಿಯ ಹತ್ತೆಂಟು ತಲೆಗಳು, ಅವರ ಮುಂದೆ ನಿರಂತರವಾಗಿ ಕುಣಿಯಬೇಕು. ಅವರ ಜೊತೆಗೆ ಸುಖಿಸಬೇಕು. ಅಷ್ಟು ಬಿಟ್ಟರೆ ಈ ರಂಭಾದಿ ದೇವಕನ್ನಿಕೆಯರಿಗೆ ಬೇರೆ ಕೆಲಸವಿಲ್ಲ. ದೇವತೆಗಳಿಗೋ ಸದಾ ಇದೇ ಮುಖಗಳನ್ನು ನೋಡಿ ಬೇಜಾರು.

ಬಹುಶಃ ಅದಕ್ಕೇ ಇರಬೇಕು, ಇಂದ್ರ ಅಹಲ್ಯೆಯನ್ನು ಮೋಹಿಸಿದ್ದು!

ಕೃಷ್ಣಸಖ ಕುಚೇಲ

ಕುಚೇಲನಿಗೆ ಅವಲಕ್ಕಿ ಕಟ್ಟಿಕೊಟ್ಟು, ಅವನನ್ನು ದ್ವಾರಕೆಗೆ ಕಳಿಸಿದ ನಂತರ ಸುಶೀಲಳಿಗೆ ಬೇಸರ ಶುರುವಾಯ್ತು. ಗಂಡನನ್ನು ಕೃಷ್ಣನ ಬಳಿಗೆ ಕಳಿಸಬಾರದಿತ್ತು ಅಂದುಕೊಂಡಳು. ಆಗಲೇ ಅವನು ಹೊರಟಾಗಿತ್ತು. ಅರ್ಧದಾರಿ ಮುಟ್ಟಿದ್ದರೂ ಮುಟ್ಟಿರಬಹುದು. ಈಗ ಹೋಗಿ ತಡೆಯುವ ಹಾಗೂ ಇರಲಿಲ್ಲ.

ಕುಚೇಲನಿಗೆ ಗೆಳೆಯನನ್ನು ನೋಡಲು ಹೋಗುವುದು ಅವಮಾನ ಅಂತ ಅನ್ನಿಸಿರಲಿಲ್ಲ. ಆದರೆ ತಾನು ಹೋಗುವ ಉದ್ದೇಶದ ಬಗ್ಗೆ ಕೀಳರಿಮೆ ಇತ್ತು. ಕೃಷ್ಣ ದೊರೆ. ಅವನ ಜೊತೆಗೇ ಓದಿದ ತಾನು ಕಡುಬಡವ. ಕೃಷ್ಣನಿಗಿಂತ ತಾನು ಯಾವುದರಲ್ಲೂ ಕಡಿಮೆ ಇರಲಿಲ್ಲ. ಆದರೂ ಅವನು ಅರಸ, ತಾನು ಆಳು. ತನ್ನ ಶಾಸ್ತ್ರಗಳೆಲ್ಲ ಅವನ ಶಸ್ತ್ರಗಳ ಮುಂದೆ ಏನೇನೂ ಅಲ್ಲ ಅನ್ನಿಸತೊಡಗಿತ್ತು. ಹೀಗೆ ಹಿಡಿ ಅವಲಕ್ಕಿಯನ್ನು ಹಿಡಿದುಕೊಂಡು ಅವನ ಮುಂದೆ ಹಿಡಿದೇಹಿಯಾಗಿ ನಿಲ್ಲುವ ಬಗ್ಗೆ ಕುಚೇಲನಿಗೆ ಸಂಕೋಚ ಅನ್ನಿಸುತ್ತಿತ್ತು. ಅದನ್ನು ಅವನು ಹೇಳಿಕೊಂಡಿದ್ದ ಕೂಡ. ಹಾಗೆ ಹೇಳಿಯೇ ದ್ವಾರಕೆಗೆ ಹೊರಡುವುದನ್ನು ತಡ ಮಾಡಿದ್ದ.

ಸುಶೀಲಳಿಗೆ ಅದೆಲ್ಲ ನೆನಪಾಯಿತು. ತನ್ನ ಒತ್ತಾಯಕ್ಕೇ ಅವನು ಹೊರಟದ್ದು. ಕೃಷ್ಣನಿಂದ ಏನಾದರೂ ಸಹಾಯ ಸಿಗಬಹುದು. ನಾವೂ ಕೂಡ ಶ್ರೀಮಂತರಾಗಬಹುದು. ಎಲ್ಲರೆದುರು ತಲೆಯೆತ್ತಿ ಓಡಾಡಬಹುದು. ಮಕ್ಕಳಿಗೆ ಹೊಟ್ಟೆ ತುಂಬ ಊಟ ಹಾಕಬಹುದು. ಈ ಭಿಕಾರಿಯೆಂಬ ಬಿರುದಿನಿಂದ ಪಾರಾಗಬಹುದು ಎಂದು ಅವಳಿಗೆ ಪದೇ ಪದೇ ಅನ್ನಿಸುತ್ತಿತ್ತು.

'ಹೋಗಿ ಕೇಳಿ ಬನ್ನಿ. ಖಂಡಿತಾ ಅವನು ಸಹಾಯ ಮಾಡ್ತಾನೆ. ನಿಮ್ಮ ಗೆಳೆಯನಲ್ಲವೇ?'

ಗೆಳೆಯನ ಮುಂದೆ ಕೈ ಚಾಚಬಾರದು.

'ಮುಖ ತೋರಿಸಿ ಸಾಕು. ಅವನಿಗೇ ಅರ್ಥವಾಗುತ್ತದೆ. ಅವನಾಗಿಯೇ ಏನಾದರೂ ಸಹಾಯ ಮಾಡಬಹುದು. ನೀವಿಂಥ ಪರಿಸ್ಥಿತಿಯಲ್ಲಿ ಇದ್ದೀರೆಂದು ಅವನಿಗೆ ಗೊತ್ತಾಗುವುದಾದರೂ ಹೇಗೆ?

ಅವನಿಗೆ ಎಲ್ಲವೂ ಗೊತ್ತು. ನಾನು ಕೇಳಬೇಕೆಂದು ಅವನು ಕಾಯುತ್ತಿದ್ದಾನೆ. ಓದೋ ಹೊತ್ತಲ್ಲಿ ನಾನು ಬುದ್ಧಿವಂತನಾಗಿದ್ದೆ. ವೇದಮಂತ್ರಗಳೆಲ್ಲ ನನಗೇ ಚೆನ್ನಾಗಿ ಗೊತ್ತಿದ್ದವು. ಅವನಿಗೇನೂ ಗೊತ್ತೇ ಇರಲಿಲ್ಲ. ಆದರೆ ಅವನು ರಾಜನಾದ.'

'ಅದು ಅವನಿಗೆ ವಂಶಪಾರಂಪರ್ಯವಾಗಿ ಬಂದದ್ದು.'

ಏನಿಲ್ಲ, ಅವನು ಹೋರಾಡಿ ಗೆದ್ದದ್ದು. ಕಂಸನನ್ನು ಕೊಂದು ಪಡೆದದ್ದು. ಸ್ವಂತ ಸೋದರಮಾವನನ್ನೇ ಸಂಹಾರ ಮಾಡಿದವನು ಅವನು. ನನ್ನನ್ನು ಮಾತಾಡಿಸುತ್ತಾನಾ?

'ಪ್ರಯತ್ನಪಡಿ. ನೀವು ನಿಜಕ್ಕೂ ಅವನಿಗಿಂತ ಬುದ್ಧಿವಂತರೇ ಆಗಿದ್ದರೆ, ಅವನಿಗೆ ನಿಮ್ಮ ಮೇಲೆ ಗೌರವ ಇದ್ದೇ ಇರುತ್ತೆ.'

ಹೀಗೆ ಮಾತಾಗಿತ್ತು. ಕುಚೇಲ ಹೊರಟು ನಿಂತಿದ್ದ.

* * *

ಕುಚೇಲ ಬರುವ ಹೊತ್ತಿಗೆ ಮನೆ ಬದಲಾಗಿತ್ತು. ಕೃಷ್ಣನ ಸೇವಕರು ಬಂದು ಅರಮನೆ ಕಟ್ಟಿ ಹೋಗಿದ್ದರು. ಮನೆಯೊಳಗೆ ರಾಜ ವೈಭೋಗ. ಕುಚೇಲನಿಗೆ ಅದು ತನ್ನ ಮನೆ ಅನ್ನುವುದು ಗುರುತೇ ಹತ್ತಲಿಲ್ಲ. ಮನೆಯ ಮುಂದೆ ಒಡವೆ ಹೊತ್ತು ನಿಂತಾಕೆ, ಮಹಾರಾಣಿಯಂತೆ ಕಾಣಿಸುತ್ತಿದ್ದಳು. ಅವಳು ಕರೆಯದೇ ಹೋಗಿದ್ದರೆ ಕುಚೇಲ ಅವಳ ಕಡೆ ತಿರುಗಿಯೂ ನೋಡುತ್ತಿರಲಿಲ್ಲ. ಅವಳನ್ನು ನೋಡುತ್ತಿದ್ದಂತೆ ಕುಚೇಲನಿಗೆ ಗಾಬರಿಯಾಯಿತು. ನೂರಾರು ಮೈಲಿ ನಡಕೊಂಡು ವಾಪಸ್ಸು ಬರುವ ಹೊತ್ತಿಗೆ ಅವನು ಮತ್ತಷ್ಟು ಕಂಗಾಲಾಗಿದ್ದ. ಅವನ ಬಟ್ಟೆಗಳು ಗಲೀಜಾಗಿದ್ದವು. ಮನೆ ಮುಂದೆ ಬಂದು ನಿಲ್ಲುವ ತನಕ ಅವನಿಗೆ ಅಂಥದ್ದೊಂದು ಬದಲಾವಣೆ ಆಗಿದೆ ಅನ್ನುವುದೂ ಗೊತ್ತಿರಲಿಲ್ಲ.

ಸುಶೀಲ ಖುಷಿಯಾಗಿದ್ದಳು. ಮಕ್ಕಳು ಆಟ ಆಡುವುದರಲ್ಲಿ ನಿರತರಾಗಿದ್ದರು. ಮನೆಮುಂದೆ ರಥವೊಂದು ನಿಂತಿತ್ತು. ಅದಕ್ಕೊಬ್ಬ ಸಾರಥಿಯೂ ಇದ್ದ. ಕುಚೇಲ ಒಳಗೆ ಬರುತ್ತಿದ್ದಂತೆ ಮಕ್ಕಳು ಕೇಕೆ ಹಾಕುತ್ತಾ ರಥ ಏರಿದರು. ಊರು ಸುತ್ತಾಡಿ, ಜಾತ್ರೆಗೆ ಹೋಗಿ ಬರುತ್ತೇವೆಂದು ಹೋದರು. ಸುಶೀಲಳೂ ರಥ ಹತ್ತಿ ಹೊರಟಳು. ಕುಚೇಲ ಒಂಟಿಯಾಗಿ ಮನೆಯಲ್ಲೇ ಕೂತಿದ್ದ.

ನಂತರದ ದಿನಗಳಲ್ಲಿ ಅದೇ ಮೊದಲಾಯಿತು. ಮನೆಯಲ್ಲಿ ತಿನ್ನುವುದಕ್ಕೆ ಉಣ್ಣುವುದಕ್ಕೆ ಅನುಭವಿಸುವುದಕ್ಕೆ ಯಾವ ಕೊರತೆಯೂ ಇರಲಿಲ್ಲ. ಆದರೆ

ಹೆಂಡತಿ ಮಕ್ಕಳು ಕೈಗೇ ಸಿಗುತ್ತಿರಲಿಲ್ಲ. ಎಲ್ಲರೂ ಜೊತೆಗೆ ಕುಳಿತು ಊಟ ಮಾಡಿ ಅದೆಷ್ಟೋ ದಿನ ಆಗಿದೆ ಅನ್ನಿಸುತ್ತಿತ್ತು. ಮಕ್ಕಳು ಶಾಸ್ತ್ರಾಭ್ಯಾಸ ಮಾಡುವುದನ್ನು ಬಿಟ್ಟು ಬಿಟ್ಟಿದ್ದರು.

ಕುಚೇಲ ಮಕ್ಕಳನ್ನು ಕೂರಿಸಿಕೊಂಡು ಹೇಳಿದ. 'ಹೀಗೆ ಸುತ್ತಾಡಿ ಉಪಯೋಗ ಇಲ್ಲ. ನೀವು ಓದೋದು ಬೇಕಾದಷ್ಟಿದೆ. ನಾನು ಹನ್ನೆರಡು ವರುಷ ಅಭ್ಯಾಸ ಮಾಡಿದ್ದೇನೆ. ಇನ್ನೂ ಕಲಿಕೆ ಮುಗಿದಿಲ್ಲ ಅನ್ನಿಸುತ್ತಿದೆ.'

ಕಲಿತು ಏನು ಸಾಧಿಸಿದಿರಿ ಅಂತ ಮಕ್ಕಳು ನೇರವಾಗಿಯೇ ಕೇಳಿದರು. ಸುಶೀಲ ಕೂಡ ಅದೇ ಪ್ರಶ್ನೆ ಹಾಕಿದಳು. ಕುಚೇಲ ವಿದ್ಯೆಗೂ ಸಂಪತ್ತಿಗೂ ಸಂಬಂಧ ಇಲ್ಲ. ವಿದ್ಯೆ ಗೌರವ, ನೆಮ್ಮದಿ ತಂದುಕೊಡುತ್ತದೆ ಅಂತ ವಾದಿಸಿದ. ಸುಶೀಲಳಾಗಲೀ, ಮಕ್ಕಳಾಗಲಿ ಅದನ್ನು ಒಪ್ಪಲಿಲ್ಲ. ಮತ್ತೆ ಮತ್ತೆ ಹೇಳಿದಾಗ, ಸುಶೀಲ ಒಂದೇ ಮಾತು ಅಂದುಬಿಟ್ಟಳು.

ಇದೆಲ್ಲ ನೀವು ಸಂಪಾದಿಸಿದ್ದೇನಲ್ಲ. ನನ್ನ ಕಷ್ಟ ನೋಡಲಾರದೇ ನಿಮ್ಮ ಗೆಳೆಯ ಕೊಟ್ಟದ್ದು. ನಿಮ್ಮ ಗೆಳೆಯನನ್ನು ನೋಡುವಂತೆ ನಾನೇ ಹೇಳಿಕಳಿಸಿದ್ದು. ನಾನು ಮಾಡಿಕೊಟ್ಟ ಅವಲಕ್ಕಿಗೆ ಸಿಕ್ಕ ಪ್ರತಿಫಲ ಇದು. ನೀವು ಇದಕ್ಕೆ ಕಟ್ಟುಪಾಡು ಹಾಕುವುದಕ್ಕೆ ಬರಬೇಡಿ.

ಹಾಗೇ ಕಾಲ ಉರುಳುತ್ತಿತ್ತು. ಮನೆಯಲ್ಲಿ ಎಲ್ಲರೂ ಸಂತೋಷವಾಗಿದ್ದರು. ಕುಚೇಲ ಮಾತ್ರ ಅದೇ ಹಳೇ ಬಟ್ಟೆ ಹಾಕಿಕೊಂಡು ಓಡಾಡುತ್ತಿದ್ದ. ಅವನನ್ನು ಯಜ್ಞ ಯಾಗಾದಿಗಳಿಗೆ ಕರೆಯುತ್ತಿದ್ದವರು ದೂರ ಮಾಡಿದರು. ತಾನು ಕಲಿತ ವಿದ್ಯೆಯನ್ನು ಪ್ರದರ್ಶಿಸುವುದಕ್ಕೆ, ತನ್ನಲ್ಲಿರುವ ಅಗಾಧ ಪ್ರತಿಭೆಯನ್ನು ಹೊರಹೊಮ್ಮಿಸುವುದಕ್ಕೆ ಅವನಿಗೆ ಅವಕಾಶವೇ ಇರಲಿಲ್ಲ. ಅವನನ್ನು ದೇವತಾಕಾರ್ಯಗಳಿಗೆ ಕರೆಯುತ್ತಿದ್ದವರೆಲ್ಲ ಈಗ ಅವನು ಕೋಟ್ಯಧೀಶ, ಅವನೆಲ್ಲಿ ಬರುತ್ತಾನೆ ಅಂತ ತಮಗೆ ತಾವೇ ಅಂದುಕೊಂಡಿದ್ದರು. ಆ ಸಂಪತ್ತು, ಸೌಕರ್ಯಗಳೇ ತನಗೆ ಶತ್ರುವಾಗಿದ್ದನ್ನು ಕುಚೇಲ ನೋಡುತ್ತಾ ಕೂತಿದ್ದ.

* * *

ಕುಚೇಲನಿಗೂ ಸುಶೀಲೆಗೂ ಜಗಳವಾಯಿತು. ಇದೆಲ್ಲ ನಮಗೆ ಬೇಕಿರಲಿಲ್ಲ. ನಾವು ಬಡವರಾಗಿದ್ದಾಗಲೇ ಸಂತೋಷವಾಗಿದ್ದೆವು ಅಂತ ಕುಚೇಲ ರೇಗಿದ. ನೀವು ಬೇಕಿದ್ದರೆ ಬಡವರಾಗಿಯೇ ಇರಿ. ನನಗೆ ಅದು ಬೇಕಾಗಿಲ್ಲ. ಹೆಂಡತಿ ಮಕ್ಕಳು ಸಂತೋಷವಾಗಿದ್ದನ್ನು ನೋಡಿ ಸಂತೋಷಪಡುವವರಿದ್ದಾರೆ. ನೀವು ನೋಡಿದರೆ ಹೊಟ್ಟೆಕಿಚ್ಚು ಪಡುತ್ತಿದ್ದೀರಲ್ಲ. ನಿಮ್ಮ ವಿದ್ಯೆ, ಶಾಸ್ತ್ರಗಳಿಂದ ಏನು ಸಂಪಾದನೆಯಾಯಿತು. ಅದೆಲ್ಲ ಈ ಕಾಲಕ್ಕಲ್ಲ ಅಂತ ಸುಶೀಲ ಹಂಗಿಸಿ ಮಾತಾಡಿದಳು. ನಿಮ್ಮ ಗೆಳೆಯ ಉದಾರಿ ಎಂದು ಕೊಂಡಾಡಿದಳು.

ಕುಚೇಲ ಒಂದು ನಿರ್ಧಾರಕ್ಕೆ ಬಂದಿದ್ದ. ಈ ಸಂಪತ್ತನ್ನೆಲ್ಲ ಮರಳಿ ತೆಗೆದುಕೋ. ನನಗೆ ನನ್ನ ನೆಮ್ಮದಿಯನ್ನು ಕೊಡು ಎಂದು ಕೃಷ್ಣನ ಹತ್ತಿರ ಕೇಳಿಕೊಳ್ಳಬೇಕು ಅಂದುಕೊಂಡು ಮತ್ತೆ ದ್ವಾರಕೆಯತ್ತ ಪ್ರಯಾಣ ಬೆಳೆಸಿದ. ನೂರಾರು ಹರದಾರಿ ನಡೆದುಕೊಂಡು ಹೋಗಿ, ದ್ವಾರಕೆಯನ್ನು ತಲುಪಿದರೆ, ಅಲ್ಲಿ ಯಾದವರೆಲ್ಲ ಮೆರೆಯುತ್ತಿದ್ದರು. ರುಕ್ಮಿಣಿ, ಸತ್ಯಭಾಮೆ ಮತ್ತು ಕೃಷ್ಣನ ಅಸಂಖ್ಯ ಪತ್ನಿಯರು, ಸುಶೀಲಳ ಹಾಗೇ ಸಂತೋಷದಲ್ಲಿದ್ದರು. ಅವರಿಗೆ ಕುಚೇಲನ ಗುರುತು ಕೂಡ ಹತ್ತಲಿಲ್ಲ. ಕುಚೇಲ ಪರಿಚಯಿಸಿಕೊಂಡಾಗಲೂ ಅವರು ತಿರುಗಿ ನೋಡಲಿಲ್ಲ.

ಕುಚೇಲ ಅಲ್ಲಿದ್ದ ಸೈನಿಕನೊಬ್ಬನ ಹತ್ತಿರ ತಾನು ಕೃಷ್ಣನನ್ನು ನೋಡಬೇಕು ಅಂತ ಕೇಳಿಕೊಂಡ. ಸೈನಿಕ ಅವನನ್ನೇ ಅಚ್ಚರಿಯಿಂದ ನೋಡುತ್ತಾ, ದೊರೆಗಳು ಊರಲ್ಲಿಲ್ಲ. ಅವರು ಹಸ್ತಿನಾಪುರಕ್ಕೆ ಹೋಗಿದ್ದಾರೆ. ಅಲ್ಲಿ ಯುದ್ಧ ಶುರುವಾಗುತ್ತಿದೆ. ದೊರೆಗಳು ಅರ್ಜುನನ ರಥದ ಸಾರಥ್ಯ ವಹಿಸಿಕೊಳ್ಳಲು ಹೋಗಿದ್ದಾರೆ.

ದ್ವಾರಕೆಯ ದೊರೆ, ಅಪಾರ ಸಂಪತ್ತಿನ ಒಡೆಯ, ಎಲ್ಲವನ್ನೂ ಸಾಧಿಸಿದವನು ಒಬ್ಬ ಕ್ಷತ್ರಿಯನ ರಥದ ಸಾರಥಿಯಾಗುವುದೇ?

ಕುಚೇಲನಿಗೆ ಸಂಪತ್ತು, ವೈಭೋಗ, ರಾಜವೈಭವ, ದುಡಿಯದೇ ಬಂದ ಸಂಪತ್ತು ತಂದುಕೊಟ್ಟ ನಿರುದ್ಯೋಗ–ಇವೆಲ್ಲದರ ನಿರರ್ಥಕತೆ ಹೊಳೆಯಿತು. ಕೃಷ್ಣ ಎಲ್ಲವನ್ನೂ ಬಿಟ್ಟು ಯಾಕೆ ದುಡಿಯಲು ಹೋದ, ರಥ ಓಡಿಸುವ ಸಾರಥಿಯಾಗುವ ನಿಕೃಷ್ಟ ಕೆಲಸವನ್ನು ಯಾಕೆ ಒಪ್ಪಿಕೊಂಡ ಅನ್ನುವುದು ಅರ್ಥವಾಯಿತು.

* * *

ಮನೇಲಿ ಎಲ್ಲವೂ ಇದೆ. ಮಕ್ಕಳು ದುಡೀತಿದ್ದಾರೆ. ಮೂರು ತಲೆಮಾರು ಕೂತು ತಿಂದರೂ ಕರಗದಷ್ಟು ಆಸ್ತಿಯಿದೆ. ಇವರಿಗೆ ಅನುಭವಿಸೋದಕ್ಕೆ ಬರೋಲ್ಲ. ಈ ವಯಸ್ಸಲ್ಲೂ ಹಳೇ ಅಂಗಿ ಹಾಕಿಕೊಂಡು ತೋಟಕ್ಕೆ ಹೋಗುತ್ತಾರೆ. ತಾವೇ ಅಡಿಕೆ ಹೆಕ್ಕುತ್ತಾರೆ. ಗೊಬ್ಬರ ಹಾಕುತ್ತಾರೆ. ಇದೆಲ್ಲ ಬೇಕಾ ಅಂತ ಕೇಳಿದ ತಾಯೊಬ್ಬರಿಗೆ ಈ ಕತೆ ಹೇಳಿದೆ.

ಬಹುಶಃ ಇದು ಎಲ್ಲರ ಪ್ರಶ್ನೆ ಮತ್ತು ಉತ್ತರ ಅನ್ನಿಸುತ್ತದೆ.

ಅನಾಮಧೇಯ ಪತ್ರಕರ್ತ

ಪತ್ರಕರ್ತನಾಗಿರುವುದು ಶಾಪ ಮತ್ತು ವರ.

ಕತೆಗಾರನಾಗಲು ಹೊರಟವರ ಪಾಲಿಗಂತೂ ಅದು ಶಾಪವೇ. ಆತ ಎಷ್ಟೇ ಕಾದಂಬರಿ ಬರೆದರೂ, ಕತೆಗಳನ್ನು ಬರೆದರೂ, ಮೌಲಿಕವಾದದ್ದನ್ನು ಬರೆದರೂ ಕೊನೆಗೂ ಅವನನ್ನು ಗುರುತಿಸುವುದು ಪತ್ರಕರ್ತ ಎಂದೇ. ಖುಷ್ವಂತ್ ಸಿಂಗ್ ವಿಚಾರದಲ್ಲಂತೂ ಇದು ನೂರಕ್ಕೆ ನೂರು ನಿಜ. ಕಾದಂಬರಿಗಳನ್ನೂ ಕತೆಗಳನ್ನೂ ಬರೆದ ಪತ್ರಕರ್ತ ಎಂದು ಸಾಹಿತ್ಯ ಜಗತ್ತು ಅವರನ್ನು ಗುರುತಿಸಿತೇ ವಿನಾ, ಪತ್ರಿಕೆಗಳಿಗೂ ಬರೆಯುತ್ತಿದ್ದ ಕಾದಂಬರಿಕಾರ ಎಂದು ಅವರು ಕರೆಸಿಕೊಳ್ಳಲಿಲ್ಲ. ಭಾರತೀಯ ಇಂಗ್ಲಿಷ್ ಬರಹಗಳ ಕುರಿತು ಚರ್ಚೆಯಾಗುವ ಹೊತ್ತಿಗೆ ಅಮಿತವ್ ಘೋಷ್, ಅರುಣ್ ಜೋಶಿ, ಅನಿತಾ ದೇಸಾಯಿ, ವಿಕ್ರಮ್ ಸೇಥ್, ಅರುಂಧತಿ ರಾಯ್, ಅರವಿಂದ್ ಅಡಿಗ, ಕಿರಣ್ ದೇಸಾಯಿ ಮುಂತಾದವರು ವಿಮರ್ಶಕರಿಗೆ ಮುಖ್ಯವಾಗುತ್ತಾರೆಯೇ ಹೊರತು, ದೆಹಲಿಯ ಕುರಿತು ಅತ್ಯದ್ಭುತವಾದ ಕೃತಿಯೊಂದನ್ನು ಕೊಟ್ಟ ಖುಷ್ವಂತ್ ಸಿಂಗ್ ವಿಮರ್ಶಕರಿಗೆ ನೆನಪಿಗೆ ಬರುವುದಿಲ್ಲ. ರೋಹಿಂಟನ್ ಮಿಸ್ತ್ರಿ, ಶಶಿ ತರೂರ್, ಸುಕೇತ್ ಮೆಹ್ತಾ, ವಿಕ್ರಮ್ ಚಂದ್ರ ಬಗ್ಗೆ ಪುಟಗಟ್ಟಲೆ ಬರೆದವರು ಖುಷ್ವಂತ್ ಸಿಂಗ್ ಬಗ್ಗೆ ಮೌನವಾಗಿಯೇ ಇದ್ದರು.

ಇದಕ್ಕೆ ವಿಶೇಷ ಕಾರಣಗಳೇನೂ ಇರಬೇಕಾಗಿಲ್ಲ. ಪತ್ರಕರ್ತನಾದವನು ತುಂಬ ಬರೆಯುವುದರಿಂದ, ಅದರಲ್ಲಿ ಅಂಥ ಆಳವಿಲ್ಲ ಎಂದು ವಿಮರ್ಶಕರು ಬಗೆಯುತ್ತಾರೆ. ಅದರಲ್ಲೂ ಖುಷ್ವಂತ್ ಸಿಂಗ್ ಸರಳ ಕತೆಗಳನ್ನು ಸರಳ ಇಂಗ್ಲಿಷಿನಲ್ಲಿ ಬರೆದವರು. ವಾರಕ್ಕೆರಡು ಅಂಕಣ ಬರೆಯುತ್ತಿದ್ದವರು. ತಮಗಿಷ್ಟವಾಗದ್ದನ್ನು ಅದು ಯಾರೆಂಬುದನ್ನೂ ನೋಡದೇ ಖಂಡಿಸಿದವರು. ಎಲ್ಲಕ್ಕಿಂತ ಹೆಚ್ಚಾಗಿ ಭಾರತೀಯ ಲೇಖಕರು ಹಾಗೂ ಹೀಗೂ ಇದ್ದಾಗ,

ಗದ್ದುಗೆಗೆ ಹತ್ತಿರವಾಗಿದ್ದುಕೊಂಡು ಬಿಡುಬೀಸಾಗಿ ಬದುಕಿದವರು. ಆ ಅಸೂಯೆಯೇ ಅವರನ್ನು ಸಾಹಿತ್ಯಲೋಕ ಗಂಭೀರವಾಗಿ ಪರಿಗಣಿಸದಂತೆ ಮಾಡಿದ್ದರೂ ಮಾಡಿರಬಹುದು.

ನಾನು ಕನ್ನಡದ ಹಿರಿಯ ಲೇಖಕರ ಜೊತೆ ಖುಷ್ವಂತ್ ಸಿಂಗ್ ಬಗ್ಗೆ ಮಾತಾಡುತ್ತಿದ್ದಾಗ ಅವರು ಹೇಳುತ್ತಿದ್ದದ್ದು ಒಂದೇ ಮಾತು. ಅವರೊಬ್ಬ ಪಾಪ್ಯುಲಿಸ್ಟ್ ಬರಹಗಾರ. ಎಲ್ಲವನ್ನೂ ಒಂದೋ ಉತ್ಪ್ರೇಕ್ಷೆ ಮಾಡುತ್ತಾರೆ, ಇಲ್ಲವೇ ವ್ಯಂಗ್ಯವಾಗಿ ನೋಡುತ್ತಾರೆ. ಅವರಿಗೆ ಸಹಜವಾದ ದೃಷ್ಟಿಕೋನ ಇಲ್ಲವೇ ಇಲ್ಲ. ತನ್ನ ಮೂಗಿನ ನೇರಕ್ಕೆ ಎಲ್ಲವನ್ನೂ ತಂದುಕೊಂಡು ಬರೆಯಬಲ್ಲವರು ಅವರು. ಅವರ ಕಾದಂಬರಿಗಳಲ್ಲಿ ಒಳನೋಟಕ್ಕಿಂತ ಹೆಚ್ಚಾಗಿ ವಾರೆನೋಟವೇ ಜಾಸ್ತಿಯಿರುತ್ತದೆ. ಅವರ ಕಾದಂಬರಿಗಳನ್ನೋ ಕತೆಗಳನ್ನೋ ಓದುವಾಗ ನಮ್ಮಂಥವರಿಗೆ ಹಾಗೇನೂ ಅನ್ನಿಸುತ್ತಿರಲಿಲ್ಲ. ಅವರ 'ದೆಹಲಿ' ಕಾದಂಬರಿಯನ್ನು ನಾನಂತೂ ಮರೆಯಲಾರೆ. ಭಾಗಮತಿ ಎಂಬ ಪಾತ್ರವನ್ನಿಟ್ಟುಕೊಂಡು, ಯಾಸುದ್ದೀನನಿಂದ ಇಂದಿರಾಗಾಂಧಿಯ ತನಕ ದೆಹಲಿಯನ್ನು ಶೋಧಿಸುವ ಅವರ ಕಾದಂಬರಿ, ದೆಹಲಿಯನ್ನು ದೊರೆಸಾನಿಯಂತೆ, ಚೋರನಂತೆ, ಪುಂಡನಂತೆ ತೋರಿಸಿದೆ. ದೆಹಲಿಯ ಒಳಗುಟ್ಟು, ಕೌತುಕ, ಸಂಭ್ರಮವನ್ನೆಲ್ಲ ಹಿಡಿದಿಟ್ಟಿದೆ.

ಖುಷ್ವಂತ್ ತೀರಿಕೊಂಡಾಗ ನೆನಪಾದದ್ದು ಅವರ ಅಂಕಣಗಳು. ನಾವೆಲ್ಲ ಬರಗೆಟ್ಟು ಓದುತ್ತಿದ್ದ ಅವರ ಬರಹಗಳು. ನಮ್ಮನ್ನು ಇಂಗ್ಲಿಷಿಗೆ ಪರಿಚಯಿಸಿದ್ದೇ ಅವರು. ಯಾವತ್ತೂ ಅವರು ಅರ್ಥವಾಗದ ಪದಗಳನ್ನು ಬಳಸಲಿಲ್ಲ, ಪಂಡಿತರಂತೆ ನಟಿಸಲಿಲ್ಲ. ವಿಮರ್ಶಕರಿಗಾಗಿ ಬರೆಯಲಿಲ್ಲ. ಸಿಖ್ಖರ ಕುರಿತು ಅವರು ಬರೆದ ಇತಿಹಾಸ, ಟ್ರೇನ್ ಟು ಪಾಕಿಸ್ತಾನ ಎಂಬ ಅವರ ಮಹಾಕೃತಿ, ಅವರು ಬರೆದ ಸಣ್ಣಕತೆಗಳು, ಅವರು ಸಂಪಾದಿಸಿದ ಜೋಕ್‌ಗಳು, ಅಮೃತಾ ಪ್ರೀತಮ್‌ರನ್ನು ಅವರು ಪರಿಚಯಿಸಿದ್ದು ಎಲ್ಲವೂ ನೆನಪಾಯಿತು.

–2–

ಎಲ್ಲವನ್ನೂ ಪ್ರೀತಿಯಿಂದ ನೋಡು; ಅನುಮಾನದಿಂದ ನೋಡು; ಉಡಾಫೆಯಿಂದ ನೋಡು; ಅಗೌರವದಿಂದ ನೋಡು; ಅಕ್ಕರೆಯಿಂದ ನೋಡು ಅಂದವರು ವೈಎನ್ಕೆ. ಒಮ್ಮೆ ಅವರು ಸಾಹಿತಿಯೊಬ್ಬರ ಬಗ್ಗೆ ಮಾತಾಡುತ್ತಾ ಅವನು ಕೆಟ್ಟ ಬರಹಗಾರ ಎಂದು ರೇಗಿದರು. ಆದರೆ ಒಳ್ಳೆ ಮನುಷ್ಯ ಅಂತ ನಾನು ವಾದಿಸಿದೆ. ನಾನು ಓದುಗ. ಅವನು ಒಳ್ಳೆ ಮನುಷ್ಯ ಅನ್ನಿಸಿಕೊಂಡು ನನಗೇನೂ ಆಗಬೇಕಾಗಿಲ್ಲ. ನನಗವನು ಒಳ್ಳೆಯ ಲೇಖಕ ಆಗಿರಬೇಕು ಅಷ್ಟೇ. ಕುರ್ಚಿ ಟೇಬಲ್ಲು ಮಾಡಿಸುವವನು ಒಳ್ಳೇ ಕಸಬುದಾರ ಬಡಗಿಗಾಗಿ

ಹುಡುಕುತ್ತಾನೆಯೇ ಹೊರತು, ಅವನ ಒಳ್ಳೇತನವನ್ನು ನೋಡುವುದಿಲ್ಲ ಎಂದು ನನ್ನ ವಾದವನ್ನು ಸಾರಾಸಗಟು ತಿರಸ್ಕರಿಸಿದರು. ಲೇಖಕನಿಗೂ ಬರಹಕ್ಕೂ ಸಂಬಂಧ ಇಲ್ಲ. ಲೇಖಕ ಸತ್ತು ಹೋಗ್ತಾನೆ. ಮುಂದಿನ ತಲೆಮಾರಿಗೆ ಉಳಿಯೋದು ಬರಹ ಮಾತ್ರ. ಷೇಕ್ಸ್‌ಪಿಯರ್ ಒಳ್ಳೆಯವನೋ ಕೆಟ್ಟವನೋ ಅನ್ನೋದು ಯಾರಿಗೆ ಬೇಕು, ಕಾಳಿದಾಸ ಸಜ್ಜನನೋ ದುರ್ಜನನೋ ಅನ್ನೋದನ್ನು ಯಾರು ಕೇಳ್ತಾರೆ. ಒಳ್ಳೇತನ, ಕೆಡುಕು ನಮ್ಮ ಸುತ್ತಲಿರುವ ಹತ್ತಾರು ಮಂದಿಗೆ ತಿಳಿಯುತ್ತದೆ ಅಷ್ಟೇ. ಅದನ್ನು ಮೀರಿ ನಿಂತು ಬರೆಯೋದು ಕಲೀಬೇಕು ಎಂದು ಇಡೀ ದಿನ, ನೆನಪಾದಾಗ ಆದಾಗಲೆಲ್ಲ ಹೇಳುತ್ತಲೇ ಇದ್ದರು. ದೊಡ್ಡವರ ಸಣ್ಣತನ, ಸಣ್ಣವರ ದೊಡ್ಡತನ ಎರಡನ್ನೂ ಕೇಳಿ, ನೋಡಿ ಗೊತ್ತಿದ್ದವರು ಹೀಗೆ ಮಾತಾಡುವುದು ಕೇಳಿ ನನಗೆ ಆಶ್ಚರ್ಯವಾಗಿತ್ತು.

ತುಂಬ ವರ್ಷಗಳ ಕಾಲ ಅದರ ಬಗ್ಗೆಯೇ ಯೋಚಿಸಿದೆ. ಒಳ್ಳೆಯ ಲೇಖಕ, ಒಳ್ಳೆಯ ಮನುಷ್ಯ–ಇವೆರಡರ ನಡುವಿನ ಗೊಂದಲ ಆಗಲೂ ಪರಿಹಾರ ಆಗಿರಲಿಲ್ಲ. ಮುಂದೊಂದು ದಿನ ಪೂರ್ಣಚಂದ್ರ ತೇಜಸ್ವಿ ಸಿಕ್ಕಾಗ ಇದರ ಪ್ರಸ್ತಾಪ ಮಾಡಿದ್ದೆ: ಯಾಕೋ ಒಳ್ಳೆಯವನಾಗಬೇಕು ಅಂತ ಸಾಯ್ತೀಯಾ? ಹೋಗ್ಲಿ ಯಾರ ಕಣ್ಣಲ್ಲಿ ಒಳ್ಳೆಯವನಾಗ್ತೀಯ ಹೇಳು? ಒಬ್ಬರಿಗೆ ಬೇಕಾದೋನಾದ್ರೆ ಇನ್ನೊಬ್ಬರಿಗೆ ಬೇಡದೋನಾ ಗ್ತೀಯ? ಸುಮ್ನೆ ಬದುಕೋದು ಕಲಿ. ಬರೀಬೇಕು ಅನ್ನಿಸಿದಾಗ ಬರಿ. ತುಂಬ ಬರೀತೀಯಾ ಅಂತಾರೆ. ಅವರಿಗೇನು ಹೋಗಬೇಕು? ಈ ಓದುಗರು, ಪ್ರಿಂಟಿಂಗ್ ಉದ್ಯಮ, ಮಾರಾಟಜಾಲ, ಓದೋ ಹುಚ್ಚು ಎಲ್ಲಾ ನಿಂತಿರೋದು ತುಂಬಾ ಬರೆಯೋರಿಂದಲೇ. ವರ್ಷಕ್ಕೆ ಒಂದೇ ಪುಸ್ತಕ ಬರೀಬೇಕು. ಬುದ್ಧಿವಂತರು ಮಾತ್ರ ಬರೀಬೇಕು ಅನ್ನೋ ಹಾಗಿದ್ರೆ ಸಂಸ್ಕೃತದ ಹಾಗೆ, ಕನ್ನಡವೂ ಯಾವತ್ತೋ ಸತ್ತು ಹೋಗ್ತಿತ್ತು ಅಂತ ಉಪದೇಶ ಮಾಡಿದರು.

ಒಳ್ಳೇ ಲೇಖಕ ಒಳ್ಳೇ ಮನುಷ್ಯನೂ ಆಗಿರ್ತಾನೆ ಅಲ್ವಾ? ಖುಷ್ವಂತ್ ಸಿಂಗ್ ಬಗ್ಗೆ ಮಾತಾಡುವಾಗ ಇದು ನೆನಪಾಯಿತು.

–3–

ಖುಷ್ವಂತ್ ಸಿಂಗ್ ಕವಿಯಾಗಿರಲಿಲ್ಲ. ಆದರೆ ಕಾವ್ಯದ ಅಂತರಾತ್ಮ ಬಲ್ಲವರಾಗಿದ್ದರು. ಗಾಲಿಬ್, ಮೀರ್ ತಕೀ ಮೀರ್ ಮುಂತಾದವರ ಪದ್ಯಗಳನ್ನು ಕನ್ನಡಕ್ಕೆ ಅನುವಾದಿಸುತ್ತಿದ್ದರು. ಹಾಗೆ ಅನುವಾದಿಸುವ ಹೊತ್ತಿಗೆ ಕವಿತೆಯ ಅಂತರಾರ್ಥ ಹೊಳೆಯುವಂತೆ ಮಾಡುತ್ತಿದ್ದರು. ಅವರು ಅನುವಾದಿಸಿದ್ದ ಮಿರ್ಜಾ ಗಾಲಿಬ್‌ನ ದೋಹಾ ಒಂದು ನೆನಪಾಗುತ್ತದೆ. ಅದು ಸರಿಸುಮಾರು ಹೀಗಿದೆ. ಗಾಲಿಬ್, ನೀನೊಬ್ಬನೇ ಉರ್ದು ಬಲ್ಲವನೆಂದು ಬೀಗಬೇಡ,

ನಿನಗೂ ಮುಂಚೆ ಮೀರ್ ಅನ್ನುವವನೊಬ್ಬನಿದ್ದ ಅಂತ ಆಡ್ಕೋತಿದ್ದಾರೆ ಜನ. ಇದು ತನ್ನ ಹಿಂದಿನ ಕವಿಯನ್ನು ಗಾಲಿಬ್ ಮೆಚ್ಚಿಕೊಳ್ಳುವ ಕ್ರಮ. ಏಕಕಾಲಕ್ಕೆ ತನ್ನ ಹೆಚ್ಚುಗಾರಿಕೆಯನ್ನೂ ತನ್ನ ಹಿಂದಿನ ಕವಿಯೊಂದಿಗೆ ತನ್ನನ್ನು ಹೋಲಿಸಿಕೊಳ್ಳುವುದನ್ನೂ ತಾವಿಬ್ಬರೂ ಸರಿಸಮಾನರೆಂದೂ ಹಿರಿಯ ಕವಿ ತನಗಿಂತ ದೊಡ್ಡವನೆಂದೂ ಈ ಎರಡು ಸಾಲಿನ ಪದ್ಯದಲ್ಲಿ ಗಾಲಿಬ್ ಎಷ್ಟು ಚೆನ್ನಾಗಿ ಹೇಳಿದ್ದಾನೆ ನೋಡಿ ಎಂದಿದ್ದರು ಖುಷ್ವಂತ್.

ಪದ್ಯಕ್ಕೆ ಹೊಸ ಅರ್ಥಗಳು ಹೊಳೆಯುತ್ತಾ ಹೋಗುವುದೇ ಹೀಗೆ. ಯಾವುದೋ ಒಂದು ಇಂಗ್ಲಿಷ್ ಕವಿತೆ ಕನ್ನಡದ ಒಂದು ಕವಿತೆ ಅರ್ಥವಾಗುವುದಕ್ಕೆ ನೆಪವಾಗಬಹುದು. 'ಭೂತರೂಪಕ್ಕೆ ಮಳೆ ವರ್ತಮಾನ' ಎಂದರೆ ಮೋಡಗಟ್ಟಿದ್ದ ನಿಷ್ಕ್ರಿಯ ಮನಸ್ಸು ಮಳೆಯಾಗಿ ಕ್ರಿಯಾಶೀಲವೂ ಸೃಜನಶೀಲವೂ ಆಗುವುದಕ್ಕೆ ರೂಪಕವಾಗಬಹುದು. ಅವರು ಪದ್ಯ ಓದಿ ಅನೇಕ ಪ್ರಶ್ನೆಗಳನ್ನು ಕೇಳಿಕೊಳ್ಳುತ್ತಿದ್ದರು. ಅವು ಅವರ ಅಂಕಣದ ನಡುವೆ ಬಂದುಹೋಗುತ್ತಿದ್ದವು. ಒಂದು ಹಿಂಸೆಯನ್ನು ಕುರಿತ ಪದ್ಯ ಓದಿದಾಗ ನಮಗೆ ವಿಚಿತ್ರ ಅನುಭವ ಆಗುತ್ತದೆ. ಅಲ್ಲಿ ಪದ್ಯ ಮುಖ್ಯವೋ ಆ ದುರಂತವೋ? ಇಲ್ಲಿ ನಾವು ತಳೆಯಬೇಕಾದ ನಿಲುವು ಯಾವುದು? ಸದಾ ಹೊಸದಕ್ಕೆ ಹೊಸ ಅನುಭವಕ್ಕೆ ತುಡಿಯುತ್ತಿರಬೇಕಾ? ಹಾಗೆ ತುಡಿಯುವುದೇ ಬದುಕಾಗಬೇಕಾ? ಅಥವಾ ಒಂದು ಯಶಸ್ಸನ್ನು ಸಾಧನೆಯನ್ನು ಸುಮ್ಮನೆ ಕೂತು ಸವಿಯಬೇಕಾ? ಸವಿಯುತ್ತಿರುವ ಹೊತ್ತಿಗೆ ನಾವು ಸವೆಯುತ್ತಲೂ ಇರುತ್ತೇವಲ್ಲ? ನಾಳೆ ಅದೇ ಗೆಲುವು ನಮ್ಮ ಪಾಲಿಗೆ ಏನೂ ಅಲ್ಲ ಅನ್ನಿಸಲಿಕ್ಕಿಲ್ಲವೇ? ಮತ್ತೊಂದು ದಂಡಯಾತ್ರೆ, ಮತ್ತೊಂದು ದಿಗ್ವಿಜಯದ ಆಸೆ ಕೂಡ ಪ್ರಾಪಂಚಿಕವಾ ಅನ್ನುವ ಅನುಮಾನ? ಸುಮ್ಮನುಳಿಯುವುದು ಸರಿಯಾ ಎಂಬ ಗುಮಾನಿ. ಕ್ರಿಯೆಯ ರೋಚಕತೆಯಲ್ಲಿ ಬದುಕು ಅರಳಿಕೊಳ್ಳಬೇಕಾ ಅಥವಾ ಗುರಿಯತ್ತ ಧಾವಿಸುತ್ತಿರಬೇಕಾ ಎಂಬ ಪ್ರಶ್ನೆಗಳು ನಮ್ಮಲ್ಲಿ ಹುಟ್ಟುವಂತೆ ಮಾಡುತ್ತಿದ್ದರು.

ಬಿರುಬೇಸಗೆ ಮನಸ್ಸನ್ನೂ ದಣಿಸುತ್ತದೆ. ನಮ್ಮ ಮೆಚ್ಚಿನ ಲೇಖಕರು ಹೊರಟು ಹೋದಾಗ ಮನಸ್ಸು ಮತ್ತಷ್ಟು ದಣಿಯುತ್ತದೆ.

ನಶ್ವರ ಗುರುವರ್ಯ

ನಿಮ್ಮ ಗುರುಗಳು ಯಾರು? ಅವಧೂತರು ಇದ್ದಾರಾ? ಅತೀಂದ್ರಿಯ ಶಕ್ತಿಗಳು ನಿಜವಾಗಿಯೂ ಇವೆಯಾ? ನೀವು ಯಾರನ್ನಾದರೂ ಗುರು ಅಂತ ನಂಬಿದ್ದೀರಾ? ಯಾರನ್ನೋ ಹುಡುಕಿಕೊಂಡು ಕಾಡಿಗೆ ಹೋಗುತ್ತೀರಲ್ಲ, ಯಾರದು?

ಹೀಗೆ ವಿಚಿತ್ರವಾದ ಪ್ರಶ್ನೆಗಳನ್ನು ಗೆಳೆಯರಲ್ಲದವರು ಕೇಳುತ್ತಲೇ ಇರುತ್ತಾರೆ. ಒಮ್ಮೆ ಹಂಪಿಗೆ ಹೋದಾಗ ಮೃತ್ಯುಂಜಯ ಎಂಬ ವಿದ್ಯಾರ್ಥಿ ನಿಮ್ಮ ಗುರುಗಳನ್ನು ನೋಡಬೇಕು. ನಾನೂ ದೀಕ್ಷೆ ಪಡೆಯಬೇಕು ಅಂತ ಹಠಕ್ಕೆ ಬಿದ್ದಿದ್ದ. ನನಗೆ ಯಾವ ಗುರುಗಳೂ ಇಲ್ಲ. ಒಂದುವೇಳೆ ನನಗೊಬ್ಬ ಗುರು ಇದ್ದರೂ, ಅವರು ನಿನ್ನ ಗುರು ಆಗಲಿಕ್ಕೆ ಸಾಧ್ಯವಿಲ್ಲ ಮಾರಾಯ. ಅವರವರ ಗುರುಗಳನ್ನು ಅವರವರೇ ಕಂಡುಕೊಳ್ಳಬೇಕು. ಹಾಡಬಲ್ಲವನಿಗೆ ಭೀಮಸೇನ ಜೋಶಿ ಗುರು, ಬಿಲ್ವಿದ್ಯೆ ಕಲಿಯಲು ಹೊರಟ ಏಕಲವ್ಯನಿಗೆ ದ್ರೋಣಾಚಾರ್ಯರು ಗುರು, ಬರೆಯಹೊರಟ ಕುಮಾರವ್ಯಾಸನಿಗೆ ವೀರನಾರಾಯಣ ಗುರು. ಹೀಗೆ ಕೆಲವರಿಗೆ ರಾಜ್‌ಕುಮಾರ್, ಕೆಲವರಿಗೆ ಕಾರಂತರು, ಹಲವರಿಗೆ ಪಿಕಾಸೋ, ಇನ್ಯಾರಿಗೋ ಡಾಕ್ಟರ್ ಪ್ರಭುದೇವ–ಹೀಗೆ ಅವರವರ ಆಸಕ್ತಿಯ ಪ್ರಕಾರ ಒಬ್ಬೊಬ್ಬರು ಗುರುವಾಗುತ್ತಾ ಹೋಗುತ್ತಾರೆ. ಹಾಗೆಲ್ಲ ನನ್ನ ಗುರುವನ್ನು ನಿನ್ನ ಗುರು ಅಂದುಕೊಳ್ಳುವುದು ತಪ್ಪಾಗುತ್ತದೆ ಎಂದು ಅವನನ್ನು ಒಲಿಸಿಕೊಂಡು ಹೇಳಿದೆ. ಅವನು ಅದರಿಂದ ಸಮಾಧಾನ ಹೊಂದಿದವನಂತೆ ಕಾಣಲಿಲ್ಲ. ನಾನೇನೋ ಮುಚ್ಚಿಡುತ್ತಿದ್ದೇನೆ ಎಂದುಕೊಂಡು ಬೇಸರ ಮತ್ತು ನಿರ್ಲಕ್ಷ್ಯದಿಂದ ಹೋಗ್ಲಿ ಬಿಡಿ ಸಾರ್ ಎಂದು ಗೊಣಗಿಕೊಂಡು ಹೊರಟು ಹೋದ.

ಆಮೇಲೆ ನಾನು ಹೇಳಿದ್ದು ಸರಿಯಲ್ಲ ಅಂತಲೂ ಅನ್ನಿಸಿತು. ಪಾಠ ಹೇಳಿದವನು ಮಾತ್ರ ಗುರುವಾಗುತ್ತಾನಾ? ಗುರು ಅಂದರೆ ಏನನ್ನಾದರೂ

ಕಲಿಸುವವನಾ? ಕಲಿಸಲೇ ಬೇಕಾ? ನಾವು ಏನೋ ಒಂದನ್ನು ಕಲಿಯುವುದಕ್ಕೆಂದೇ ಗುರುಗಳನ್ನು ಹುಡುಕಿಕೊಂಡು ಹೋಗುತ್ತೇವಾ? ಬಹುಶಃ ಕಲಿಸುವವನು ಇನ್‌ಸ್ಟ್ರಕ್ಟರ್. ಆತ ಏನನ್ನಾದರೂ ಕಲಿಸಬೇಕು. ತಾನು ಏನನ್ನು ಕಲಿಸುತ್ತಿದ್ದೇನೆ ಅನ್ನುವುದು ಆತನಿಗೆ ಗೊತ್ತಿದೆ ಮತ್ತು ಎಷ್ಟು ಕಲಿಸಬೇಕು ಅನ್ನುವುದನ್ನೂ ಆತ ಬಲ್ಲ. ಆತ ಕಲಿಯುವುದು ಮುಗಿದಿದೆ ಮತ್ತು ತಾನು ಕಲಿತಷ್ಟನ್ನು ಮತ್ತೊಬ್ಬನಿಗೆ ಕಲಿಸುವುದಕ್ಕೆಂದು ಆತ ನೇಮಕಗೊಂಡವನು. ಅವನು ಗುರು ಅಲ್ಲ.

ಹಾಗೆ ನೋಡಿದರೆ ಎಷ್ಟೋ ಮಂದಿ ಏನನ್ನೋ ನಮಗೆ ಕಲಿಸುತ್ತಲೇ ಇರುತ್ತಾರೆ. ಎಸ್ಸೆಮ್ಮೆಸ್ಸು ಮಾಡುವುದು ಹೇಗೆ? ಫೇಸ್ಬುಕ್ ಬಳಸುವುದು ಹೇಗೆ? ಕಾರು ಓಡಿಸುವುದು ಹೇಗೆ? ಬದನೆಕಾಯಿ ಗೊಜ್ಜು ಮಾಡುವುದು ಹೇಗೆ ಅನ್ನುವುದನ್ನೆಲ್ಲ ಕಲಿಸಿಕೊಟ್ಟವರು ಗುರುಗಳಾಗುವುದಿಲ್ಲ. ಬಹುಶಃ ಕ್ರಮೇಣ ಯಾರೋ ಹೇಳ್ಕೊಟ್ರು ಅಂತ ಹೇಳುತ್ತೇವೆಯೇ ಹೊರತು, ಇದನ್ನು ನಾನು ಇಂಥವರಿಂದ ಕಲಿತೆ ಅನ್ನುವುದನ್ನು ನೆನಪಿಟ್ಟುಕೊಳ್ಳುವುದೂ ಇಲ್ಲ.

ಹಾಗಿದ್ದರೆ ಗುರು ಯಾರು? ಏನನ್ನೂ ಕಲಿಸದವನಾ? ಯಾರೂ ಕಲಿಸದೇ ಇದ್ದದ್ದನ್ನು ಕಲಿಸಿದವನಾ? ಅವನೇಕೆ ನೆನಪಲ್ಲಿ ಉಳಿಯುತ್ತಾನೆ? ನಿಜಕ್ಕೂ ಅವನು ನೆನಪಲ್ಲಿ ಉಳಿಯುತ್ತಾನಾ? ನಿಮ್ಮ ಗುರುಗಳು ಯಾರು ಎಂದರೆ ಯಾರ ಹೆಸರು ಹೇಳುತ್ತೀರಿ?

ಗುರುವನ್ನು ಮೀರಿ ಗುರುವಾದವರ ಬಗ್ಗೆ ನೀವೂ ಓದಿರಬಹುದು. ಜಿಡ್ಡು ಕೃಷ್ಣಮೂರ್ತಿಯವರನ್ನು ಮೀರಿ ಯೂಜಿ ಕೃಷ್ಣಮೂರ್ತಿ ಬಂದರು. ರಮಣರನ್ನು ಮೀರಿ ನಿಲ್ಲಲು ಯೂಜಿ ಯತ್ನಿಸಿದರು. ರಜನೀಶ್ ತನ್ನ ಹಿಂದಿನ ಗುರುಗಳನ್ನೆಲ್ಲ ಮೀರಿ ಕಂಗೊಳಿಸಿದಂತೆ ಕೆಲವರಿಗಾದರೂ ಕಂಡರು. ಯಾವುದೋ ಸಿದ್ಧಾಂತವನ್ನು ಹೇಳುವ ಲೇಖಕ, ಸಮಾನತೆಯನ್ನು ಸಾರುವ ಮಾನವತಾವಾದಿ, ಎಲ್ಲವನ್ನೂ ನಿರಾಕರಿಸಿದ ಸಿದ್ಧಾರ್ಥ, ಯುದ್ಧ ಗೆದ್ದು ಗೆಲುವನ್ನು ಕಳಚಿಕೊಂಡ ತಮ್ಮ, ಸಮಾಜವಾದ ಕಲಿಸಿದವನು–ಹೀಗೆ ಯಾರು ಬೇಕಿದ್ದರೂ ಗುರುವಿನ ಪಟ್ಟಕ್ಕೇರಬಹುದು. ಅವರೆಲ್ಲರು ಇಹಲೋಕದ ಗುರುಗಳು. ಗುರು ಅಂತ ಹೇಳುವುದಕ್ಕಿಂತ ಹೆಚ್ಚಾಗಿ ಶಕ್ತಿ ಕೇಂದ್ರಗಳು. ನಾನು ಅವರ ಜೊತೆ ಗುರುತಿಸಿಕೊಳ್ಳುತ್ತಿದ್ದೇನೆ ಎಂದು ಜಗತ್ತಿಗೆ ತೋರಿಸುವುದಕ್ಕೆ ಅದೊಂದು ಗುರುತು. ತನ್ನ ನಿಶ್ಶಕ್ತಿಯನ್ನು ನೀಗಿಕೊಂಡು, ಶಕ್ತಿಯನ್ನು ಕ್ರೋಡೀಕರಿಸಿಕೊಂಡು ತನ್ನ ಅಹಂಕಾರ ವನ್ನು ಪೊರೆಯುವುದಕ್ಕೊಂದು ಮಾರ್ಗ. ಇವತ್ತು ನಶ್ವರವಾದ ವಾದಗಳನ್ನು ಹೂಡುವವರಿಗೂ ಶಿಷ್ಯಂದಿರಿದ್ದಾರೆ. ತೋಚಿದ್ದನ್ನು ಮಾತಾಡುವವರೂ ಗುರುಗಳಾಗಿದ್ದಾರೆ. ಅವರ ಆರಾಧನೆ ನಡೆಯುತ್ತದೆ. ಅವರನ್ನು ಆರಾಧಿಸುತ್ತಾ ಬಳಸಿಕೊಳ್ಳುವ ಯತ್ನಗಳು

ನಡೆಯುತ್ತವೆ. ಅವರು ಧರ್ಮಗುರುಗಳೂ ಆಗಿರಬಹುದು, ಧರ್ಮವನ್ನು ಮೀರಿದವರೂ ಆಗಿರಬಹುದು. ಬೋಧಿಸುವ, ತಿದ್ದುವ, ತಮ್ಮೆಡೆಗೆ ಸೆಳೆದುಕೊಳ್ಳುವ, ದೇವರನ್ನು ಕಂಡೆ ಎಂದು ಹೇಳುವ, ಒಂದೇ ಪಂಗಡಕ್ಕೆ ಸೀಮಿತಗೊಂಡ ಗುರುಗಳೂ ಇದ್ದಾರೆ. ಅವರೆಲ್ಲ ಉಪಯುಕ್ತ ಗುರುಗಳು. ನೀರು ಸರಬರಾಜು ಮಾಡುವ ಪೈಪಿನಂತೆ, ಗ್ಯಾಸು ಸಿಲಿಂಡರಿನಂತೆ, ಕಾರಿನಂತೆ, ಒಳಚರಂಡಿಯಂತೆ, ಮೆಟ್ಟಿಲಿನಂತೆ, ಪಂಚೆಯಂತೆ, ರಬ್ಬರಿನಂತೆ ಕಾಣುವ ಗುರುಗಳು. ನಾವು ಸರಿಯಾಗಿದ್ದರೆ ನಮಗೆ ಪೋಲೀಸರೂ ಬೇಕಿಲ್ಲ, ಇಂಥ ಗುರುಗಳೂ ಬೇಕಿಲ್ಲ.

ಅಂಥ ಗುರುಗಳಿಂದ ಕಿಂಚಿತ್ತು ಪ್ರಯೋಜನವೂ ಇಲ್ಲ. ಗುರು ನಿಜಕ್ಕೂ ಇರುವುದಿಲ್ಲ. ಒಂದು ವೇಳೆ ಇದ್ದರೆ ತನ್ನೊಳಗೇ ಇರುತ್ತಾನೆ. ನಮ್ಮೊಳಗೇ ಆತ ಬೆಳೆಯುತ್ತಾ ಹೋಗುತ್ತಾನೆ. ಹಾಗೆ ಬೆಳೆಯುತ್ತಾ ಹೋಗುವ ಗುರು ಅಲ್ಲಲ್ಲಿ ಯಾರ ಯಾರ ಮುಖಾಂತರವೋ ಕಾಣಿಸುತ್ತಾ ಹೋಗುತ್ತಾನೆ. ವಾಲ್ಮೀಕಿಯ ಒಳಗೊಬ್ಬ ಗುರುವಿದ್ದ. ಅವನು ಮೊದಲು ಕಾಣಿಸಿದ್ದು ಕ್ರೌಂಚ ಪಕ್ಷಿಯ ರೂಪದಲ್ಲಿ. ಕೌಶಿಕನ ಒಳಗಿರುವ ಗುರು ಮೊದಲು ಕಂಡದ್ದು ಧರ್ಮವ್ಯಾಧನ ಪತ್ನಿಯ ರೂಪದಲ್ಲಿ, ಕನಕನಿಗೆ ತನ್ನ ಕರೆಯ ಮೇಲೆ ಹುಟ್ಟಿದ ನಂಬಿಕೆಯಲ್ಲಿ.

–2–

ವೀಣಾ ಬನ್ನಂಜೆ ಬರೆದಿರುವ ಪುಸ್ತಕ ಸತ್ಯಕಾಮರೊಡನೆ ನನ್ನ ಸಾವಿರದ ದಿನಗಳು ಕಣ್ಣಮುಂದಿದೆ. ವೀಣಾ ಅವರ ಬೆರಗು, ಸಂಭ್ರಮ ಮತ್ತು ಜೀವೋಲ್ಲಾಸದಲ್ಲಿ ಸತ್ಯಕಾಮರು ಗುರುವಾಗುತ್ತಾ ಹೋಗುತ್ತಾರೆ. ಅವರು ವೀಣಾ ಪಾಲಿಗೆ ಅಪ್ಪಯ್ಯ ಮಾತ್ರ. ಅವರ ಕತೆಗಳನ್ನು ಕಾದಂಬರಿಗಳನ್ನು ಬರಹಗಳನ್ನು ಓದಿದ ನನಗೆ ಅವರು ನನಗೆ ಗೊತ್ತಿಲ್ಲದ ಜಗತ್ತನ್ನು ತೋರಿಸಬಲ್ಲ ಲೇಖಕ. ಲಕ್ಷ್ಮೀಶ ತೋಳ್ಪಾಡಿಯವರ ಪಾಲಿಗೆ ಅವರೊಂದು ಬೆಳಕು. ಕಲ್ಲಹಳ್ಳಿಯ ಮಂದಿಗೆ ಅವರು ಅವಧೂತ, ಸೇವಕ, ದೇವತಾಸ್ವರೂಪ, ಜ್ಞಾನಿ, ದಾನಿ, ಪ್ರವರ್ತಕ–ಹೀಗೆ ಏನು ಬೇಕಿದ್ದರೂ ಇರಬಹುದು.

ಇತ್ತಿತ್ತಲಾಗಿ ಗುರುಗಳ ಕುರಿತ ಬರಹಗಳಿಗೆ ಒಳ್ಳೆಯ ಮಾರುಕಟ್ಟೆ ಇರುವುದರಿಂದ ಕೊಂಚ ಎಚ್ಚರಿಕೆಯಿಂದ ಇರುವುದು ಒಳ್ಳೆಯದು. ಗುರು ಕೂಡ ಇನ್ಶೂರೆನ್ಸ್ ಪಾಲಿಸಿಯಂತೆ, ಮ್ಯೂಚುವಲ್ ಫಂಡಿನಂತೆ, ಕಡಿಮೆ ಅವಧಿಯಲ್ಲಿ ಹೆಚ್ಚು ಲಾಭ ತಂದುಕೊಡುವ ಯೋಜನೆಯಂತೆ ಕಾಣಿಸುತ್ತಿದ್ದಾನೆ. ನಯನಾಕಶ್ಯಪ್ ಹಿಮಾಲಯದ ಗುರುವಿನ ಗರಡಿಯಲ್ಲಿ ಎಂಬ ಪುಸ್ತಕ ಅನುವಾದಿಸಿದ್ದರು. ಅದನ್ನು ಬರೆದದ್ದು ಶ್ರೀ ಎಂ. ಆ ಪುಸ್ತಕ ಪೂರ್ತಿ ಓದಿದ ಮೇಲೆ ಒಂದು ಪತ್ತೇದಾರಿ ಕಾದಂಬರಿ ಓದಿದ ಅನುಭವವಾಯಿತು. ಅಷ್ಟೇ

ರೋಚಕತೆ ಕೊಟ್ಟ ಮತ್ತೊಂದು ಪುಸ್ತಕ ಸ್ವಾಮಿ ರಾಮ ಅವರ ಲಿವಿಂಗ್ ವಿತ್ ಹಿಮಾಲಯನ್ ಮಾಸ್ಟರ್ಸ್. ನನಗೆ ಗೊತ್ತಿರುವ ಕೆಲವು ಪ್ರಕಾಶಕರು ಯಾವುದಾದರೂ ಹಿಮಾಲಯದ ಗುರುಗಳ ಬಗ್ಗೆ ಬರೀರಿ. ಚೆನ್ನಾಗಿ ಮಾರಾಟ ಆಗುತ್ತದೆ. ಹತ್ತು ಸಾವಿರ ಪ್ರತಿ ಮಾರಬಹುದು ಅಂತ ತಮಾಷೆ ಮಾಡುತ್ತಿರುತ್ತಾರೆ.

ಸತ್ಯಕಾಮರೂ ಹಾಗೆ ಮಾರಾಟದ ಗುರು ಆಗಿಲ್ಲ ಅನ್ನುವುದೇ ಸಂತೋಷ. ಅವರ ಜೊತೆಗೆ ಕಳೆದ ದಿನಗಳ ಕುರಿತು ವೀಣಾ ಸವಿಸ್ತಾರವಾಗಿ ಬರೆದಿದ್ದಾರೆ. ಆ ಅನುಭವಗಳನ್ನು ಇಲ್ಲಿ ಬರೆಯುವುದು ಬೇಡ. ಆದರೆ ಇಡೀ ಪುಸ್ತಕವನ್ನು ಓದುತ್ತಿದ್ದ ಹಾಗೆ ಬೆರಗಾಗಿಸಿದ್ದು ಸತ್ಯಕಾಮ–ವೀಣಕ್ಕರ ನಡುವಿನ ಸಂಬಂಧ. ಅದು ತಾಯಿ ಮಗನ ಸಂಬಂಧ, ತಂದೆ ಮಗಳ ಸಂಬಂಧ, ಗುರು ಶಿಷ್ಯ ಸಂಬಂಧ, ದೇವರು ಮತ್ತು ಭಕ್ತನ ಸಂಬಂಧ. ಯಾವ ವ್ಯಾಖ್ಯಾನಕ್ಕೂ ಸಿಗದಂಥ ಒಂದು ಸಂಬಂಧ ಅವರಿಬ್ಬರ ಮಧ್ಯೆ ನೆಲೆಸಿದೆ ಅನ್ನುವುದನ್ನು ಗ್ರಹಿಸುತ್ತಾ ಹೋದ ಹಾಗೆ, ಗುರುವನ್ನು ಹೇಗೆ ನಮ್ಮೊಳಗೆ ಪ್ರತಿಷ್ಠಾಪನೆ ಮಾಡಿಕೊಳ್ಳಬೇಕು ಎಂಬುದೂ ಹೊಳೆಯ ತೊಡಗಿತು.

ಒಂದು ಪುಟ್ಟ ಕೊಳ. ಅದರ ದಡದಲ್ಲಿ ಎರಡು ಮರಗಳು. ತನ್ನಿಂತಾನೇ ಬೆಳೆದು ನಿಂತಿವೆ. ಎರಡೂ ಮರಗಳ ನಡುವೆ ಮಾತಿಲ್ಲ. ಗಾಳಿ ಬೀಸಿದಾಗ ಈ ಮರದ ಎಲೆಯೂ ಆಡುತ್ತದೆ. ಆ ಮರದ ಚಿಗುರೂ ತೊನೆಯುತ್ತದೆ. ಎರಡೂ ಮರಗಳ ನೆರಳು ಕೊಳದಲ್ಲಿ ಪ್ರತಿಫಲಿಸುತ್ತದೆ. ಆಕಾಶಕ್ಕೆದ್ದು ನಿಂತ ಮರ ಕೊಳದಲ್ಲಿ ಪಾತಾಳಕ್ಕೂ ಚಾಚಿಕೊಂಡಂತಿದೆ. ಈ ಬಿಂಬ ಪ್ರತಿಬಿಂಬಗಳ ಅನೂಹ್ಯ ಸಂಗಮದಲ್ಲಿ ಮಳೆ, ಚಳಿ, ಬೇಸಗೆಗೆ ಸಾಕ್ಷಿಯಾಗುತ್ತಾ, ಒಂದು ಮರದಲ್ಲಿ ಯಾವುದೋ ಹಕ್ಕಿ ಗೂಡು ಕಟ್ಟಿದರೆ ಮತ್ತೊಂದು ಮರ ನೋಡುತ್ತಾ, ಆ ಮರಕ್ಕೆ ಬಂದ ಗಿಳಿ ಈ ಮರಕ್ಕೂ ಬಂದೀತೆಂದು ಕಾಯುತ್ತಾ, ಮರಮರದ ಮರ್ಮರ ಮರೆತು ಧ್ಯಾನಸ್ಥವಾಗುತ್ತಾ ಇದ್ದ ಹಾಗೆ ಅವರಿಬ್ಬರೂ ಅಲ್ಲಿದ್ದರೆ? ಇಳಿದು ಬಾ ತಾಯಿ ಇಳಿದು ಬಾ ಹಾಡಿದ್ದು ಯಾರು? ಕೇಳಿಸಿಕೊಂಡದ್ದು ಯಾರು?

ಗುರು ಯಾರು ಎಂಬ ಪ್ರಶ್ನೆ ಪುಸ್ತಕ ಓದಿದ ನಂತರವೂ ಹಾಗೇ ಉಳಿಯುತ್ತದೆ. ನಮ್ಮ ನಮ್ಮ ಗುರುವನ್ನು ನಾವೇ ಹುಡುಕಿಕೊಳ್ಳಬೇಕು. ನಮ್ಮ ಗುರು ನಮ್ಮೊಳಗೇ ಹುಟ್ಟಬೇಕು. ಹಾಗೆ ಹುಟ್ಟಿದ ಗುರುವಿನ ಚಹರೆ ಹೊರಗೆಲ್ಲಾದರೂ ಕಂಡರೆ ಅದು ಭುವನದ ಭಾಗ್ಯ. ಕಾಣದೇ ಹೋದರೆ ಅದೂ ಸುಖವೇ.

ಸತ್ಯಕಾಮರೊಡನೆ ಸಾವು ಇರದ ದಿನಗಳನ್ನು ಕಳೆದ ವೀಣಾ ಬನ್ನಂಜೆಯ ಪುಸ್ತಕ ಓದಿ ಕೆಳಗಿಡುತ್ತಿದ್ದಂತೆ ಇಷ್ಟೆಲ್ಲ ಪ್ರಶ್ನೆಗಳು ಮೂಡಿದವು.

ಗುರುವೋ ಗುರುತೋ ಎಂಬ ಪ್ರಶ್ನೆ ಅಪ್ರಸ್ತುತ. ನಾವು ಕಲ್ಪಿಸಿಕೊಳ್ಳಲೂ ಸಾಧ್ಯವಿಲ್ಲದಂಥ ಸಂಬಂಧಗಳೂ ಇರುವುದಕ್ಕೆ ಸಾಧ್ಯವಲ್ಲವೇ? ಕೇಡಿಲ್ಲದ, ರೂಹಿಲ್ಲದ, ಹೆಸರಿಲ್ಲದ...

ಎರಡು ಮರಗಳು ಹೊಳೆಯ ದಡದಲ್ಲಿವೆ. ಹೊಳೆ ಹರಿಯುತ್ತಿದೆ. ಮರಗಳು ನಿಂತಿವೆ. ಆ ಎರಡು ಮರಗಳ ನಡುವೆ ಎಂಥಾ ಸಂಬಂಧ ಅಂತ ಯಾರೂ ಕೇಳುವುದಿಲ್ಲ. ಕೇಳಬಾರದು. ಅದು ಪ್ರಕೃತಿ.

ಕಥಾಪುರುಷ

ಕುಮಾರವ್ಯಾಸ ಸ್ನಾನ ಮಾಡಿಕೊಂಡು ಬಂದು ಒದ್ದೆಬಟ್ಟೆಯಲ್ಲಿ ಬರೆಯಲು ಕೂರುತ್ತಿದ್ದ. ಆ ಬಟ್ಟೆ ಒಣಗುವ ತನಕ ಬರೆಯುತ್ತಿದ್ದ. ಅವನು ಗದುಗಿನ ಭಾರತವನ್ನು ಬರೆದದ್ದು ಹೀಗೆಯೇ. ದಿನಾ ಒದ್ದೆ ಬಟ್ಟೆ ಒಣಗುವ ತನಕ ಬರೆದು ಹತ್ತು ಪರ್ವಗಳನ್ನು ಬರೆದು ಮುಗಿಸಿದ.

ಅಂಥ ಕತೆಗಳನ್ನು ನಮಗೆ ಹೇಳುತ್ತಿದ್ದವರು ಅಮ್ಮ. ಅವರಿಗಾದರೋ ಈ ಕತೆಗಳೆಲ್ಲ ಎಲ್ಲಿಂದ ಗೊತ್ತಾಗುತ್ತಿದ್ದವೋ ಗೊತ್ತಿಲ್ಲ. ಅಷ್ಟು ಹೊತ್ತಿಗಾಗಲೇ ನಮ್ಮ ಮನೆಯಲ್ಲಿ ಕುಮಾರವ್ಯಾಸ ಭಾರತದ ಓದು ಶುರುವಾಗಿತ್ತು. ಅಮ್ಮ ಭಾಮಿನಿ ಷಟ್ಪದಿಯಲ್ಲಿದ್ದ ಪದ್ಯಗಳನ್ನೆಲ್ಲ ರಾಗವಾಗಿ ಹಾಡುತ್ತಿದ್ದರು. ಅದನ್ನು ಕೇಳುತ್ತಾ ಕೇಳುತ್ತಾ ನಮಗೂ ಅವೆಲ್ಲ ಬಾಯಿಗೆ ಬರುತ್ತಿದ್ದವು. ನಾವು ಹುಡುಗಾಟಕ್ಕೆಂದು ಬೈಯುವುದಕ್ಕೂ ಕೂಡ ಕುಮಾರವ್ಯಾಸನನ್ನೇ ಬಳಸುತ್ತಿದ್ದೆವು. ಆ ಬೈಗಳುಗಳ ಅರ್ಥ ಗೊತ್ತಿಲ್ಲದೇ ಇದ್ದರೂ, ಅವು ಬೈಗಳು ಅನ್ನುವುದು ಪದಬಳಕೆಯಲ್ಲೇ ಗೊತ್ತಾಗಿಬಿಡುತ್ತಿತ್ತು. ಹೀಗಾಗಿ ಕುಮಾರವ್ಯಾಸ ಬರೆದ ಭಂಡ, ಉದ್ಧಂಡ, ಪುಂಡ, ಪ್ರಚಂಡ, ಷಂಡ–ಎಂಬಿತ್ಯಾದಿ ಪದಗಳೆಲ್ಲ ಸಿಟ್ಟಿಗೂ ಶೌರ್ಯಕ್ಕೂ ಸಂಬಂಧಿಸಿದ್ದೆಂದು ನಮಗೆ ನಾವೇ ತೀರ್ಮಾನ ಮಾಡಿಕೊಂಡು ಬಿಟ್ಟಿದ್ದೆವು. ಇಂಥ ಪದಗಳನ್ನು ಸೇರಿಸಿ ಮಾತಾಡಿದರೆ, ಮಾತಿಗೂ ಒಂದು ಲಯ ಮತ್ತು ಗತ್ತು ತಾನೇ ತಾನಾಗಿ ಒದಗುತ್ತಿತ್ತು.

ಆಗ ನಮಗೆ ಭಾಷೆಗಿರುವ ಶಕ್ತಿಯಾಗಲೀ, ಪದಗಳಿಗಿರುವ ಸಾಮರ್ಥ್ಯವಾಗಲೀ ಗೊತ್ತಿರಲಿಲ್ಲ. ಗದುಗಿನ ಭಾರತ ಸಾಹಿತ್ಯ ಕೃತಿ ಅನ್ನುವುದೂ ಗೊತ್ತಿರಲಿಲ್ಲ. ಅದರೊಳಗೆ ಚಿತ್ರವಿಚಿತ್ರವಾದ ಕತೆಗಳಿವೆ ಅನ್ನುವ ಕಾರಣಕ್ಕೆ ಅದು ನಮಗೆ ಇಷ್ಟವಾಗುತ್ತಿತ್ತು. ಅಮ್ಮ ಆ ಕತೆಗಳನ್ನು ಪ್ರತಿನಿತ್ಯ ಹೇಳುತ್ತಿದ್ದರು. ಬಕಾಸುರನನ್ನು ಭೀಮ ಕೊಂದ ಕತೆ, ಬಂಡಿಗಟ್ಟಲೆ ಅನ್ನ ತಿನ್ನುತ್ತಿದ್ದ ಬಕಾಸುರ,

ಪಾಂಡವರನ್ನು ಅರಗಿನ ಮನೆಯಲ್ಲಿ ಸುಟ್ಟು ಬಿಡಲು ಯತ್ನಿಸಿದ್ದು, ಸುರಂಗ ಮಾರ್ಗವಾಗಿ ಅವರು ತಪ್ಪಿಸಿಕೊಂಡದ್ದು, ಕಾಡಿನಲ್ಲಿ ಹಿಡಿಂಬೆ ಎದುರಾದದ್ದು– ಹೀಗೆ ಕ್ಷಣ ಕ್ಷಣಕ್ಕೂ ರೋಮಾಂಚನ ಹುಟ್ಟಿಸುವ ಕತೆಗಳು. ದಿನನಿತ್ಯ ಇಂಥದ್ದೊಂದು ಕತೆ ಕೇಳಿಯೇ ಮಲಗಬೇಕು. ದಿನಾ ಕತೆ ಹೇಳಬೇಕಾದ್ದರಿಂದ ಅವವೇ ಕತೆಗಳನ್ನು ಅಮ್ಮ ಮತ್ತೆ ಮತ್ತೆ ಹೇಳುತ್ತಿದ್ದರು. ಕೆಲವೊಮ್ಮೆ ಕತೆ ಗೊತ್ತಿದ್ದರೂ ಮತ್ತೊಮ್ಮೆ ಕೇಳುವ ಆಸೆಯಾಗುತ್ತಿತ್ತು. ನಾವೇ ಬಕಾಸುರನ ಕತೆ ಹೇಳು ಅಂತಲೋ, ಉತ್ತರಕುಮಾರನ ಕತೆ ಹೇಳು ಅಂತಲೋ, ದ್ರುಪದನನ್ನು ದ್ರೋಣ ಸೋಲಿಸಿದ ಕತೆ ಹೇಳು ಎಂದೋ ಒತ್ತಾಯಿಸಿ, ನಮಗೆ ಗೊತ್ತಿರುವ ಕತೆಗಳನ್ನು ಹತ್ತಾರು ಬಾರಿ ಕೇಳಿಸಿಕೊಂಡು ಸುಖಿಸುತ್ತಿದ್ದೆವು.

ಒಂದು ಕತೆ ಮತ್ತೆ ಮತ್ತೆ ಕೇಳಿಸಿಕೊಳ್ಳುವುದು ಕತೆಗಾರಿಕೆಯಿಂದಲೋ ಹೇಳುವ ಶೈಲಿಯಿಂದಲೋ? ನಮಗೆ ಅರ್ಥವಾಗದ ಯಾವುದೋ ಒಂದು ಅಂಶ ಆ ಕತೆಯೊಳಗೆ ಹುದುಗಿರುವುದರಿಂದಲೋ? ನಾವು ಕತೆ ಕೇಳುತ್ತಿರುತ್ತೇವೋ ಅದನ್ನು ಅರ್ಥ ಮಾಡಿಕೊಳ್ಳುತ್ತಿರುತ್ತೇವೋ? ಮತ್ತೆ ಮತ್ತೆ ಕೇಳಿದಾಗ ಆ ಕತೆ ನಮ್ಮದಾಗುತ್ತಾ ಹೋಗಿ, ಅದರ ಒಂದೊಂದೇ ಅರ್ಥಗಳು ಬಿಚ್ಚಿಕೊಳ್ಳುತ್ತಾ ಹೋಗುತ್ತವೆಯಾ?

ಇಂಥ ಪ್ರಶ್ನೆಗಳೆಲ್ಲ ಆ ಕಾಲದಲ್ಲಿ ಮೂಡಿದವು ಎನ್ನಲಾರೆ. ಆದರೆ ಕತೆ ನಮ್ಮನ್ನು ಈ ಜಗತ್ತಿನಿಂದ ಮತ್ತೊಂದು ಜಗತ್ತಿಗೆ ಒಯ್ಯುತ್ತದೆ ಅನ್ನುವುದು ಮಾತ್ರ ಗೊತ್ತಾಗುತ್ತಿತ್ತು. ಅಮ್ಮ ಇಂಥ ಕತೆಗಳನ್ನು ಹೇಳುವ ಮುಂಚೆ ಕುವೆಂಪು ಅವರ ಕುಮಾರವ್ಯಾಸನು ಹಾಡಿದನೆಂದರೆ ಕಲಿಯುಗ ದ್ವಾಪರವಾಗುವುದು, ಭಾರತ ಕಣ್ಣಲಿ ಕುಣಿವುದು... ಪದ್ಯವನ್ನೂ ಸರಾಗವಾಗಿ ಹಾಡುತ್ತಿದ್ದರು. ಅಷ್ಟೆಲ್ಲ ಪದ್ಯಗಳನ್ನು ಅಮ್ಮ ಎಲ್ಲಿಂದ ಕಲಿತರೆಂದು ಈಗ ಆಶ್ಚರ್ಯವಾಗುತ್ತದೆ. ಮಹಾಭಾರತ, ರಾಮಾಯಣ, ಭಾಗವತದ ಕತೆಗಳನ್ನೆಲ್ಲ ಅವರು ಲೀಲಾಜಾಲವಾಗಿ ಹೇಳುತ್ತಿದ್ದರು. ಅದರ ಜೊತೆಗೇ ಕನಕದಾಸರ ಹರಿಭಕ್ತಿಸಾರದ ಪದ್ಯಗಳನ್ನು ಹೇಳಿಕೊಡುತ್ತಿದ್ದರು. ಹರಿಭಕ್ತಿಸಾರ ಕೂಡ ಭಾಮಿನಿ ಷಟ್ಪದಿಯಲ್ಲೇ ಇದ್ದದ್ದರಿಂದ ನಮಗೆ ಸುಲಭವಾಗಿ ಅರ್ಥವಾಗುತ್ತಿತ್ತು. ಆ ಪದ್ಯದ ಕೊನೆಯಲ್ಲಿ ಬರುವ ನಮ್ಮನನವರತ ಎಂಬ ಸಾಲು ಇಡೀ ಪದ್ಯವನ್ನು ನೆನಪಲ್ಲಿಟ್ಟು ಕೊಳ್ಳಲು ನೆರವಾಗುತ್ತಿತ್ತು.

ಭಾಮಿನಿ ಷಟ್ಪದಿಯ ಪದ್ಯಗಳನ್ನು ಹೇಗೆ ನೆನಪಿಟ್ಟುಕೊಳ್ಳಬೇಕು ಅನ್ನುವುದನ್ನು ಕಲಿಸಿಕೊಟ್ಟವರು ನಮ್ಮ ಪ್ರಾಥಮಿಕ ಶಾಲೆಯ ಕನ್ನಡ ಮಾಸ್ತ್ರು. ಗಿಳಿಯ ಮರಿಯನು ತಂದು ಪಂಜರದೊಳಗೆ ಪೋಷಿಸಿ ಕಲಿಸಿ ಮೃದುನುಡಿಗಳನು ಲಾಲಿಸಿ ಕೇಳ್ವ ಪರಿಣತರಂತೆ ನೀನೆಮಗೆ ತಿಳುಹಿ ಮತಿಯನ್ನು ಎಲ್ಲ ಜಿಹ್ವೆಗೆ ಮೊಳಗುವಂದದಿ ನಿನ್ನ ನಾಮಾವಳಿಯ ಪೊಗಳಿಕೆ

ಇತ್ತು ರಕ್ಷಿಸು ನಮ್ಮನನವರತ ಎಂಬ ಭಾಮಿನಿ ಷಟ್ಪದಿಯ ದ್ವಿತೀಯ ಅಕ್ಷರದ ಪ್ರಾಸ ಹಿಡಿಯಬೇಕು ಎಂದು ಅವರು ತೋರಿಸಿಕೊಟ್ಟರು. ಹೇಗೆ ಪ್ರತಿ ಸಾಲಿನ ಎರಡನೇ ಅಕ್ಷರ ಪ್ರಾಸಬದ್ಧವಾಗಿದೆ ಅನ್ನುವುದಕ್ಕೆ ಬೋರ್ಡಿನ ಮೇಲೆ ಗಿಳಿಯ ದೊಳಗೆ ಗಳನು ತಿಳುಹಿ ಮೊಳಗು ಗಳಿಕೆ–ಹೀಗೆ ಪದಗಳನ್ನು ಬರೆದು ಅವನ್ನು ಮರೆಯದಂತೆ ಮಾಡುತ್ತಿದ್ದರು. ಆ ಪದಗಳನ್ನಷ್ಟು ನೆನಪಿಟ್ಟುಕೊಂಡಿದ್ದರೆ ಇಡೀ ಪದ್ಯ ನೆನಪಲ್ಲಿ ಉಳಿಯುತ್ತಿತ್ತು.

ಈ ದ್ವಿತೀಯಾಕ್ಷರ ಪ್ರಾಸಕ್ಕೆ ಅತ್ಯುತ್ತಮ ಉದಾಹರಣೆ ಎಂದರೆ ಪುರಂದರ ದಾಸರ ಪದಗಳು. ಸಕ್ಕರೆ ತುಪ್ಪ ಕಾಲುವೆ ಹರಿಸಿ ಶುಕ್ರವಾರದ ಪೂಜೆಯ ವೇಳೆಗೆ ಅಕ್ಕರೆಯುಳ್ಳ ಅಳಗಿರಿ ರಂಗನ ಚೊಕ್ಕ ಪುರಂದರ ವಿಠಲನ ರಾಣಿ ಎಂಬ ಚರಣದಲ್ಲಿ ಬರುವ ಸಕ್ಕರೆ, ಶುಕ್ರ, ಅಕ್ಕರೆ ಚೊಕ್ಕ ಪದಗಳ ಮೇಲೆ ಒತ್ತು ಹಾಕಿದರೆ ಇಡೀ ಪದ್ಯ ಒಂದೋ ಎರಡೋ ಓದಿಗೆ ನಮ್ಮದಾಗುತ್ತಿತ್ತು.

ಇದು ಪದ್ಯದ ಮಾತಾಯಿತು. ಈ ಷಟ್ಪದಿಗಳೂ ಕತೆಗಳೂ ಬೇಸರ ಮೂಡಿಸಿದರೆ, ನಮ್ಮೂರಲ್ಲಿ ಕತೆ ಹೇಳುವುದಕ್ಕೆ ಹಾದಿಗೊಬ್ಬರು ಬೀದಿಗೊಬ್ಬರು ಸಿಗುತ್ತಿದ್ದರು. ರಜೆ ಬಂದಾಗ ನೆಂಟರ ಮನೆಗೆ ಹೋಗುವುದಕ್ಕೆ ನಮಗಿದ್ದ ಏಕೈಕ ಹುರುಪೆಂದರೆ ಅಲ್ಲಿ ಹೊಸ ಕತೆಗಳನ್ನು ಕೇಳಬಹುದು ಅನ್ನುವುದೇ. ಎಷ್ಟೋ ಸಲ ನಮಗೆ ನಿರಾಸೆಯಾಗುತ್ತಿದ್ದದ್ದೂ ಉಂಟು. ಅಮ್ಮ ಹೇಳುತ್ತಿದ್ದ ಕತೆಗಳನ್ನೇ ಅವರೂ ಹೇಳುತ್ತಿದ್ದರು. ಅವೇ ಅಡುಗೂಲಜ್ಜಿಯ ಕತೆಗಳು ಬಾಯಿಂದ ಬಾಯಿಗೆ ಹಬ್ಬಿ, ಅಲ್ಪಸ್ವಲ್ಪ ಬದಲಾವಣೆಯೊಂದಿಗೆ ನಮ್ಮ ಕಿವಿಗೆ ಬೀಳುತ್ತಿದ್ದವು.

ಅಮ್ಮ ಮತ್ತು ಅಜ್ಜಿ ಹೇಳುತ್ತಿದ್ದ ಕತೆಗಳು ಮುಗಿದವು ಅನ್ನುವ ಹೊತ್ತಿಗೆ ನಾವು ಅಜ್ಜನಿಗೆ ಕತೆ ಹೇಳುವಂತೆ ದುಂಬಾಲು ಬೀಳುತ್ತಿದ್ದೆವು. ಅಜ್ಜ ಈ ಪುರಾಣದ ಕತೆಗಳನ್ನು ಹೇಳುತ್ತಿರಲಿಲ್ಲ. ತುಂಬ ಊರು ಸುತ್ತುತ್ತಿದ್ದ ಅಜ್ಜ ತನ್ನ ಅನುಭವಗಳನ್ನು ಹೇಳುತ್ತಿದ್ದ. ಆ ಕಾಲಕ್ಕೆ ನಮ್ಮೂರಲ್ಲಿ ವಿದ್ಯುದ್ದೀಪಗಳಿರಲಿಲ್ಲ. ಹೀಗಾಗಿ ದೆವ್ವಗಳ ಸಂಖ್ಯೆ ಹೆಚ್ಚಿತ್ತು. ಅಜ್ಜ ಹೇಳುತ್ತಿದ್ದ ಬಹುತೇಕ ಕತೆಗಳು ಒಂದೋ ದೆವ್ವದ್ದು, ಇಲ್ಲವೇ ಕಳ್ಳಕಾಕರದ್ದು. ಆ ಕತೆಗಳಲ್ಲಿ ಅಜ್ಜ ವೀರಾಧಿವೀರನಂತೆ ಕಂಗೊಳಿಸುತ್ತಿದ್ದ. ದೆವ್ವಗಳು ಅಜ್ಜನನ್ನು ಅಟ್ಟಿಸಿಕೊಂಡು ಬಂದದ್ದು, ಅಜ್ಜ ತಿರುಗಿ ನಿಂತು ದೆವ್ವಗಳನ್ನು ಮಟ್ಟ ಹಾಕಿದ್ದು. ಥಂಗನೆ ಆಲದ ಮರದಿಂದ ಜಿಗಿದು ಬ್ರಹ್ಮರಾಕ್ಷಸನ ಜುಟ್ಟು ಹಿಡಿದು ಅಜ್ಜ ಆಟ ಆಡಿಸಿದ್ದು, ಅದ್ಯಾರೋ ಮನೆಗೆ ಕಳ್ಳರು ಹೊಂಚು ಹಾಕುತ್ತಿದ್ದಾಗ ಅಜ್ಜ ಅವರನ್ನು ಹೊಡೆದು ಓಡಿಸಿದ್ದು, ರಾತ್ರಿ ಮನೆ ಮುಂದೆ ಮಲಗಿದ್ದ ಹಸುವನ್ನು ಎಬ್ಬಿಸಿ ಕೊಟ್ಟಿಗೆಯಲ್ಲಿ ಕಟ್ಟಿದ್ದು, ಬೆಳಗಾಗೆದ್ದು ನೋಡಿದಾಗಲೇ ಅದು ಹಸುವಲ್ಲ, ಹುಲಿ ಅನ್ನೋದು ಗೊತ್ತಾದದ್ದು–ಇಂಥ ರೋಚಕ ಕತೆಗಳನ್ನು ಅಜ್ಜ ರಸವತ್ತಾಗಿ

ಹೇಳುತ್ತಿದ್ದರು. ನಮಗೆ ಅವುಗಳನ್ನು ಕೇಳುತ್ತಿದ್ದಂತೆ ರೋಮಾಂಚನವಾಗುತ್ತಿತ್ತು. ಆ ಕತೆಗಳನ್ನು ನಾವು ಬೇರೆಯವರಿಗೆ ಹೇಳುತ್ತಿದ್ದೆವು. ಅವರು ಆ ಕತೆಗಳನ್ನು ಕೇಳಿ ಬೆರಗಾಗುವುದನ್ನು ನೋಡಿದಾಗ ನಮಗೂ ಖುಷಿಯಾಗುತ್ತಿತ್ತು. ಕತೆಯೆಂದರೆ ಹೇಳುವವರೂ ಕೇಳುವವರೂ ಸಂತೋಷ ಪಡುವ ಒಂದು ಮಾಧ್ಯಮ ಅನ್ನುವುದು ಬಾಲ್ಯದಲ್ಲೇ ನಮಗೆ ಅದು ಹೇಗೋ ಗೊತ್ತಾಗಿಬಿಟ್ಟಿತ್ತು.

ಈ ಮಧ್ಯೆ ಚಿಕ್ಕಪ್ಪ ಬೇರೆ ಬೇರೆ ರಾಜ್ಯಗಳನ್ನು ಸುತ್ತಾಡಿ ಬಂದು ಯುದ್ಧದ ಕತೆಗಳನ್ನು ಹೇಳಿ ರಂಜಿಸುತ್ತಿದ್ದರು. ನಮಗೆ ಪ್ರಶ್ನೆ ಕೇಳುವುದಕ್ಕೆ ಇದ್ದ ಏಕೈಕ ವ್ಯಕ್ತಿ ಎಂದರೆ ಚಿಕ್ಕಪ್ಪ. ನಮ್ಮೂರಿಗೆ ಹೊರಗಿನಿಂದ ಬೇರೆ ಯಾರೂ ಬರುತ್ತಿರಲಿಲ್ಲ. ಚಿಕ್ಕಪ್ಪ ಬಂದಾಗ ನಮ್ಮೆಲ್ಲಾ ಪ್ರಶ್ನೆಗಳಿಗೆ ಉತ್ತರ ಕೇಳಿ ತಿಳಕೊಳ್ಳುತ್ತಿದ್ದೆವು. ಚಿಕ್ಕಪ್ಪ ಕೊಂಚ ಉಡಾಫೆಯ ವ್ಯಕ್ತಿಯಾದ್ದರಿಂದ ಅಜ್ಜ ಹೇಳಿದ ಕತೆಗಳನ್ನೆಲ್ಲ ಸುಳ್ಳು ಅಂತ ತಳ್ಳಿ ಹಾಕುತ್ತಿದ್ದರು. ಚಿಕ್ಕಪ್ಪ ಹೇಳಿದಾಗ ಹೌದು ಅನ್ನಿಸುತ್ತಿತ್ತಾದರೂ, ಅವರು ವಾಪಸ್ಸು ಹೋದ ನಂತರ ನಾವು ಮತ್ತದೇ ಅಜ್ಜನ ಕತೆಗಳಿಗೇ ಮರಳುತ್ತಿದ್ದೆವು. ಅಜ್ಜ ಚಿಕ್ಕಪ್ಪ ಹೇಳಿದ ಕತೆಗಳನ್ನೆಲ್ಲ ಕೇಳಿ ಭಯಂಕರ ಸುಳ್ಳ ಎಂದು ಗೇಲಿ ಮಾಡುತ್ತಿದ್ದರು. ಕತೆಗಳೆಲ್ಲ ಸುಳ್ಳೇ ಆದರೂ ಆ ಕತೆಯಲ್ಲಿ ಸತ್ಯಕ್ಕಿಂತ ಹೆಚ್ಚು ರುಚಿಯಿದೆ ಅನ್ನುವುದರ ಬಗ್ಗೆ ಯಾವ ಅನುಮಾನವೂ ಇರಲಿಲ್ಲ.

ಆ ವಯಸ್ಸೇ ಹಾಗಿರುತ್ತದೋ ಏನೋ? ಒಳಗೆ ಬಂದದ್ದನ್ನೆಲ್ಲ ಮನಸ್ಸು ಯಾವ ಅನುಮಾನವೂ ಇಲ್ಲದೇ ಕೇಳಿಸಿಕೊಳ್ಳುತ್ತದೆ. ಯಾವುದನ್ನೂ ನಾವು ನಿರಾಕರಿಸುವುದಕ್ಕಾಗಲೀ, ತರ್ಕದ ಒರೆಗಲ್ಲಿಗೆ ಹಚ್ಚಿ ನೋಡುವುದಕ್ಕಾಗಲೀ ಹೋಗುವುದಿಲ್ಲ. ಅದೇ ಹೊತ್ತಿಗೆ ನಮಗೆ ಕನಕನ ಕಿಂಡಿಯ ಕತೆಯನ್ನು ಮೇಷ್ಟರೊಬ್ಬರು ಹೇಳಿ ಬೆರಗಾಗಿಸಿದರು. ಕನಕನನ್ನು ದೇವಾಲಯ ಪ್ರವೇಶ ಮಾಡಲು ಬಿಡದೇ ಇದ್ದಾಗ ಅವನು, ದೇವಸ್ಥಾನದ ಹಿಂಭಾಗದಲ್ಲಿ ನಿಂತು ಬಾಗಿಲನು ತೆರೆದು ಸೇವೆಯನು ಕೊಡೋ ಹರಿಯೇ ಎಂದು ಹಾಡುವುದು. ಆಗ ಕೃಷ್ಣ ಕನಕನಿದ್ದೆಡೆಗೆ ತಿರುಗುವುದು, ಗೋಡೆ ಒಡೆದು ಹೋಗಿ ಕಿಂಡಿಯಾಗಿ ಕನಕನಿಗೆ ಕೃಷ್ಣನ ದರ್ಶನವಾಗುವುದು–ಇವನ್ನೆಲ್ಲ ಕೇಳಿದಾಗ ಪದ್ಯಕ್ಕೆ ಎಂಥ ಶಕ್ತಿಯಿದೆ ಎಂದು ನಮಗೆಲ್ಲ ಅಚ್ಚರಿಯಾಗಿತ್ತು. ಪದ್ಯ ಅಂತ ತಮಾಷೆ ಅಲ್ಲ ಅನ್ನುವುದು ಹೊಳೆಯತೊಡಗಿತ್ತು. ಅದಕ್ಕಿಂತ ಹೆಚ್ಚಾಗಿ ಕತೆಗಳು ನಮ್ಮ ಪರಿಸರವನ್ನು ಇನ್ನಷ್ಟು ಆಪ್ತವೂ ನಿಗೂಢವೂ ಆಗಿಸಿ, ನಮ್ಮ ಕಲ್ಪನೆ ಗರಿಗೆದರಲು ನೆರವಾಗುತ್ತಿದ್ದವು. ಅಜ್ಜ ಹೇಳಿದ ದೆವ್ವದ ಕತೆಗಳಲ್ಲಿ ಬರುವ ಆಲದ ಮರ, ನಮ್ಮೂರಲ್ಲಿರುವ ಆಲದ ಮರ ಎಂದೇ ನಾವು ನಂಬಿಬಿಟ್ಟಿದ್ದೆವು.

ಹೀಗೆ ಒಂದೊಂದು ಕತೆಗಳೂ ನಮ್ಮ ಪರಿಸರದ ಕತೆಗಳೇ ಆಗಿಬಿಡುತ್ತಿದ್ದವು. ಎಷ್ಟೋ ವರ್ಷಗಳ ನಂತರ ಎ.ಕೆ. ರಾಮಾನುಜನ್ ಭಾರತೀಯ ಜಾನಪದ

ಕತೆಗಳನ್ನೆಲ್ಲ ಸಂಗ್ರಹಿಸಿಕೊಟ್ಟು, ಅವು ಬೇರೆ ಬೇರೆ ದೇಶಗಳಲ್ಲಿ ಬೇರೆ ಬೇರೆ ರೂಪಗಳಲ್ಲಿ ಚಾಲ್ತಿಯಲ್ಲಿವೆ ಎಂದಾಗ ಆಶ್ಚರ್ಯವಾಗಿತ್ತು. ನಮ್ಮೂರಿನಂಥ ಕುಗ್ರಾಮದ ಕತೆಯೊಂದು ಇಂಗ್ಲೆಂಡು ಎಂಬ ದೇಶ ಅಸ್ತಿತ್ವದಲ್ಲಿದೆ ಎಂದೇ ಗೊತ್ತಿಲ್ಲದ ಅಜ್ಜಿಗೆ ಹೇಗೆ ಗೊತ್ತಾಯಿತು ಎಂಬ ಪ್ರಶ್ನೆಗೆ ಇವತ್ತಿಗೂ ಉತ್ತರ ಸಿಕ್ಕಿಲ್ಲ. ಆಲೀಬಾಬ ಮತ್ತು ನಲವತ್ತು ಕಳ್ಳರ ಕತೆ ಕೇಳಿದಾಗ ಆಲಿಬಾಬನ ಗುಹೆ ನಮ್ಮೂರಿನ ಗುಡ್ಡದ ಮೇಲಿದೆ ಎಂದು ನಾವು ನಂಬಿದ್ದೇಕೆ ಎಂಬುದೂ ಗೊತ್ತಿಲ್ಲ.

ಮುಂದೆ ನಾವೆಲ್ಲ ಅಕ್ಷರ ಕಲಿತು ಓದಲು ಶುರುಮಾಡಿದ ನಂತರ ಚಂದಮಾಮ ಬಂತು, ಅದರಲ್ಲಿ ಇನ್ನಷ್ಟು ರುಚಿಕಟ್ಟಾದ ಕತೆಗಳು ಬರುತ್ತಿದ್ದವು. ಏಳುಸುತ್ತಿನ ಕೋಟೆ, ಪ್ರಾಣವನ್ನು ಎಲ್ಲೋ ಬಚ್ಚಿಟ್ಟ ರಾಕ್ಷಸ, ಅದನ್ನು ತರಲು ಹೋಗುವ ರಾಜಕುಮಾರ, ಅಲ್ಲಿ ಬಂದಿಯಾಗಿದ್ದ ರಾಜಕುಮಾರಿ, ಬೆಂಕಿ ನಾಲಗೆಯ ರಣಹದ್ದು, ಮಂತ್ರಕ್ಕಷ್ಟೇ ತೆರೆಯುವ ಬಾಗಿಲು, ಹಾರುವ ಚಾಪೆ, ನಡೆಯುವ ನಾಣ್ಯ–ಹೀಗೆ ನಮ್ಮ ಕಥಾಸಂಪತ್ತು ವೃದ್ಧಿಯಾಗುತ್ತಾ ಬಂತು. ಕಳ್ಳರು ಪರಿಚಿತರಾದರು, ಕೊಲೆಗಾರರು ಕಾಣಿಸಿಕೊಂಡರು, ಪತ್ತೇದಾರರು ಬಂದರು. ನಮಗೆ ಗೊತ್ತಿರುವ ಜಾಗವನ್ನೇ ನಿಗೂಢವಾಗಿಸಿದ ಟಿ.ಕೆ. ರಾಮರಾವ್ ನಮ್ಮ ಜಗತ್ತಿಗೆ ಕಾಲಿಟ್ಟರು.

ಆಗ ಕಾಣಿಸಿಕೊಂಡವಳು ಷಹರ್ ಜಾದೆ. ದಿನಕ್ಕೊಬ್ಬಳನ್ನು ಮದುವೆಯಾಗಿ, ಅವಳು ಕತೆ ಹೇಳಿದ ನಂತರ ಅವಳನ್ನು ಕೊಲ್ಲುವ ದೊರೆ. ಷಹರ್ ಜಾದೆ ಕತೆ ಹೇಳುತ್ತಾ ಸಾವನ್ನು ಗೆದ್ದ ಕತೆ. ಹೇಗೆ ಆಕೆ ಕತೆಯ ಮೂಲಕವೇ ಬದುಕಿದಳು ಅನ್ನುವುದನ್ನು ಓದುತ್ತಿದ್ದಂತೆ, ಕಥನಕ್ಕಿರುವ ಶಕ್ತಿಯ ಬಗ್ಗೆ ಪ್ರೀತಿ, ಹೆಮ್ಮೆ ಮೂಡಿದ್ದಂತೂ ನಿಜ. ಕತೆ ಕೇವಲ ಕತೆಯಲ್ಲ, ಅದು ಜೀವಿಸುವುದಕ್ಕೆ ಅತ್ಯಗತ್ಯ. ಕತೆ ಓದದೇ ಹೋದರೆ ನಾವು ತುಂಬ ಮಹತ್ವವಾದದ್ದೇನನ್ನೋ ಕಳಕೊಳ್ಳುತ್ತೇವೆ ಅನ್ನುವುದು ಗೊತ್ತಾಗುತ್ತಿದ್ದಂತೆ ಕೈಗೆ ಸಿಕ್ಕ ಪುಸ್ತಕಗಳನ್ನು ಓದತೊಡಗಿದೆವು. ಒಳ್ಳೆಯ ಕತೆ, ಕೆಟ್ಟ ಕತೆ, ಸಾಧಾರಣ ಕತೆ, ಅತಿಕೆಟ್ಟ ಕತೆ ಎಂಬ ಭೇದವೇ ಇಲ್ಲದಂತೆ ಓದು ಸಾಗಿತು.

ಅದರ ಜೊತೆಗೇ ಕತೆ ಹೇಳುವುದು ಕೂಡ. ನಾವು ಓದಿದ ಕತೆಗಳನ್ನು ಗೆಳೆಯರಿಗೆ ಹೇಳತೊಡಗಿದೆವು. ಅವರು ಅದನ್ನು ಬೆರಗುಗಣ್ಣುಗಳಿಂದ ಕೇಳಿಸಿಕೊಳ್ಳುತ್ತಿದ್ದರು. ಎಷ್ಟೋ ಸಲ ನಾವು ಓದಿದ ಕತೆಯನ್ನೋ ಕೇಳಿದ ಕತೆಯನ್ನೋ ಅವರಿಗೆ ಹೇಳುವ ಹೊತ್ತಿಗೆ ಹೊಸ ವಿವರಗಳು ಸೇರ್ಪಡೆಯಾಗುತ್ತಿದ್ದವು. ನಮಗಿಂತ ಚಿಕ್ಕವರಿಗೆ ಕತೆ ಹೇಳುವಾಗ ಅವರಿಗೆ ಅರ್ಥವಾಗುವಂತೆ ಹೇಳಬೇಕಾಗುತ್ತಿತ್ತು. ಅದಕ್ಕೋಸ್ಕರ ನಮ್ಮೂರಿನ ಉದಾಹರಣೆಗಳನ್ನು ಕೊಡಬೇಕಾಗಿ ಬರುತ್ತಿತ್ತು. ಹೀಗೆ ನಾವು ಓದಿದ

ಯಾವುದೋ ದೇಶದ ಕತೆ, ನಾವು ಹೇಳುವ ಹೊತ್ತಿಗೆ ನಮ್ಮೂರಿನ ಕತೆಯೇ ಆಗಿಬಿಡುತ್ತಿತ್ತು.

ಕ್ರಮೇಣ ಕತೆಗಳು ಹುಟ್ಟಿಕೊಳ್ಳತೊಡಗಿದವು. ಏಕಲವ್ಯನ ಕತೆ ಕೇಳಿದಾಗ, ದ್ರೋಣನ ಸಣ್ಣತನ ಎದ್ದು ಕಾಣುತ್ತಿತ್ತು. ಕರ್ಣನ ಕತೆ ಕೇಳಿದಾಗ ಪರಶುರಾಮನ ಶಾಪ ನೆನಪಾಗುತ್ತಿತ್ತು. ಸುಧಾಮನ ಕತೆ ಹೇಳುವಾಗ ಕೃಷ್ಣನ ಔದಾರ್ಯಕ್ಕಿಂತ ಸುಧಾಮನ ಪ್ರೀತಿಯೇ ಹೆಚ್ಚೆಂದು ಹೊಳೆಯುತ್ತಿತ್ತು. ದುರ್ಯೋಧನನಷ್ಟೇ ಪಾಂಡವರೂ ದುರಾಸೆಪಟ್ಟರೇನೋ ಅನ್ನಿಸುತ್ತಿತ್ತು. ರಾಜ್ಯಕ್ಕಾಗಿ ಇಡೀ ಕ್ಷತ್ರಿಯ ಕುಲವನ್ನು ಧರ್ಮಯುದ್ಧದ ಹೆಸರಲ್ಲಿ ನಾಶ ಮಾಡಿದ್ದು ಕೌರವರಲ್ಲ, ಪಾಂಡವರೇ ಅಲ್ಲವೇ ಅನ್ನಿಸುತ್ತಿತ್ತು.

ಹೀಗೆ ಓದಿದ ಕತೆಯನ್ನು ಬಗೆಯುವ, ವಿಮರ್ಶಿಸುವ, ಅದರ ಒಳಗುಟ್ಟನ್ನು ಹುಡುಕುವ, ನಮ್ಮನ್ನು ಆ ಕತೆಯಲ್ಲಿ ಕಂಡುಕೊಳ್ಳುವ ಸಾಧ್ಯತೆಯನ್ನೂ ಕತೆಗಳು ನಮ್ಮ ಮುಂದೆ ತೆರೆದಿಟ್ಟವು. ಕತೆಯಿರುವುದು ಬರೀ ಕೇಳುವುದಕ್ಕೋ ಹೇಳುವುದಕ್ಕೋ ಅಲ್ಲ, ಅದು ನಮ್ಮ ಚಿಂತನೆಯ ಒಂದು ಭಾಗ ಅನ್ನುವುದು ಅರ್ಥವಾಗುತ್ತಾ ಹೋಯಿತು. ಒಂದು ಸರಳ ಕತೆ, 'ರಶೋಮನ್' ಅಂತಹ ಒಂದು ಕಾಲ್ಪನಿಕ ಕತೆ ಕೂಡ ನಮ್ಮ ಅಸಂಖ್ಯಾತ ಪ್ರಶ್ನೆಗಳಿಗೆ ಉತ್ತರಿಸಬಲ್ಲಷ್ಟು ಶಕ್ತಿಶಾಲಿ ಅನ್ನುವುದು ಅರಿವಾಯಿತು.

ಒಂದು ಹೊಸ ಪ್ರಯಾಣ ಆರಂಭವಾಯಿತು.

www.ingramcontent.com/pod-product-compliance
Lightning Source LLC
LaVergne TN
LVHW100257051026
849517LV00006B/2127